ಆಜಾದಿ ಬಚಾವೋ ಆಂದೋಲನದ ನೇತಾರ

ರಾಜೀವ್ ದೀಕ್ಷಿತ್ ಅವರ ವಿಚಾರಧಾರೆ

ಆಝಾದಿ

('ಹಾಯ್‌ಬೆಂಗಳೂರ್!' ಪತ್ರಿಕೆಯಲ್ಲಿ ಪ್ರಕಟವಾದ ಅಂಕಣಗಳ ಸಂಗ್ರಹ)

ಭಾವಾನುವಾದ

ರಾಘವೇಂದ್ರ ಜೋಶಿ

ಪ್ರಕಾಶಕರು:
ಸ್ವರಾಜ್ ಪ್ರಕಾಶನ ಸಮೂಹ
408, 14ನೇ ಅಡ್ಡರಸ್ತೆ, 4ನೇ ಮುಖ್ಯರಸ್ತೆ, ಎ–1 ಬ್ಲಾಕ್,
ವಿಜಯನಗರ ಮೂರನೇ ಹಂತ, ಮೈಸೂರು – 570030
ಮೊಬೈಲ್: 7795236237, 9448868254 email: sudeendra10@gmail. com

ಆಜ಼ಾದಿ, ಸ್ವದೇಶಿ ಚಳುವಳಿಯ ವಿಚಾರ ಧಾರೆ,
ರಾಷ್ಟ್ರಬಂಧು ಶ್ರೀ ರಾಜೀವ್ ದೀಕ್ಷಿತರ ವಿಚಾರಗಳನ್ನು ಒಳಗೊಂಡ ಪುಸ್ತಕ.

ಹೆಚ್ಚಿನ ಮಾಹಿತಿ ಹಾಗೂ ಪ್ರತಿಗಳಿಗಾಗಿ:
ಶ್ರೀ ರಾಜೀವ ದೀಕ್ಷಿತ್ ವಿಚಾರ ವೇದಿಕೆ ಕಾರ್ಯಾಲಯ
ವಿಕಾಸ ಕೇಂದ್ರ, ಐವಾನ್-ಎ-ಶಾಹಿ ಅತಿಥಿಗೃಹ ರಸ್ತೆ
ಕಲಬುರಗಿ
ಮೊಬೈಲ್ : 9035630312, 9900596080
9343859595, 9880364163
email : rdvv.klo@gmail. com

ಪ್ರಥಮ ಮುದ್ರಣ: ನವೆಂಬರ್ 2015.

ಪ್ರತಿಗಳು: 2000

ಬೆಲೆ: 150 ರೂಗಳು

ಪ್ರಕಾಶಕರು:
ಸ್ವರಾಜ್ ಪ್ರಕಾಶನ ಸಮೂಹ
408, 14ನೇ ಅಡ್ಡರಸ್ತೆ, 4ನೇ ಮುಖ್ಯರಸ್ತೆ
ಎ-1 ಬ್ಲಾಕ್, ವಿಜಯನಗರ ಮೂರನೇ ಹಂತ
ಮೈಸೂರು - 570030
ಮೊಬೈಲ್ : 7795236237 / 9448868254

ಮುದ್ರಣ:
ರಮ್ಯ ಕ್ರಿಯೇಷನ್ಸ್, ಮೈಸೂರು
0821 - 4263344

ಅರ್ಪಣೆ

ದೇಶದ ಸ್ವಾತಂತ್ರ್ಯಕ್ಕಾಗಿ ತಮ್ಮನ್ನು ಅರ್ಪಿಸಿಕೊಂಡ

ಸ್ವಾತಂತ್ರ್ಯ ಸೇನಾನಿಗಳಿಗೆ

ಹಾಗೂ

ದೇಶದ ರಕ್ಷಣೆಗಾಗಿ ಸದಾ ಶ್ರಮಿಸುತ್ತಿರುವ

ಹೆಮ್ಮೆಯ ಸೈನಿಕರುಗಳಿಗೆ.

ನಿಮಗೆ ನಮನಗಳು

ಹಾಗೆ ನೋಡಿದರೆ, ಕರ್ನಾಟಕದಲ್ಲಿ ರಾಜೀವ್ ದೀಕ್ಷಿತರ ವಿಚಾರಗಳ ದೊಡ್ಡ ಮಟ್ಟದ ಪ್ರಚಾರಕ್ಕೆ ಕಾರಣರಾದ ಮೊದಲಿಗರೆಂದರೆ ರವಿ ಬೆಳಗೆರೆ ಅವರು. "ಹಾಯ್ ಬೆಂಗಳೂರ್" ಪತ್ರಿಕೆಯಲ್ಲಿ ನಿರಂತರವಾಗಿ ಅಂಕಣಗಳ ರೂಪದಲ್ಲಿ ದೀಕ್ಷಿತರ ಸ್ವದೇಶೀ ವಿಚಾರಗಳನ್ನು ಪ್ರಕಟಿಸಿದ್ದೂ ಅಲ್ಲದೆ, ಅದನ್ನು ಪುಸ್ತಕವನ್ನಾಗಿಯೂ ಮಾಡಿ, ಬಹುದೊಡ್ಡ ಚಳವಳಿಯೊಂದಕ್ಕೆ ಚಾಲನೆ ನೀಡಿದ್ದರು. ಮತ್ತೆ ಆ ಪುಸ್ತಕವನ್ನು ಮರುಮುದ್ರಿಸಲು ಅನುಮತಿ ಕೇಳಿದಾಗ ಪ್ರೀತಿಯಿಂದ ಒಪ್ಪಿ ಅನುಮತಿ ನೀಡಿದ್ದಾರೆ. ಶ್ರೀರವಿ ಬೆಳಗೆರೆ ಅವರಿಗೆ, "ಹಾಯ್ ಬೆಂಗಳೂರ್" ಪತ್ರಿಕೆಗೆ ನಾವು ಅಭಾರಿಗಳಾಗಿದ್ದೇವೆ.

ಇಲ್ಲಿನ ಲೇಖನಗಳ ಮೂಲ ವಿಚಾರಗಳು ದೀಕ್ಷಿತರವೇ ಆದರೂ ಅದನ್ನು ರಾಘವೇಂದ್ರ ಜೋಷಿ ಎಂಬ ಲೇಖಕ ಕಟ್ಟಿಕೊಟ್ಟ ಶೈಲಿ ಮಾತ್ರ ವಿಭಿನ್ನವಾದ್ದು. ಅವರ ಭಾವಾನುವಾದದ ಕಾರಣದಿಂದಾಗಿಯೇ ಇವು ಹೆಚ್ಚು ಜನಪ್ರಿಯವಾದುದು. ಮತ್ತು ಈಗಲೂ ಈ ಪುಸ್ತಕ ಬೇಡಿಕೆಯಲ್ಲಿರುವುದು. ಶ್ರೀ ರಾಘವೇಂದ್ರ ಜೋಷಿ ಅವರಿಗೂ ಅವರ ಅಪ್ರತಿಮ ಲೇಖನಿಗೂ ನಮ್ಮ ಕೃತಜ್ಞತೆಗಳು ಸಲ್ಲುತ್ತವೆ.

ಡಿಜಿಟಲ್ ಜಗತ್ತಿನಲ್ಲಿ ಹಳತನ್ನು ಕಳೆದು ಹೊಸತನ್ನು ಕೂಡಿಸಿಕೊಳ್ಳುವುದೇ ಎಲ್ಲರ ತುರ್ತು. ಅಂತಹುದರಲ್ಲಿ 12 ವರ್ಷಗಳ ನಂತರವೂ ಈ ಪುಸ್ತಕದ ಮುಖಪುಟವನ್ನು ಕಾಪಿಟ್ಟುಕೊಂಡು ನಮಗೆ ಒದಗಿಸಿಕೊಟ್ಟ ಶ್ರೀ ಸುಧಾಕರ ದರ್ಬೆ ಅವರನ್ನೂ ವಿನಯಪೂರ್ವಕವಾಗಿ ನೆನಯುತ್ತೇವೆ.

ಭಾರತ ಮಾತೆಯ ಸೇವೆಯಲ್ಲಿ.
ಪ್ರಕಾಶಕರು.

ಒಂದು ಮಹಾಯಜ್ಞಕ್ಕೆ ಇದು ಪುಟ್ಟ ಸಮಿಧೆ.

"ನನ್ನವೆರಡು ಎತ್ತುಗಳಿದ್ದವು. ಅವುಗಳಲ್ಲಿ ಒಂದಕ್ಕೆ ಖಾಯಿಲೆ ಬಂತು. ಪಡಬಾರದ ಕಷ್ಟಪಟ್ಟು ನನ್ನ ಹಳ್ಳಿಗೆ ಹತ್ತಿರದ ಊರಿನಲ್ಲಿರುವ ದನದ ಆಸ್ಪತ್ರೆಗೆ ಅದನ್ನು ಕರೆದೊಯ್ದೆ. ಡಾಕ್ಟರು ರಜೆ ಹಾಕಿ ಹೊರಟುಹೋಗಿದ್ದ. ಆ ರಾತ್ರಿ ನನ್ನ ಪ್ರೀತಿಯ ಎತ್ತು ಸತ್ತು ಹೋಯಿತು ರವೀ, ಆಸ್ಪತ್ರೆಯ ಮುಂದೆ ತುಂಬ ಹೊತ್ತು ಅಳುತ್ತ ನಿಂತಿದ್ದೆ. ಯಾಕೋ ಗೊತ್ತಿಲ್ಲ: ನೆನಪಾದವನು ನೀನು.

ಅದಾದ ಮೇಲೆ ನನ್ನ ಇನ್ನೊಂದು ಎತ್ತು ಜತೆ ಕಳ್ಕೊಂಡಿತು. ಮುಂದೆ ಏನಾಯಿತೆಂಬುದನ್ನು ವಿವರಿಸಬೇಕಾಗಿಲ್ಲ. ಈ ದೇಶದಲ್ಲಿ ಒಕ್ಕಲುತನವೆಂಬುದು ಇಷ್ಟೇಕೆ ದುರಂತಮಯ? ನಿನಗೆ ಗೊತ್ತಿದ್ದರೆ ಹೇಳು."

ಎಂಬರ್ಥದ ಪತ್ರವೊಂದು ಬಂದಾಗ ಕರುಳು ಕಿವುಚಿದಂತಾಗಿತ್ತು. ಆ ಹುಡುಗ, ಆಸ್ಪತ್ರೆಯ ಮುಂದೆ ಸತ್ತು ಮಲಗಿದ ಎತ್ತು, ಮುಂದೆ ಜೊತೆ ಕಳೆದುಕೊಂಡು ದಿಕ್ಕು ತಪ್ಪಿದಂತಾದ ಇನ್ನೊಂದು ಎತ್ತು.... ಅವನ ಯಾತನೆಗೆ ನನ್ನಲ್ಲಿ ಏನುತ್ತರವಿದೆ? ಭಾರತದ ಬೆನ್ನೆಲುಬು ಅಂತ ನಾವೆಲ್ಲ ಆತ್ಮವಂಚನೆ ಮಾಡಿಕೊಂಡು ರೈತರ ಬಗ್ಗೆ ಮಾತಾಡುತ್ತೇವೆ. ಅಂಥ ರೈತನನ್ನು ಜೀವನ ಜಬಡಿ ಬಿಸಾಡುವ ಮಲ್ಟಿ ನ್ಯಾಷನಲ್ ಕಂಪೆನಿಗಳಿಗೆ ನಮಗೇ ಗೊತ್ತಿಲ್ಲದಂತೆ ಪ್ರೋತ್ಸಾಹ ಕೊಟ್ಟುಬಿಟ್ಟಿರುತ್ತೇವೆ.

ಭಾರತದ ಸಮಗ್ರ ನಾಶಕ್ಕೆ ಅವತರಿಸಿರುವ ಮಲ್ಟಿ ನ್ಯಾಷನಲ್ ಕಂಪೆನಿಗಳ ವಿರುದ್ಧ ದೊಡ್ಡ ದನಿಯೆತ್ತಿರುವವರು ರಾಜೀವ್ ದೀಕ್ಷಿತ್. ಅವರ ವಿಚಾರಧಾರೆಯನ್ನು 'ಹಾಯ್ ಬೆಂಗಳೂರ್!' ಧಾರವಾಹಿಯಾಗಿ ಪ್ರಕಟಿಸಿತು. ಗೆಳೆಯ ರಾಘವೇಂದ್ರ ಜೋಶಿ ಶ್ರದ್ಧೆಯಿಂದ ಅನುವಾದಿಸಿ ಕೊಟ್ಟ. ಅದನ್ನೇ ಈಗ ಪುಸ್ತಕವಾಗಿಸಿ ನಿಮ್ಮ ಕೈಗಿಡುತ್ತಿದ್ದೇನೆ. ಆಜಾದಿ ಬಚಾವೋ ಆಂದೋಲನವೆಂಬ ಮಹಾಯಜ್ಞಕ್ಕೆ ಈ ಪುಸ್ತಕವೊಂದು ಪುಟ್ಟ ಸಮಿಧೆ.

ಎಲ್ಲ ಚಳವಳಿಗಳೂ ಯಶಸ್ವಿಯಾಗಲಿಕ್ಕಿಲ್ಲ. ಎಲ್ಲ ನೇತಾರರೂ ಮಹಾತ್ಮ ಗಾಂಧಿಗಳಾಗಲಿಕ್ಕಿಲ್ಲ. ಆದರೆ ಪ್ರತಿ ಚಳವಳಿಯೂ ಭಾರತವನ್ನು ಪ್ರಗತಿಯತ್ತ ಕಡೇಪಕ್ಷ ಒಂದು ಹೆಜ್ಜೆಯಿಡುವಂತೆ ಮಾಡುತ್ತದೆ. ಪ್ರತೀ ನೇತಾರನಲ್ಲೂ ಒಂದಷ್ಟು ಗಾಂಧಿ ಅಂಶ ಮೊಳಕೆಯೊಡೆಯುತ್ತದೆ. ಅಷ್ಟರ ಮಟ್ಟಿಗಿನ ಸಾರ್ಥಕತೆ ಈ ಚಳವಳಿಗೆ ಈಗಾಗಲೇ ದೊರೆತಿದೆಯೆಂಬುದು ನನ್ನ ಅನಿಸಿಕೆ.

– ರವಿ ಬೆಳಗೆರೆ

(ರಾಜೀವ್ ದೀಕ್ಷಿತರು ಕಳಿಸಿರುವ ಸಂದೇಶದ ಕನ್ನಡ ಅನುವಾದ)

ಪ್ರಿಯ ರಾಘವೇಂದ್ರ ಭಾಯಿ,

ಕಳೆದ 40–50 ವಾರಗಳಿಂದ ನಿಮ್ಮ ಪತ್ರಿಕೆಯಲ್ಲಿ 'ಆಜಾದಿ ಬಚಾವೋ ಆಂದೋಲನ' ದ ಬಗ್ಗೆ ಅಂಕಣ ಮೂಡಿ ಬರುತ್ತಿದೆಯಷ್ಟೆ. ಕರ್ನಾಟಕದ ಎಲ್ಲ ಭಾಗಗಳಿಂದಲೂ ಇದರ ಬಗ್ಗೆ ಒಳ್ಳೆಯ ಪ್ರತಿಕ್ರಿಯೆ ಬರುತ್ತಿದೆಯೆಂದು ಕನ್ನಡದ ನನ್ನ ಗೆಳೆಯರು ಹೇಳಿದ್ದಾರೆ.

ಸದ್ಯಕ್ಕೆ ಈ ಎಲ್ಲ ಅಂಕಣಗಳನ್ನು ಒಟ್ಟಿಗೆ ಸೇರಿಸಿ ಅದಕ್ಕೊಂದು ಪುಸ್ತಕ ರೂಪ ಕೊಡುತ್ತಿರುವಿರೆಂಬ ವಿಷಯ ಗೊತ್ತಾಯಿತು. ನಿಜಕ್ಕೂ ಇದೊಂದು ಒಳ್ಳೆಯ ಯೋಜನೆ. ನಾವೆಲ್ಲ ತೊಡಗಿರುವ ಈ ಮಹಾಯುದ್ಧದಲ್ಲಿ ನಿಮ್ಮ ಕಡೆಯಿಂದ ಇದು ಮೊದಲ ಪ್ರಹಾರ!

ಇಂಥದೊಂದು ಪುಸ್ತಕ ಕನ್ನಡ ಜನತೆಗೆ ಆಂದೋಲನದ ಬಗ್ಗೆ ತಿಳಿದುಕೊಳ್ಳಲು, ಅರ್ಥೈಸಿಕೊಳ್ಳಲು ಸಹಕಾರಿಯಾಗಬಲ್ಲದು.

ಈ ಪುಸ್ತಕ ಹೊರತರಲು ಪ್ರಯತ್ನಿಸುತ್ತಿರುವ ನಿಮಗೆ ಮತ್ತು ನಿಮ್ಮೆಲ್ಲ ಸಂಗಡಿಗರಿಗೆ ನನ್ನ ಶುಭಕಾಮನೆಗಳು.

ಧನ್ಯವಾದಗಳೊಂದಿಗೆ,

ನಿಮ್ಮ

ರಾಜೀವ್ ದೀಕ್ಷಿತ್
ರಾಷ್ಟ್ರೀಯ ಪ್ರವರ್ತಕ
ಆಜಾದಿ ಬಚಾವೋ ಆಂದೋಲನ

ಪರಿವಿಡಿ

ಪರಿವಿಡಿ

ಅರವತ್ತು ಸಾವಿರ ಸೈಂಟಿಸ್ಟುಗಳಲ್ಲಿ ಒಬ್ಬನಾದರೂ...

ಗುಲಾಮಿ ಬುದ್ಧಿ ಅಂದರೆ ಗೊತ್ತಾ?

ಅದು ಮಾರ್ಕೆಟ್‌ನಲ್ಲಿ ದೊರೆಯುವುದಿಲ್ಲ. ಮೆಜೆಸ್ಟಿಕ್‌ನ ಜನಜಂಗುಳಿಯಲ್ಲಿ ಕಾಣಿಸುವುದಿಲ್ಲ. ಹಿಮಾಲಯ ಟಾಕೀಸಿನ ದರಿದ್ರ ಪೋಸ್ಟರ್‌ಗಳಲ್ಲಿಯೂ ಗೋಚರಿಸುವುದಿಲ್ಲ. ಅದೇನಿದ್ದರೂ ನಾಲ್ಕಂತಸ್ತಿನ ಮನೆಯ ಬಾತ್‌ರೂಂನಲ್ಲಿ ಮಲಗಿರುತ್ತದೆ. ಫೈವ್‌ಸ್ಟಾರ್ ಹೊಟೇಲ್‌ನ ಎ.ಸಿ. ರೂಮುಗಳಲ್ಲಿ ಆಕಳಿಸುತ್ತಿರುತ್ತದೆ. ಎಲ್ಲಕ್ಕಿಂತ ಮುಖ್ಯವಾಗಿ–

ನಮ್ಮಲ್ಲಿನ ಕೆಲವು ವಿಜ್ಞಾನಿಗಳ ತಲೆಗೆ ಜೋತು ಬಿದ್ದಿರುತ್ತದೆ!

ಈ ಗುಲಾಮಿ ಬುದ್ಧಿಯೇ ಹಾಗೆ. ಅದು ಹೊಸತನ್ನು ಯೋಚಿಸಲಾರದು. ಹಳೆಯದನ್ನು ಮರೆಯಲಾರದು!

ಬೇಕಾದರೆ, ನೀವೇ ಗಮನಿಸಿ. ಸದ್ಯಕ್ಕೆ ಅಮೆರಿಕಾದಲ್ಲೊಂದು ಪ್ರಯೋಗ ನಡೆಯುತ್ತಿದೆ. ಸಾವಿರಾರು ಕೋಟಿಗಳ ಪ್ರಾಜೆಕ್ಟು. ಅಲ್ಲಿನ ಅತ್ಯಂತ ಸೊಫಿಸ್ಟಿಕೇಟೆಡ್ ಲ್ಯಾಬ್‌ಗಳಲ್ಲಿ ನೂರಾರು ವಿಜ್ಞಾನಿಗಳು ಹಗಲೂ ರಾತ್ರಿ ತಲೆಕೆಡಿಸಿಕೊಂಡು ಕೆಲಸ ಮಾಡುತ್ತಿದ್ದಾರೆ.

ಇಷ್ಟಕ್ಕೂ ಅಲ್ಲಿ ನಡೆಯುತ್ತಿರುವ ಕೆಲಸವೇನು ಗೊತ್ತೇ? ಚಂದ್ರನಿಂದ ತಂದಿರುವ ಕಲ್ಲಿನ ಚೂರುಗಳನ್ನು ಮೈಕ್ರೋಸ್ಕೋಪ್‌ನಲ್ಲಿ ಪರೀಕ್ಷಿಸುವುದು! ಈ ಕಲ್ಲಿನ ಚೂರುಗಳಲ್ಲಿನ ಯಾವುದೋ ಮೂಲೆಯಲ್ಲಿ ಒಂದಾದರೂ ಜೀವಕಣ ಮಿಸುಕುತ್ತಿದೆಯೇ? ಎಂದು ಸಂಶೋಧನೆ ಮಾಡಲಾಗುತ್ತಿದೆ. ಅಮೆರಿಕನ್ನರ ಪಾಲಿಗೆ ಇದೊಂದು ಅಪೂರ್ವ ಕೆಲಸ. ಯಾರೂ ಮಾಡಲಾಗದಂಥ ಅದ್ಭುತ ಕಾರ್ಯ.

ಅದೇನೋ ಸರಿ. ದುರಂತವೆಂದರೆ, ಇದೇ ರೀತಿಯ ಪ್ರಾಜೆಕ್ಟ್ ಭಾರತದಲ್ಲಿಯೂ ನಡೆಯುತ್ತಿದೆ. ಎಂಥ ತಮಾಷೆಯ ವಿಷಯ ನೋಡಿ. ಸ್ವಾತಂತ್ರ್ಯ ಬಂದು ಅರ್ಧ ಶತಮಾನದ ಮೇಲಾದರೂ ನಮ್ಮಲ್ಲಿನ ಲಕ್ಷಾಂತರ ಹಳ್ಳಿಗಳಲ್ಲಿ ಸರಿಯಾದ್ದೊಂದು ಕುಡಿಯುವ ನೀರಿನ ವ್ಯವಸ್ಥೆಯಿಲ್ಲ.

ಇಂಜಿನಿಯರಿಂಗ್ ಮುಗಿಸಿದ ಹುಡುಗನಿಗೆ ಸರಿಯಾದದ್ದೊಂದು ಕೆಲಸ ಸಿಗದೇ ಆತ ಅನಿವಾರ್ಯವಾಗಿ ರಾಬರಿಗಿಳಿಯುತ್ತಿದ್ದಾನೆ. ಇಲ್ಲಿರುವ ನೂರು ಕೋಟಿ ಜನರಲ್ಲಿ ಅರ್ಧದಷ್ಟು ಜನ ಬಡತನದ ರೇಖೆಗಿಂತ ಕೆಳಗಿದ್ದಾರೆ.

ಇಂಥಾದ್ದರಲ್ಲಿ ಸುಮಾರು 120–130 ಕೋಟಿ ಸುರಿದು ಚಂದ್ರನ ಕಲ್ಲುಗಳನ್ನು ಪರೀಕ್ಷಿಸುವ ಅಗತ್ಯವೇನಿದೆ? ಅಮೆರಿಕನ್ನರಿಗೇನೋ ದುಡ್ಡು ಕೊಳೆಯುತ್ತ ಬಿದ್ದಿದೆ. ಮಾಡಲು ಕೆಲಸವಿಲ್ಲ. ಹೀಗಾಗಿ ಅವರು ಕಣ್ಣಿಗೆ ಬಿದ್ದ ವಸ್ತುಗಳ ಮೇಲೆ ಸಂಶೋಧನೆ ಶುರುವಿಟ್ಟುಕೊಳ್ಳುತ್ತಾರೆ.

ಆದರೆ ನಮಗೆ ಆ ಉಸಾಬರಿ ಬೇಕಾಗಿಲ್ಲ. ನಮಗೆ ನಮ್ಮ ಸಮಸ್ಯೆಗಳೇ ಬೇಕಾದಷ್ಟಿವೆ. ಇವತ್ತಿಗೂ ಭಾರತದ ಅನೇಕ ಹಳ್ಳಿಗಳಲ್ಲಿ ಒಲೆ ಉರಿಸಲು ಸೌದೆಗಳನ್ನು ಬಳಸುತ್ತಿದ್ದಾರೆ. 'ನೈಸರ್ಗಿಕ ಕರೆ'ಗೆ ಓಗೊಡಬೇಕೆಂದರೆ ಸರಿಯಾದ ಶೌಚಾಲಯದ ವ್ಯವಸ್ಥೆಯಿಲ್ಲ.

ಈ ನೂರಾರು ಕೋಟಿಗಳನ್ನು ಗೋಬರ್ ಗ್ಯಾಸ್ ನಿರ್ಮಿಸುವುದಕ್ಕಾಗಿಯೋ ಅಥವಾ ಶೌಚಾಲಯ ಕಟ್ಟುವುದಕ್ಕಾಗಿಯೋ ಬಳಸಿದರೆ ಅದೆಷ್ಟು ಚೆಂದ! ಆದರೆ ಈ ಮಾತನ್ನು ನಮ್ಮ ಸಂಶೋಧಕರಿಗೆ ಹೇಳಿದರೆ ಯಾವುದೋ ಪೋಲಿ ಜೋಕು ಕೇಳಿಸಿಕೊಂಡವರಂತೆ ಪಕಪಕನೇ ನಗತೊಡಗುತ್ತಾರೆ.

ನೆನಪಿಡಿ, ಇವತ್ತಿನ ಮಟ್ಟಿಗೆ ಭಾರತದಲ್ಲಿ CSIR (Council for Scientific & Industrial Research) ನ ಸುಮಾರು ನಲವತ್ನಾಲ್ಕು ಪ್ರತಿಷ್ಠಿತ ಲ್ಯಾಬೋರೇಟರಿಗಳಿವೆ. ಸುಮಾರು ಅರವತ್ತು ಸಾವಿರ ಸೈಂಟಿಸ್ಟುಗಳು ಇಲ್ಲಿ ದುಡಿಯುತ್ತಿದ್ದಾರೆ. ಒಬ್ಬೊಬ್ಬ ವಿಜ್ಞಾನಿ ಒಂದೊಂದು ವಿಷಯದಲ್ಲಿ ಜೀನಿಯಸ್ಸು. ನ್ಯೂಟನ್‌ನ ಚುರುಕು ಬುದ್ಧಿ, ಐನ್‌ಸ್ಟೀನ್‌ನ ದೂರದೃಷ್ಟಿ ಇವರಲ್ಲಿಯೂ ಇದೆ.

ಇಷ್ಟಿದ್ದರೂ ಕೂಡ ನಾವು ವಿದೇಶಿ ತಂತ್ರಜ್ಞಾನವೆಂದರೆ ಭಕ್ತಿಯಿಂದ ಸ್ವೀಕರಿಸುತ್ತೇವೆ. ಅಮೆರಿಕಾದ ಯೂನಿಯನ್ ಕಾರ್ಬೈಡ್ ಕಂಪೆನಿ ಭಾರತದೊಳಗೆ ನುಸುಳಿದ್ದು ಹೀಗೆಯೇ. ಕೆಲವರ್ಷಗಳ ಹಿಂದೆ ಯೂನಿಯನ್ ಕಾರ್ಬೈಡ್ ಕಂಪೆನಿ ಭಾರತದೊಳಗೆ ಕಾಲಿಡುತ್ತಿದ್ದಂತೆಯೇ ಇಲ್ಲಿನ ಕೆಲವು ವಿಜ್ಞಾನಿಗಳು ಈ ಕಂಪೆನಿಯಿಂದ ಆಗಬಹುದಾದ ಅನಾಹುತವನ್ನು ಮನಗಂಡು ಸರ್ಕಾರಕ್ಕೆ ಮೊದಲೇ ಎಚ್ಚರಿಸಿದ್ದರು. ಆದರೆ ಸರ್ಕಾರ ಎಚ್ಚರಗೊಳ್ಳಲಿಲ್ಲ. ಯೂನಿಯನ್ ಕಾರ್ಬೈಡ್‌ಗೆ ರೆಡ್ ಕಾರ್ಪೆಟ್ ಹಾಕಿ

ಸ್ವಾಗತಿಸಿತು. ಮುಂದಿನ ಕೆಲವೇ ದಿನಗಳಲ್ಲಿ ಈ ಅಮೆರಿಕಾ ಕಂಪೆನಿ ತನ್ನ ಯೂನಿಟ್ಟನ್ನೂ ಪ್ರಾರಂಭಿಸಿತು. ಇಲ್ಲಿನ ನೂರಾರು ಇಂಜಿನಿಯರುಗಳಿಗೆ, ಸೈಂಟಿಸ್ಟುಗಳಿಗೆ ಕೈತುಂಬ ಸಂಬಳ ನೀಡಿ ನೌಕರಿ ಕೊಟ್ಟಿತು.

ಹೀಗಿರುವಾಗ, ಅದೊಂದು ದಿನ ಈ ಕಂಪೆನಿಯ ಟೆಕ್ನಾಲಜಿ ಕೈಕೊಟ್ಟಿತ್ತು. ಕಂಪೆನಿಯಲ್ಲಿದ್ದ ರಾಕ್ಷಸಾಕಾರದ ಸಿಲಿಂಡರೊಂದರಲ್ಲಿದ್ದ 'ಮಿಥೈಲ್ ಐಸೋಸಯನೈಡ್' ಎಂಬ ವಿಷಾನಿಲ ಸೋರತೊಡಗಿತ್ತು. ಕೆಲವೇ ಕ್ಷಣಗಳು ಅಷ್ಟೇ. ಫ್ಯಾಕ್ಟರಿಯಲ್ಲಿದ್ದ ಕೆಲಸಗಾರರೂ ಸೇರಿದಂತೆ ಆ ಇಡೀ ಪ್ರದೇಶದ ಸುಮಾರು ನೂರೈವತ್ತು ಕಿ.ಮೀ. ವರೆಗಿನ ವ್ಯಾಪ್ತಿಯಲ್ಲಿದ್ದ ಜನರೆಲ್ಲ ಯಾವ್ಯಾವ ಸ್ಥಿತಿಯಲ್ಲಿದ್ದರೋ ಅದೇ ಸ್ಥಿತಿಯಲ್ಲಿ ಹೆಣವಾಗಿದ್ದರು.

ತಾಯಿಯ ಹಾಲು ಕುಡಿಯುತ್ತಿದ್ದ ಮುಗ್ಧ ಕೂಸು, ನೆಚ್ಚಿನ ಕರುವಿಗೆ ಗರಿಕೆ ತಿನ್ನಿಸುತ್ತಿದ್ದ ಹುಡುಗ, ನೆಟ್ ಬೋಲ್ಟುಗಳನ್ನು ತಿರುಗಿಸಲು ಹೆಣಗುತ್ತಿದ್ದ ಫ್ಯಾಕ್ಟರಿಯ ಕಾರ್ಮಿಕ – ಹೀಗೆ ಸಹಜ ಸ್ಥಿತಿಯಲ್ಲಿಯೇ ಇವರೆಲ್ಲರನ್ನೂ ಹೆಣವಾಗಿ ಮಲಗಿಸಿದ ಆ ದುರಂತದ ಹೆಸರು – ಭೋಪಾಲ್ ಅನಿಲ ದುರಂತ!

ದುರಂತವೆಂದರೆ, ಇವತ್ತಿಗೂ ಭೋಪಾಲದಲ್ಲಿ ಈ ದುರಂತದ ಕರಿನೆರಳು ಆವರಿಸಿಕೊಂಡಿದೆ. ಈ ಪ್ರದೇಶದಲ್ಲಿ ಹುಟ್ಟುವ ಮಕ್ಕಳ ಪೈಕಿ ಒಬ್ಬರಿಗೆ ಕಣ್ಣಿಲ್ಲವಾದರೆ, ಇನ್ನೊಂದಕ್ಕೆ ಸೊಂಟ ಬಿದ್ದು ಹೋಗಿದೆ. ಇದು ವಿದೇಶಿ ಟೆಕ್ನಾಲಜಿಯ ಕೊಡುಗೆ.

ಇದನ್ನೆಲ್ಲ ಅರ್ಥ ಮಾಡಿಕೊಳ್ಳೋಣವೆಂದರೆ ನಮ್ಮಲ್ಲಿರುವುದು ಸ್ವಂತ ಬುದ್ಧಿಯಲ್ಲ; ಗುಲಾಮಿ ಬುದ್ಧಿ! ಮತ್ತು ಅದು ಹೊಸತನ್ನು ಯೋಚಿಸುವುದಿಲ್ಲ...

ಶಂಖದೊಳಗಿನ ತೀರ್ಥವೆಂಬ ಚರಂಡಿ ನೀರು

ಟೆಕ್ನಾಲಜಿ ಎಂಬುದು ಯಾವತ್ತಿದ್ದರೂ ಲೋಕಲ್ಲೇ. ಯಾವತ್ತು ಅದನ್ನು ಕಳ್ಳತನ ಮಾಡುತ್ತಾರೋ ಆವತ್ತಿನಿಂದಲೇ ಅದು ಯುನಿವರ್ಸಲ್ ಆಗುತ್ತದೆ!

ಸದ್ಯಕ್ಕೆ ನಮಗೆ ಈ ಮಾತು ಅರ್ಥವಾದಂತಿಲ್ಲ. ಯಾಕೆಂದರೆ ನಮಗೆಲ್ಲ ವಿದೇಶಿ ಟೆಕ್ನಾಲಜಿಯ ಭೂತ ತಲೆಗೇರಿದೆ. ದಿನಬೆಳಗಾದರೆ ಸಾಕು, ಬೆಳಿಗ್ಗೆ ಹಲ್ಲುಜ್ಜುವುದರಿಂದ ಹಿಡಿದು ರಾತ್ರಿ ಉಪಯೋಗಿಸಿ ಬಿಸಾಡುವ ಸೊಳ್ಳೆಬತ್ತಿಯವರೆಗೂ ವಿದೇಶಿ ಕಂಪೆನಿಗಳ ಪ್ರಾಡಕ್ಟ್‌ಗಳನ್ನು ಯಾವುದೇ ರೀತಿಯ ನಾಚಿಕೆಯಿಲ್ಲದೆ ಉಪಯೋಗಿಸುತ್ತಿದ್ದೇವೆ.

ದುರಂತವೆಂದರೆ, ಈ ಕಂಪೆನಿಗಳೆಲ್ಲ ಎಲ್ಲಿಂದ ಬಂದವು? ಯಾಕೆ ಬಂದವು? ಅವುಗಳ ಹಿನ್ನೆಲೆಯೇನು? ಎಂಬ ವಿಷಯದ ಬಗ್ಗೆ ತಲೆಕೆಡಿಸಿಕೊಳ್ಳುವ ಜರೂರತ್ತು ಕೂಡ ನಮಗಿದ್ದಂತಿಲ್ಲ. ಔಷಧಿಗಳನ್ನು ತಯಾರಿಸುವ 'ಮೆಡಿಸಿನ್ ಮಾಫಿಯಾ'ದ ಒಂದೇ ಒಂದು ಉದಾಹರಣೆ ಸಾಕು, ಈ ವಿದೇಶಿ ಕಂಪೆನಿಗಳ ಅಸಲಿ ಬಂಡವಾಳ ಗೊತ್ತಾಗಿಬಿಡುತ್ತದೆ.

ನೀವು ಬ್ರೂಫೇನ್ ಮಾತ್ರೆಯ ಬಗ್ಗೆ ಕೇಳಿರಬಹುದು. ಮೈ-ಕೈ ನೋವನ್ನು ಶಮನಗೊಳಿಸಲು ಬ್ರೂಫೇನ್‌ನನ್ನು ಉಪಯೋಗಿಸುತ್ತಾರೆ. ಇದನ್ನು ತಯಾರಿಸುವ ಕಂಪೆನಿ ಸ್ವಿಸ್ ಮೂಲದ್ದು. ತಮಾಷೆಯೇನು ಗೊತ್ತ? ಈ ಬ್ರೂಫೇನ್ ತನ್ನ ಸ್ವಂತ ದೇಶವಾದ ಸ್ವಿಝರ್ಲೆಂಡ್ ಸೇರಿದಂತೆ ವಿಶ್ವದ ಬಹುತೇಕ ರಾಷ್ಟ್ರಗಳಲ್ಲಿ ಬ್ಯಾನಾಗಿದೆ!

ಇದಕ್ಕೆ ಕಾರಣ: ಈ ಮಾತ್ರೆಯಲ್ಲಿರುವ ಔಷಧಿಯ ಪ್ರಮಾಣ. ನಮ್ಮ ದೇಹದಲ್ಲಿರುವ ನೋವನ್ನು ಗುಣಪಡಿಸಲು ನಮಗೆ ಬೇಕಾಗಿರುವುದು ಒಂದು ಮಿಲಿಗ್ರಾಂ ಬ್ರೂಫೇನ್ ಮಾತ್ರ. ಆದರೆ ಈ ಮಾತ್ರೆಯಲ್ಲಿರುವ ಔಷಧಿಯ ಪ್ರಮಾಣ ನಾನೂರು ಮಿಲಿಗ್ರಾಂ. ಅಷ್ಟೇ ಏಕೆ? ಈ ಸ್ವಿಸ್ ಕಂಪೆನಿ ಇನ್ನೂರ ಐವತ್ತು ಮಿಲಿಗ್ರಾಂ ಕೆಳಗಿರುವ ಬ್ರೂಫೇನನ್ನು ತಯಾರಿಸುವುದೇ ಇಲ್ಲ!

ಇದರರ್ಥ? ನಮಗೆ ಬೇಕಾಗಿರುವುದು ಒಂದು ಮಿಲಿ ಗ್ರಾಂ. ಆದರೆ

ನಾವು ನುಂಗುವುದು ನಾನೂರು ಮಿಲಿಗ್ರಾಂ. ಹಾಗಾದರೆ ಇನ್ನುಳಿದ ಮುನ್ನೂರ ತೊಂಭತ್ತೊಂಭತ್ತು ಮಿಲಿಗ್ರಾಂ ಬ್ರೂಫೇನು ನಮ್ಮ ದೇಹದೊಳಗೆ ಕುಳಿತುಕೊಂಡು ಏನು ಮಾಡಬಹುದು?

ಅದೇನೂ ಮಾಡಲಾರದು. ಹೆಚ್ಚೆಂದರೆ ಕಿಡ್ನಿ ಫೇಲ್ ಮಾಡುತ್ತದೆ. ಲಿವರ್ ಡ್ಯಾಮೇಜ್ ಮಾಡುತ್ತದೆ ಮತ್ತು ಮೆದುಳಿಗೆ ಆಘಾತ ಮಾಡುತ್ತದೆ!

ಇಷ್ಟಕ್ಕೂ ಒಂದೇ ಒಂದು ಬ್ರೂಫೇನ್ ಮಾತ್ರೆ ತಯಾರಿಸುವುದಕ್ಕಾಗಿ ಈ ಕಂಪೆನಿ ಖರ್ಚು ಮಾಡುವ ಹಣವೆಷ್ಟು ಗೊತ್ತಾ? ಕೇವಲ ಐದು ಪೈಸೆ ಮಾತ್ರ! ಆದರೆ ಇದೇ ಮಾತ್ರೆಯನ್ನು ಅದು ಎರಡು–ಎರಡೂವರೆ ರೂಪಾಯಿಗೊಂದರಂತೆ ಮಾರಾಟ ಮಾಡುತ್ತದೆ. ಅಲ್ಲಿಗೆ ಈ ಕಂಪೆನಿ ಗಳಿಸಿದ ಲಾಭವೆಷ್ಟು?

ಕೆಲವರ್ಷಗಳ ಹಿಂದಿನ ಮಾತು. ಭಾರತದಲ್ಲಿರುವ ಅನಾವಶ್ಯಕ ಔಷಧಿ ಮತ್ತು ಅವುಗಳನ್ನು ತಯಾರಿಸುವ ಕಂಪೆನಿಗಳ ಪಟ್ಟಿ ಮಾಡಿ ಎಂದು ಭಾರತ ಸರ್ಕಾರ ಕಮಿಟಿಯೊಂದನ್ನು ಕೋರಿತ್ತು. ಭಾರತದ ನ್ಯಾಯಮೂರ್ತಿಗಳ ಪೈಕಿ ಅತ್ಯಂತ ದಕ್ಷ ಮತ್ತು ಕ್ಲೀನ್ ಹ್ಯಾಂಡ್ ಎಂದೇ ಪ್ರಸಿದ್ಧರಾಗಿರುವ ಜಸ್ಟಿಸ್ ಹಾಥಿ ಈ ಕಮಿಟಿಯ ನೇತೃತ್ವ ವಹಿಸಿದ್ದರು. ಸದರಿ ಕಮಿಟಿ ಇಲ್ಲಿನ ಸ್ಥಿತಿಗತಿಗಳನ್ನು ಸಮೀಕ್ಷೆ ಮಾಡಿ ಕೆಲವೇ ದಿನಗಳಲ್ಲಿ ವರದಿಯೊಂದನ್ನು ನೀಡಿತ್ತು. ಅದರ ಪ್ರಕಾರ :

'ಭಾರತದಲ್ಲಿ ಎಲ್ಲಾ ರೀತಿಯ ಖಾಯಿಲೆಗಳನ್ನು ಗುಣಪಡಿಸಲು ಅಥವಾ ನಿಯಂತ್ರಣದಲ್ಲಿಡಲು ನಮಗೆ ಕೇವಲ ನೂರಾ ಹದಿನೇಳು ಔಷಧಿಗಳ (ಅದು ಮಾತ್ರೆ ಅಥವಾ ಇಂಜೆಕ್ಷನ್ ರೂಪದಲ್ಲಿರಬಹುದು) ಅವಶ್ಯಕತೆಯಿದೆ. ಆದರೆ ಇವತ್ತು ಮಾರುಕಟ್ಟೆಯಲ್ಲಿ ಸುಮಾರು ಎಂಬತ್ನಾಲ್ಕು ಸಾವಿರ ಔಷಧಿಗಳು ಬಿಕರಿಯಾಗುತ್ತಿವೆ! ಇವುಗಳಲ್ಲಿ ವಿದೇಶಿ ಕಂಪೆನಿಗಳ ಸಂಖ್ಯೆಯೇ ಮುಕ್ಕಾಲರಷ್ಟಿದೆ. ಖಂಡಿತ ಇವುಗಳ ಅವಶ್ಯಕತೆ ನಮಗಿಲ್ಲ.'

ಇದಿಷ್ಟು ಆ ವರದಿಯಲ್ಲಿದ್ದ ಅಂಶ. ಇಷ್ಟಕ್ಕೂ ವಿಶ್ವಸಂಸ್ಥೆಯ ಅಂಗಸಂಸ್ಥೆಯಾದ 'ವಿಶ್ವ ಆರೋಗ್ಯ ಸಂಸ್ಥೆ' (WHO) ಭಾರತದಲ್ಲಿರುವ ಸುಮಾರು ಎಪ್ಪತ್ತೆರಡು ಸಾವಿರದಷ್ಟು ಸಂಖ್ಯೆಯಲ್ಲಿರುವ ಈ ಅನಾವಶ್ಯಕ ಔಷಧಿಗಳನ್ನು ತಕ್ಷಣ ನಿಷೇಧಿಸಬೇಕೆಂದು ಯಾವತ್ತೋ ಎಚ್ಚರಿಕೆ ನೀಡಿದೆ. ಯಾಕೆ ಗೊತ್ತ?

ಈ ವಿದೇಶಿ ಕಂಪೆನಿಗಳ ಉತ್ಪಾದನೆಗಳೆಲ್ಲ ಆಯಾ ದೇಶಗಳಲ್ಲೇ ಬ್ಯಾನಾಗಿವೆ!

ಬಾಯರ್ ಕಂಪೆನಿಯ ಉತ್ಪಾದನೆಗಳು ಅದರದ್ದೇ ದೇಶವಾದ ಜರ್ಮನಿಯಲ್ಲಿ ಮಾರಾಟವಾಗುವ ಹಾಗಿಲ್ಲ. ಸ್ಯಾಂಡೇಜರ್ ಮತ್ತು ಸೀಬಾಗಾಯ್ಗಿಯ ಪ್ರಾಡಕ್ಟುಗಳು ಸ್ವಿಸ್ ದೇಶದಲ್ಲಿ ಕಾಣಿಸುವುದಿಲ್ಲ. ಅಮೆರಿಕನ್ ಲ್ಯಾಬರೇಟರಿ, ಜಾನ್ಸನ್ ಅಂಡ್ ಜಾನ್ಸನ್ ಮತ್ತು ಪಾರ್ಕ್ ಡೇವಿಸ್ ಕಂಪೆನಿಯ ವಸ್ತುಗಳು ಅವುಗಳ ಸ್ವಂತ ದೇಶವಾದ ಅಮೆರಿಕದಲ್ಲೇ ನಿಷೇಧಕ್ಕೊಳಗಾಗಿವೆ. ಜಪಾನಿನ ಪ್ಯಾರಾಸಿಟಮಲ್ ಜಪಾನಿನಲ್ಲಿ ಕಾಣಿಸಿಕೊಂಡಿದ್ದರೆ ಕೇಳಿ. ಏಕೆಂದರೆ ಈಚೆಗೆ ಮೂರು ವರ್ಷಗಳ ಹಿಂದೆ ಇದೇ ಪ್ಯಾರಾಸಿಟಮಲ್ ಮಾತ್ರೆಯನ್ನು ನುಂಗಿದ ಅಲ್ಲಿನ ಎರಡೂವರೆ ಲಕ್ಷದಷ್ಟು ಮಕ್ಕಳಿಗೆ ಪೋಲಿಯೋ ಅಟ್ಯಾಕ್ ಆಗಿದೆ.

ತಮಾಷೆಯೆಂದರೆ, ನಾಡಿದ್ದು ಜ್ವರ ಬರುತ್ತದೆ ಎಂದು ಗೊತ್ತಾದರೂ ಸಾಕು; ನಾವೆಲ್ಲ ನಿನ್ನೆಯೇ ಮೂರು ಮೂರು ಪ್ಯಾರಸಿಟಮಲ್ ನುಂಗಿರುತ್ತೇವೆ! ಎಷ್ಟಾದರೂ ನಾವು ಭಾರತೀಯರು. ನಮಗೆ ಶಂಖದೊಳಗಿನಿಂದ ಬರುವ ನೀರೆಲ್ಲ ತೀರ್ಥವಿದ್ದಂತೆ.

ಅದು ಕೊಚ್ಚೆ ನೀರಾಗಿದ್ದರೂ ಕೂಡ ಭಕ್ತಿಯಿಂದ ಸೇವಿಸಿ ತಲೆಗೆ ಒರೆಸಿಕೊಳ್ಳುತ್ತೇವೆ!

ಎತ್ತೆಳೆಯುವ ಚಕ್ಕಡಿಗೊಂದು ಬೇರಿಂಗು ಕೊಡಿ

ಸಾಧ್ಯವಾದರೆ ಬ್ರಿಗೇಡ್ ರೋಡಿನಲ್ಲೊಮ್ಮೆ ಹೋಗಿ ನಿಂತುಕೊಳ್ಳಿ.

ಪುಟ್ಟ ಫಾರಿನ್ ತಾಣವೊಂದು ನಿಮ್ಮ ಕಣ್ಣೆದುರಿಗೆ ಹರಡಿಕೊಳ್ಳುತ್ತದೆ. ಎರ್ರಾಬಿರ್ರಿಯಾಗಿ ಎಳೆದು ಕಟ್ಟಿದ ಜಡೆಯ ಗಂಟಿನೊಳಗೆ ಎಚ್.ಬಿ. ಪೆನ್ಸಿಲ್ಲೊಂದನ್ನು ಸಿಕ್ಕಿಸಿಕೊಂಡ ಹುಡುಗಿಯೊಬ್ಬಳು ತನ್ನ ಹುಡುಗನ ಸೊಂಟ ತಬ್ಬಿಕೊಂಡು ಸಾಗುತ್ತಿರುವ ಪರಿ ನಿಮ್ಮನ್ನು ಬೆಚ್ಚಗಾಗಿಸುತ್ತದೆ.

ಆಕೆಯ ಕಣ್ಣೊಳಗಿದ್ದ ಚಂಚಲತೆ, ಆ ಹುಡುಗನ ಅನಗತ್ಯ ಅವಸರ, ಅವರ ಮದೋನ್ಮತ್ತತೆ – ಎಲ್ಲವೂ ಅಚ್ಚ ಬಿಳಿಯದಾದ 'ಮಾರುತಿ' ಕಾರಿನೊಳಗೆ ಮುದ್ದಾಡತೊಡಗುತ್ತವೆ!

ಇಷ್ಟಕ್ಕೂ ಬ್ರಿಗೇಡ್ ರೋಡೊಂದರಲ್ಲೇ ಪ್ರತಿನಿತ್ಯ, ಏನಿಲ್ಲವೆಂದರೂ ಸುಮಾರು ಸಾವಿರಕ್ಕೂ ಹೆಚ್ಚು ಕಾರುಗಳು ಓಡಾಡುತ್ತವೆ. ಹಳೆಯದಾದ 'ಪ್ರೀಮಿಯರ್ ಪದ್ಮಿನಿ' ಯಿಂದ ಹಿಡಿದು ಹೊಚ್ಚ ಹೊಸತಾದ 'ಹುಂಡಾಯ್' ವರೆಗೂ ನೂರೆಂಟು ವಿಧದ ಕಾರುಗಳು ಬ್ರಿಗೇಡ್‌ನ ಬೆರಗನ್ನು ಹೆಚ್ಚಿಸಿವೆ.

ಅದೆಲ್ಲ ಸರಿ. ಆದರೆ ಸದ್ಯಕ್ಕೆ ಹೇಳಬೇಕಾಗಿರುವ ವಿಷಯ ಬ್ರಿಗೇಡ್ ರೋಡಿನದ್ದಲ್ಲ. ಅಲ್ಲಿನ ಹುಡುಗ–ಹುಡುಗಿಯರ ಥಳಕು–ಬಳುಕಿನ ಬಗ್ಗೆಯೂ ಅಲ್ಲ. ಸಮಸ್ಯೆಯಿರುವುದು ಕಾರುಗಳ ಬಗ್ಗೆ! ತಮಾಷೆಯೆಂದರೆ–

ಕಾರೊಳಗಿರುವ ಜೋಡಿಗಳು ಎದುರಿಗೆ ಸಿಕ್ಕ ಪಬ್ಬೊಳಗೆ ಜಾರಿಕೊಂಡು ಬೀರು ಹೀರುತ್ತವಾದರೂ ಈ ಕಾರು ಮಾತ್ರ ಸುಮ್ಮನೇ ನಿಂತಿರುತ್ತದೆ. ಕಾರಣವಿಷ್ಟೇ:

ಕಾರೆಂದೂ ಬೀರು ಹೀರುವುದಿಲ್ಲ!

ಹೆಚ್ಚೆಂದರೆ ಅದು ಪೆಟ್ರೋಲ್ ಕುಡಿಯುತ್ತದೆ. ಡೀಸೆಲ್‌ನ್ನು ಗುಟುಕರಿಸುತ್ತದೆ. ಮತ್ತು ಎಲ್.ಪಿ.ಜಿ. ಗ್ಯಾಸನ್ನು ಉಸಿರಾಡುತ್ತದೆ. ದುರಂತ ನೋಡಿ. ಇತ್ತೀಚಿಗೆ ನಮ್ಮಲ್ಲಿ ಕಾರಿನ ಹುಚ್ಚು ಮುಗಿಲೇರುತ್ತಿದೆ. ಇದೇ ಕಾರಣಕ್ಕೆ

ಕಳೆದ ನಾಲ್ಕೈದು ವರ್ಷಗಳಿಂದ ಕಾರಿನ ಉತ್ಪಾದನೆ ನಮ್ಮಲ್ಲಿ ಮೂರು ಪಟ್ಟು ಜಾಸ್ತಿಯಾಗಿದೆ. ಕಾರೇನೋ ನಮಗೆ ಬೇಕು. ಆದರೆ ಅದಕ್ಕೆ ಬೇಕಾಗುವ ಇಂಧನ......?

ಅದು ನಮ್ಮಲ್ಲಿಲ್ಲ! ಅದಕ್ಕಾಗಿ ನಾವು ಗಲ್ಫ್ ರಾಷ್ಟ್ರಗಳ ಮುಂದೆ ಮಂಡಿಯೂರಿ ಭಿಕ್ಷೆ ಬೇಡಬೇಕು. ಸಾವಿರಾರು ಕೋಟಿ ಸುರಿಯಬೇಕು!

ನಿಮಗೊಂದು ಅಚ್ಚರಿಯ Statistical ವಿಷಯ ಹೇಳುತ್ತೇನೆ. ಇವತ್ತಿನ ಮಟ್ಟಿಗೆ ಭಾರತದ total transportation of goods ಬಗ್ಗೆ ಅಧ್ಯಯನ ಮಾಡಿದ ಮೇಲೆ ನೀಡಲಾದ ಅಂಕಿ–ಅಂಶಗಳನ್ನು ಗಮನಿಸಿದರೆ ಸಾಕು, ನಿಮ್ಮ ಎದೆ ಒಡೆದು ಹೋಗುತ್ತದೆ.

ಇಷ್ಟಕ್ಕೂ ನೀವು ಭಾರತದಲ್ಲಿ ಸರಕು ಸಾಗಾಣಿಕೆ ಯಾವ್ಯಾವ ವಿಧದಲ್ಲಿ ನಡೆಯುತ್ತಿದೆ? ಅದಕ್ಕೆ ಬೇಕಾಗುವ ಇಂಧನದ ಪ್ರಮಾಣವೆಷ್ಟು? ಖರ್ಚಾಗುತ್ತಿರುವ ಹಣವೆಷ್ಟು? ಉಳಿಸಬಹುದಾದ ಹಣವೆಷ್ಟು? ಹ್ಯಾಗೆ ಉಳಿಸಬಹುದು? ಎಂದು ಯಾವತ್ತಾದರೂ ಯೋಚಿಸಿದ್ದೀರಾ?

ಡಿಯರ್ ಸಿಟಿಜನ್, ನಮ್ಮದು ಬಡರಾಷ್ಟ್ರ. ಇಂಥ ಬಡರಾಷ್ಟ್ರದಲ್ಲೂ ಸುಮಾರು ನಲವತ್ತು ಪರ್ಸೆಂಟ್‌ನಷ್ಟು ಸರಕು ಸಾಗಾಣಿಕೆ ವಿಮಾನ, ಹಡಗು, ರೈಲು, ಲಾರಿ ಮತ್ತು ತ್ರಿಚಕ್ರ ವಾಹನಗಳ ಮುಖಾಂತರ ನಡೆಯುತ್ತಿದೆ. ಇವೆಲ್ಲ ವಾಹನಗಳಿಗೆ ಒಂದೊಂದು ರೀತಿಯ ಇಂಧನ ಬೇಕು. ಇದಕ್ಕಾಗಿ ಪ್ರತಿವರ್ಷ ನಾವು ಮಾಡುತ್ತಿರುವ ಖರ್ಚೆಷ್ಟು ಗೊತ್ತಾ?

ಕೇವಲ ಇಪ್ಪತ್ತು ಸಾವಿರ ಕೋಟಿ.

ಹಾಗಾದರೆ ಇನ್ನುಳಿದ ಅರವತ್ತು ಪರ್ಸೆಂಟ್‌ನ ಸಾಗಾಣಿಕೆ ಯಾವ ರೀತಿಯಲ್ಲಿ ನಡೆಯುತ್ತಿದೆ ಅಂತೀರಾ? ಅದು ಪುರಾತನ ರಥವೊಂದರ ಮೂಲಕ ನಡೆಯುತ್ತಿದೆ. ಯಾವುದೇ ರೀತಿಯ ಪೆಟ್ರೋಲು, ಡೀಸೈಲುಗಳನ್ನು ಡಿಮ್ಯಾಂಡ್ ಮಾಡದೇ ತನ್ನ ಪಾಡಿಗೆ ತಾನು ಓಡುತ್ತಲೇ ಇರುವ ಆ ರಥ, ಪ್ರತಿವರ್ಷ ಕಡಿಮೆಯೆಂದರೂ ಐವತ್ತು ಸಾವಿರ ಕೋಟಿಯಷ್ಟು ಹಣವನ್ನು ಉಳಿಸುತ್ತಿದೆ.

ಅದರ ಹೆಸರು ಎತ್ತಿನ ಗಾಡಿ!

ನಮ್ಮ ಪೂರ್ವಜ ತನ್ನ ದಿನನಿತ್ಯದ ಅವಶ್ಯಕತೆಗಳಿಗಾಗಿ ಇಂಥದೊಂದು ಎತ್ತಿನ ಗಾಡಿಯನ್ನು ಕಂಡುಹಿಡಿದ. ಆದರೆ ಒಂದು ವಿಷಯದ ಬಗ್ಗೆ

ಯಾವೊಬ್ಬ ವಿಜ್ಞಾನಿಯೂ ಕೂಡ ತಲೆಕೆಡಿಸಿಕೊಂಡಂತಿಲ್ಲ. ಅದೇನೆಂದರೆ, ಸದ್ಯಕ್ಕೆ ಶೇಕಡಾ ಅರವತ್ತರಷ್ಟು ಮಾತ್ರ ಈ ಎತ್ತಿನ ಗಾಡಿಯ ಮೂಲಕ ಸಾಗಾಣಿಕೆ ನಡೆಯುತ್ತಿದೆ. ಅದನ್ನು ಶೇಕಡಾ ಎಂಬತ್ತಕ್ಕೆ ಏರಿಸಲು ಯಾಕೆ ಸಾಧ್ಯವಿಲ್ಲ?

ಸಾಧ್ಯವಿದೆ!

ಆದರೆ ಒಂದೇ ಒಂದು ಚಿಕ್ಕ ಬದಲಾವಣೆ ಮಾಡಬೇಕಷ್ಟೆ. ಈಗಲೂ ಓಬೀರಾಯನ ಕಾಲದ ಸ್ಥಿತಿಯಲ್ಲಿರುವ ಈ ಎತ್ತಿನಗಾಡಿಯ ಚಕ್ರಗಳನ್ನು ಕೊಂಚ ಮಾರ್ಪಡಿಸಬೇಕು. ಅದರಲ್ಲಿರುವ ಒರಟುತನವನ್ನು ಹೋಗಿಸಿ, ಕೊಂಚ ಮೃದುತ್ವ ತುಂಬಬೇಕು. ತೀರ ಕಷ್ಟದ ಕೆಲಸವೇನಲ್ಲ. ಈ ಚಕ್ರಗಳಲ್ಲಿ 'ಬೇರಿಂಗ್' ಅಳವಡಿಸಿದರೆ ಸಾಕು; ಒಂದು ಟನ್ ಭಾರ ಎಳೆಯಲು ಒದ್ದಾಡುವ ಎತ್ತೊಂದು ಖುಷಿಯಿಂದ ಮೂರು ಟನ್ ಭಾರ ಎಳೆಯತೊಡಗುತ್ತದೆ!

ಆದರೆ ನಮ್ಮ ವಿಜ್ಞಾನಿಗಳಿಗೆ ಇಂಥ ಕ್ರಿಮಿನಲ್ (?) ಐಡಿಯಾಗಳು ರುಚಿಸೋದಿಲ್ವೆ? ಎತ್ತಿನ ಗಾಡಿಯೊಂದರ ಚಕ್ರಗಳಿಗೆ ಹ್ಯಾಗೆ ಬೇರಿಂಗ್ ಅಳವಡಿಸಬಹುದು? ಎಂಬ ಚಿಲ್ರೆ ವಿಷಯಗಳಿಗಾಗಿ ತಲೆಕೆಡಿಸಿ ಕೊಳ್ಳುವುದಕ್ಕಿಂತ ಚಂದ್ರನಿಂದ ಹೊತ್ತು ತಂದ ಕಲ್ಲುಗಳಲ್ಲಿ ಯಾವ ಬ್ಯಾಕ್ಟೀರಿಯಾ ಇದೆ? ಎಂಬ ಹುಡುಕಾಟದಲ್ಲೇ ಅವರಿಗೆ ಆಸಕ್ತಿ!

ಎಷ್ಟಾದರೂ ಮೇರಾ ಭಾರತ್ ಮಹಾನ್ ಅಲ್ಲವೇ?

ಲಿಂಬು ಶರಬತ್ ಕುಡಿಯೋದನ್ನು ಪೆಪ್ಸಿ ಕೋಲಾದಿಂದ ಕಲೀಬೇಕಾ?

ನಿನ್ನ ಅವಶ್ಯಕತೆಗಳಿಗಾಗಿ ಸಮಯದೊಂದಿಗೆ ಧುಮುಕು;

ಆದರೆ ನಿನ್ನ ಸಿದ್ಧಾಂತಗಳ ಪ್ರಶ್ನೆ ಬಂದಾಗ ಬಂಡೆಯಂತೆ ಸ್ಥಿರವಾಗಿರು.

ಹಾಗಂತ ಮಾತೊಂದಿದೆ. Of course, ಇದನ್ನು ಹೇಳಿದವರು ದೊಡ್ಡ ಮನುಷ್ಯರೇ ಆದರೂ ಅವರ್ಯಾರೂ ಈ ಮಾತನ್ನು ಪಾಲಿಸುವುದಿಲ್ಲ. ಇದಕ್ಕೆ ನಾನು ನೂರಾರು ಉದಾಹರಣೆ ಕೊಡಬಲ್ಲೆ.

ಆತ ಜಗತ್ತಿನ ಸರ್ವಶ್ರೇಷ್ಠ ಎಕಾನಮಿಸ್ಟುಗಳ ಪೈಕಿ ಒಬ್ಬ, ಒಂದು ಕಾಲದಲ್ಲಿ ಭಾರತೀಯ ರಿಸರ್ವ್ ಬ್ಯಾಂಕಿನ ಗವರ್ನರ್ ಕೂಡ ಹೌದು. ಅರ್ಥಶಾಸ್ತ್ರದ ತಳ-ಬುಡವನ್ನೆಲ್ಲ ಅರೆದು ಕುಡಿದಿದ್ದ ಆತ ಮೂರು ಮೂರು ಪ್ರಧಾನಮಂತ್ರಿಗಳ ಆರ್ಥಿಕ ಸಲಹೆಗಾರನಾಗಿದ್ದ. ತನ್ನಲ್ಲಿದ್ದ ಅಪರೂಪದ ಕೌಶಲ್ಯತೆಯಿಂದ ಭಾರತದ ಹಣಕಾಸು ಮಂತ್ರಿಯೂ ಆದ. ಆ ಸಮಯದಲ್ಲಿ ಆತ ಪಡೆಯುತ್ತಿದ್ದ ಸಂಬಳವೆಷ್ಟು ಗೊತ್ತಾ?

ಬರೀ ಒಂದು ರೂಪಾಯಿ!

ಜಗತ್ತು ಆತನನ್ನು ಡಾ. ಮನಮೋಹನ್‌ಸಿಂಗ್ ಎಂದು ಕರೆಯುತ್ತದೆ. ನಿಜ, ಇವತ್ತಿನ ಮಟ್ಟಿಗೆ ವಿಶ್ವದ ಎಕಾನಮಿಸ್ಟುಗಳ ಪೈಕಿ ಸಿಂಗ್‌ರಿಗೆ ವಿಶಿಷ್ಟ ಸ್ಥಾನವಿದೆ. ಆದರೇನು? ಈತ ತಾನೊಂದು ಜವಾಬ್ದಾರಿಯುತ ಸ್ಥಾನದಲ್ಲಿದ್ದಾಗ ತೆಗೆದುಕೊಂಡ ಹುಚ್ಚು ನಿರ್ಧಾರಗಳಿಗೆ, ಮಾಡಿಕೊಂಡ ಅಗ್ರಿಮೆಂಟುಗಳಿಗೆ, ಗೀಚಿದ ಸಿಗ್ನೇಚರುಗಳಿಗೆ ಯಾವ ಸಮರ್ಥನೆಯಿದೆ?

ನಿಜ, ಮನಮೋಹನ್‌ಸಿಂಗ್ ಹಣಕಾಸು ಸಚಿವರಾಗಿದ್ದ ಸಮಯದಲ್ಲಿ ಭಾರತದ ಅರ್ಥವ್ಯವಸ್ಥೆ ತರಕೆದ್ದು ಹೋಗಿತ್ತು. ನೌಕರರಿಗೆ ಸಂಬಳ ನೀಡಲೂ ಕೂಡ ಸರ್ಕಾರದ ತಿಜೋರಿಯಲ್ಲಿ ಹಣವಿರಲಿಲ್ಲ. ಅಂಥ ಸಮಯದಲ್ಲಿ ಇದೇ ಸಿಂಗ್ ಐ.ಎಂ.ಎಫ್. ಮತ್ತು ವರ್ಲ್ಡ್ ಬ್ಯಾಂಕುಗಳ ಮುಂದೆ ಮಂಡಿಯೂರಿ

ಮುಗುಳ್ನಕ್ಕ! ಎಷ್ಟಾದರೂ ಈತ ಹತ್ತಾರು ವರ್ಷಗಳ ಕಾಲ ವರ್ಲ್ಡ್ ಬ್ಯಾಂಕಿಗೆ ಮಣ್ಣು ಹೊತ್ತಂಥ ವ್ಯಕ್ತಿ. ಆ ಕಾರಣಕ್ಕೆ ಐ.ಎಂ.ಎಫ್. ಮತ್ತು ವರ್ಲ್ಡ್ ಬ್ಯಾಂಕುಗಳು ಸಿಂಗ್ ತಲೆಯ ಮೇಲೆ ಕೈಯಿಟ್ಟು 'ತಥಾಸ್ತು' ಎಂದುಬಿಟ್ಟವು.

ಸಿಂಗ್ ರೊಕ್ಕದ ಗಂಟು ಹೊತ್ತುಕೊಂಡು ಇಂಡಿಯಾಕ್ಕೆ ಮರಳಿದರು. ವರ್ಲ್ಡ್‌ಬ್ಯಾಂಕ್, ಭಾರತದ ನೌಕರರ ಸಂಬಳಕ್ಕೆಂದು ಹಣವನ್ನೇನೋ ನೀಡಿತು; ಜೊತೆಗೆ ಇಲ್ಲಿನ ಬಡಜನತೆಯ ನೆಮ್ಮದಿಯನ್ನೂ ಲೂಟಿ ಮಾಡಿತು. ಕಾರಣವಿಷ್ಟೆ; ಹಣ ನೀಡುವ ಮೊದಲು ಅದು ಭಾರತದಲ್ಲಿನ ಆರ್ಥಿಕ ನೀತಿಯನ್ನು ಸಡಿಲಪಡಿಸಬೇಕೆಂಬ ಷರತ್ತನ್ನು ವಿಧಿಸಿತ್ತು.

ಪರಿಣಾಮವಾಗಿ ಭಾರತದಲ್ಲಿ ಉದಾರೀಕರಣ ನೀತಿ ಬಂತು. ಆಗ Liberalisation ಹೆಸರಿನಲ್ಲಿ ವಿದೇಶಿ ಕಂಪೆನಿಗಳ ಜೊತೆ ಎಂತೆಂಥ ಹಡಬೆ ಅಗ್ರಿಮೆಂಟುಗಳಾದವೆಂದರೆ, ಅವುಗಳ ನೀತಿ, ಉದ್ದೇಶಗಳನ್ನು ಇಲ್ಲಿನ ಸಾಮಾನ್ಯ ಜನತೆ ಅರ್ಥ ಮಾಡಿಕೊಳ್ಳಲು ನೂರು ವರ್ಷಗಳಾದರೂ ಬೇಕಾದೀತೇನೋ.

ತಮಾಷೆಯೆಂದರೆ, ಈ ವಿದೇಶಿ ಕಂಪೆನಿಗಳು ಭಾರತದೊಳಕ್ಕೆ ನುಸುಳಿದ್ದು ಹೈ-ಟೆಕ್ ಹೆಸರಿನಿಂದ. ಆದರೆ ಇಲ್ಲಿಗೆ ಬಂದಿದ್ದು ಮಾತ್ರ ಹಂಡ್ರೆಡ್ ಪರ್ಸೆಂಟ್ ಝೀರೋ ಟೆಕ್ನಾಲಜಿ!

ಅರೆ, ನಮಗೆ ಸಾಂಪ್ರದಾಯಿಕ ಲಿಂಬೆಹಣ್ಣಿನ ಸೋಡಾ ಕುಡಿಯೋದನ್ನ ಪೆಪ್ಸಿ–ಕೋಕಾಕೋಲಾ ಕಂಪೆನಿಗಳು ಹೇಳಿಕೊಡಬೇಕಾ? ನಮಗೆ ಉಪ್ಪು ತಯಾರಿಸೋದು ಹ್ಯಾಗೇಂತ ಕಾಪ್ಟನ್ ಕುಕ್ ಕಂಪೆನಿ ಕಲಿಸಿಕೊಡಬೇಕಾ? ಎರಡು ಗಾದಿಗಳ ಮೇಲೆ ಉದ್ದನೆಯ ಮಣೆಯನ್ನಿಟ್ಟುಕೊಂಡು ಶ್ಯಾವಿಗೆ ಹೊಸೆಯುತ್ತಿದ್ದ ಹಳ್ಳಿ ಮುದುಕಿಗೆ ಪರಂಗಿ ಹುಡುಗಿಯೊಬ್ಬಳು ಇದು ಹಾಗಲ್ಲ, ಹೀಗೆ ಎಂದು ಹೇಳಿಕೊಡುವ ಜರೂರತ್ತೇನಿದೆ? ಬರ್ಲಿಂಗ್‌ಟನ್ ಕಾಚ ಮತ್ತು ಆಲೂಗಡ್ಡೆಯ ಚಿಪ್ಸ್‌ಗಳನ್ನು ಪಾಲಿಥೀನ್ ಪ್ಯಾಕ್‌ನಲ್ಲಿ ತುಂಬಲು ಅಂಥಾ ಹೈ ಟೆಕ್ನಾಲಜಿಯೇನೂ ಬೇಕಾಗಿಲ್ಲ ಎಂಬ ಸಣ್ಣ ಲಾಜಿಕ್ ಮನಮೋಹನ್ ಸಿಂಗ್‌ರಿಗೆ ಅರ್ಥವಾಗದೇ ಹೋಯಿತೇ?

ಎಂಥ ತಮಾಷೆ ನೋಡಿ. ಇವರೆಲ್ಲ ಆಲೂಗಡ್ಡೆಯ ಚಿಪ್ಸ್ ಅಥವಾ ಟೊಮ್ಯಾಟೋ ಚಟ್ನಿ ಮಾರಲು ಇಲ್ಲಿಗೆ ಬಂದರೇ ಹೊರತು ಸೆಟಲೈಟೋ ಅಥವಾ ಫಿರಂಗಿಯನ್ನೋ ತಯಾರಿಸಿಕೊಡುತ್ತೇವೆ ಎಂದು ಹೇಳಿಕೊಂಡು ಯಾವನಾದರೂ ಬಂದನೇ?

ಊಹೂಂ. ಇಲ್ಲಿಗೆ ಬಂದ ಕಂಪೆನಿಗಳ ತಂತ್ರಜ್ಞಾನವೆಲ್ಲ ಅವುಗಳ ಮೂಲ ದೇಶಗಳಲ್ಲಿ ಸುಮಾರು ಹತ್ತಿಪ್ಪತ್ತು ವರ್ಷಗಳ ಹಿಂದೆಯೇ ಅಸ್ತಿತ್ವಕ್ಕೆ ಬಂದಿವೆ. ಅವುಗಳನ್ನೇ Hi-tech ಎಂಬ ಗುಮ್ಮನ ಹೆಸರಿನಲ್ಲಿ ತಂದಿಟ್ಟು ಇಲ್ಲಿನ ಗೃಹ ಕೈಗಾರಿಕೆಗಳಿಗೆ ಹೊಡೆತ ನೀಡಿದರು.

ಅಮೆರಿಕಾದ ಪೆಪ್ಸಿ ಮತ್ತು ಕೋಕಾಕೋಲಾಗಳು ಪ್ರತಿವರ್ಷ ಹತ್ತು ಸಾವಿರ ಮೆಟ್ರಿಕ್ ಟನ್‌ಗಳಷ್ಟು ಕೆಮಿಕಲ್ ವೇಸ್ಟನ್ನು ಭಾರತದ ನಾನಾ ಮೂಲೆಗಳಲ್ಲಿ ತಂದು ಡಂಪ್ ಮಾಡುತ್ತಿವೆ. ಕೆನಡಾದ ಕಂಪೆನಿಯೊಂದು ತನ್ನಲ್ಲಿನ atomic ವೇಸ್ಟನ್ನು ಇಲ್ಲಿನ ನೆಲದಲ್ಲಿ ಹೂತು ಹೋಗುತ್ತದೆ.

ಇಷ್ಟಕ್ಕೂ ವಿದೇಶಿ ಕಂಪೆನಿಗಳ ದಾಕ್ಷಿಣ್ಯಕ್ಕೆ, ಅವು ನೀಡುವ ಪ್ರಸಾದದ ಆಮಿಷಕ್ಕೆ ಗಂಟುಬಿದ್ದ ಸಿಂಗ್ ಮಾಡಿಕೊಂಡ ನೂರಾರು ಅಗ್ರಿಮೆಂಟುಗಳ ಪೈಕಿ ಹಾಲೆಂಡಿನ 'ಸಿಜವಾನ್ ವೀವಿ' ಕಂಪೆನಿಯೊಂದಿಗೆ ಮಾಡಿಕೊಂಡ ಒಪ್ಪಂದ ಏನಿತ್ತು ಗೊತ್ತೆ? ಈ ಕಂಪೆನಿ ಪ್ರತಿವರ್ಷ ಒಂದು ಕೋಟಿ ಟನ್ನಿನಷ್ಟು ಹಂದಿಯ ಗೊಬ್ಬರವನ್ನು ಭಾರತಕ್ಕೆ ರಫ್ತು ಮಾಡುತ್ತವೆ.

'ಅಲ್ಲಯ್ಯ, ಇಲ್ಲಿ ಬೆಳೆಯುವ ಬೆಳೆಗೆ ಹಾಲೆಂಡಿನ ಹಂದಿಯ ಗೊಬ್ಬರವೇ ಯಾಕೆ ಬೇಕು?' ಎಂದು ಕೇಳಿದಾಗ ಈ ಸಿಂಗ್ ಎಂಬ ಪುಣ್ಯಾತ್ಮ ಹೇಳಿದ ಮಾತೇನು ಗೊತ್ತಾ? "ಆ ಹಂದಿಗಳು ಸೋಯಾಬೀನ್ಸ್ ತಿಂತವೆ. ಆದ್ದರಿಂದ ಕ್ವಾಲಿಟಿ ಚೆನ್ನಾಗಿದೆ!"

ಬೆಂಕಿ ಬಿತ್ತು ಕ್ವಾಲಿಟಿಗೆ! ಅಲ್ಲಯ್ಯ, ಹಾಲೆಂಡಿಗೆ ಸೋಯಾಬೀನ್ಸ್ ಹೋಗೋದೇ ಇಲ್ಲಿನ ಮಧ್ಯಪ್ರದೇಶದಿಂದ. ಇಷ್ಟಕ್ಕೂ ಯಾವುದೇ ಒಂದು ಪ್ರದೇಶದಲ್ಲಿ ಸತತ ಹತ್ತು ವರ್ಷಗಳ ಕಾಲ ಸೋಯಾಬೀನ್ಸ್ ಬೆಳೆದಾಗ ಹನ್ನೊಂದನೇ ವರ್ಷ ಅಲ್ಲಿ ಕಾಂಗ್ರೆಸ್ ಕಸ ಕೂಡ ಬೆಳೆಯುವುದಿಲ್ಲ! ಯಾಕೆಂದರೆ ಆ ನೆಲದಲ್ಲಿನ ಸತ್ವವನ್ನೆಲ್ಲ ಸೋಯಾ ಹೀರಿ ಹಾಕಿರುತ್ತದೆ. ಅಂಥಾದ್ದರಲ್ಲಿ ನಾವು ಬೆಳೆದ ಸೋಯಾ ಅಲ್ಲಿಗೆ ಹೋಗಬೇಕು. ಅದನ್ನು ಹಾಲೆಂಡಿನ ಹಂದಿ ತಿನ್ನಬೇಕು. ನಂತರ ಆ ಹಂದಿಗಳು ನೀಡಿದ ಪ್ರಸಾದವನ್ನು ಮಾತ್ರ ನಾವು ಕೋಟಿ ಕೋಟಿ ಕೊಟ್ಟು ಸುರಿದುಕೊಳ್ಳಬೇಕು! ಇದ್ಯಾವ ನ್ಯಾಯ ಸಿಂಗ್?

ಇಂಥದೊಂದು ಅಗ್ರಿಮೆಂಟಿನ ಜರೂರತ್ತನ್ನು ಪ್ರಶ್ನಿಸಿ ಇಲ್ಲಿನ ಕೆಲವು ಬುದ್ಧಿಜೀವಿಗಳು ಕೋರ್ಟಿನಲ್ಲಿ ಸಾರ್ವಜನಿಕ ಹಿತಾಸಕ್ತಿಯ ಕೇಸು ಜಡಿದರು.

ಇನ್ನೇನು ತನ್ನ ಭಂಡತನ ಹೊರಬರುತ್ತದೆ ಎಂಬಷ್ಟರಲ್ಲಿ ಮನಮೋಹನ್‌ಸಿಂಗ್ ತಾವಾಗಿಯೇ ಹಾಲೆಂಡಿನ ಕಂಪೆನಿಯೊಂದಿಗೆ ಮಾಡಿಕೊಂಡಿದ್ದ ಒಪ್ಪಂದವನ್ನು ರದ್ದುಪಡಿಸಿದರು. ಉದಾರೀಕರಣದ ನೆಪದಲ್ಲಿ ಈ ಮಹಾಶಯ ಮಾಡಿಕೊಂಡ ನೂರಾರು ಹುಚ್ಚು ಒಪ್ಪಂದಗಳ ಪೈಕಿ ಇದೂ ಒಂದು.

ತನ್ನ ಅವಶ್ಯಕತೆಗಳಿಗಾಗಿ ಡಾ. ಮನಮೋಹನ್‌ಸಿಂಗ್ ಎಂಬ ಶ್ರೇಷ್ಠ ಎಕಾನಮಿಸ್ಟು ಹ್ಯಾಗೆ ಸಮಯದೊಂದಿಗೆ ಧುಮುಕಿದ ಎಂಬುದು ಸಾಮಾನ್ಯ ಪ್ರಶ್ನೆಯಾದರೆ, ಆತ ವಿದೇಶಿ ಕಂಪೆನಿಗಳು ನೀಡುವ ಪ್ರಸಾದಕ್ಕಾಗಿ ಹ್ಯಾಗೆ ತನ್ನ ಸಿದ್ಧಾಂತಗಳನ್ನೆಲ್ಲ ಚರಂಡಿಯಲ್ಲಿ ತೇಲಿಬಿಟ್ಟ ಎಂಬುದು ಮಾತ್ರ ಮಿಲಿಯನ್ ಡಾಲರ್ ಪ್ರಶ್ನೆ!

ಮಾಡಬಾರದ ತಪ್ಪುಗಳು; ಮಾಡಬಹುದಾದ ತಪ್ಪುಗಳು

ಇಂಥದೊಂದು ವಿಷಯವನ್ನು ನೀವು ಗಮನಿಸಿರಲಿಕ್ಕಿಲ್ಲ. ಬದುಕಿನಲ್ಲಿ ನಾವು ಎರಡು ರೀತಿಯ ತಪ್ಪುಗಳನ್ನು ಮಾಡುತ್ತೇವೆ. ಒಂದು – ಮಾಡಬಾರದ ತಪ್ಪುಗಳು, ಇನ್ನೊಂದು – ಮಾಡಬಹುದಾದ ತಪ್ಪುಗಳು ಹಾಗಾದರೆ,

ಬಸ್ಸಿನಲ್ಲಿ ಟಿಕೆಟ್‌ನ ಹಿಂದೆ ಚಿಲ್ಲರೆ ಬರೆದು ಅದರಿಂದಲೇ ರಾತ್ರಿಯ ಸಣ್ಣ ಪುಟ್ಟ ಖರ್ಚು ಸರಿದೂಗಿಸಬಹುದೆಂದು ಹಂಬಲಿಸುವ ಕಂಡಕ್ಟರ್ರು, ಆಫೀಸಿಗೆ ಲೇಟಾಗಿ ಹೋದರೆ ಟೈಪಿಸ್ಟ್‌ಳೆದುರಿಗೇ ಬಾಸ್ ತನ್ನನ್ನು ಬಯ್ಯಬಹುದೆಂಬ ಭಯದಲ್ಲಿ ಇನ್ನಿಲ್ಲದ ಅವಸರದಿಂದ ಚಿಲ್ಲರೆ ಮರೆತು ಬಸ್ಸಿನಿಂದ ಓಡುವ ಕ್ಲರ್ಕು, ಎಕ್ಸಾಮ್ ಸೆಂಟರಿನಲ್ಲಿ ಅಂಡರ್‌ವೇರ್‌ನಿಂದ ಹೊರಬರದೇ ಅಲ್ಲೇ ಸಿಕ್ಕಾಕಿಕೊಂಡ ಕಾಪಿ ಚೀಟಿಯನ್ನು ಕ್ಯಾಂಟೀನಿನಲ್ಲಿ ಕೋಪದಿಂದ ಹರಿದು ಹಾಕುವ ಪೋರ, ಪರಮ ಸುಂದರಿಯಾದ ಪೆದ್ದಿಯೊಬ್ಬಳಿಗೆ ಪ್ರಾಕ್ಟಿಕಲ್ಸ್‌ನಲ್ಲಿ ಸಿಕ್ಕಾಪಟ್ಟೆ ಮಾರ್ಕ್ಸ್ ನೀಡಿ ಅವಳ ಪ್ರತಿಕ್ರಿಯೆಗಾಗಿ ಕಾತರಿಸುವ ಎಕ್ಸಾಮಿನರ್ರು. ಮೆಜೆಸ್ಟಿಕ್‌ನ ಬಾತ್‌ರೂಮಿನಲ್ಲಿ 'ಕನ್ನಡ ಉಳಿಸಿ' ಎಂಬ ಘೋಷಣೆಯನ್ನು ತಪ್ಪು ತಪ್ಪಾಗಿ ಗೀಚಿರುವ ಕನ್ನಡ ಪ್ರೇಮಿ!

ಇವರಲ್ಲಿ ಮಾಡಬಹುದಾದ ತಪ್ಪನ್ನು ಮಾಡಿರುವ ಜನರೆಷ್ಟು? ಮಾಡಬಾರದ ತಪ್ಪನ್ನು ಮಾಡಿರುವ ಜನರೆಷ್ಟು?

ಅದೇನೇ ಇರಲಿ, ಮೇಲೆ ಹೇಳಿದ ತಪ್ಪುಗಳೆಲ್ಲ ಸಣ್ಣ ಸೈಜಿನವು. ಲೋಕಲ್ ಲೆವೆಲ್ಲಿನವು. ಆದರೆ ನಮ್ಮನ್ನಾಳುವವರು ಮಾಡುವ ತಪ್ಪುಗಳಿವೆಯಲ್ಲ? ಅವೆಲ್ಲ ಬಲ್ಕ್ ಸೈಜಿನವು. ಅಂತರಾಷ್ಟ್ರೀಯ ಮಟ್ಟದಲ್ಲಿರುವಂಥವುಗಳು.

ಬೇಕಾದರೆ ಈ ಮನುಷ್ಯನನ್ನೇ ನೋಡಿ. ಈತನಿಗೇನು ಕಡಿಮೆಯಾಗಿತ್ತು? ಲಕ್ಷಣವಂತ. ಯೋಚಿಸಲು ತಲೆಯಿರಲಿಲ್ಲವೆ? ಎಲ್ಲಕ್ಕಿಂತ ಮಿಗಿಲಾಗಿ, ಆತ ಅತ್ಯಂತ ಕಿರಿಯ ವಯಸ್ಸಿನಲ್ಲಿಯೇ ಭಾರತದಂಥ ದೇಶಕ್ಕೆ ಪ್ರಧಾನಿಯಾಗಿದ್ದ. ಮನಸ್ಸು ಮಾಡಿದ್ದರೆ ಏನೇನೋ ಮಾಡಬಹುದಿತ್ತು. ಆ ನಿಟ್ಟಿನಲ್ಲಿ ಭಾರತವನ್ನು

ಇಪ್ಪತೊಂದನೇ ಶತಮಾನಕ್ಕೆ ಕೊಂಡೊಯ್ಯುವ ಕನಸನ್ನು ನನಸಾಗಿಸಬಹುದಿತ್ತು. ಆದರೆ ಹಾಗಾಗಲಿಲ್ಲ. ಆತನ ತಲೆಯೇರಿ ಕುಳಿತಿದ್ದ ಇಪ್ಪತ್ತೊಂದನೇ ಶತಮಾನದ ಭೂತ ಆತನನ್ನು ಆರೋಗ್ಯಕರವಾಗಿ ಯೋಚಿಸಲು ಬಿಡಲಿಲ್ಲ.

ಹೀಗಾಗಿ ಆ ಮನುಷ್ಯ 'ಟೆಕ್ನಾಲಜಿ ಕೊಡಿ', 'ಫಾರ್ಮುಲಾ ಕೊಡಿ' ಎಂದು ಶ್ರೀಮಂತ ರಾಷ್ಟ್ರಗಳ ಮುಂದೆ ಅಂಗಲಾಚುತ್ತಲೇ ಹೋದ. ಮತ್ತು ಅಷ್ಟೇ ಸ್ಪೀಡಾಗಿ ಅವೆಲ್ಲ ರಾಷ್ಟ್ರಗಳಿಂದ ಅತ್ಯಂತ ಹೀನಾಯವಾಗಿ ಅವಮಾನಿತವಾಗಿ ಹಿಂತಿರುಗಿದ. ಆತನ ಹೆಸರು – ರಾಜೀವ್ ಗಾಂಧಿ!

ನಿಮಗೆ ಗೊತ್ತಿರಬಹುದು. ಇವತ್ತಿನ ಮಟ್ಟಿಗೆ ಒಂದು ದೇಶ ವಿಶ್ವದ ಇತರೆ ರಾಷ್ಟ್ರಗಳ ಮುಂದೆ ತಲೆಯೆತ್ತಿ ನಿಲ್ಲಬೇಕಾದರೆ ಆ ದೇಶ ಕೆಲವೊಂದು ಕ್ಷೇತ್ರಗಳಲ್ಲಿ ಮೇಲುಗೈ ಸಾಧಿಸಬೇಕಾಗಿರುತ್ತದೆ. ಅದರಲ್ಲಿ ಟೆಕ್ನಾಲಜಿಯ ಕ್ಷೇತ್ರವೂ ಒಂದು. ಅಂಥ ಟೆಕ್ನಾಲಜಿ ಫೀಲ್ಡಿನಲ್ಲಿ ಹ್ಯಾಗೆ ಕ್ರಾಂತಿ ಮಾಡಬಹುದು? ಎಂದು ಯೋಚಿಸಿದವರಲ್ಲಿ ರಾಜೀವ್ ಮೊಟ್ಟ ಮೊದಲಿಗ.

ದುರಂತವೆಂದರೆ, ರಾಜೀವ್‌ಗೆ ಭಾರತದ ವಿಜ್ಞಾನಿಗಳ ಮೇಲೆ ನಂಬಿಕೆಯಿರಲಿಲ್ಲ. ಪಾಶ್ಚಿಮಾತ್ಯರಲ್ಲಿರುವ ಹಳಸಿದ ಅನ್ನವೇ ಆತನಿಗೆ ಪ್ರಿಯವಾಗಿತ್ತು. ಅದಕ್ಕಾಗಿ ಆತ ಅಮೇರಿಕಾದ ಆಗಿನ ಅಧ್ಯಕ್ಷ ರೋನಾಲ್ಡ್ ರೇಗನ್ ಮುಂದೆ ನಡು ಬಗ್ಗಿಸಿ ನಿಂತುಕೊಂಡು ಕೇಳಿದ್ದ:

'ಸೂಪರ್ ಕಂಪ್ಯೂಟರ್ ಮತ್ತು ಕ್ರಯೋಜೆನಿಕ್ ಇಂಜಿನ್ನಿನ ಟೆಕ್ನಾಲಜಿ ಕೊಡಿ'

ರಾಜೀವ್ ಈ ಥರ ಕೇಳಿದ್ದೇ ತಡ, ಅಮೆರಿಕದ ಐ.ಬಿ.ಎಂ. ಕಂಪೆನಿ ಕಂಪ್ಯೂಟರನ್ನೂ, ಮ್ಯಾಕ್ ಡೊವೆಲ್ ಡಗ್ಲಾಸ್ ಕಂಪೆನಿ ಕ್ರಯೋಜೆನಿಕ್ ಇಂಜಿನ್ನನ್ನೂ ನೀಡಲು ತುದಿಗಾಲಲ್ಲಿ ನಿಂತಿದ್ದವು. ಆದರೆ ರೇಗನ್ ಸಾಹೇಬರು ಅಲುಗಾಡಲಿಲ್ಲ. 'ತಿಂಗಳೊಪ್ಪತ್ತು ಬಿಟ್ಟು ಬನ್ನಿ ನೋಡುವಾ.....' ಎಂದರು, ರಾಜೀವ್ ಭಾರತಕ್ಕೆ ಮರಳಿದ. ಕಂಡ ಕಂಡವರ ಮುಂದೆ, 'ಇನ್ನೊಂದೇ ತಿಂಗಳು ಕಣ್ರೀ, ಅಮೆರಿಕಾದ ಟೆಕ್ನಾಲಜಿ ಇಂಡಿಯಾಕ್ಕೆ ಬರುತ್ತೆ' ಎಂದೆಲ್ಲ ಡಂಗೂರ ಹೊಡೆಯತೊಡಗಿದ.

ತಿಂಗಳು ಕಳೆಯಿತು. ರಾಜೀವ್ ಮತ್ತೆ ಭೂತವನ್ನು ತಲೆಗೇರಿಸಿಕೊಂಡು ಅಮೆರಿಕಾಕ್ಕೆ ಹಾರಿದ. ಐ.ಬಿ.ಎಂ. ಮತ್ತು ಡಗ್ಲಾಸ್ ಕಂಪೆನಿಗಳು ತಂತಮ್ಮ

ಟೆಕ್ನಾಲಜಿಯನ್ನೆಲ್ಲ ಅಂಗೈಯಲ್ಲಿಟ್ಟುಕೊಂಡು ರೇಗನ್ ಎದುರಿಗೆ ನಿಂತಿದ್ದವು. ರೇಗನ್ ಮಾತ್ರ ರಾಜೀವ್‌ಗೆ ಕ್ಯಾರೇ ಅನ್ನಲಿಲ್ಲ. ಬದಲಾಗಿ ಅವಮಾನಗೊಳಿಸಿ ಕಳಿಸಿದ. ರಾಜೀವ್ ಸುಮ್ಮನಾಗಲಿಲ್ಲ. ರಷ್ಯಾ ಬಳಿಗೆ ಹೋದ. ರಷ್ಯಾ ಆ ಎರಡೂ ಟೆಕ್ನಾಲಜಿಗಳನ್ನು ನೀಡಲು ಸಿದ್ಧವಿತ್ತಾದರೂ ಅಮೆರಿಕ ರಷ್ಯಾದ ಮೇಲೆ ಒತ್ತಡ ಹೇರಿ ಸುಮ್ಮನಿರಿಸಿತು.

ಇಷ್ಟಾದರೂ ರಾಜೀವ್‌ಗೆ ಬುದ್ಧಿ ಬರಲಿಲ್ಲ. ತಲೆಗೇರಿದ್ದ ಫಾರಿನ್ ಭೂತ ಕೆಳಗಿಳಿಯಲಿಲ್ಲ!

ಆದರೆ ಅದೊಂದು ದಿನ ರಾಜೀವ್‌ಗೆ ಏನಾಯಿತೋ ಗೊತ್ತಿಲ್ಲ. CSIR ನ ಮೀಟಿಂಗೊಂದರಲ್ಲಿ ನೆರೆದಿದ್ದ ನೂರಾರು ಭಾರತೀಯ ಸೈಂಟಿಸ್ಟು, ಇಂಜಿನಿಯರುಗಳ ಮುಂದೆ ಗಳಗಳನೆ ಅಳತೊಡಗಿದ. ರೇಗನ್ ಎದುರಿಗೆ ತನಗಾದ ಅವಮಾನವನ್ನೆಲ್ಲ ಬಿಡಿಬಿಡಿಯಾಗಿ ಹೇಳಿಕೊಂಡು ಕಣ್ಣೀರಿಟ್ಟ. ಇದನ್ನೆಲ್ಲ ನೋಡುತ್ತಿದ್ದ ಇಂಜಿನಿಯರುಗಳ ಮನಸ್ಸು ಕರಗಿತೋ ಅಥವಾ ಸ್ವಾಭಿಮಾನ ಕೆಣಕಿತೋ ಗೊತ್ತಿಲ್ಲ; CSIR ಸಹೋದರ ಸಂಸ್ಥೆಗಳಾದ C-DAC & DRDO (Defence Research Development Organisation) ಗಳಲ್ಲಿನ ಟ್ಯೂಬ್ ಲೈಟುಗಳು ಮಾತ್ರ ಹಗಲು ರಾತ್ರಿಯೆನ್ನದೆ ಉರಿಯತೊಡಗಿದವು.

ಕೇವಲ ಮೂರೇ ಮೂರು ವರ್ಷ!

C-DAC ಸಂಸ್ಥೆಯಲ್ಲಿ ಭಾರತದ ಪ್ರಪ್ರಥಮ ಸೂಪರ್ ಕಂಪ್ಯೂಟರ್ 'ಪರಮ್' ಕಣ್ಣು ಬಿಟ್ಟಿತ್ತು! ಅತ್ತ DRDO ನಲ್ಲಿ ಕ್ರಯೋಜೆನಿಕ್ ಇಂಜಿನ್ನು ಸದ್ದು ಮಾಡತೊಡಗಿತ್ತು! ಇಂಥದೊಂದು ಸಾಧನೆ ಮಾಡಿದ್ದು, ಭಾರತೀಯ ವಿಜ್ಞಾನಿಗಳು.

ದುರಂತವೆಂದರೆ, ರಾಜೀವ್‌ರಂಥವರಿಗೆ ಇವೆಲ್ಲ ಸಂಗತಿಗಳು ಅರ್ಥವಾಗುವುದೇ ಇಲ್ಲ. ಅವರಿಗೆ ಶಂಖದೊಳಗಿನಿಂದ ಬೀಳುವ ಚರಂಡಿ ನೀರೇ ಪ್ರಿಯವಾಗುತ್ತದೆಯೇ ಹೊರತು ಮಡಿಕೆಯಲ್ಲಿ ತುಂಬಿಟ್ಟಿರುವ ತಂಪು ನೀರಲ್ಲ! ಅದಕ್ಕಾಗಿ ಅವರು ವಿದೇಶಿ ಟೆಕ್ನಾಲಜಿಗಳಿಗೆ, ವಿದೇಶಿ ವಿಜ್ಞಾನಿಗಳಿಗೆ, ವಿದೇಶಿ ಪ್ರಾಡಕ್ಟುಗಳಿಗೆ, ಕಡೆಗೇ ವಿದೇಶಿ ಸಾಲಗಳಿಗೆ ಕೂಡ ಜೊಲ್ಲು ಸುರಿಸತೊಡಗುತ್ತಾರೆ.

ಇಂಥ ಅವಕಾಶಗಳಿಗಾಗಿಯೇ ಬಾಯಿ ಬಿಟ್ಟುಕೊಂಡು ಕಾಯುತ್ತಿರುವ

ಅಮೆರಿಕದ ಲಾರೆನ್ಸ್ ಸಮರ್ಸ್ (ಈತ ವರ್ಲ್ಡ್ ಬ್ಯಾಂಕಿನ ಅಧ್ಯಕ್ಷ!) ನಂಥ ವ್ಯಕ್ತಿಗಳು ತನ್ನ ದೇಶದ ಕೆಮಿಕಲ್ ಕಂಪೆನಿಗಳ ಮುಖ್ಯಸ್ಥರಿಗೆ ಪತ್ರ ಬರೆಯತೊಡುತ್ತಾರೆ:

"........ ನೀವು ತಯಾರಿಸುವ ಔಷಧಿಗಳ ಬಗ್ಗೆ ಯಾವುದೇ ರೀತಿಯ ಹೊಸ ಪ್ರಯೋಗ ಮಾಡಬೇಕೆಂದಿದ್ದರೆ ಅದನ್ನು ಭಾರತದಲ್ಲಿ ಮಾಡಿ. ಅಲ್ಲಿನ ಜನತೆಯ ಜೀವ ಬೆಲೆ ಅಮೆರಿಕದ ಜೀವ ಬೆಲೆಗಿಂತ ತುಂಬ ಅಗ್ಗವಾಗಿದೆ...."

ಅರೆ, ಅಮೆರಿಕನ್ನರ ಪಾಲಿಗೆ ನಾವು 'ಗಿನಿ ಪಿಗ್' ಆಗಿ ಹೋದೆವಾ? ಹಾಗಾದರೆ ಇಲ್ಲಿ ಮಾಡಬಹುದಾದ ತಪ್ಪನ್ನು ಮಾಡುತ್ತಿರುವವರು ಯಾರು? ಮಾಡಬಾರದ ತಪ್ಪನ್ನು ಮಾಡುತ್ತಿರುವವರು ಯಾರು?

ಭಾರತದ ತಲೆ ಬಡಿಯುವ ಹುನ್ನಾರಕ್ಕೆ ಸಜ್ಜು !

ತುಂಬ ದಿನಗಳ ಹಿಂದಿನ ಮಾತು.

ಆವತ್ತು ಈ ಲೋಕದ ನೂರೆಂಟು ವಿಷಯಗಳು ನನ್ನ ಮನದ ಡೈರಿಯಲ್ಲಿ ದಾಖಲಾಗುತ್ತಿದ್ದವು. ಮೆಜೆಸ್ಟಿಕ್‌ನ ಪ್ಲಾಟ್‌ಫಾರ್ಮೊಂದರಲ್ಲಿ ಮೂಗಿನಿಂದ ಕೊಳಲನೂದುತ್ತಿದ್ದ ಕುರುಡನೊಬ್ಬನ ಅನಿವಾರ್ಯತೆ, ಸಾಯಂಕಾಲ ಊರ ತುಂಬೆಲ್ಲ ಹರಡಿದ ಹಳದೀ ಬಿಸಿಲು, ನೇತಾಜಿ ಸುಭಾಷರ ನಿಗೂಢ ನಿರ್ಗಮನ. ಗಡಿ-ಬಿಡಿಯಲ್ಲಿ ಸಾಲುಸಾಲಾಗಿ ಓಡಾಡುತ್ತಿರುವ ಇರುವೆಗಳು ಎದಿರುಬದಿರಾದಾಗ ಮಾತನಾಡಿಕೊಳ್ಳುವ ವಿಚಿತ್ರ ಸಂಭಾಷಣೆ, ಅರ್ಜೆಂಟಾಗಿ ಇವತ್ತು ಮಳೆ ಬರಲೇಬೇಕೆಂದು ಊರಗ್ರಾಮಸ್ಥರು ಸಂಭ್ರಮದಿಂದ ಮಾಡಿದ ಕತ್ತೆಗಳ ಮದುವೆ, ಪರಿಸರ ಮಾಲಿನ್ಯದ ಬಗ್ಗೆ ಕವಿತೆ ಬರೆಯಲು ಕುಳಿತ ಯುವಕವಿ ಪ್ರಾಸ ಹೊಂದಿಸಲಾಗದೆ ನೆಲದಲ್ಲಿ ಹರಡಿಕೊಂಡ ಹುಲ್ಲನ್ನು ಕೀಳುತ್ತಿರುವ ದೃಶ್ಯ...

ಇಂಥ ಅಸಂಬದ್ಧವಾದ ದೃಶ್ಯಗಳು ನನ್ನ ಮನದಲ್ಲಿ ಮೂಡಿಕೊಳ್ಳುತ್ತಿರುವಾಗಲೇ ಆ ನೀಲಿ ಕಂಗಳ ಚೆಲುವೆ ಬಂದಿದ್ದಳು! ಅವಳಿನ್ನೂ ಚಿಕ್ಕ ಹುಡುಗಿ. ಲೋಕಲ್ ಪೇಪರ್‌ನಲ್ಲಿ ಅಪರೂಪಕ್ಕೊಮ್ಮೆ ಪ್ರಕಟವಾಗುವ ತನ್ನ ಹನಿಗವನಗಳನ್ನು ಓದಿ ಅಚ್ಚರಿ ಪಡುವಂಥವಳು. ಅವನ್ನೆಲ್ಲ ನೀಟಾಗಿ ಕತ್ತರಿಸಿ ಫೈಲಿನಲ್ಲಿ ಜೋಪಾನವಾಗಿ ಇರಿಸುವಂಥವಳು.

ಅಂಥ ಹುಡುಗಿಯ ಕಣ್ಣುಗಳಲ್ಲಿ ಆವತ್ತು ಎಂಥದೋ ವಿಚಿತ್ರ ಹೊಳಪಿತ್ತು.ಆಕೆಯ ಮದುವೆ ನಿಶ್ಚಯವಾಗಿತ್ತು. ಹುಡುಗ ಅಮೆರಿಕದವನಂತೆ!

ಹಾಗಂತ ಅವಳೇ ಹೇಳಿದ್ದಳು. ಅಮೆರಿಕನ್ನರ ಬಿಳುಪು, ಗಡಿಬಿಡಿ ಜೀವನ, ವೀಕೆಂಡ್ ಟ್ರಿಪ್ಪು ಮತ್ತು ಮನೆಯೊಳಗಿನ ತಿಜೋರಿಯ ಹೊಟ್ಟೆ ಬಿರಿಯುವಷ್ಟು ಬಂದು ಬೀಳುವ ರೊಕ್ಕ - ಇವೆಲ್ಲ ಆಕೆಯ ಮಾತಿನಲ್ಲಿ, ವರ್ತನೆಯಲ್ಲಿ ಪ್ರತಿಫಲಿಸುತ್ತಿತ್ತು.

ನಿಜ. ಅಮೆರಿಕದ ನಾಗರಿಕನೇನೋ ತುಂಬ ಒಳ್ಳೆಯವರು. ಅಲ್ಲಿನ

ಹುಡುಗರಲ್ಲಿ ನಮ್ಮಂತೆ ಪೋಲಿ ಮನಸ್ಸಿದೆ. ಅಲ್ಲಿನ ಹುಡುಗಿಯರ ಎದೆಯಲ್ಲೂ ಕೂಡ ಮಾತೃವಾತ್ಸಲ್ಯದ ಹಾಲು ಹೆಪ್ಪುಗಟ್ಟಿದೆ.

ಆದರೆ ಅಲ್ಲಿನ ಸರ್ಕಾರ? ಅದೊಂದು ಮಾತ್ರ ಗಬ್ಬೆದ್ದು ಹೋಗಿದೆ! ಇಡೀ ಜಗತ್ತಿಗೆ ತಾನೇ ಅನಧಿಕೃತ ಡಾನ್ ಎಂಬಂತೆ ವರ್ತಿಸುವ ಅಮೆರಿಕ ಸರ್ಕಾರ ಸ್ವಂತ ಸಾಮರ್ಥ್ಯದಿಂದ ಮೇಲೇಳುವ ಪ್ರತಿಯೊಂದು ದೇಶದ ತಲೆಗೆ ಜಾಣತನದಿಂದ ಕುಟ್ಟತೊಡಗುತ್ತದೆ! ಅದರಲ್ಲೂ ಭಾರತವೆಂದರೆ ಅದಕ್ಕೆ ಮಹಾ ಅಲರ್ಜಿ. ಅದನ್ನದು ಪ್ರತಿ ಹಂತದಲ್ಲೂ ಸಾಧಿಸಿ ತೋರಿಸಿದೆ.

ಬೇಕಾದರೆ ನೀವೇ ನೋಡಿ. ಭಾರತ ಅತ್ಯಂತ ಸಂಕಷ್ಟದ ಸ್ಥಿತಿಯನ್ನು ಅನುಭವಿಸುತ್ತಿರುವಾಗಲೆಲ್ಲ ಅಮೆರಿಕ ಗಹಗಹಿಸಿ ನಕ್ಕಿದೆ. 1947 ರಲ್ಲಿ ಪಾಕ್ ಇಲ್ಲಿನ ಭೂಮಿಯನ್ನು ವಶಪಡಿಸಿಕೊಂಡಾಗ ಅಮೆರಿಕ,ಪಾಕ್‌ಗೆ ಬೆಂಬಲ ನೀಡಿತ್ತು. ಮುಂದೆ 1962 ರಲ್ಲಿ ಚೈನಾ ಭಾರತದ ಮೇಲೆ ಯುದ್ಧ ಸಾರಿದಾಗ ನೆಹರೂ ಎಂಬ ಜೋಭದ್ರಗೇಡಿ ಮನುಷ್ಯ 'ಹಿಂದಿ ಚೀನಿ ಭಾಯಿ ಭಾಯಿ' ಎಂದು ಬಡಬಡಿಸುತ್ತಿದ್ದ.

ಆಗಲೂ ಕೂಡ ಅಮೆರಿಕ ಚೀನಾಕ್ಕೆ ಅಭಯಹಸ್ತ ನೀಡಿತ್ತು. ಅಷ್ಟೇ ಏಕೆ? ಭಾರತದ ಮೇಲೆ ಧಾಳಿ ಮಾಡಲೆಂದೇ ಅದು ಭಾರೀ ಪ್ರಮಾಣದ ಶಸ್ತ್ರಾಸ್ತ್ರಗಳನ್ನು ಕೂಡ ಚೀನಾಕ್ಕೆ ಸರಬರಾಜು ಮಾಡಿತ್ತು. ಅಂಥ ದಿನಗಳಲ್ಲಿ ನಮ್ಮ ಮಿಲಿಟರಿ ಆಫೀಸರುಗಳು ಚೀನೀ ಸೈನಿಕರನ್ನು ಹೊಡೆದುರುಳಿಸಲು ಆದೇಶ ನೀಡಿ ಎಂದು ನೆಹರೂಗೆ ಅಂಗಲಾಚುತ್ತಿದ್ದಾಗ ಈ ಮನುಷ್ಯ ಇಡೀ ಸೈನ್ಯದ ತುಕಡಿಯನ್ನೇ ಹಿಂದಕ್ಕೆ ಕರೆಸಿಕೊಂಡಿದ್ದ.

ಪರಿಣಾಮವಾಗಿ ಅರುಣಾಚಲ ಪ್ರದೇಶದ ಸುಮಾರು ಎಪ್ಪತ್ತು ಸಾವಿರ ಚದರ ಮೈಲುಗಳಷ್ಟಿದ್ದ ಪ್ರದೇಶವನ್ನು ಚೀನಿಯರು ತಿಂದು ಕುಳಿತರು.ಇವತ್ತಿಗೂ ನೀವು ಅರುಣಾಚಲ ಪ್ರದೇಶದಲ್ಲಿರುವ ಕೈಲಾಸ ಮಾನಸ ಸರೋವರಕ್ಕೆ ದೇವಾಲಯಕ್ಕೆ ಹೋಗಬೇಕೆಂದರೆ ಚೀನಾ ಸರ್ಕಾರದ ವೀಸಾ ಪಡೆಯಬೇಕು!

ಚೀನೀಯರೇನೋ ನಮ್ಮ ದೇಶದ ಸಾವಿರಾರು ಮೈಲುಗಳ ಜಾಗವನ್ನು ಕಬಳಿಸಿ ತೆಪ್ಪಗೆ ಕುಳಿತರು. ಆದರೆ ಇದೊಂದು ಗಂಭೀರದ ವಿಷಯ. ಈ ವಿಷಯದ ಬಗ್ಗೆ ಚೀನಾ ಸರ್ಕಾರಕ್ಕೆ ಸ್ಪಷ್ಟೀಕರಣ ನೀಡುವಂತೆ ಒತ್ತಾಯಿಸಬೇಕೆಂದು ಈ ನೆಹರೂ ಮಹಾಶಯ ಯಾವತ್ತೂ ಯೋಚಿಸಲೇ ಇಲ್ಲ. ಬದಲಾಗಿ ಆತ ಪಾರ್ಲಿಮೆಂಟಿನಲ್ಲಿ ಹೇಳಿದ್ದೇನು ಗೊತ್ತೆ? ಚೀನೀಯರು

ವಶಪಡಿಸಿಕೊಂಡಂಥ ಆ ಭೂಮಿ ಯಾವುದಕ್ಕೂ ಉಪಯೋಗವಿಲ್ಲ. ಅದೊಂದು ಬಂಜರು ನೆಲ. ಅದರಲ್ಲಿ ಒಂದು ಹುಲ್ಲುಕಡ್ಡಿಯೂ ಬೆಳೆಯುವುದಿಲ್ಲ. ಇಂಥದೊಂದು ಜಾಗ ಇದ್ದರೆಷ್ಟು? ಹೋದರೆಷ್ಟು? ಎಂದುಬಿಟ್ಟರು.

ನೆಹರೂರ ಈ ಮಾತು ಮುಗಿಯಿತ್ತೋ ಇಲ್ವೋ, ಅದೇ ಪಾರ್ಲಿಮೆಂಟಿನ ಮೂಲೆಯಲ್ಲಿ ಧ್ವನಿಯೊಂದು ಘರ್ಜಿಸಿತ್ತು:

"ಅಲ್ಲಯ್ಯ ಪಂಡಿತ್, ಬರ್ತಾ ಬರ್ತಾ ನಿನ್ನ ತಲೆ ಕೂಡ ಆ ನೆಲದಂತೆ ಬಂಜರಾಗಿ ಹೋಗುತ್ತಿದೆ. ಅಲ್ಲೂ ಕೂಡ ಒಂದು ಕೂದಲೂ ಬೆಳೆಯುತ್ತಿಲ್ಲ. ಹಾಗಂತ ನಿನ್ನ ತಲೆಯನ್ನೇ ಕತ್ತರಿಸಿ ಚೀನಿಯರಿಗೆ ಕೊಡ್ತೀಯಾ?"

ಹಾಗಂತ ಘರ್ಜಿಸಿದವರು ಒಬ್ಬ ಸಂಸತ್ಸದಸ್ಯ. ಹೆಸರು ಮಹಾವೀರ ತ್ಯಾಗಿ! ತ್ಯಾಗಿಯ ಈ ಪ್ರಶ್ನೆಗೆ ಉತ್ತರಿಸಲಾಗದೇ ನೆಹರೂ ತತ್ತರಿಸಿ ಹೋಗುತ್ತಿದ್ದರೆ, ಅತ್ತ ಅಮೆರಿಕ ಮುಸಿ ಮುಸಿ ನಗುತ್ತಿತ್ತು.

ಆದರೆ ಯಾವತ್ತು ನಾವು ಸಾಲುಸಾಲಾಗಿ ಐದೈದು ಅಣುಬಾಂಬುಗಳನ್ನು ಸಿಡಿಸಿದೆವೋ, ಆಗ ಮತ್ತೆ ಇದೇ ಅಮೆರಿಕ ಎದ್ದು ಕುಳಿತಿತು. ವಿಶ್ವದ ಶಾಂತಿಗೆ ಭಂಗ ತರುತ್ತಿದೆ ಎಂಬ ನೆಪವೊಡ್ಡಿ ಭಾರತದ ಮೇಲೆ ನೂರಾರು ಆರ್ಥಿಕ ದಿಗ್ಬಂಧನಗಳನ್ನು ಹೇರಿತು. ಇಲ್ಲಿನ ಸುಮಾರು ಮುನ್ನೂರು ಕಂಪೆನಿಗಳು ಅಮೆರಿಕದ ಬ್ಲ್ಯಾಕ್‌ಲಿಸ್ಟಿನಲ್ಲಿ ಸೇರಿ ಹೋದವು. ವಿಶ್ವ ಮಾರುಕಟ್ಟೆಯಲ್ಲಿ ವಿದೇಶಿ ಕಂಪೆನಿಗಳ ಜೊತೆ ಸ್ಪರ್ಧಿಸಿ ಪ್ರತಿವರ್ಷ ಎರಡು ಬಿಲಿಯನ್ ಡಾಲರ್‌ಗಳಷ್ಟು ಲಾಭ ಗಳಿಸುತ್ತಿದ್ದ ಭಾರತದ ಕಂಪೆನಿಗಳನ್ನು ವಿಶ್ವ ಮಾರುಕಟ್ಟೆಯಿಂದಲೇ ಹೊರಹೋಗುವಂತೆ ಮಾಡಲಾಯಿತು.

ತಮಾಷೆಯೇನು ಗೊತ್ತಾ? ಬರೀ ಐದು ಬಾಂಬುಗಳ ಪರೀಕ್ಷೆ ಮಾಡಿದ್ದಕ್ಕೇ ಇಂಥದೊಂದು ಫರ್ಮಾನು ಹೊರಡಿಸಿದ ಇದೇ ಅಮೆರಿಕ ಎರಡು ಸಾವಿರ ಸಲ ಇಂಥ ಪರೀಕ್ಷೆಗಳನ್ನು ಮಾಡಿದೆ. ಇಪ್ಪತ್ತು ಸಾವಿರ ಬಾಂಬುಗಳು ಅಲ್ಲಿನ ಉಗ್ರಾಣದಲ್ಲಿವೆ. ಮತ್ತು ಅವುಗಳಲ್ಲಿ ಕೆಲವನ್ನು ಈಗಾಗಲೇ ಕೆಲವೊಂದು ದೇಶಗಳ ಮೇಲೆ ಪ್ರಯೋಗಿಸಿಯೂ ಆಗಿದೆ!

ಜಪಾನಿನ ಹಿರೋಷಿಮಾ ಮತ್ತು ನಾಗಸಾಕಿಯಲ್ಲಿನ ಲಕ್ಷಾಂತರ ಮುಗ್ಧರನ್ನು ಕೊಂದಿದ್ದು ಇದೇ ಅಮೆರಿಕ. ನಂತರ ವಿಯೆಟ್ನಾಂ ಮೇಲೆ ಅಣುಬಾಂಬುಗಳನ್ನು ಸುರಿಯಲಾಯಿತು. ಅದಾದ ಮೇಲೆ ಕೊರಿಯಾ, ಇರಾನ್, ಇರಾಕ್‌ಗಳ ಮೇಲೂ ಬಾಂಬ್ ದಾಳಿ ಮುಂದುವರೆಯಿತು.

ಹಾಗಾದರೆ ಇಲ್ಲಿ ಜಗತ್ತಿನ ಶಾಂತಿಯನ್ನು ಕದಡುತ್ತಿರುವವರು ಯಾರು? ಭಾರತವೆ? ಅಥವಾ ಅಮೆರಿಕವೆ?

ನಾನೂರು ವರ್ಷಗಳ ಕಾಲ ನಿರಂತರವಾಗಿ ವಿದೇಶೀಯರ ಬಲಾತ್ಕಾರಕ್ಕೆ, ಶೋಷಣೆಗೆ, ದೌರ್ಜನ್ಯಕ್ಕೆ ಒಳಗಾದ ದೇಶವೊಂದು ತನ್ನ ಸ್ವಂತ ಸಾಮರ್ಥ್ಯದಿಂದ ಬಲಾಢ್ಯವಾಗುತ್ತಿರುವುದನ್ನು ಸಹಿಸದ ಅಮೆರಿಕ ತನ್ನ ಪಾರ್ಲಿಮೆಂಟಿನಲ್ಲಿ ರಾತ್ರೋರಾತ್ರಿ 'ಸೂಪರ್ ಥ್ರೀನಾಟ್ ವನ್' ಎಂಬ ಕಾನೂನನ್ನು ಜಾರಿಗೊಳಿಸುವುದರ ಮೂಲಕ ಭಾರತದ ತಲೆಬಡಿಯುವ ಹುನ್ನಾರ ನಡೆಸುತ್ತಿದ್ದರೆ, ನಾವಿಲ್ಲಿ ಅಂಥದೊಂದು ದೇಶದ ಉತ್ಪನ್ನಗಳನ್ನು ನಿರ್ಲಜ್ಜತನದಿಂದ ಉಪಯೋಗಿಸುತ್ತಿದ್ದೇವೆ. ಅದರ ಕ್ವಾಲಿಟಿಯನ್ನು ಕೊಂಡಾಡುತ್ತೇವೆ. ನಾನ್ಸೆನ್ಸ್!

ಇದೆಲ್ಲವನ್ನು ಆ ನೀಲಿ ಕಂಗಳ ಚೆಲುವೆಗೆ ಹೇಳಬೇಕೆಂದುಕೊಂಡೆ. ಆದರೆ ಆಕೆಯ ಮುಗ್ಧ ಕನಸುಗಳನ್ನು ಕೊಲ್ಲಲಾಗದೆ ಸುಮ್ಮನಾದೆ!

ಬ್ರೆಝಿಲ್‌ನ ದೇಶಪ್ರೇಮದ ಕಥೆಯೇನು ಗೊತ್ತೆ?

ನಿಮಗೊಂದು ವಿಷಯ ಗೊತ್ತಾ? ಕಾಲೇಜಿನ ಕ್ಯಾಂಪಸ್ಸಿನಲ್ಲಿ ಗುಂಗುರು ಕೂದಲಿನ ಹುಡುಗನೊಬ್ಬ ತನ್ನೆಲ್ಲ ಗೆಳೆಯರಿಂದ ತಪ್ಪಿಸಿಕೊಂಡು ತನ್ನ ಹುಡುಗಿಗೊಂದು ಪ್ರೇಮಪತ್ರ ನೀಡುತ್ತಿರುವಾಗ ಆ ಹುಡುಗನ ಕೈ ನಡುಗಿದರೆ, ತುಟಿಗಳು ಕಂಪಿಸಿದರೆ ಅದಕ್ಕೆ ಕಾರಣ ಆತನ ಪುಕ್ಕಲುತನವಲ್ಲ;

ಅದು ಆತನ ಮುಗ್ಧತೆ!

ಮುಂದೆ ಅದೇ ಹುಡುಗಿ ಆತನನ್ನು ನಿರಾಕರಿಸಿದಾಗ ಆತ ಅವಳನ್ನು ದ್ವೇಷಿಸುವುದು ಸಹಜವಾದರೂ ಅದು ಆತನ ನೀಚತನವಲ್ಲ; ಅದು ಆತನ ಪೆದ್ದುತನ!

ಅದೇನೇ ಇರಲಿ, ಒಮ್ಮೊಮ್ಮೆ ಈ ಮುಗ್ಧತೆ ಮತ್ತು ಪೆದ್ದುತನಗಳು ಎಂಥ ಪರಿಸ್ಥಿತಿ ತಂದಿಡುತ್ತವೆಂದರೆ, ಲಕ್ಷಾಧಿಪತಿಯೊಬ್ಬ ರಾತ್ರಿ ಬೆಳಗಾಗುವುದರೊಳಗಾಗಿ ಭಿಕ್ಷಾಧಿಪತಿಯಾಗಿಬಿಡಬಲ್ಲ. ಹಾಗೆಯೇ ಸಾವಿರ ಬಣ್ಣಗಳ ಕನಸು ಹೆಣೆಯುತ್ತ ಬಾಗಿಲ ಹೊಸ್ತಿಲಲ್ಲೇ ಕುಳಿತ ಹುಡುಗಿಯೊಬ್ಬಳು ಸಟ್ಟಂತ ವೇಶ್ಯೆಯಾಗಿಬಿಡಬಲ್ಲಳು. ಅಂಥಾದ್ದರಲ್ಲಿ ಇಡೀ ದೇಶಕ್ಕೆ ದೇಶವೇ ಮುಗ್ಧತನ ಮತ್ತು ಪೆದ್ದುತನಗಳನ್ನು ಹೊದ್ದುಕೊಂಡು ಮಲಗಿಬಿಟ್ಟರೇ?

ಅಂಥ ಹತ್ತಾರು ದೇಶಗಳ ಉದಾಹರಣೆ ನಾನು ಕೊಡಬಲ್ಲೆ. ನೀವು ಐ.ಎಂ.ಎಫ್. ಮತ್ತು ವರ್ಲ್ಡ್ ಬ್ಯಾಂಕುಗಳ ಹೆಸರು ಕೇಳಿರಬಹುದು. ವಿವರಿಸಿ ಹೇಳಬೇಕೆಂದರೆ, ಸಂಕಷ್ಟದ ಪರಿಸ್ಥಿತಿಯನ್ನು ಎದುರಿಸುತ್ತಿರುವ ರಾಷ್ಟ್ರಗಳಿಗೆ ಸಾಲ ನೀಡುವುದು ಇವೆರಡೂ ಸಂಸ್ಥೆಗಳ ಕೆಲಸ. ಆದರೆ ಈ ಸಂಸ್ಥೆಗಳು ಮಾಡುವ ಉಪಕಾರದ ಹಿನ್ನೆಲೆ ಮಾತ್ರ ಸಂಶಯಾಸ್ಪದ. ಇಷ್ಟಕ್ಕೂ ಈ ಐ.ಎಂ.ಎಫ್. ಮತ್ತು ವರ್ಲ್ಡ್ ಬ್ಯಾಂಕುಗಳು ಜನ್ಮ ತಾಳಿದ್ದೇ ಬೇರೆ ಕಾರಣಕ್ಕಾಗಿ. ಎರಡನೇ ಜಾಗತಿಕ ಯುದ್ಧದ ಕಾರ್ಮೋಡಗಳು ಕಳಚಿದಾಗ ಅಮೆರಿಕ ಮತ್ತು ಯೂರೋಪಿಯನ್ ರಾಷ್ಟ್ರಗಳ ಅರ್ಥವ್ಯವಸ್ಥೆ ಪಾತಾಳ ಕಂಡಿತ್ತು. ಯುದ್ಧದ ಸಂಭ್ರಮದಲ್ಲಿ ಇದ್ದ ಹಣವನ್ನೆಲ್ಲ ನೀರಿನಂತೆ ಸುರಿದಿದ್ದ ಈ ದೇಶಗಳು ಕದನ

ವಿರಾಮದ ನಂತರ ತೇಲುಗಣ್ಣು – ಮೇಲುಗಣ್ಣು ಬಿಡತೊಡಗಿದವು. ಹಸಿವೆಂಬುದು ಈ ದೇಶಗಳನ್ನು ಬೋರಲಾಗಿ ಮಲಗಿಸಿತ್ತು. ಕೈಯಲ್ಲಿ ಕಾಸಿಲ್ಲ. ಅಂಥ ಸಂದರ್ಭದಲ್ಲಿ ಹುಟ್ಟಿಕೊಂಡದ್ದೇ ಈ ಐ.ಎಂ.ಎಫ್. ಮತ್ತು ವರ್ಲ್ಡ್ ಬ್ಯಾಂಕ್!

ಖಜಾನೆಯಲ್ಲಿದ್ದ ಅಲ್ಪಸ್ವಲ್ಪ ಹಣದಲ್ಲೇ ಜಗತ್ತಿನ ವಿವಿಧ ರಾಷ್ಟ್ರಗಳಿಗೆ ಬಡ್ಡಿ ರೂಪದಲ್ಲಿ ಸಾಲ ನೀಡುವುದರ ಮೂಲಕ ಆಯಾ ದೇಶಗಳ ದರೋಡೆ ಮಾಡುವುದು ಅಮೆರಿಕ ಮತ್ತು ಯೂರೋಪಿಯನ್ ದೇಶಗಳ ಸಂಚಾಗಿತ್ತು. ಅಂಥದೊಂದು ಘನ ಉದ್ದೇಶದೊಂದಿಗೆ ಜನ್ಮ ತಾಳಿದ ಈ ಬ್ಯಾಂಕುಗಳು ಇವತ್ತಿಗೂ ಅವೇ ಉದ್ದೇಶಗಳೊಂದಿಗೆ ಮುಂದುವರೆಯುತ್ತಿವೆ.

ಸಾಲ ಕೇಳಿಕೊಂಡು ಬರುವ ರಾಷ್ಟ್ರಗಳಿಗೆ ಈ ಸಂಸ್ಥೆಗಳು ತಮ್ಮದೇ ಆದ ಕೆಲವೊಂದು ಷರತ್ತುಗಳನ್ನು ವಿಧಿಸುತ್ತವೆ. ಅಷ್ಟೇ ಅಲ್ಲ, ಈ ಷರತ್ತುಗಳನ್ನು ಪಾಲಿಸುವುದರಿಂದ ನಿಮ್ಮ ದೇಶದ ಆರ್ಥಿಕ ವ್ಯವಸ್ಥೆ ಭದ್ರವಾಗುತ್ತದೆಂಬ ಆಸೆ ಚಿಗುರಿಸುತ್ತವೆ. ಅಂದಹಾಗೆ ಈ ಸಂಸ್ಥೆಗಳು ವಿಧಿಸುವ ಷರತ್ತೇನು ಗೊತ್ತೆ? ಮೊದಲನೆಯದಾಗಿ – ನಿಮ್ಮ ದೇಶದ ಕರೆನ್ಸಿಯನ್ನು devaluation ಮಾಡಿ. ಇದರಿಂದ ನಿಮ್ಮ ರಫ್ತು ಹೆಚ್ಚಾಗುತ್ತದೆ. ಆಗ ಲಾಭ ಹೆಚ್ಚುತ್ತದೆ. ಆ ಲಾಭದಿಂದ ನೀವು ನಮ್ಮ ಸಾಲ ತೀರಿಸಬಹುದು. ಎರಡನೆಯದಾಗಿ – ನಿಮ್ಮ ದೇಶದ ಅರ್ಥ ವ್ಯವಸ್ಥೆಯಲ್ಲಿ ಉದಾರೀಕರಣ ತನ್ನಿ. ಬಹುರಾಷ್ಟ್ರೀಯ ಕಂಪೆನಿಗಳಿಗೆ ಜಾಗ ಕೊಡಿ. ಅವುಗಳಿಗೆ ಬೇಕಾದ ಸಕಲ ಸವಲತ್ತುಗಳನ್ನು ಕೊಡಿ. ಇದರಿಂದ ದೇಶಕ್ಕೆ ಹೈ–ಟೆಕ್ ಬರುತ್ತದೆ. ಕ್ವಾಲಿಟಿ ಬರುತ್ತದೆ. ಕ್ವಾಲಿಟಿ ಬಂದರೆ ರಫ್ತು ಹೆಚ್ಚಾಗುತ್ತದೆ. ಮೂರನೆಯದಾಗಿ – ನಿಮ್ಮಲ್ಲಿರುವ ಗೃಹ ಕೈಗಾರಿಕೆಗಳಿಗೆ ನೀಡುತ್ತಿರುವ Protection ತೆಗೆದುಹಾಕಿ. ಇವಿಷ್ಟನ್ನು ಮಾಡುವುದಾದರೆ ಹಣ ನಾಳೆಯೇ ಬಂದು ಬೀಳುತ್ತದೆ.

ಬಡತನದಲ್ಲಿ ನರಳುತ್ತಿರುವ ದೇಶಗಳು ನಮ್ಮ ಅರ್ಜನ್ಸಿಗೋ, ಅಸಾಹಯಕತೆಗೋ ಜೋತುಬಿದ್ದು ವಿಶ್ವಬ್ಯಾಂಕುಗಳ ಈ ಷರತ್ತುಗಳನ್ನು ಕಾಯಾ, ವಾಚಾ, ಮನಸ್ಸಿನಿಂದ ಪಾಲಿಸತೊಡಗುತ್ತವೆ. 1990 ರ ಪ್ರಾರಂಭದಲ್ಲಿ ಹಾಗೆ ಐ.ಎಂ.ಎಫ್ ಮತ್ತು ವರ್ಲ್ಡ್ ಬ್ಯಾಂಕುಗಳಿಂದ ಸಾಲ ಎತ್ತಿ ದಿವಾಳಿ ಎದ್ದು ಹೋದ ದೇಶಗಳಲ್ಲಿ ದಕ್ಷಿಣ ಕೊರಿಯಾ ಕೂಡ ಒಂದು.

ಸಾಲ ಪಡೆಯುವ ಭರದಲ್ಲಿ ದಕ್ಷಿಣ ಕೊರಿಯಾ ವಿಶ್ವಬ್ಯಾಂಕಿನ

ಷರತ್ತುಗಳನ್ನು ಅತ್ಯಂತ ಪ್ರಾಮಾಣಿಕವಾಗಿ ಪಾಲಿಸಿತು. ಪರಿಣಾಮವಾಗಿ ಅಲ್ಲಿ liberalisation ಮತ್ತು globalisation ಮುಂತಾದ ಹೆಸರುಗಳು ಕೇಳಿಬರತೊಡಗಿದವು. ಬಹುರಾಷ್ಟ್ರೀಯ ಕಂಪೆನಿಗಳು ಕಾಲಿಟ್ಟವು. ಕ್ವಾಲಿಟಿ ಬಂತು. ರಫ್ತು ಹೆಚ್ಚಾಯಿತು. ನೋಡನೋಡುತ್ತಿದ್ದಂತೆಯೇ ಕೇವಲ ಎರಡೇ ವರ್ಷಗಳಲ್ಲಿ ದಕ್ಷಿಣ ಕೊರಿಯಾ 'ಏಷಿಯನ್ ಟೈಗರ್' ಎಂಬ ಖ್ಯಾತಿಯನ್ನು ಗಳಿಸಿತು. ದುರಂತವೆಂದರೆ, ಈ ಖ್ಯಾತಿ ತುಂಬ ದಿನ ಉಳಿಯಲಿಲ್ಲ. ಇದಾದ ಬರೀ ಏಳು ವರ್ಷಗಳ ಬಳಿಕ ದಕ್ಷಿಣ ಕೊರಿಯಾದ ಅರ್ಥಶಾಸ್ತ್ರಜ್ಞರು ಇದ್ದಕ್ಕಿದ್ದಂತೆ ಎದ್ದು ಕುಳಿತರು. ಎಲ್ಲೋ ಒಂದು ಕಡೆ ಹದ ತಪ್ಪುತ್ತಿದೆ ಅನ್ನಿಸತೊಡಗಿತು.

ಅಸಲಿಗೆ ಅಲ್ಲಿ ಆಗಿದ್ದು ಇಷ್ಟೇ: ಈ ದೇಶ ವಿಶ್ವ ಮಾರುಕಟ್ಟೆಯಲ್ಲಿ ಲಾಭವನ್ನು ಗಳಿಸುತ್ತಿತ್ತು. ಆದರೆ ಆ ಲಾಭವೆಲ್ಲ ವಿದೇಶಿ ಕಂಪೆನಿಗಳ ಉತ್ಪನ್ನಗಳಿಂದ ಗಳಿಸಿದ್ದು. ಹಾಗಾಗಿ ಬಂದ ಲಾಭವೆಲ್ಲ ವಿದೇಶಿ ಕಂಪೆನಿಗಳಿಗೇ ಹೋಗುತ್ತಿತ್ತು. ಇನ್ನು ಗೃಹ ಕೈಗಾರಿಕೆಗಳಿಂದಲಾದರೂ ಲಾಭ ಗಳಿಸಿ ಸಾಲ ತೀರಿಸೋಣವೆಂದರೆ ವಿದೇಶಿ ಕಂಪೆನಿಗಳ ಭರಾಟೆಯಲ್ಲಿ ಅವೆಲ್ಲ ಎಂದೋ ಸತ್ತುಹೋಗಿದ್ದವು. ಕೊನೆ ಕೊನೆಗೆ ದಕ್ಷಿಣ ಕೊರಿಯಾ ಎಂಥ ಗಂಭೀರ ಪರಿಸ್ಥಿತಿ ತಲುಪಿತೆಂದರೆ ಖುದ್ದು ಅಲ್ಲಿನ ಅಧ್ಯಕ್ಷ ಕಿಮ್-ಇಲ್-ಸ್ಯೂಂಗ್ ತನ್ನ ಆರ್ಥಿಕತೆಯ ವೈಫಲ್ಯತೆ ಬಗ್ಗೆ 'ಶ್ವೇತಪತ್ರ' ಹೊರತಂದ. ಅಷ್ಟರಲ್ಲೇ ಸುದ್ದಿಯೊಂದು ಸಿಡಿಲಿನಂತೆ ಬಂದೆರಗಿತು.

ಸಿಯೋಲ್ ಸ್ಟಾಕ್ ಎಕ್ಸ್‌ಛೇಂಜ್ collapsed!

ಸ್ಯೂಂಗ್ ಥರಥರ ನಡುಗಿ ಹೋದ. "ಇಲ್ಲ, ಇಲ್ಲ. ಸಾಲ ತೀರಿಸಲು ಸಾಧ್ಯವೇ ಇಲ್ಲ. ನಾವೆಲ್ಲ ಮುಳುಗಿ ಹೋಗಿದ್ದೇವೆ. ಸಾಲ ಮನ್ನಾ ಮಾಡಿ" ಎಂದು ವಿಶ್ವ ಬ್ಯಾಂಕಿಗೆ ಅಲವತ್ತುಕೊಂಡ. ಇಂಥ ಸಮಯಕ್ಕಾಗಿಯೇ ಕಾಯುತ್ತಿದ್ದ ವರ್ಲ್ಡ್ ಬ್ಯಾಂಕ್ ತನ್ನ ಮತ್ತೊಂದು ಷರತ್ತನ್ನು ಮುಂದಿಟ್ಟಿತು.

"ನಿಮ್ಮ ರಾಷ್ಟ್ರೀಯ ಆಸ್ತಿಗಳನ್ನೆಲ್ಲ ನಮ್ಮಲ್ಲಿ ಅಡವಿಟ್ಟರೆ ಮಾತ್ರ ಸಾಲ ಮನ್ನಾ ಮಾಡಲು ಸಾಧ್ಯ!"

ದಕ್ಷಿಣ ಕೊರಿಯಾ ವಿಧಿಯಿಲ್ಲದೆ ತಲೆಯಾಡಿಸಿತು. ಸದ್ಯಕ್ಕೆ ಅಲ್ಲಿನ Public Sectors ಸೇರಿದಂತೆ ಇನ್ನಿತರ ರಾಷ್ಟ್ರೀಯ ಸ್ವತ್ತುಗಳೆಲ್ಲ ಪರೋಕ್ಷವಾಗಿ ಅಮೆರಿಕಾದ ಹಿಡಿತದಲ್ಲಿವೆ.

ಇನ್ನು ಇಂಡೋನೇಷ್ಯಾದ ಕಥೆಯೂ ಅಷ್ಟೇ. ವಿಶ್ವ ಬ್ಯಾಂಕು ಹೇಳಿದಂತೆ ಅದು ತನ್ನ ಕರೆನ್ಸಿಯಾದ 'ರೂಪೈ'ಯನ್ನು ಯಾವ ಸ್ಪೀಡಿನಲ್ಲಿ devaluation ಮಾಡಿತೆಂದರೆ, ಒಂದು ಕಾಲಕ್ಕೆ ವಿಶ್ವಮಾರುಕಟ್ಟೆಯಲ್ಲಿ ಒಂದು ಡಾಲರ್‌ಗೆ ನಲವತ್ತು ರೂಪೈನಷ್ಟಿದ್ದ ಬೆಲೆ ಕೊನೆಗೊಮ್ಮೆ ಎಪ್ಪತ್ತು ಸಾವಿರ ರೂಪೈಗೆ ಏರಿತು! ಇನ್ನು ಥೈಲ್ಯಾಂಡ್‌ನದ್ದು ಮಾತ್ರ ಅತ್ಯಂತ ದಾರುಣಗಾಥೆ. ಭಾರತದ ಎರಡು ಜಿಲ್ಲೆಗಳಷ್ಟಿರುವ ಈ ಪುಟ್ಟ ದೇಶ ಅತ್ತ ವಿದೇಶಿ ಸಾಲ ತೀರಿಸಲಾಗದೆ, ಇತ್ತ ವಿದೇಶಿ ಕಂಪೆನಿಗಳ ದಬ್ಬಾಳಿಕೆ ತಡೆಯಲಾಗದೆ ತನ್ನ ಶೀಲವನ್ನೇ ಹರಾಜಿಗಿಟ್ಟಿತು!

ನಿಮಗೆ ಗೊತ್ತಿರಲಿಕ್ಕಿಲ್ಲ. ಇವತ್ತಿನ ಮಟ್ಟಿಗೆ ಥೈಲ್ಯಾಂಡ್ ಜಗತ್ತಿನ ಅತೀ ದೊಡ್ಡ ಮಾಂಸದ ಕೂಪ! ಸಾಲ ತೀರಿಸುವುದಕ್ಕಾಗಿ ಅಲ್ಲಿನ ಸರ್ಕಾರ ತನ್ನ ಅಸಂಖ್ಯಾತ ಮುಗ್ಧೆಯರನ್ನು ವೇಶ್ಯಾವೃತ್ತಿಗಿಳಿಸಿತು. ಅಲ್ಲಿನ ವೇಶ್ಯೆಯರಿಗೆ ಅಧಿಕೃತವಾಗಿ ಲೈಸೆನ್ಸ್ ನೀಡಲಾಯಿತು. ಅವರಿಂದ ತೆರಿಗೆ ವಸೂಲಿ ಮಾಡಲಾಯಿತು. ಪರಿಣಾಮವಾಗಿ ಥೈಲ್ಯಾಂಡ್ ಪ್ರವಾಸೋದ್ಯಮ ಬೃಹದಾಕಾರವಾಗಿ ಬೆಳೆಯಿತು. ಸದ್ಯಕ್ಕೆ ಈ ಹಣದಿಂದಲೇ ಅದು ಸಾಲ ತೀರಿಸುತ್ತಿದೆ.

ಇಂಥ ಅನಾಹುತಗಳಿಗೆ ಕಾರಣವಾದ ಉದಾರೀಕರಣದಿಂದ ಹೊರಬಂದ ಮೊದಲ ದೇಶವೆಂದರೆ ಬ್ರೆಝಿಲ್! ಹಾಗೆ ನೋಡಿದರೆ ಉದಾರೀಕರಣ ಜಾರಿಗೆ ತಂದ ದೇಶಗಳಲ್ಲಿ ಇದೂ ಒಂದು. ಆದರೆ ಉದಾರೀಕರಣದ ವೈಫಲ್ಯತೆ ಮತ್ತು ಅದರ ಅಡ್ಡ ಪರಿಣಾಮಗಳನ್ನು ಗಮನಿಸಿದ ಮೂವತ್ತೈದರ ಯುವಕನೊಬ್ಬ ಮುಳುಗುತ್ತಿದ್ದ ಬ್ರೆಝಿಲ್‌ನ್ನು ನೆಟ್ಟಗೆ ನಿಲ್ಲಿಸಿದ. ಆತನಿಗೆ ರಾಜಕಾರಣದ ಷಡ್ಯಂತ್ರ ಗೊತ್ತಿರಲಿಲ್ಲ. ಆದರೆ ವರ್ಲ್ಡ್ ಬ್ಯಾಂಕಿನ ಒಳತಂತ್ರ ಗೊತ್ತಿತ್ತು. ಆತನಿಗೆ ಅಧಿಕಾರದ ಬಗ್ಗೆ ಪ್ರೀತಿಯಿರಲಿಲ್ಲ. ಆದರೆ ತಾಯ್ನಾಡಿನ ಬಗ್ಗೆ ಪ್ರೇಮವಿತ್ತು. ಹಾಗಾಗಿ ಆತ ತನ್ನ ಜನರಿಗೆ ಉದಾರೀಕರಣದ ಕುರಿತು ಬಿಡಿಬಿಡಿಯಾಗಿ ವಿವರಿಸಿದ. ಅದಕ್ಕಾಗಿ ಒಂದು ವಿಸ್ತೃತ ಸಂಚಲನವನ್ನೇ ಹುಟ್ಟುಹಾಕಿದ. ಜನತೆ ಆತನೊಂದಿಗೆ ಎದ್ದು ನಿಂತಿತು. ತಕ್ಷಣ ಆತ ವಿದೇಶಿ ಕಂಪೆನಿಗಳ ಒಳಗೆ ನುಗ್ಗಿ ಗುಟುರು ಹಾಕಿದ: "ಮರ್ಯಾದೆಯಿಂದ ಹೊರಟುಹೋಗಿ. ಇಲ್ದಿದ್ರೆ ಬೆತ್ತಲೆ ಮಾಡಿ ಓಡಿಸ್ತೇನೆ!"

ತಂತ್ರ ಫಲಿಸಿತು. ವಿದೇಶಿ ಕಂಪೆನಿಗಳನ್ನು ಹೊರದಬ್ಬಲಾಯಿತು. ಅಷ್ಟೊತ್ತಿಗಾಗಲೇ ಆ ಯುವಕನ ಸ್ಥಾನಮಾನ ಬದಲಾಗಿ ಹೋಗಿತ್ತು. ಆತನೀಗ ಬ್ರೆಝಿಲ್‌ನ ಅಧ್ಯಕ್ಷ!

ಇದೇ ಅಧ್ಯಕ್ಷ ಮುಂದೆ ಬ್ರೆಝಿಲ್‌ನಲ್ಲಿ ದೊಡ್ಡ ಕ್ರಾಂತಿಯನ್ನೇ ಮಾಡಿದ. ಗೃಹ ಕೈಗಾರಿಕೆಗಳಿಗೆ ರಕ್ಷಣೆ ಕೊಟ್ಟ. ಕರೆನ್ಸಿಯಾದ ಕ್ರೂಸರ್‌ನ್ನು revaluation ಮಾಡಿ ವಿಶ್ವ ಮಾರುಕಟ್ಟೆಯಲ್ಲಿ ಅಮೆರಿಕದ ಡಾಲರ್ ಬೆಲೆಗೆ ಸರಿಸಮನಾಗಿ ತಂದು ನಿಲ್ಲಿಸಿದ.

ಆಗ ಮಿಸುಕಾಡಿತು ಅಮೆರಿಕ! ಇವತ್ತಿನ ಮಟ್ಟಿಗೆ ಅಮೆರಿಕ ಎಷ್ಟೇ ಬಲಿಷ್ಠ ರಾಷ್ಟ್ರವಾಗಿದ್ದರೂ ಅದಕ್ಕೆ ಜೀವನಾಶ್ಯಕ ವಸ್ತುಗಳು ಲ್ಯಾಟಿನ್ ಅಮೆರಿಕದಿಂದಲೇ ಬರಬೇಕು. ಈಗ ಇವೆಲ್ಲ ಲ್ಯಾಟಿನ್ ಅಮೆರಿಕದ ದೇಶಗಳು ತನ್ನ ವಿರುದ್ಧ ತಿರುಗಿ ಬಿದ್ದಿರುವುದರಿಂದ ಜೀವನ ನಡೆಸುವುದಾದರೂ ಹೇಗೆ? ಅಂದುಕೊಂಡ ಅಮೆರಿಕ, ಬ್ರೆಝಿಲ್‌ನ ಮುಂದೆ ಅಂಗಲಾಚಿತು. ಬ್ರೆಝಿಲ್‌ನ ಮಾರುಕಟ್ಟೆಯಲ್ಲಿ ತನಗೂ ಸ್ಥಾನ ನೀಡುವಂತೆ ಪರಿಪರಿಯಾಗಿ ಬೇಡಿಕೊಂಡಿತು.

ಈಗ ಹೇಳಿ: ಹ್ಯಾಗಿದೆ ಬ್ರೆಝಿಲಿಯನ್ ರಾಷ್ಟ್ರಪ್ರೇಮ?

ಗುಲಾಮ ಜನತೆಯ ಸರ್ವನಾಶಕ್ಕೊಂದು ಮಶೀನು?

"ಇಲ್ಲ, ಇಲ್ಲ. ಇಂಥದೊಂದು ಮಶೀನನ್ನು ತಯಾರಿಸಿದಾಗ ನಾನ್ಯಾವತ್ತೂ ಖುಷಿಪಡಲಿಲ್ಲ. ನಾನು ಅಸಹಾಯಕನಾಗಿದ್ದೆ. ಪದೇ ಪದೇ ನನ್ನ ಮೇಲೆ ಒತ್ತಡ ಹೇರಲಾಯಿತು. ಅದಕ್ಕಾಗಿ ನಾನು ಈ ಮಶೀನನ್ನು ಕಂಡುಹಿಡಿದೆ. ಆದರೆ ನನಗೆ ಹೆದರಿಕೆಯಾಗುತ್ತಿದೆ. ಯಾಕೆಂದರೆ ನನಗೆ ತುಂಬ ಚೆನ್ನಾಗಿ ಗೊತ್ತು; ಮುಂದೊಂದು ದಿನ ಇದೇ ಮಶೀನು ಜಗತ್ತಿನ ಜನತೆಯನ್ನು ಹುಚ್ಚರನ್ನಾಗಿಸಬಹುದು"

ಹಾಗಂತ ಗದ್ಗದಿತ ಧ್ವನಿಯಿಂದ ಬರೆದವನು ಜೆ.ಎಲ್. ಬೇಯರ್ಡ್! ಆತ ಪ್ರಸಿದ್ಧ ಫ್ರೆಂಚ್ ವಿಜ್ಞಾನಿ. ತಮಾಷೆಯೆಂದರೆ, ತಾನು ಸಂಶೋಧಿಸಿದ ಅದ್ಭುತವನ್ನು ಇಡೀ ಜಗತ್ತೇ ಅಚ್ಚರಿಯಿಂದ ನೋಡುತ್ತಿದ್ದರೆ ಈತ ಮಾತ್ರ ಅದರ ಬಗ್ಗೆ ತೀವ್ರವಾದ ನಿರಾಸಕ್ತಿ ಹೊಂದಿದ್ದ.

ಆ ಮಶೀನಿನ ಹೆಸರು ಟೆಲಿವಿಷನ್!

ನಿಮಗೆ ಗೊತ್ತು. ಇವತ್ತಿನ ಮಟ್ಟಿಗೆ ಈ ಟೆಲಿವಿಷನ್ ನಮಗೆಲ್ಲಾ ಒಂದು ಜರೂರತ್ತಾಗಿ ಹೋಗಿದೆ. ಆಫೀಸಿನಲ್ಲಿ ಬಾಸ್‌ನ ಲೈಂಗಿಕ ಕಿರಿಕಿರಿಯಿಂದ ಬೇಸತ್ತ ಮುಗ್ಧೆಯೊಬ್ಬಳು ಮನೆಗೆ ಬಂದ ಕೂಡಲೇ ಟೀವಿ ಸ್ವಿಚ್ಚನ್ನು ಅದುಮುತ್ತಾಳೆ.

'ಟ್ರಿಗ್ನಾಮೆಟ್ರಿ' ಕ್ಲಾಸಿನಲ್ಲಿ 'ಟ್ಯಾನ್ ಸ್ಕ್ವೇರ್ ತೀಟಾ ಪ್ಲಸ್ ಕಾಟ್ ಸ್ಕ್ವೇರ್ ತೀಟಾ' ಎಂದೆಲ್ಲ ತಲೆ ಕೆಡಿಸಿಕೊಂಡ ಹುಡುಗ ಕೊನೆಗೊಮ್ಮೆ ಎಮ್ ಟೀವಿಯ ರ್‍ಯಾಪ್ ಜೋಗುಳದೊಂದಿಗೆ ನಿದ್ರಿಸುತ್ತಾನೆ. ಅಷ್ಟೇ ಏಕೆ? ಅರಳೀಕಟ್ಟೆಯ ಮೇಲೆ ತಿಂದಾಕಿದ ಕಡ್ಲೆಬೀಜ ಖಾಲಿಯಾದಾಗ, ಪ್ರತಿ ಸಂಜೆಯ ಖಾಯಂ ಗೆಳೆಯ ಆವತ್ತು ಆಕಸ್ಮಾತ್ತಾಗಿ ಬಾರದೇ ಹೋದಾಗ ನಮ್ಮ ಪಿಂಚಣಿದಾರರಿಗೆ ಇದೇ ಟೀವಿ ಜನ್ಮ ಜನ್ಮಾಂತರದ ಅರ್ಧಾಂಗಿಯಾಗಿ ಬಿಡುತ್ತದೆ!

ಹೀಗೆ ಸಮಾಜದ ವಿವಿಧ ಸ್ತರದ ಜನತೆಗೆ ಒಂದೊಂದು ರೀತಿಯಲ್ಲಿ

ವಿಚಿತ್ರ ನೆಮ್ಮದಿ ನೀಡುವ ಟೀವಿಯನ್ನು ಅದ್ಯಾಕೆ ಈಡಿಯಟ್ ಬಾಕ್ಸ್ ಎಂದು ಕರೆದರು? ಖುದ್ದು ಬೇಯರ್ಡ್ ಕೂಡ ತನ್ನ why I invented TV? ಎಂಬ ಪುಸ್ತಕದಲ್ಲಿ ಟೀವಿಯ ಬಗ್ಗೆ ಹಾಗೇಕೆ ಬರೆದ? ಎಂದು ನಿಮಗೆ ಗೊತ್ತಾಗಬೇಕಾದರೆ ಈ ಟೀವಿಯ ಹಿನ್ನೆಲೆ ಕೆದಕಬೇಕಾಗುತ್ತದೆ.

ನಿಮಗೆ ಗೊತ್ತಿರಲಿಕ್ಕಿಲ್ಲ. ಇಡೀ ಜಗತ್ತಿಗೆ ಗುಲಾಮಗಿರಿಯನ್ನು ಮೊಟ್ಟಮೊದಲ ಬಾರಿಗೆ ಪರಿಚಯಿಸಿದ್ದು ಫ್ರೆಂಚರು. ಅಲ್ಲಿ ಗುಲಾಮಗಿರಿಯೆಂಬುದು ಸಾವಿರಾರು ವರ್ಷಗಳಷ್ಟು ಪುರಾತನವಾದದ್ದು. ಇವತ್ತಿಗೂ ಅಲ್ಲಿನ ಕೆಲವೊಂದು ಜನಾಂಗಗಳು ತೀವ್ರ ರೀತಿಯ ಗುಲಾಮಗಿರಿಗೆ ಒಳಪಟ್ಟಿವೆ. ಅಲ್ಲಿನ ಸರ್ಕಾರ ಕೂಡ ಈ ಪದ್ಧತಿಯನ್ನು ಪರೋಕ್ಷವಾಗಿ ಪೋಷಿಸುತ್ತಿವೆ.

ಬಹುಶಃ ಅದಕ್ಕೆಂದೇ ಅದು ಫ್ರೆಂಚ್ ವಿಜ್ಞಾನಿ ಬೇಯರ್ಡ್‌ಗೆ ಕೇಳಿಕೊಂಡಿತ್ತು: ' ನೋಡು, ನಮಗೊಂದು ಮಶೀನ್‌ಬೇಕು. ಅದರಿಂದ ನಮ್ಮ ಗುಲಾಮ ಜನತೆಯ ವಿವೇಚನಾಶಕ್ತಿ ಕುಂಠಿತವಾಗಬೇಕು. ಈ ಜನ ತಮ್ಮ ವಿರಾಮದ ಸಮಯದಲ್ಲಿ ಈ ಮಶೀನ್‌ನ ಮುಂದೆ ತಟಸ್ಥರಾಗಿ ಕುಳಿತರಬೇಕೇ ಹೊರತು ಅವರ್‍ಯಾವತ್ತೂ ತಮ್ಮ ಸುತ್ತಲಿರುವ ಗುಲಾಮಿ ಸಂಕೋಲೆಗಳಿಂದ ಹೊರಬರುವ ಯೋಚನೆ ಕೂಡ ಮಾಡಕೂಡದು. ಅಂಥದೊಂದು ಸಾಧನವನ್ನು ತಯಾರಿಸಿಕೊಡು'.

ಹಾಗೆ ಫ್ರೆಂಚ್ ಸರ್ಕಾರದ ನಿರಂತರ ಬೇಡಿಕೆಗೆ, ಒತ್ತಡಕ್ಕೆ ಮಣಿದು ಉದ್ಭವವಾದದ್ದೇ ಈ ಟೆಲಿವಿಷನ್ನು! ದುರಂತ ನೋಡಿ. ಯಾವ ಉದ್ದೇಶಕ್ಕಾಗಿ ಟೀವಿಯನ್ನು ತಯಾರಿಸಲಾಯಿತೋ ಅದೆಲ್ಲವನ್ನೂ ಮೀರಿ ಪ್ರಪಂಚದ ಮೂಲೆ ಮೂಲೆಗಳಲ್ಲಿ ಟೀವಿಯ side effect ಗಳು ಗೋಚರಿಸತೊಡಗಿವೆ.

ಅಮೆರಿಕದ ನೂರಾರು ಚಾನೆಲ್ಲುಗಳ ಪೈಕಿ ಶೇಕಡಾ ತೊಂಬತ್ತರಷ್ಟು ಚಾನಲ್ಲುಗಳಲ್ಲಿ ಬರೀ ಸೆಕ್ಸು ಮತ್ತು ಕ್ರೈಮನ್ನು ವೈಭವೀಕರಿಸಲಾಗುತ್ತಿದೆ. ಅಲ್ಲಿ ತಂದೆ ತಾಯಿಗಳಿಬ್ಬರೂ ಹೊರಗಡೆ ಕೆಲಸ ಮಾಡುವವರೇ ಆಗಿರುವುದರಿಂದ ಅಲ್ಲಿನ ಮಕ್ಕಳಿಗೆ ಇಂಥವೇ ಚಾನಲ್ಲುಗಳನ್ನು ನೋಡಿ ತಲೆಚಿಟ್ಟು ಹಿಡಿದಿರುತ್ತದೆ. ಹೀಗೆ ನಿರಂತರವಾಗಿ ಹುಡುಗರ ಮೇಲೆ ಕ್ರೈಮು ಮತ್ತು ಸೆಕ್ಸುಗಳು ದಾಳಿ ಮಾಡತೊಡಗಿದಾಗ ಬರುವ ಫಲಿತಾಂಶವೆಂದರೆ;

ಕೇವಲ ಹದಿನೈದು ವರ್ಷದ ಪೋರನೊಬ್ಬ ತನ್ನ ಜೀನ್ಸ್‌ನ ಜೇಬಿನಲ್ಲಿ

ಪಿಸ್ತೂಲೊಂದನ್ನು ತುರುಕಿಕೊಂಡು ಶಾಲೆಗೆ ಹೊರಡುತ್ತಾನೆ. ಇಂಥದೇ ನಾಲ್ವರು ಹುಡುಗರು ಸೇರಿಕೊಂಡಾಗ ರಾಬರಿ ಜನಿಸುತ್ತದೆ. ಮುಂದೆ ಅದೇ ತಂಡ ತಮಗಿಂತ ಎರಡು ಪಟ್ಟು ಹಿರಿಯರಾದ ಹೆಂಗಸರನ್ನು ಅಮಾನುಷವಾಗಿ ರೇಪ್ ಮಾಡುತ್ತದೆ. ಪರಿಣಾಮವಾಗಿ ಇವತ್ತು ಅಮೆರಿಕದ ಜೈಲುಗಳಲ್ಲಿರುವ ಖೈದಿಗಳ ಪೈಕಿ ಅರವತ್ತು ಪರ್ಸೆಂಟಿನಷ್ಟು ಜನ ಬರೀ ಹುಡುಗರು ಮತ್ತು ಅವರೆಲ್ಲರ ವಯಸ್ಸು ಹತ್ತೊಂಬತ್ತಕ್ಕಿಂತ ಕಡಿಮೆ! ಅಲ್ಲಿನ 'ಪ್ಯೂ ಚಾರಿಟಬಲ್ ಟ್ರಸ್ಟ್'ನ ವರದಿಯ ಪ್ರಕಾರ, ಅಮೆರಿಕದಲ್ಲಿ ಪ್ರತಿ ನಿಮಿಷಕ್ಕೆ ವಿಶ್ವದ ಇತರೇ ರಾಷ್ಟ್ರಗಳಿಗಿಂತ ಅತ್ಯಂತ ಹೆಚ್ಚು ದರೋಡೆ, ಕೊಲೆ ಮತ್ತು ರೇಪಿನಂತಹ ಘಟನೆಗಳು ಜರುಗುತ್ತವೆ.

ಇನ್ನು ಲಂಡನ್ನಿಗೆ ಬನ್ನಿ. ಇಲ್ಲಿ 'ಪ್ಲಸ್ ಟ್ವೆಂಟಿವನ್' ಎಂಬ ಹೆಸರಿನ ಚಾನಲ್ಲೊಂದಿದೆ. ದಿನದ ಇಪ್ಪತ್ನಾಲ್ಕು ಗಂಟೆಗಳ ಕಾಲ ಸೆಕ್ಸ್‌ನ ಅಪ್ಪಟ ವಲ್ಗಾರಿಟಿಯನ್ನು ಅಲ್ಲಿ ತೋರಿಸಲಾಗುತ್ತದೆ. ಇದೇ ಚಾನಲ್ಲನ್ನು ನೋಡಿ ನೋಡಿ ತಲೆ ಕೆಡಿಸಿಕೊಂಡ ಹನ್ನೆರಡು ವರ್ಷದ ಹುಡುಗಿಯೊಬ್ಬಳು ಗರ್ಭ ಧರಿಸುತ್ತಾಳೆಂದರೆ ನಂಬುವುದಾದರೂ ಹೇಗೆ? ಪತ್ರಕರ್ತನೊಬ್ಬ ಈ ಬಾಲೆಯ ತಾಯಿಯನ್ನು ಮುಂದೇನು ಮಾಡುತ್ತೀರಿ? ಎಂದು ಕೇಳಿದಾಗ ಆಕೆ ಹೇಳಿದ್ದೇನು ಗೊತ್ತೆ?

'ಇನ್ನೇನು ಮಾಡೋಕಾಗುತ್ತೆ? ಆದದ್ದಾಯಿತು. ಅಬಾರ್ಷನ್ ಮಾಡಿಸುತ್ತೇನೆ. ಮನೆಯಲ್ಲಿರುವ ಡಿಶ್ ಆಂಟೆನಾ ಪುಡಿಪುಡಿ ಮಾಡುತ್ತೇನೆ!'

ಇಂಥವೇ ಅನಾಹುತಕಾರಿಯಾದ ವಿದೇಶಿ ಚಾನಲ್ಲುಗಳು ಭಾರತಕ್ಕೂ ಬಂದಿವೆ. ಅದರ ಫಲಿತಾಂಶ ಇಲ್ಲಿನ ಆರ್ಥಿಕತೆ ಮತ್ತು ನೈತಿಕತೆಯ ಮೇಲೆ ನಿಧಾನವಾಗಿ ಗೋಚರಿಸತೊಡಗಿದೆ. ಸಮೀಕ್ಷೆಯೊಂದರ ಪ್ರಕಾರ, ಈಗಾಗಲೇ ದೆಹಲಿಯ ಪ್ರತಿ ನೂರು ಶಾಲಾ ಹುಡುಗರ ಪೈಕಿ ಎಪ್ಪತ್ತು ಹುಡುಗರಲ್ಲಿ ಸೆಕ್ಸ್ ವಲ್ಗಾರಿಟಿ ಮೂಡತೊಡಗಿದೆ. ಇತ್ತ ನಮ್ಮ ಹುಡುಗರು ಈ ರೀತಿ ಹಾಳಾಗುತ್ತಿದ್ದರೆ, ಅತ್ತ ESPN, ಸ್ಟಾರ್‌ಮೂವೀ ಮತ್ತು ಝೀ ಸಿನೆಮಾದಂಥ ಚಾನೆಲ್ಲುಗಳು ಪ್ರತಿ ವರ್ಷ ಏನಿಲ್ಲವೆಂದರೂ ಇನ್ನೂರು ಕೋಟಿಯಷ್ಟು ದುಡ್ಡು ಬಾಚುತ್ತಿವೆ. ಎರಡೂ ಕಡೆಯಿಂದಲೂ ನಷ್ಟ ನಮಗೇ.

ಹಾಗಂತ ಟೀವಿ ನೋಡುವುದೇ ಬೇಡ ಎನ್ನುವುದು ಮೂರ್ಖತನದ ಪರಮಾವಧಿಯಾದೀತು. ಇವತ್ತಿನ ದಿನನಿತ್ಯದ ಜಂಜಾಟಗಳ ಮಧ್ಯೆ ನಲುಗಿ

ಹೋಗುವ ನಮಗೆ ಟೀವಿಯೆಂಬುದು ಅದ್ಭುತ ವಸ್ತು! ಡಿಸ್ಕವರಿ, ನ್ಯಾಶನಲ್ ಜಿಯಾಗ್ರಾಫಿಕ್‌ನಂಥ ಚಾನೆಲ್ಲುಗಳು ಈ ಲೋಕದ ನೂರೆಂಟು ಅಚ್ಚರಿಗಳನ್ನು ನಮ್ಮೆದುರಿಗೆ ತಂದು ಸುರಿಯುತ್ತವೆ.

ಅದೇನೇ ಇರಲಿ, ಟೀವಿಯೆಂಬುದು ಅಲ್ಲಾವುದ್ದೀನನ ದೀಪದ ಭೂತದಂತೆ. ಅದು ಸ್ಮಿತ್ ಎಂಬ ಹದಿನೈದು ವರ್ಷದ ಪೋರನಿಗೆ ಕೊಲೆ ಮಾಡಲು ಸ್ಫೂರ್ತಿ ನೀಡಬಲ್ಲದು. ಹನ್ನೆರಡು ವರ್ಷದ ಮಾರ್ಟಿನಾಳಿಗೆ ಅವಸರವಾಗಿ ಗರ್ಭ ಧರಿಸಲು ಪ್ರೇರೇಪಿಸಲೂಬಹುದು. ಹಾಗೆಯೇ ಜೆ.ಎಲ್. ಬೇಯರ್ಡ್ ಎಂಬ ವಿಜ್ಞಾನಿಗೆ ವಿನಾ ಕಾರಣ ಭಯ ಹುಟ್ಟಿಸಬಲ್ಲುದು.

ಈ ಬೇಯರ್ಡ್‌ಗಿದ್ದ ಭಯ ನಮ್ಮಲ್ಲೂ ಮೂಡತೊಡಗಿದರೆ ಅದೆಷ್ಟು ಚೆಂದ!

ಭಾರತದಲ್ಲಿ ಟೆಕ್ನಾಲಜಿ ಎಂಬುದು ಅಕ್ಷಯಪಾತ್ರೆ!

ನಿಮಗೊಂದಿಷ್ಟು ಪ್ರಶ್ನೆ ಕೇಳುತ್ತೇನೆ, ಪ್ರಾಮಾಣಿಕವಾಗಿ ಉತ್ತರಿಸಿ.

ನೀವು ಪಾರ್ಕೊಂದರ ಮೂಲೆಯಲ್ಲಿ ನಿಮ್ಮ ಹುಡುಗಿಯೊಂದಿಗೆ ಏಕಾಂತದಲ್ಲಿದ್ದಾಗ, ಎಲ್ಲಿಂದಲೋ ಪ್ರತ್ಯಕ್ಷವಾದ ಐದಾರು ಧಾಂಡಿಗರು ಅವಾಚ್ಯವಾಗಿ ಬಯ್ಯುತ್ತ ನಿಮ್ಮನ್ನು ಸುತ್ತುವರೆಯುತ್ತಾರೆ. ಆಗ ನಿಮ್ಮ ರಿಯಾಕ್ಷನ್ ಹ್ಯಾಗಿತ್ತು? ಆ ಧಾಂಡಿಗರ ವರ್ತನೆ, ಮಾತುಗಳು ನಿಮ್ಮ ಸಹನೆಯನ್ನು ಕೆಣಕುತ್ತಿದ್ದರೂ ನೀವು ಬಾಲಸುಟ್ಟ ಬೆಕ್ಕಿನಂತೆ ಅಲ್ಲಿಂದ ಜಾಗ ಖಾಲಿ ಮಾಡಿರಲಿಲ್ಲವೆ?

ಅದು ಬಿಡಿ, ವರ್ಷವಿಡೀ ಅವಳೊಂದಿಗೆ ಸಿನೆಮಾ, ಪಾರ್ಕು ಅಂತೆಲ್ಲಾ ತಿರುಗಾಡಿ ಇನ್ನೇನು ಪರೀಕ್ಷೆಗೆ ಕೇವಲ ಎರಡೇ ಎರಡು ದಿನಗಳಿವೆ ಅಂತಾದಾಗ ಮುನ್ನೂರ ಎಪ್ಪತ್ನಾಲ್ಕು ಪೇಜುಗಳ ಪುಸ್ತಕವನ್ನು ಅರ್ಧ ದಿನದಲ್ಲೇ ಮುಗಿಸುತ್ತೇನೆಂದುಕೊಂಡು ಬರೀ ಒಂದೂವರೆ ಪೇಜು ಮುಗಿಸುವುದರಲ್ಲೇ ಸುಸ್ತಾಗಿ ಹೋಗಿದ್ದೀರಲ್ಲವೇ?

ಹಾಗಾದರೆ ನಿಮಗೀಗ ಇಪ್ಪತ್ತೊಂದು ವಯಸ್ಸು!

Naturally, ನಿಮಗೀಗ ದಾಡಿ ಬಂದಿದೆ. ಹಾಗಾದರೆ ಷೇವ್ ಮಾಡಲು ಯಾವ ಕ್ರೀಮನ್ನು ಬಳಸುತ್ತೀರಿ? ಪಾಮೋಲಿವಾ? ಗೋದ್ರೇಜಾ ಅಥವಾ ಡೆನಿಮ್ಮಾ? ಅದೆಲ್ಲಾ ಬಿಟ್ಹಾಕಿ. ಷೇವ್ ಮಾಡುವ ಮೊದಲು ಬಿಸಿ ನೀರಿನಿಂದ ಮುಖ ತೊಳೆಯಿರಿ. ಅಂಗೈಗೆ ಐದು ಹನಿ ಹಾಲು (ಹಸೀ ಹಾಲಿದ್ದರೆ ಒಳ್ಳೆಯದು) ಹಾಕಿಕೊಳ್ಳಿ. ಮೆಲ್ಲಗೆ ಕೈಗಳಿಂದ ಕೆನ್ನೆಯನ್ನು ನೀವಿಕೊಳ್ಳಿ. ನಂತರ ಕ್ರೀಮ್ ಹಚ್ಚದೇ ಷೇವಿಂಗ್ ಮಾಡಿ. ನಿಮ್ಮ ಬ್ಲೇಡು ಸರ್ರಂತ ಜಾರದಿದ್ದರೆ ನನ್ನಾಣೆ!

ಇದು ಅಪ್ಪಟ ಭಾರತೀಯ ಟ್ರಿಕ್ಕು!

ಇದರಿಂದ ನಿಮ್ಮ ಬ್ಲೇಡಿನ ಆಯಸ್ಸು ದುಪ್ಪಟ್ಟಾಗುತ್ತದೆ. ಕ್ರೀಮಿನ ಹಣ

ಉಳಿತಾಯ. ಮುಖ್ಯವಾಗಿ ನಿಮ್ಮ ಮುಖ ಕಾಂತಿಯುತವಾಗುತ್ತದೆ. ಯಾಕೆಂದರೆ, ಹಾಲು ಜಗತ್ತಿನ ಅತ್ಯುತ್ತಮ ಕ್ಲೀನಿಂಗ್ ಏಜೆಂಟು!

ಇದು ಅತ್ಯಂತ ಸಿಲ್ಲೀ ಟೆಕ್ನಾಲಜಿ(?)ಯಾದರೂ ಇದಕ್ಕಿಂತ ಅತ್ಯುತ್ತಮವಾದ ತಂತ್ರಜ್ಞಾನ ಪ್ರಾಚೀನ ಭಾರತೀಯರಲ್ಲಿತ್ತು. ವಿದೇಶಿಯರಿಗೆ ಗೊತ್ತಿರದಿದ್ದ ಅನೇಕ ವಿಷಯಗಳ ಬಗ್ಗೆ ನಮ್ಮವರು ಹಿಡಿತ ಹೊಂದಿದ್ದರು. ದುರಂತವೆಂದರೆ, ಕಾಲನ ಹೊಡೆತಕ್ಕೆ, ಪ್ರಾಚೀನವಾದುದೆಂಬ ಅಸಡ್ಡೆಗೆ ಒಳಗಾಗಿ ಅವೆಲ್ಲ ನಾಶವಾಗಿ ಹೋದವು. ಎಲ್ಲಕ್ಕಿಂತ ಮುಖ್ಯವಾಗಿ ಇವೆಲ್ಲ ತಂತ್ರಜ್ಞಾನಗಳ ಬಗ್ಗೆ ನಿಖರವಾಗಿ know how? ಎಂದು ಒಬ್ಬನೇ ಒಬ್ಬ ತನ್ನ ಮುಂದಿನ ಪೀಳಿಗೆಗೆ ಬರೆದಿಡಲಿಲ್ಲ. ಯಾಕೆಂದರೆ ಆತನೊಬ್ಬ ಅನಕ್ಷರಸ್ಥ!

ತಮಾಷೆಯೇನು ಗೊತ್ತೆ? ಇವತ್ತಿಗೂ ಪ್ರಾಚೀನ ಭಾರತದ ಸೈನ್ಸು, ಟೆಕ್ನಾಲಜಿ ಹ್ಯಾಗಿತ್ತು? ಎಂದು ವಿವರಿಸುವ ಒಂದೇ ಒಂದು ಪುಸ್ತಕ ಭಾರತದಲ್ಲಿಲ್ಲ. ಅದೆಲ್ಲವನ್ನು ನೀವು ತಿಳಿಯಬೇಕಾದರೆ ಲಂಡನ್ನಿಗೆ ಹೋಗಬೇಕು. ಅಲ್ಲಿನ 'ಹೌಸ್ ಆಫ್ ಕಾಮನ್ಸ್' ನ ಲೈಬ್ರರಿಗಳಲ್ಲಿ ಹುಡುಕಾಡಬೇಕು. ಭಾರತದ ಅನಕ್ಷರಸ್ಥ ವಿಜ್ಞಾನಿಗಳ ಬಗ್ಗೆ, ಅವರು ತಯಾರಿಸುತ್ತಿದ್ದ ವಸ್ತುಗಳ ಬಗೆಗಿನ ವಿವರಗಳನ್ನು ಅಲ್ಲಿನ ಪುಸ್ತಕಗಳಲ್ಲಿ ಓದುತ್ತಿದ್ದಂತೆಯೇ ನೀವು ಗಾಬರಿಯಾಗುತ್ತೀರಿ. ಅಂಥದೊಂದು ವಿವರ ಹೀಗಿದೆ:

ಅದು 1820 ರ ಸಮಯ. ಲಂಡನ್ನಿನ ಸರ್ಕಾರ ವಿಲಿಯಂ ಆ್ಯಡಂ ಎಂಬ ಅಧಿಕಾರಿಯೊಬ್ಬನನ್ನು ಭಾರತಕ್ಕೆ ಕಳಿಸಿಕೊಡುತ್ತದೆ. ಇಂಡಿಯಾದಲ್ಲಿನ ತಂತ್ರಜ್ಞಾನ ಯಾವ ಹಂತದಲ್ಲಿದೆ? ಇಲ್ಲಿರುವ man power ಪ್ರಮಾಣವೆಷ್ಟು? ಅದನ್ನೆಲ್ಲ ಇಲ್ಲಿನ ಈಸ್ಟ್ ಇಂಡಿಯಾ ಕಂಪೆನಿ ಯಾವ ರೀತಿ ಬಳಸಿಕೊಳ್ಳಬಹುದು? ಎಂಬುದರ ಬಗ್ಗೆ ಸರ್ವೆ ಮಾಡಲು ಆತ ಭಾರತಕ್ಕೆ ಬರುತ್ತಾನೆ. ಇಲ್ಲಿನ ನೂರಾರು ಹಳ್ಳಿಗಳನ್ನು ಸುತ್ತುತ್ತಾನೆ. ಇಲ್ಲಿರುವ ಕಾರ್ಖಾನೆ, ಬಳಸುವ ತಂತ್ರಜ್ಞಾನ ಮತ್ತು ಅವುಗಳ ಗುಣಮಟ್ಟಗಳನ್ನು ನೋಡಿ ದಿಗ್ಭ್ರಮೆಗೊಳ್ಳುತ್ತಾನೆ. ಕೊನೆಗೊಂದು ದಿನ ತನ್ನ ಕೋಣೆಯಲ್ಲಿ ಕುಳಿತು ಸುಮಾರು ಒಂದು ಸಾವಿರದ ಹದಿನೇಳು ಪುಟಗಳಷ್ಟು ಸುದೀರ್ಘವಾದ ವರದಿಯೊಂದನ್ನು ಲಂಡನ್ನಿಗೆ ರವಾನಿಸುತ್ತಾನೆ. "ಭಾರತ ಅತ್ಯುತ್ತಮ ತಂತ್ರಜ್ಞಾನ ಹೊಂದಿರುವ ದೇಶ......" ಎಂದೇ ಪ್ರಾರಂಭ ಮಾಡುವ ವಿಲಿಯಂ

ತನ್ನ ವರದಿಯುದ್ದಕ್ಕೂ ಅದಕ್ಕೆ ಸಂಬಂಧಪಟ್ಟ ನೂರಾರು ಉದಾಹರಣೆಗಳನ್ನು ಕೊಡುತ್ತಾ ಹೋಗುತ್ತಾನೆ. ಅಂಥದೊಂದು ವಿವರವನ್ನು ಆತನ ಬಾಯಿಂದಲೇ ಕೇಳಿ:

"ಈ ಸಮಯದಲ್ಲಿ (ಅಂದರೆ 1820ರಲ್ಲಿ) ಭಾರತದಲ್ಲಿ ತಯಾರಿಸಲಾಗುತ್ತಿರುವ ಸ್ಟೀಲನ್ನು ಯೂರೋಪಿನ ಯಾವ ರಾಷ್ಟ್ರಗಳಲ್ಲೂ ತಯಾರಿಸುವುದಿಲ್ಲ. ನಾನು ಡೆನ್ಮಾರ್ಕಿಗೂ ಹೋಗಿ ಬಂದಿದ್ದೇನೆ. (ವಿಲಿಯಂ ಆ್ಯಡಂ ಡೆನ್ಮಾರ್ಕಿಗೆ ಹೋಗಿದ್ದರೂ ಹೋಗಿರಬಹುದು. ಆ ಸಮಯದಲ್ಲಿ ಯೂರೋಪಿಯನ್ ದೇಶಗಳಲ್ಲಿ ಉತ್ಕೃಷ್ಟ ದರ್ಜೆಯ ಸ್ಟೀಲ್ ಅನ್ನು ತಯಾರಿಸುತ್ತಿದ್ದ ಏಕೈಕ ರಾಷ್ಟ್ರವೆಂದರೆ ಡೆನ್ಮಾರ್ಕ್ ಮಾತ್ರ! – ಲೇಖಕ) ಆದರೆ ಇಲ್ಲಿನ ಸ್ಟೀಲ್ ಡೆನ್ಮಾರ್ಕಿನದಕ್ಕಿಂತಲೂ ಉತ್ತಮ ದರ್ಜೆಯದ್ದಾಗಿದೆ. ಒಂದು ವೇಳೆ ಈಸ್ಟ್ ಇಂಡಿಯಾ ಕಂಪೆನಿಗೆ ಹಡಗು ತಯಾರಿಸಲು, ಆಯುಧಗಳನ್ನು ತಯಾರಿಸಲು ಅಥವಾ ಇನ್ಯಾವುದೇ ಕೆಲಸಕ್ಕೆ ಸ್ಟೀಲು ಬೇಕಾಗಿದ್ದರೆ – ಇದನ್ನೇ ಆಮದು ಮಾಡಿಕೊಳ್ಳಬಹುದು....."

ಇಂಥದೊಂದು ವರದಿ ಓದುತ್ತಿದ್ದಂತೆಯೇ ಅರೇ ಇವನೇನು ಬರೀತಿದಾನೆ? ಎಂದು ರೇಗತೊಡಗಿದ ಬ್ರಿಟಿಷರು ಸಮೀಕ್ಷೆಗೆಂದು ತಂಡವೊಂದನ್ನು ಇಲ್ಲಿಗೆ ಕಳಿಸುತ್ತಾರೆ. ವಿಲಿಯಂ ಆ್ಯಡಂ ಇಡೀ ತಂಡವನ್ನು ಮಧ್ಯಪ್ರದೇಶದ 'ಸರ್ಗುಜಾ' ಎಂಬ ಪ್ರದೇಶಕ್ಕೆ ಕರೆದೊಯ್ಯುತ್ತಾನೆ. ಅಲ್ಲಿಗೆ ಕಾಲಿಟ್ಟ ಬ್ರಿಟಿಷ್ ತಂಡ ಹೌಹಾರುತ್ತದೆ. ಯಾಕೆಂದರೆ ಅಲ್ಲಿನ ಕಾರ್ಖಾನೆಗಳಲ್ಲಿ ಕೆಲಸ ಮಾಡುವ ಕಾರ್ಮಿಕ ಮತ್ತು ಮಾಲೀಕರಿಬ್ಬರಿಗೂ ಯಾವುದೇ ಡಿಗ್ರಿಯಲ್ಲ. ಆದರೂ ಅವರಿಗೆ ಜಗತ್ತಿನಲ್ಲೇ ಉತ್ಕೃಷ್ಟ ಸ್ಟೀಲು ತಯಾರಿಸುವ ತಂತ್ರಜ್ಞಾನ ಗೊತ್ತು. ಎಲ್ಲಕ್ಕಿಂತ ಮುಖ್ಯವಾಗಿ ಇಂಥದೊಂದು ಸ್ಟೀಲು ತಯಾರಿಸುವ ಕಾರ್ಖಾನೆಗಳು ಸುಮಾರು ಹತ್ತು ಸಾವಿರದಷ್ಟಿದ್ದವು!

ಸರ್ಗುಜಾವೊಂದರಲ್ಲೇ ಪ್ರತಿವರ್ಷ 20–30 ಲಕ್ಷ ಟನ್ನುಗಳಷ್ಟು ಸ್ಟೀಲನ್ನು ತಯಾರಿಸಲಾಗುತ್ತಿತ್ತು. ಹೀಗೆ ಭಾರತದ ನಾನಾ ಮೂಲೆಯಲ್ಲಿದ್ದ ಸ್ಟೀಲು ಕಾರ್ಖಾನೆಗಳ ಸಂಖ್ಯೆ ಲೆಕ್ಕ ಹಾಕಿದ ವಿಲಿಯಂ, ಆ ಸಮಯದಲ್ಲೇ ಭಾರತ ಪ್ರತಿವರ್ಷ ಸುಮಾರು 70–90 ಲಕ್ಷ ಟನ್‌ಗಳಷ್ಟು ಸ್ಟೀಲು ಉತ್ಪಾದಿಸುತ್ತಿತ್ತೆಂದು ಅಂದಾಜಿಸುತ್ತಾನೆ. ಆದರೆ ಅದೇ ಸಮಯದಲ್ಲಿ ಯೂರೋಪಿನ ಎಲ್ಲ ಹನ್ನೆರಡು ದೇಶಗಳ ಉತ್ಪಾದನೆಯನ್ನು ಸೇರಿಸಿದರೂ ಕೂಡ ಅದು 40 ಲಕ್ಷ ಟನ್ ದಾಟುತ್ತಿರಲಿಲ್ಲ. ಸದ್ಯಕ್ಕೆ ನೂರಾರು ಕೋಟಿಗಳ ಆಧುನಿಕ ಸಲಕರಣೆ,

ತಂತ್ರಜ್ಞಾನ ಹೊಂದಿದ್ದರೂ ಕೂಡ ನಮ್ಮ ವಾರ್ಷಿಕ ಉತ್ಪಾದನೆ 100 ಲಕ್ಷ ಟನ್‍ಗಳ ಆಸುಪಾಸಿನಲ್ಲಿದೆ.

ಮುಂದೆ ಬ್ರಿಟಿಷ್ ತಂಡ ಅಲ್ಲಿನ ಕಾರ್ಮಿಕರೊಂದಿಗೆ ತಂತ್ರಜ್ಞಾನ ವಿನಿಮಯ ಮಾಡಿಕೊಳ್ಳಲು ಮುಂದಾಯಿತಾದರೂ ಭಾಷೆಯ ಸಮಸ್ಯೆಯಿಂದಾಗಿ ನಿರಾಶೆಗೊಂಡು ಮರಳುತ್ತದೆ.

ಆದರೆ ಇವತ್ತಿಗೂ ಸರ್ಗುಜಾದ ಕೆಲ ಜನರಲ್ಲಿ ಆ ತಂತ್ರಜ್ಞಾನ ಜೀವಂತವಾಗಿದೆ. ಒಮ್ಮೆ ಸರ್ಗುಜಾ ಸರಪಂಚನೊಬ್ಬನನ್ನು ಆತ ತಯಾರಿಸಿದ ಸ್ಟೀಲಿನ ತುಂಡಿನ ಸಮೇತ ಬನಾರಸ್ ಯೂನಿವರ್ಸಿಟಿಯ ಮೆಟಲರ್ಜಿ ವಿಭಾಗಕ್ಕೆ ಕರೆದೊಯ್ಯಲಾಯಿತು. ಅಲ್ಲಿ ಆ ತುಂಡನ್ನು ಅಖಂಡ ಮೂರು ತಿಂಗಳುಗಳ ಕಾಲ ಪರೀಕ್ಷಿಸಿ(?) ಒಂದು ನಿರ್ಧಾರಕ್ಕೆ ಬರಲಾಯಿತು. ಅದೇನೆಂದರೆ, ಗುಣಮಟ್ಟದಲ್ಲಿ ಟಾಟಾ ಕಂಪೆನಿಯ ಸ್ಟೀಲು ಶೇಕಡಾ ನೂರರಷ್ಟಿದ್ದರೆ, ಈತನದ್ದು ತೊಂಬತ್ತರಷ್ಟಿದೆ!

ಟಾಟಾ ಕಂಪೆನಿಗೂ ಈ ಸರಪಂಚನಿಗೂ ಅದೆಂಥ ಹೋಲಿಕೆ? ಆ ಕಂಪೆನಿಯಲ್ಲಿ ಟೆಕ್ನಾಲಜಿಯನ್ನು ಓದಿರುವ ಇಂಜಿನಿಯರುಗಳಿದ್ದಾರೆ. ಆಧುನಿಕ ಯಂತ್ರಗಳಿವೆ. ಇಷ್ಟಾದರೂ ಆತ ತಯಾರಿಸುವ ಸ್ಟೀಲು ಗುಣಮಟ್ಟದಲ್ಲಿ ಟಾಟಾ ಕಂಪೆನಿಗಿಂತ ಶೇಕಡಾ ಹತ್ತರಷ್ಟು ಮಾತ್ರ ಕಡಿಮೆಯಿದೆ.

ಇದರರ್ಥ? ತಂತ್ರಜ್ಞಾನ ನಮ್ಮಲ್ಲೇ ಇದೆ. ಆದರೆ ಕೊಂಚ ಹಳೆಯದಾಗಿರಬಹುದು. ಅದನ್ನು ಅಭಿವೃದ್ಧಿ ಪಡಿಸುವುದು, ಇವತ್ತಿನ ಅಗತ್ಯಕ್ಕೆ ತಕ್ಕಂತೆ ಮಾರ್ಪಡಿಸುವುದು ಅಗತ್ಯ. ಬಹುಶಃ ಇದಕ್ಕಾಗಿಯೋ ಏನೋ ವಿಲಿಯಂ ಆ್ಯಡಂ ತನ್ನ ವರದಿಯ ಕೊನೆಗೆ ತನ್ನ ಸರ್ಕಾರಕ್ಕೆ ಮಾರ್ಮಿಕವಾದ ಸಲಹೆ ಕೊಡುತ್ತಾನೆ.

"ನಿಮಗೆಲ್ಲ ಏನಾದರೂ ಕಲಿಯೋದಿದ್ದರೆ ಇಲ್ಲಿಗೆ ಬನ್ನಿ. ಭಾರತದಲ್ಲಿ ಟೆಕ್ನಾಲಜಿ ಎಂಬುದು ಅಕ್ಷಯಪಾತ್ರೆ!"

ಹಾಲು ಕುಡಿಸಿದ ಎದೆಗೊಂದು ಕುಪ್ಪಸ ಹೊಲಿಸೋದು ಬೇಡವಾ?

1950.

ಜಗತ್ತಿನ ಎರಡನೇ ಮಹಾಯುದ್ಧ ಆಗಷ್ಟೇ ಮುಗಿದಿತ್ತು. ಇಡೀ ಯೂರೋಪಿಯನ್ ದೇಶಗಳಲ್ಲಿ ಎಂಥದ್ದೋ ಒಂದು ನಿತ್ರಾಣದ ನಿಟ್ಟುಸಿರು. ಯುದ್ಧ ಗೆಲ್ಲಲೇಬೇಕೆಂಬ ಉತ್ಸಾಹದಲ್ಲಿ ಇಡೀ ದೇಶದ ಆಸ್ತಿಯನ್ನೆಲ್ಲ ಫಿರಂಗಿಯ ಬಾಯಿಗೆ ಸುರಿದಿದ್ದ ಅಮೆರಿಕ, ತಾನು ಕಳೆದುಕೊಂಡಿದ್ದ ಹಣವನ್ನು ಹ್ಯಾಗೆ ಗಳಿಸುವುದು? ಎಂಬ ಲೆಕ್ಕಾಚಾರದಲ್ಲಿ ಮುಳುಗಿದ್ದರೆ, ಹೆಚ್ಚು ಕಡಿಮೆ ಇದೇ ಪರಿಸ್ಥಿತಿ ಜರ್ಮನಿ ಮತ್ತು ಫ್ರಾನ್ಸ್ ದೇಶಗಳದು.

ಆದರೆ ಇವೆಲ್ಲಕ್ಕಿಂತ ಭೀಕರವಾಗಿ ದಿವಾಳಿಯೆದ್ದಿದ್ದ ದೇಶವೆಂದರೆ ಜಪಾನ್! ಅಮೆರಿಕಾದ 'ಲಿಟಲ್ ಬಾಯ್' ಮತ್ತು 'ಫ್ಯಾಟ್‌ಮನ್' ಎಂಬೆರಡು ಅಣುಬಾಂಬುಗಳು ಜಪಾನಿನಂತಹ ಪುಟ್ಟದೇಶವನ್ನು ಯಾವ ಪರಿ ಅಡ್ಡಡ್ಡ ಮಲಗಿಸಿದ್ದವೆಂದರೆ, ಒಂದೇ ಹೊಡೆತಕ್ಕೆ ಅಲ್ಲಿನ ಎರಡು ಲಕ್ಷ ಜಪಾನೀಯರು ಪಟಪಟನೆ ಸುಟ್ಟು ಕರಕಲಾಗಿ ಹೋಗಿದ್ದರು. ಎಲ್ಲಿ ನೋಡಿದರೂ ರಕ್ತದ ಹಸೀ ವಾಸನೆ! ಜಪಾನೀಯರ ಪ್ರಮುಖ ಅಸ್ತ್ರವಾಗಿದ್ದ ಅವರ ಮೆದುಳಿಗೇ ಅಮೆರಿಕಾಕೈ ಹಾಕಿತ್ತು. ಅಲ್ಲಿದ್ದ ನೂರಾರು ಬೃಹತ್ ಕಾರ್ಖಾನೆಗಳು ಅಮೆರಿಕದ ಬಾಂಬ್ ದಾಳಿಗೆ ನೆಲಸಮವಾಗಿದ್ದವು.

ಆದರೆ ಕೆಲವೇ ವರ್ಷ!

ಅಡ್ಡಡ್ಡ ಮಲಗಿದ್ದ ಜಪಾನೀ ಮತ್ತೆ ಎದ್ದು ಕುಳಿತಿದ್ದ. ಮುರಿದುಹೋಗಿದ್ದ ಮನೆ, ಮನಸ್ಸುಗಳೆರಡನ್ನೂ ಮತ್ತೆ ಕಟ್ಟಿಕೊಂಡ. ಕಾರ್ಖಾನೆಯ ಕಂಬಗಳನ್ನು ಒಂದೊಂದಾಗಿ ಜೋಡಿಸಿದ. ನೋಡ ನೋಡುತ್ತಿದ್ದಂತೆಯೇ ಪುಟ್ಟ ಜಪಾನನ್ನು ಇಡೀ ಜಗತ್ತಿನಲ್ಲೇ ಹೊಳೆಯುವಂತೆ ಪುನರ್ ನಿರ್ಮಿಸಿದ. ಆದರೆ ಆತನಿಗೆ ಗೊತ್ತಿತ್ತು; ಇದ್ಯಾವುದೂ ಅಷ್ಟೊಂದು ಸರಳವಾಗಿರಲಿಲ್ಲ. ಇದಕ್ಕಾಗಿ ಆತ ವರ್ಷ ಗಟ್ಟಲೇ ದುಡಿದ. ಆ ಸಮಯದಲ್ಲಿ ಇಡೀ ಜಪಾನ್ ಒಂದೇ

ಒಂದು ವೇದವಾಕ್ಯವನ್ನು ಪಠಿಸುತ್ತಿತ್ತು:

We should always cross the 't' and dot the 'I'

ಇದರರ್ಥ ಇಷ್ಟೇ; ಯಾವ ಸಮಯದಲ್ಲಿ ಯಾವ ಕೆಲಸ ಮಾಡಬೇಕೋ ಅದನ್ನೇ ಮಾಡಿ. ಮತ್ತು ಅಂಥದೊಂದು ಕೆಲಸವನ್ನು ಶ್ರದ್ಧೆಯಿಂದ, ನಿಖರತೆಯಿಂದ ಮಾಡಿ. ಇಷ್ಟಕ್ಕೂ ನಿಮಗೊಂದು ವಿಷಯ ಗೊತ್ತಾ? ಭೌಗೋಳಿಕವಾಗಿ ಜಪಾನೆಂಬುದು ಜಗತ್ತಿನಲ್ಲೇ ಅತ್ಯಂತ ಅಭದ್ರ ದೇಶ! ಅಲ್ಲಿ ವರ್ಷಕ್ಕೆರಡು ಸಲ ಭೂಮಿ ನಡುಗುತ್ತದೆ. ಭೂಕಂಪವಾಗುತ್ತದೆ. ಇಷ್ಟಾದರೂ ಅಲ್ಲಿನ ಮನುಷ್ಯ ತುಂಬ ಶ್ರಮಜೀವಿ. ಆತ ಮತ್ತೆ ಎದ್ದು ನಿಲ್ಲುತ್ತಾನೆ. ಕಾರ್ಖಾನೆಯ ಕಂಬಗಳನ್ನು ಸರಿಪಡಿಸುತ್ತಾನೆ. ಮುಖ್ಯವಾಗಿ, ಅಯ್ಯೋ ಹೀಗಾಯಿತಲ್ಲ? ಎಂದು ಆತ ಯಾವತ್ತೂ ತನ್ನ ಮೆದುಳನ್ನು ಮಾರಿಕೊಳ್ಳುವುದಿಲ್ಲ.

He will avoid brain drain! ತನ್ನಲ್ಲಿರುವ ಜ್ಞಾನ ಸಂಪತ್ತನ್ನು ದೇಶದ ಹೊರಗೆ ಹೋಗದಂತೆ ನೋಡಿಕೊಳ್ಳುತ್ತಾನೆ. ಹೀಗಾಗಿ ಅಲ್ಲಿ ಪ್ರತಿಭಾ ಪಲಾಯನದ ಪ್ರಶ್ನೆಯೇ ಬರುವುದಿಲ್ಲ. ಪರಿಣಾಮವಾಗಿ ಜಪಾನ್ ಮತ್ತೆ ಮಿಂಚತೊಡಗುತ್ತದೆ. ಬೆಳೆಯುತ್ತ ಬೆಳೆಯುತ್ತ ಅಮೆರಿಕಕ್ಕೇ ಬಿಲಿಯನ್‌ಗಟ್ಟಲೇ ಸಾಲ ನೀಡುವಷ್ಟು ಧೈರ್ಯ ಮಾಡುತ್ತದೆ.

ತಮಾಷೆಯೆಂದರೆ, ನಮ್ಮ ಮೇಲೆ ಯಾವೊಬ್ಬನೂ ಅಣುಬಾಂಬ್ ಹಾಕಲಿಲ್ಲ. ಜಪಾನ್‌ನಂತೆ ನಮ್ಮದು ಅಭದ್ರ ದೇಶವೂ ಅಲ್ಲ. ಹಾಗಾದರೆ ಮತ್ಯಾಕೆ ನಾವು ವಿಶ್ವಮಟ್ಟದಲ್ಲಿ ಬೆಳೆಯುತ್ತಿಲ್ಲವೆಂದರೆ: ನಮ್ಮಲ್ಲಿ ಪ್ರತಿಭಾ ಪಲಾಯನವೆಂಬುದು ಸಾಂಕ್ರಾಮಿಕ ರೋಗವಾಗಿದೆ. ಆದರೆ ಅದೇ ಯೂರೋಪಿಯನ್ ರಾಷ್ಟ್ರಗಳಾದ ಅಮೆರಿಕ, ಜಪಾನ್, ಜರ್ಮನಿ, ಫ್ರಾನ್ಸ್ ಮುಂತಾದ ದೇಶಗಳಲ್ಲಿ ಈ ರೀತಿಯ ಪ್ರತಿಭಾ ಪಲಾಯನ ತಡೆಗಟ್ಟುವುದಕ್ಕೆಂದೇ golden ರೂಲ್ಸುಗಳಿವೆ. ಜಪಾನ್ ಮತ್ತು ಫ್ರಾನ್ಸಿನ ಪ್ರಜೆಯೊಬ್ಬ ಕೆಲಸ ಹುಡುಕಿಕೊಂಡು ತನ್ನ ದೇಶ ಬಿಟ್ಟು ಹೋಗಬೇಕೆಂದರೆ, ಆತ ತನ್ನ ತಾಯ್ನಾಡಿಗೆ ಇಂತಿಷ್ಟು ವರ್ಷ ಸೇವೆ ಸಲ್ಲಿಸಿರಲೇಬೇಕೆಂಬ ನಿಯಮಗಳಿವೆ.

ಅಮೆರಿಕದಲ್ಲಂತೂ ಈ ಕಾನೂನು ನಾಲ್ಕೈದು ವರ್ಷಗಳ ಹಿಂದೆ ಇನ್ನೂ ಬಿಗಿಯಾಗಿತ್ತು. ಅದರ ಚುರುಕು ಈಗಿನ ಅಧ್ಯಕ್ಷ ಬಿಲ್ ಕ್ಲಿಂಟನ್‌ರನ್ನು ಕೂಡ

ಬಿಟ್ಟಿರಲಿಲ್ಲ. ಮೂಲತಃ ಮ್ಯಾನೇಜ್‌ಮೆಂಟಿನ ವಿದ್ಯಾರ್ಥಿಯಾಗಿದ್ದ ಕ್ಲಿಂಟನ್ ಅಧ್ಯಯನ (ನೆನಪಿಡಿ ಬರೀ ಅಧ್ಯಯನ!) ಕ್ಕೆಂದು ಫ್ರಾನ್ಸ್ ಮತ್ತು ಜರ್ಮನಿಗೆ ಹೋಗಬಯಸಿದಾಗ ಅಮೆರಿಕ ಸರ್ಕಾರ ಒಪ್ಪಿಗೆ ನೀಡಿರಲಿಲ್ಲ. ಯಾಕೆಂದರೆ ಆ ಸಮಯದಲ್ಲಿ ಅಮೆರಿಕ ವಿಯೆಟ್ನಾಂನೊಂದಿಗೆ ಯುದ್ಧ ಮಾಡುತ್ತಿತ್ತು. ಹಾಗೊಂದು ವೇಳೆ ನೀವು ವಿದೇಶಕ್ಕೆ ಹೋಗಲೇಬೇಕೆಂದರೆ ನಿಮ್ಮ ಐದು ವರ್ಷಗಳ ಸೇವೆಯನ್ನು ಸೈನ್ಯಕ್ಕೆಂದು ಮುಡುಪಾಗಿರಿಸಿ ಎಂದು ಕ್ಲಿಂಟನ್‌ಗೆ ಖಡಾಖಂಡಿತವಾಗಿ ಹೇಳಲಾಯಿತು. ಕೊನೆಗೆ ಇಷ್ಟವಿಲ್ಲದಿದ್ದರೂ ಕೂಡ ಆತ ಸೈನ್ಯ ಸೇರಬೇಕಾಯಿತು. ಈ ವಿಷಯವನ್ನು ಸ್ವತಃ ಕ್ಲಿಂಟನ್ ಸಾಕಷ್ಟು ಕಡೆ ಹೇಳಿಕೊಂಡಿದ್ದಾರೆ.

ಹೀಗೆ ತನ್ನಲ್ಲಿರುವ ಜ್ಞಾನವನ್ನು ರಕ್ಷಿಸಿಕೊಳ್ಳುವುದರ ಜೊತೆಗೆ ಇತರೆ ದೇಶಗಳಲ್ಲಿನ ಮಿದುಳನ್ನು ಸಹ ಅಮೆರಿಕ ಹ್ಯಾಗೆ ಸೆಳೆಯುತ್ತದೆ ಗಮನಿಸಿ. ಸ್ವಾತಂತ್ರ್ಯ ಸಿಕ್ಕ ಹೊಸತರಲ್ಲಿ ಭಾರತದಲ್ಲಿ ಆಗ ಕೇವಲ ಐದಾರು ಐ.ಐ.ಟಿ. (ಇಂಡಿಯನ್ ಇನ್‌ಸ್ಟಿಟ್ಯೂಟ್ ಆಫ್ ಟೆಕ್ನಾಲಜಿ) ಗಳಿದ್ದವು. ಆಗ ಇದೇ ಅಮೆರಿಕ ಈ ಐ.ಐ.ಟಿ.ಗಳಿಗೆ ದೊಡ್ಡ ಮೊತ್ತದ ಹಣವನ್ನು ಮಂಜೂರು ಮಾಡಿತ್ತು. ಅಲ್ಲಿ ಕಲಿಯುತ್ತಿದ್ದ ವಿದ್ಯಾರ್ಥಿಗಳಿಗೆ, ಎಲ್ಲ ರೀತಿಯ ಸವಲತ್ತುಗಳನ್ನೂ ಮಾಡಿಕೊಟ್ಟಿತ್ತು. ಇದೆಲ್ಲದರ ಜೊತೆಗೆ ಅಲ್ಲಿನ ಸಿಲೆಬಸ್ ಕೂಡ ತನಗೆ ಪೂರಕವಾಗಿರುವಂತೆ ನೋಡಿಕೊಂಡಿತು. ಪರಿಣಾಮ ಏನಾಯಿತು? ಕೈಗೆ ಸರ್ಟಿಫಿಕೆಟ್ ಬರುತ್ತಿದ್ದಂತೆಯೇ ಇಲ್ಲಿನ ಎಂಜಿನಿಯರುಗಳ ದೊಡ್ಡ ಹಿಂಡೇ ಅಮೆರಿಕಕ್ಕೆ ಹಾರಿತು.

ಇದನ್ನೆಲ್ಲ ನೋಡುತ್ತಿದ್ದ ಲಾಲ್ ಬಹಾದ್ದೂರ್ ಶಾಸ್ತ್ರಿ ಕೋಪಗೊಂಡು ಈ ರೀತಿಯ ಪ್ರತಿಭಾ ಪಲಾಯನವನ್ನು ತಪ್ಪಿಸುವುದಕ್ಕಾಗಿ ಕಾನೂನೊಂದನ್ನು ತರುವ ಯತ್ನದಲ್ಲಿದ್ದಾಗ ಅಮೆರಿಕಾ ತೀವ್ರ ರೀತಿಯ ಒತ್ತಡ ಹೇರಿತು. ಐ.ಐ.ಟಿ ಗಳಿಗೆ ತಾನು ನೀಡುತ್ತಿರುವ ಸೌಲಭ್ಯವನ್ನೆಲ್ಲ ನಿಲ್ಲಿಸುವುದಾಗಿ ಧಮಕಿ ಹಾಕಿತು. ಕಾನೂನು ಅಂಗಾತ ಮಲಗಿತು. ಸದ್ಯಕ್ಕೆ ಅಮೆರಿಕ ಮಾತ್ರ ಅದೇ ತಂತ್ರ ಮುಂದುವರೆಸುತ್ತಿದೆ.

ಇಷ್ಟಕ್ಕೂ ಅಮೆರಿಕ ಇಂಥದೊಂದು ದಂಡನ್ನು ತನ್ನಲ್ಲೇ ತಯಾರಿಸಬೇಕೆಂದರೆ ಸುಮಾರು 150 ರಿಂದ 200 ಬಿಲಿಯನ್ ಡಾಲರ್‌ಗಳಷ್ಟು ಖರ್ಚು ಮಾಡಬೇಕಾಗುತ್ತದೆ. ಆದರೆ ಅದೇ ಭಾರತದಲ್ಲಾದರೆ ಕೇವಲ 15 ರಿಂದ 20 ಬಿಲಿಯನ್ ಡಾಲರು ಬಿಸಾಕಿದರೆ ಸಾಕು; ಡಾಕ್ಟರು,

ಇಂಜಿನಿಯರು, ಚಾರ್ಟರ್ಡ್ ಅಕೌಂಟೆಂಟ್, ಸಾಫ್ಟ್‌ವೇರ್ ಎಕ್ಸ್‌ಪರ್ಟ್‌ಗಳ ದೊಡ್ಡದೊಂದು ಕ್ರೀಮೇ ತಯಾರಾಗುತ್ತದೆ.

ದುರಂತವೆಂದರೆ, ಇಂಥದೊಂದು ಕ್ರೀಮನ್ನು ಸೆಳೆಯುವ ಅಮೆರಿಕ ಯಾವತ್ತೂ ಅವರನ್ನು ಮೊದಲನೇ ದರ್ಜೆ ನೌಕರರಂತೆ ನೋಡುವುದಿಲ್ಲ. ನಿಮಗೆ ಡಾ. ಹರಗೋವಿಂದ ಖುರಾನಾ ಗೊತ್ತಿರಬಹುದು. ಆತ ಭಾರತದ ಪ್ರಖ್ಯಾತ ವಿಜ್ಞಾನಿ. ಅಮೆರಿಕದಲ್ಲಿ ಹತ್ತಾರು ರಿಸರ್ಚ್‌ಗಳನ್ನು ಮಾಡಿದವರು. ಅಂಥ ವಿಜ್ಞಾನಿಯ ಸಂಶೋಧನೆಗಳನ್ನು ಅಮೆರಿಕ ಸವಿಸ್ತಾರವಾಗಿ ಪ್ರಕಟಿಸಿತ್ತು. ಅವರು ಸಂಶೋಧಿಸಿದ ವಿಷಯಗಳನ್ನು ಅಲ್ಲಿನ ಕಂಪೆನಿಗಳು ಪೇಟೆಂಟ್ ಪಡೆದುಕೊಂಡವು. ಅದಕ್ಕಾಗಿ ಆ ಸಮಯದಲ್ಲಿ ಖುರಾನಾರಿಗೆ ಅಗತ್ಯವಾಗಿದ್ದ ಐದು ಲಕ್ಷ ಡಾಲರ್‌ಗಳನ್ನು ಅಲ್ಲಿನ ಕಂಪೆನಿಗಳೇ ಕೊಟ್ಟವು. ಆದರೆ ಅದೇ ಅಲ್ಲಿನ ಇನ್‌ಸ್ಟಿಟ್ಯೂಟ್ ಒಂದಕ್ಕೆ ಖುರಾನಾರನ್ನು ನಿರ್ದೇಶಕರನ್ನಾಗಿಸುವ ಮಾತು ಬಂದಾಗ ದೊಡ್ಡ ಪ್ರಮಾಣದ ವಿರೋಧ ಕೇಳಿಬಂತು. ಭಾರತೀಯನೊಬ್ಬನ ಕೈಕೆಳಗೆ ಕೆಲಸ ಮಾಡಲು ಅಮೆರಿಕನ್ನರು ಸುತಾರಾಂ ಒಪ್ಪಲಿಲ್ಲ. ಡಾ.ಹರಗೋವಿಂದ ಖುರಾನಾ ಎಂಬ ಭಾರತದ ಶ್ರೇಷ್ಠ ವಿಜ್ಞಾನಿಯೊಬ್ಬ ಕೊನೆಯವರೆಗೂ ತನಗೆ ಯಾವ ರೀತಿಯಲ್ಲೂ ಸರಿಸಾಟಿಯಿಲ್ಲದಿದ್ದ ಅಮೆರಿಕನ್‌ನೊಬ್ಬನ ಅಡಿಯಾಳಾಗಿ ಕೆಲಸ ಮಾಡಬೇಕಾಗಿ ಬಂತು.

ಇದು ಖುರಾನಾ ಒಬ್ಬರ ಕಥೆಯಲ್ಲ. ಫ್ರಾನ್ಸ್, ಕೆನಡಾ, ಬ್ರಿಟನ್, ಜರ್ಮನಿಯಲ್ಲಿ ಕೆಲಸ ಮಾಡುತ್ತಿರುವ ಲಕ್ಷಾಂತರ ಭಾರತೀಯರ ವ್ಯಥೆ. ಕೆಲವೊಂದು ಕಡೆ ಇವರ ಆಸ್ತಿಯನ್ನೆಲ್ಲಾ ಮುಟ್ಟುಗೋಲು ಹಾಕಿಕೊಂಡು ಅತ್ಯಂತ ದಾರುಣವಾಗಿ ಭಾರತಕ್ಕೆ ಕಳಿಸಿಕೊಡಲಾಗಿದೆ.

ಪ್ರಿಯ ಭಾರತೀಯ, ವಿದೇಶಕ್ಕೆ ಹೋಗೋದು, ಅಲ್ಲಿ ಅದ್ಭುತ ಸಂಶೋಧನೆ ಮಾಡೋದು, ಈ ಮೂಲಕ ಭಾರತದ ಪತಾಕೆ ಹಾರಿಸೋದು, ದುಡ್ಡು ಗಳಿಸೋದು ತಪ್ಪಲ್ಲ:

ಆದರೆ ಹಾಲು ಕುಡಿಸಿದ ಎದೆಗೊಂದು ಕುಪ್ಪಸ ಹೊಲಿಸೋದು ಬೇಡವಾ?

ಹೈದರಾಲಿಯ ಪ್ರಜೆ ಕಲಿಸಿದ ಪ್ಲಾಸ್ಟಿಕ್ ಸರ್ಜರಿ!

ಲಿಜ್ ಗೊತ್ತಲ್ಲ?

ಅದೇ ಎಲಿಜಬೆತ್ ಟೇಲರ್. ಒಂದು ಕಾಲದ ಹಾಲಿವುಡ್‌ನ ಪರಮ ಸುಂದರಿ.

ಸಾಲು ಸಾಲಾಗಿ ಒಂದರ ಮೇಲೊಂದರಂತೆ ಒಂಬತ್ತು ಸಲ ಮದುವೆಯಾದಾಕೆ. ಆದರೆ ಈಗೇನಿದೆ? ಕೆನ್ನೆಯ ನುಣುಪೆಲ್ಲ ಮಾಯವಾಗಿ ಚರ್ಮ ಅಲ್ಲಲ್ಲಿ ಸುಕ್ಕುಗಟ್ಟುತ್ತಿದೆ. ಹಂಸದಂತೆ ನಡೆಯಬೇಕೆಂದರೆ ಸೊಂಟ ಸಹಕರಿಸುತ್ತಿಲ್ಲ. ಇಷ್ಟಾದರೂ ಈಯಮ್ಮ ಕೆಲ ತಿಂಗಳುಗಳ ಹಿಂದೆ ಸುದ್ದಿ ಮಾಡಿದ್ದಳು.

ಬೃಹದಾಕಾರದ ಟಬ್ಬಿನಲ್ಲಿ ಸ್ನಾನ ಮಾಡುವಾಗ, ಆಯತಪ್ಪಿ ಕಾಲು ಜಾರಿತ್ತು. ಪರಿಣಾಮವಾಗಿ ಪ್ಲಾಸ್ಟಿಕ್ ಸರ್ಜರಿ ಮಾಡಿಸಿಕೊಂಡಿದ್ದ ಆಕೆಯ ಪ್ಲಾಸ್ಟಿಕ್ ಕುಂಡೆ ಪಕ್ಕಕ್ಕೆ ಸರಿದಿತ್ತು. ಆಗೆಲ್ಲ ಹಾಲಿವುಡ್‌ನ ಪತ್ರಿಕೆಗಳಲ್ಲಿ ಸುದ್ದಿಯೇ ಸುದ್ದಿ! ಪತ್ರಿಕೆಗಳ ಮುಖಪುಟದಲ್ಲೂ ಪ್ಲಾಸ್ಟಿಕ್ ಕುಂಡೆಯದ್ದೇ ಸುದ್ದಿ.

ಇಂಥದ್ದೇ ಒಂದು ಸುದ್ದಿ ಬಾಲಿವುಡ್‌ನಲ್ಲೂ ಕೇಳಿಬಂದಿತ್ತು. ಮಾಜಿ ವಿಶ್ವಸುಂದರಿ ಸುಶ್ಮಿತಾ ಸೇನ್ ತನ್ನ ಎದೆಯನ್ನು ಇನ್ನಷ್ಟು ಸುಂದರವಾಗಿಸಲು ವಿದೇಶದಲ್ಲಿ ಪ್ಲಾಸ್ಟಿಕ್ ಸರ್ಜರಿ ಮಾಡಿಸಿಕೊಂಡಿದ್ದಳಂತೆ. ಅದೂ ಎರಡೆರಡು ಸಲ! ಆಗೆಲ್ಲ ಈಕೆಯ ಸರ್ಜರಿ ಮಾಡಿದ ಕತ್ತರಿಗಳದ್ದೇ ಪುಣ್ಯ! ಎಂಬಂತಹ ಪೋಲಿ ಜೋಕುಗಳು ಹುಟ್ಟಿಕೊಂಡಿದ್ದವು.

ಇದೆಲ್ಲ ಒತ್ತಟ್ಟಿಗಿರಲಿ, ಈ ಪ್ಲಾಸ್ಟಿಕ್ ಸರ್ಜರಿಯೆಂಬುದು ಭಾರತದ ಅತೀ ಪುರಾತನ ವಿದ್ಯೆ. ನೂರಾರು ವರ್ಷಗಳ ಹಿಂದೆಯೇ ಭಾರತೀಯ ವೈದ್ಯ ಈ ಸರ್ಜರಿಯಲ್ಲಿ ಪರಿಣತಿ ಸಾಧಿಸಿದ್ದ ಎಂಬುದಕ್ಕೆ ಲಂಡನ್ನಿನ ಹೌಸ್ ಆಫ್ ಕಾಮನ್ಸ್‌ನ ಲೈಬ್ರರಿಯಲ್ಲಿ ಸಾಕಷ್ಟು ದಾಖಲೆಗಳಿವೆ.

ಅದು 1790 ರ ಸಮಯ. ಇಡೀ ದಕ್ಷಿಣ ಭಾರತವೆಲ್ಲ ಹೈದರಾಲಿಯ ಆಡಳಿತಕ್ಕೊಳಪಟ್ಟಿತ್ತು. ಅಖಂಡ ಭಾರತವನ್ನು ತನ್ನ ವಶಕ್ಕೆ ತೆಗೆದುಕೊಳ್ಳಬೇಕೆಂದು ಈಸ್ಟ್ ಇಂಡಿಯಾ ಕಂಪೆನಿ ತಹತಹಿಸುತ್ತಿದ್ದರೆ, ಈ

ಒಬ್ಬ ಹೈದರಾಲಿ ಮಾತ್ರ ಯಾವುದಕ್ಕೂ ಜಗ್ಗದೇ ನೆಟ್ಟಗೆ ನಿಂತಿದ್ದ. ಕಂಪೆನಿ ಮಾತ್ರ ಹೈದರಾಲಿಯ ಮೇಲೆ ಎಗರಿ ಬರುತ್ತಲೇ ಇತ್ತು; ಸೋತು ಮರಳುತ್ತಲೂ ಇತ್ತು!

ಹೀಗಿರುವಾಗ, ಅದೊಂದು ಸಲ ಕಂಪೆನಿ ಹೈದರಾಲಿಯನ್ನು ಸೋಲಿಸಲೇಬೇಕೆಂಬ ಹುನ್ನಾರದಲ್ಲಿ ತನ್ನ ಅಧಿಕಾರಿಯೊಬ್ಬನನ್ನು ಬೃಹತ್ ಸೈನ್ಯದೊಂದಿಗೆ ಕಳಿಸುತ್ತದೆ. ಹಾಗೆ ನೋಡಿದರೆ, ಈತ ಈ ಹಿಂದೆ ಅನೇಕ ಬಾರಿ ಹೈದರಾಲಿಯೊಂದಿಗೆ ಯುದ್ಧ ಮಾಡಿ ಸೋತು ಹೋದಂಥವನು. ಇಷ್ಟಾದರೂ ಆತ ಮತ್ತೆ ಬರುತ್ತಾನೆ. ಸರಿ, ಭೀಕರ ಯುದ್ಧ ಶುರುವಾಗುತ್ತದೆ. ಯಥಾಪ್ರಕಾರ ಬ್ರಿಟಿಷ್ ಅಧಿಕಾರಿ ತನ್ನ ಸೋಲಿನಿಂದ ಕಂಗೆಟ್ಟು ಓಡಿ ಹೋಗುವ ಯತ್ನದಲ್ಲಿದ್ದಾಗ ಸೈನಿಕರು ಆತನನ್ನು ಸೆರೆಹಿಡಿದು ಹೈದರಾಲಿಯ ಮುಂದೆ ನಿಲ್ಲಿಸುತ್ತಾರೆ.

ಆಗ ಹೈದರಾಲಿ ತನ್ನ ಕೈಯಲ್ಲಿದ್ದ ಖಡ್ಗವನ್ನು ಝಳಪಿಸುತ್ತ ಅಧಿಕಾರಿಯ ಮೂಗನ್ನೇ ಅನಾಮತ್ತಾಗಿ ಕತ್ತರಿಸಿ ಅದರ ತುಂಡನ್ನು ಆತನ ಕೈಗೆ ಕೊಡುತ್ತ ಹೇಳುತ್ತಾನೆ: "ಇದೇ ಕೊನೆ, ಇನ್ನೊಂದು ಸಲ ಈ ಕಡೆ ತಲೆ ಹಾಕಿದರೆ ಮೂಗಲ್ಲ, ತಲೆ ಕತ್ತರಿಸುತ್ತೇನೆ!"

ಅಷ್ಟೊತ್ತಿಗಾಗಲೇ ಇಂಥದೊಂದು ಆಘಾತದಿಂದ ತತ್ತರಿಸಿಹೋಗಿದ್ದ ಆ ಅಧಿಕಾರಿ ತನ್ನ ಮೂಗಿನ ತುಂಡನ್ನು ಕೈಯಲ್ಲಿ ಹಿಡಿದುಕೊಂಡೇ ಓಡತೊಡಗುತ್ತಾನೆ. ಹಾಗೆ ಓಡುತ್ತ ಬರುತ್ತಿರುವಾಗ ಯುವಕನೊಬ್ಬ ಈತನ ಸ್ಥಿತಿ ನೋಡಿ ಏನಾಯಿತೆಂದು ಕೇಳುತ್ತಾನೆ. ಆದರೆ ಅಧಿಕಾರಿಯ ಭಾಷೆ ಅರ್ಥವಾಗದೇ ತಬ್ಬಿಬ್ಬಾಗುತ್ತಾನೆ. ಇಷ್ಟಾದರೂ ರಕ್ತ ಸುರಿಯುತ್ತಿದ್ದ ಆತನ ಮುಖ, ಕೈಯಲ್ಲಿದ್ದ ಮೂಗಿನ ತುಂಡನ್ನು ಗಮನಿಸಿ ಏನಾಗಿರಬಹುದೆಂದು ಅಂದಾಜಿಸುತ್ತಾನೆ. ಅಷ್ಟೇ ಅಲ್ಲ, ಅಧಿಕಾರಿಯನ್ನು ತನ್ನ ಗುಡಿಸಲಿಗೆ ಕರೆದೊಯ್ಯುತ್ತಾನೆ.

ಮತ್ತು ಕೇವಲ ಒಂದೂವರೆ ಗಂಟೆಯ ಅವಧಿಯಲ್ಲಿ ಮೂಗಿನ ತುಂಡನ್ನು ಸ್ವಸ್ಥಾನದಲ್ಲಿ ಜೋಡಿಸುವಲ್ಲಿ ಸಫಲನಾಗುತ್ತಾನೆ. ಮುಂದೆ ಆ ಅಧಿಕಾರಿ ಅದೇ ಯುವಕನ ಗುಡಿಸಲಲ್ಲಿ ಹದಿನೈದು ದಿನ ಚಿಕಿತ್ಸೆ ಪಡೆದು ಲಂಡನ್ನಿಗೆ ತೆರಳುತ್ತಾನೆ. ಅಲ್ಲಿ ತನ್ನ ಸ್ನೇಹಿತರ ಮುಂದೆ ಇಂಥದೊಂದು ಚಮತ್ಕಾರದ ಬಗ್ಗೆ ಹೇಳುತ್ತಿದ್ದಂತೆಯೇ ಲಂಡನ್ನಿನ ವೈದ್ಯರ ತಂಡವೊಂದು ಹೈದರಾಲಿಯ ಮುಂದೆ ಅಂಗಲಾಚತೊಡಗುತ್ತದೆ:

"ನಿಮ್ಮಲ್ಲಿ ಪ್ಲಾಸ್ಟಿಕ್ ಸರ್ಜರಿ ಮಾಡುವ ವೈದ್ಯರಿದ್ದಾರಲ್ಲ? ಅವರ ಹಳ್ಳಿಗೆ ಹೋಗಲು ಅನುಮತಿ ಕೊಡಿ."

ಹೈದರಾಲಿ ಯಾವುದೇ ರೀತಿಯ ಬಿಗುಮಾನ ತೋರಿಸದೇ ಅನುಮತಿ ನೀಡುತ್ತಾನೆ. ತಂಡ ಆ ಹಳ್ಳಿಗೆ ಹೋಗಿ ಅಲ್ಲಿನ ವೈದ್ಯರೊಂದಿಗೆ ಅಂಥದೊಂದು ಚಿಕಿತ್ಸೆಯ ಬಗ್ಗೆ ತರಬೇತಿ ಪಡೆಯುತ್ತದೆ. ಆ ಬ್ರಿಟಿಷ್ ವೈದ್ಯರೆಲ್ಲ ಪ್ಲಾಸ್ಟಿಕ್ ಸರ್ಜರಿಯಲ್ಲಿ ಪರಿಣತಿ ಹೊಂದಿ ಲಂಡನ್ನಿಗೆ ಮರಳುತ್ತಾರೆ ಮತ್ತು 'ದಿ ಫೆಲೋ ಆಫ್ ರಾಯಲ್ ಸೊಸೈಟಿ' ಸ್ಥಾಪಿಸುತ್ತಾರೆ!

ಇದೆಲ್ಲ ವಿವರ ಲಂಡನ್ನಿನ ಹೌಸ್ ಆಫ್ ಕಾಮನ್ಸ್‌ನ ಲೈಬ್ರರಿಯಲ್ಲಿನ ಪುಟ್ಟ ಪುಸ್ತಕವೊಂದರಲ್ಲಿದೆ. ಇಷ್ಟಕ್ಕೂ ಈ ಪುಸ್ತಕವನ್ನು ಬರೆದವನು ಇನ್ನಾರೂ ಅಲ್ಲ; ಹೈದರಾಲಿಯಿಂದ ಮೂಗು ಕತ್ತರಿಸಿಕೊಂಡ ಅದೇ ಬ್ರಿಟಿಷ್ ಸೈನ್ಯಾಧಿಕಾರಿ!

ನಿಮಗೊಂದು ಅಚ್ಚರಿಯ ಸಂಗತಿ ಗೊತ್ತಾ? ಹಾಗೆ ಬ್ರಿಟಿಷರಿಂದ ಸ್ಥಾಪಿತಗೊಂಡ ರಾಯಲ್ ಸೊಸೈಟಿ ಇವತ್ತು ವಿಶ್ವದ ಅತ್ಯಂತ ಪ್ರತಿಷ್ಠಿತ ಸಂಸ್ಥೆ. ಯಾರಾದರೂ ಇಲ್ಲಿ ಯಕಃಶ್ಚಿತ್ ಸದಸ್ಯತ್ವ ಪಡೆಯಬೇಕೆಂದರೂ ಆತ ನೊಬೆಲ್ ಪ್ರಶಸ್ತಿ ಪಡೆದಿರಬೇಕು ಅಥವಾ ಜಾಗತಿಕ ಮಟ್ಟದಲ್ಲಿ ಗಮನಾರ್ಹ ಸಾಧನೆ ಮಾಡಿರಬೇಕು.

ಹೇಳುತ್ತ ಹೋದರೆ ಇಂಥವು ನೂರಾರು ವಿಷಯಗಳಿವೆ. ದುರಂತವೆಂದರೆ, ನಾವು ಆವಿಷ್ಕರಿಸಿದ ಸಂಗತಿಗಳನ್ನೆಲ್ಲ ಇನ್ಯಾರೋ encash ಮಾಡಿಕೊಂಡರು. ನಮಗೆ ಸಲ್ಲಬೇಕಾಗಿದ್ದ ಕ್ರೆಡಿಟ್ಟೆಲ್ಲ ಮತ್ಯಾರಿಗೋ ಸಂದಿತು. ಇವತ್ತಿನ ಪರಿಸ್ಥಿತಿ ನೋಡಿ: ಅಮೆರಿಕ, ಭಾರತದ ಸುಪ್ರಸಿದ್ಧ ಬಾಸುಮತಿ ಅಕ್ಕಿಯನ್ನು ತನ್ನದೇ ಸೃಷ್ಟಿಯೆಂದು ಹೇಳಿ ಪೇಟೆಂಟ್ ಪಡೆದುಕೊಳ್ಳುತ್ತದೆ. ಟೋನಿ ಲಾರ್ಸನ್ ಎಂಬ ಮತ್ತೊಬ್ಬ ವಿದೇಶೀಯ, ನಿಂಬೆ ಹಣ್ಣನ್ನು ಹುಟ್ಟಿಸಿದ್ದೇ ತಾನು ಎನ್ನುತ್ತಾ ಅದರ ಮೇಲೆ ಪೇಟೆಂಟ್ ತೆಗೆದುಕೊಳ್ಳುತ್ತಾನೆ!

ಇಷ್ಟೆಲ್ಲ ನಮ್ಮ ಕಣ್ಣೆದುರಿಗೇ ನಡೆಯುತ್ತಿದ್ದರೂ ನಾವು 'ಮೇರಾಭಾರತ್ ಮಹಾನ್' ಎಂದೆಲ್ಲ ಕಿರುಚಿ ನಿದ್ರೆ ಹೋಗುತ್ತೇವೆ.

ತಂಗಳನ್ನದ ಡಬ್ಬಿಯನ್ನು ಮುಚ್ಚಿಡುವ ಪರಿ ಹೇಗೆ?

"ನಿನಗೆ ವರ್ಷವೊಂದರ ಮಹತ್ವ ಗೊತ್ತಾಗಬೇಕಾ?

ಹಾಗಾದರೆ ಪರೀಕ್ಷೆಯಲ್ಲಿ ಫೇಲಾದ ಹುಡುಗನೊಬ್ಬನನ್ನು ಮಾತನಾಡಿಸು. ಆತ ಆ ವರ್ಷದ ಎಲ್ಲ ಮುನ್ನೂರ ಅರವತ್ತೈದು ದಿನಗಳು ತನ್ನನ್ನು ಯಾವ ಪರಿ ಕಾಡಿದನೆಂದು ಇಂಚಿಂಚಾಗಿ ವಿವರಿಸುತ್ತಾನೆ. ಹಾಗೆಯೇ ಅರ್ಧಂಬರ್ಧ ಬೆಳೆದ ಮಗುವಿಗೆ ಜನ್ಮ ನೀಡಿದ ತಾಯಿಯನ್ನು ಸಂತೈಸು. ಆಕೆಗೆ ಒಂದು ತಿಂಗಳಿನ ಮಹತ್ವ ಗೊತ್ತು. ವಾರಪತ್ರಿಕೆಯೊಂದರ ಸಂಪಾದಕನನ್ನು ಹಿಡಿದು ನಿಲ್ಲಿಸಿ ಕೇಳು. ವಾರವೆಂದರೇನೆಂಬುದು ಆತನಿಗಿಂತ ತುಂಬ ಚೆನ್ನಾಗಿ ಅರಿತವರಿಲ್ಲ. ದಿನಗೂಲಿಯೊಬ್ಬನ ಹೆಗಲ ಮೇಲೆ ಪ್ರೀತಿಯಿಂದ ಕೈಹಾಕು. ಯಾಕೆಂದರೆ ಆತನಿಗೆ ಒಂದು ದಿನದ ಮಹತ್ವದ ಬಗ್ಗೆ ತುಂಬ ಚೆನ್ನಾಗಿ ಗೊತ್ತಿದೆ.

ಆಗಷ್ಟೇ ಟ್ರೇನು ತಪ್ಪಿಸಿಕೊಂಡ ಪ್ರಯಾಣಿಕನನ್ನು ವಿಚಾರಿಸು. ನಿಮಿಷದ ಬಗ್ಗೆ ಆತ ಅರ್ಥಗರ್ಭಿತವಾಗಿ ಮಾತನಾಡಬಲ್ಲ. ಭೀಕರ ಆ್ಯಕ್ಸಿಡೆಂಟ್‌ನಿಂದ ಆಕಸ್ಮಿಕವಾಗಿ ಬದುಕುಳಿದು ಅದೃಷ್ಟವಂತನನ್ನು ಮಾತಿಗೆಳೆ. ಆತ ಒಂದು ಸೆಕೆಂಡಿನ ಮಹತ್ವ ಕೇಳುತ್ತಾನೆ. ಒಲಂಪಿಕ್ಸ್‌ನಲ್ಲಿ ಬೆಳ್ಳಿ ಪದಕ ಹೆಗಲಿಗೇರಿಸಿಕೊಂಡ ಹುಡುಗಿಯನ್ನು 'ನೀನ್ಯಾಕೆ ಚಿನ್ನದ ಪದಕ ಪಡೆಯಲಿಲ್ಲ?' ಎಂದು ಪ್ರಶ್ನಿಸು. ಆಕೆ ಮಿಲಿ ಸೆಕೆಂಡಿನ ವ್ಯತ್ಯಾಸ ತಿಳಿಸುತ್ತಾಳೆ. ಹಾರ್ಡ್‌ವೇರ್ ಇಂಜಿನಿಯರ್‌ನಿಗೆ ಗಂಟುಬೀಳು. ಆತ ನ್ಯಾನೋ ಸೆಕೆಂಡಿನ ಅರ್ಥ ವಿವರಿಸುತ್ತಾನೆ. ಇಷ್ಟೆಲ್ಲ ಹೇಳಿದ ಮೇಲೂ ನಿನಗೆ ಸಮಯದ ಮಹತ್ವ ಗೊತ್ತಾಗಿಲ್ಲವೆಂದರೆ ನೀನೊಬ್ಬ ಸ್ಟುಪಿಡ್!"

ಹಾಗಂತ ಸುಂದರ ಗದ್ಯ ಶೈಲಿಯಲ್ಲಿ ಹೇಳಿದವನು ಯಾವನೋ? ಆದರೆ ಆತನ ಪ್ರತಿಯೊಂದು ಮಾತು ಮಾತ್ರ ಅರ್ಥಪೂರ್ಣ. ಅಂಥದೊಂದು ಸಮಯದ ಬಗ್ಗೆ ಮುಂದೆ ಯಾವತ್ತಾದರೂ ಚರ್ಚಿಸೋಣ. ಸದ್ಯಕ್ಕೆ ವಿಲಿಯಂ ಆ್ಯಡಂ ವರದಿ ಬಗ್ಗೆ ನೋಡೋಣ.

ಭಾರತದಲ್ಲಿರುವ ಟೆಕ್ನಾಲಜಿಯ ಬಗ್ಗೆ ಸಮೀಕ್ಷೆ ಮಾಡಲು ಲಂಡನ್ನಿನಿಂದ

ಇಲ್ಲಿಗೆ ಬರುವ ವಿಲಿಯಂ ಆ್ಯಡಂ ತನ್ನ ಸರ್ಕಾರಕ್ಕೊಂದು ವರದಿ ಬರೆಯುತ್ತಾನೆ. ಅದರ ಪ್ರಕಾರ, ಆರು ಮತ್ತು ಏಳನೇ ಶತಮಾನದಲ್ಲಿಯೇ ನಮಗೆ electron emission ಬಗ್ಗೆ ನಿಖರವಾಗಿ ತಿಳಿದಿತ್ತು. ಇಷ್ಟಾದರೂ ನಾವು ಟೀವಿಯಂತಹ ಈಡಿಯಟ್ ಬಾಕ್ಸ್‌ನ್ನು ತಯಾರಿಸುವ ಗೋಜಿಗೆ ಹೋಗಲಿಲ್ಲ. ಹರ್ಷವರ್ಧನನ ಕಾಲದಲ್ಲಿಯೇ ನಮ್ಮವರಿಗೆ ಐಸ್ ತಯಾರಿಸುವುದು ಹ್ಯಾಗೇಂತ ಗೊತ್ತಿತ್ತು. ಆತನ ರಾಜಧಾನಿಯಾದ ಪ್ರಯಾಗ (ಈಗಿನ ಅಲಹಾಬಾದ್) ದಲ್ಲಿ ಸುಮಾರು ಎರಡೂವರೆ ನೂರು ಐಸ್ ಫ್ಯಾಕ್ಟರಿಗಳಿದ್ದವು! ತಮಾಷೆಯೆಂದರೆ, ಆ ಸಮಯದಲ್ಲಿ ಯೂರೋಪಿಯನ್ ರಾಷ್ಟ್ರಗಳಲ್ಲಿ ನ್ಯಾಚುರಲ್ ಐಸ್ ಬೀಳುತ್ತಿತ್ತೇ ಹೊರತು, ಅಲ್ಲಿನವರಿಗೆ ಕೃತಕ ಐಸ್ ತಯಾರಿಸುವುದು ಗೊತ್ತಿರಲಿಲ್ಲ.

ದುರಂತದ ವಿಷಯವೆಂದರೆ, ಇದನ್ನೆಲ್ಲ ಅರ್ಥ ಮಾಡಿಕೊಳ್ಳದ ನಾವು 'ವಿದೇಶದಲ್ಲಿ ತಯಾರಾಗಿದ್ದು' ಎಂಬ ಮುಲಾಜಿಗೆ ಕಟ್ಟುಬಿದ್ದು ಅವುಗಳನ್ನು ಉಪಯೋಗಿಸುತ್ತೇವೆ. ಅದಕ್ಕೆ ಅತ್ಯುತ್ತಮ ಉದಾಹರಣೆಯೆಂದರೆ – ರೆಫ್ರಿಜಿರೇಟರು! ಹಾಗೆ ನೋಡಿದರೆ ಈ ಫ್ರಿಜ್‌ನಿಂದ ನಮಗೆ ಯಾವ ರೀತಿಯಿಂದಲೂ ಉಪಯೋಗವಿಲ್ಲ. ಇಷ್ಟಕ್ಕೂ ನಾವು ಇದನ್ನು ಬಲವಂತದಿಂದ ಉಪಯೋಗಿಸುತ್ತೇವೆಯೇ ಹೊರತು ಈ ಫ್ರಿಜ್ಜು ನಮಗೆ ಅಷ್ಟೊಂದು badly needed ಅಲ್ಲ!

ತಮಾಷೆಯೆಂದರೆ, ಇವತ್ತಿನ ಮಟ್ಟಿಗೆ ಈ ಫ್ರಿಜ್ ನಮಗೆಲ್ಲ ಯಾವ ಪರಿ status symbol ಆಗಿದೆಯೆಂದರೆ, ಫ್ರಿಜ್ಜಿರದ ಮನೆಯವರೆಲ್ಲ ಮನುಷ್ಯರೇ ಅಲ್ಲ ಎಂಬಷ್ಟರ ಮಟ್ಟಿಗೆ ನಾವೆಲ್ಲ ಅಂಧರಾಗಿ ಹೋಗಿದ್ದೇವೆ! ನಿಜ ಹೇಳಬೇಕೆಂದರೆ, 'ಅವಶ್ಯಕತೆ ಸಂಶೋಧನೆಗೆ ತಾಯಿಯಿದ್ದಂತೆ' ಎನ್ನುವುದು ಫ್ರಿಜ್‌ನ ಉಗಮಕ್ಕೆ ಮೂಲ ಪ್ರೇರಣೆ. ಇಷ್ಟಕ್ಕೂ ಇಂಥದೊಂದು ಸಾಧನದ ಅವಶ್ಯಕತೆಯಿದ್ದಿದ್ದು ಯುರೋಪಿಯನ್ ರಾಷ್ಟ್ರಗಳಿಗೆ. ಅಲ್ಲಿ ವಾತಾವರಣವೆಂಬುದು ಊಸರವಳ್ಳಿ ಥರ! ಕ್ಷಣಕ್ಕೊಮ್ಮೆ ಬಣ್ಣ ಬದಲಾಯಿಸುತ್ತದೆ. ಬೆಳಿಗ್ಗೆಯ ಉಷ್ಣತೆ ಒಂದು ಡಿಗ್ರಿಯಿದ್ದರೆ, ಮಧ್ಯಾಹ್ನ ಐದು, ರಾತ್ರಿಯಾಗುತ್ತಿದ್ದಂತೆಯೇ ಥರ್ಮಾಮೀಟರಿನ ಪಾದರಸ ಮೈನಸ್ ಡಿಗ್ರಿ ಕಡೆಗೆ ಇಳಿಯತೊಡಗುತ್ತದೆ. ಮಾಡಿಟ್ಟಿದ್ದ ಅನ್ನವೆಲ್ಲ ಕೆಟ್ಟು ಕೆರ ಹಿಡಿಯುತ್ತದೆ. ಹಾಗಾಗಿ ಅವರಿಗೆ ತಮ್ಮ ಆಹಾರವನ್ನು ಕೆಡದಂತೆ ರಕ್ಷಿಸಿಡಬಲ್ಲ ಸಾಧನ ಬೇಕಾಗಿತ್ತು. ಅದಕ್ಕಾಗಿ ಫ್ರಿಜ್ ತಯಾರಿಸಿದರು.

ಇನ್ನೊಂದು ವಿಶೇಷತೆಯೆಂದರೆ ಅಲ್ಲಿನ ಮನುಷ್ಯ ವಿಪರೀತ ಬ್ಯುಜಿ. ಹಾಗಾಗಿ ಅಲ್ಲಿ ವಾರಕ್ಕೊಮ್ಮೆ ಅಡುಗೆ ಮಾಡೋದು, ಉಳಿದ ದಿನಗಳಲ್ಲಿ ಅದನ್ನೇ ಬಿಸಿ ಮಾಡಿ ತಿನ್ನುವುದು ಅಲ್ಲೊಂಥರಾ ಟ್ರೆಂಡಾಗಿ ಹೋಗಿದೆ. ಹೀಗಾಗಿ ಅವರಿಗೊಂದು ತಂಗಳನ್ನದ ಡಬ್ಬಿಯ ಅವಶ್ಯಕತೆಯಿತ್ತು. ಅದಕ್ಕಾಗಿ ಫ್ರಿಜ್ ತಯಾರಿಸಿದರು ಮತ್ತು ಮುಂದಿನ ದಿನಗಳಲ್ಲಿ ಅದರ ಫಲವನ್ನೂ ಉಂಡರು! ಯಾಕೆಂದರೆ ಈ ಫ್ರಿಜ್ಜು ಕೆಲದಿನಗಳ ಮಟ್ಟಿಗೆ ಆಹಾರವನ್ನು ಕೆಡದಂತೆ ಸಂರಕ್ಷಿಸುತ್ತಾದರೂ ಅದು ನೇರವಾಗಿ ನಮ್ಮ ಜೀವಕ್ಕೆ ಕುತ್ತು ತರಬಲ್ಲದು. ಹೇಗೆಂದರೆ : ಈ ಫ್ರಿಜ್ ಹೊರಹಾಕುವ CFC (ಕ್ಲೋರೋ ಫ್ಲೋರೋ ಕಾರ್ಬನ್) ನೇರವಾಗಿ ಓಝೋನ್ ಪದರವನ್ನೇ ಸೀಳಿ ಹಾಕುತ್ತದೆ! ಈ ಓಝೋನ್ ನಿಸರ್ಗ ನಮಗೆಂದೇ ನೀಡಿದ ವಜ್ರಕವಚ. ಅದು ಸೂರ್ಯನಿಂದ ಬರುವ ವಿಷಕಿರಣಗಳನ್ನೆಲ್ಲ filter ಮಾಡಿ ಭೂಮಿಗೆ ಕಳಿಸುತ್ತದೆ. ಇಂಥಾದ್ದರಲ್ಲಿ ಈ CFC ಓಝೋನ್ ಪದರವನ್ನೇ ತೂತು ಮಾಡಿದರೆ?

ಕೆಲವರ್ಷಗಳ ಹಿಂದೆ ಲಾಸ್ ಏಂಜಲೀಸ್‌ನಲ್ಲಿ ಇಂಥದ್ದೇ ಒಂದು ಅನಾಹುತವಾಗಿತ್ತು. ಅಲ್ಲಿನ ಫ್ರಿಜ್‌ಗಳು CFCಯನ್ನು ವಿಪರೀತವಾಗಿ ಉಗುಳಿದ್ದರಿಂದ ಅಲ್ಲಿನ ಓಝೋನ್ ಪದರಿಗೆ ಧಕ್ಕೆಯಾಗಿತ್ತು. ಪರಿಣಾಮವಾಗಿ ಲಾಸ್ ಏಂಜಲೀಸ್‌ನಲ್ಲಿ ತಿಂಗಳುಗಟ್ಟಲೇ 'ಧೋ' ಅಂತ ಮಳೆ ಸುರಿದಿತ್ತು. ಇಡೀ ನಗರವೆಲ್ಲ ಮಳೆ ನೀರಿನಲ್ಲಿ ಅರ್ಧಕ್ಕರ್ಧ ಮುಳುಗಿ ಹೋಗಿತ್ತು. ಅದಾದ ಮೇಲೆ ತಲೆಬುರುಡೆ ಸೀಳಿ ಹೋಗುವಷ್ಟು ಪ್ರಖರ ಬಿಸಿಲು. ಅಷ್ಟೇ! ಅಮೆರಿಕ ಸರ್ಕಾರ ಗಾಬರಿಯಾಗಿ ಇಂಥದೊಂದು ಅನಾಹುತಕ್ಕೆ ಕಾರಣವಾಗಿದ್ದ ಕೆಲ್ವಿನೇಟರ್' ಕಂಪೆನಿಯನ್ನೇ ಅಲ್ಲಿಂದ ಓಡಿಸಿತು.

ಹಾಗೆ ನೋಡಿದರೆ ಇಡೀ ಅಮೆರಿಕಕ್ಕೆ ಮೊಟ್ಟ ಮೊದಲ ಬಾರಿಗೆ ಫ್ರಿಜ್‌ನ್ನು ಪರಿಚಯಿಸಿದ ಕಂಪನಿಯಿದು. ಇಷ್ಟಾದರೂ ಅಮೆರಿಕ ಮುಲಾಜಿಗೆ ಕಟ್ಟು ಬೀಳಲಿಲ್ಲ. ತಮಾಷೆಯೆಂದರೆ, ನಮ್ಮಲ್ಲಿ ಹೊತ್ತಲ್ಲದ ಹೊತ್ತಿನಲ್ಲಿ ಮಳೆಯೂ ಬೀಳುವುದಿಲ್ಲ; ಬಿಸಿಲೂ ಏರುವುದಿಲ್ಲ. ಇಲ್ಲಿ ಎಲ್ಲವೂ ಅಂಗೈ ಗೆರೆಯಷ್ಟೇ ಸ್ಪಷ್ಟ. ಇನ್ನು ಮಾಡಿಟ್ಟ ಅಡುಗೆಯೆಲ್ಲ ಕೆಲವೇ ಗಂಟೆಗಳಲ್ಲಿ ಹಳಸಿ ಹೋಗುವಷ್ಟು ವಾತಾವರಣ ನಮ್ಮಲ್ಲಿನ್ನೂ ಉದ್ಭವವಾಗಿಲ್ಲ. ಆದರೆ ಅಮೆರಿಕದ ಕಂಪೆನಿಯೊಂದು, 'ನಿಮ್ಮ ಮನೆಯಲ್ಲಿ ಫ್ರಿಜ್ ಇಲ್ಲವಾ? ಹಾಗಾದರೆ ನಿಮಗೆ ಸಂಬಳ ಕಡಿಮೆಯಿರಬೇಕು. ಅದಕ್ಕೇ ತಗೊಂಡಿಲ್ಲ!' ಎಂದೆಲ್ಲ ಟೀವಿಯಲ್ಲಿನ

ಜಾಹಿರಾತಿನಲ್ಲಿ ಗೋಣಗುತ್ತಿದ್ದರೆ ನಮಗೆಂಥದೋ ಕಿರಿಕಿರಿ! ಯಕಃಶ್ಚಿತ್ ಹತ್ತು ಸೆಕೆಂಡಿನ ಜಾಹಿರಾತೊಂದು ಭಾರತೀಯರನ್ನು ಹ್ಯಾಗೆ 'ಬ್ರೇನ್ ವಾಶ್' ಮಾಡುತ್ತದೆ ಗಮನಿಸಿ.

ಈ ಫ್ರಿಜ್ ಎಂಬುದನ್ನು status symbolನಂತೆ ಪದೇ ಪದೇ ಚಿತ್ರಿಸತೊಡಗಿದಂತೆ ನಾವು ಭಯಂಕರ ತಲೆ ಕೆಡಿಸಿಕೊಂಡು ಕೊನೆಗೊಂದು ದಿನ ಅದನ್ನು ಹೊತ್ತು ತಂದೇ ಬಿಡುತ್ತೇವೆ.

ಹಾಗೆ ತಂದಂಥ ಫ್ರಿಜ್‌ನ್ನು ಎಷ್ಟು ದಿನಾಂತ ಖಾಲಿ ಇಡಲು ಸಾಧ್ಯ? ಪಕ್ಕದ ಮನೆಯವನೊಬ್ಬ ಇದ್ದಕ್ಕಿದ್ದಂತೆ ತೆಗೆದು, 'ಅರೆ, ಖಾಲಿ ಇದೆಯೆಲ್ಲ?' ಎಂದ ಕೂಡಲೇ ನಮ್ಮ ಹೃದಯವೇ ಬಾಯಿಗೆ ಬಂದಿರುತ್ತದೆ. ಸರಿ, ಕೇವಲ ಆತನನ್ನು ಮೆಚ್ಚಿಸಲೆಂದು ಮಾರ್ಕೆಟ್ಟಿನಲ್ಲಿ ಇದ್ದಬದ್ದ ತರಕಾರಿಗಳನ್ನೆಲ್ಲ ತಂದು ಈ ಡಬ್ಬಿಗೆ ಸುರುವುತ್ತೇವೆ. Of course, ನಮ್ಮಲ್ಲಿ ಮೂರೂ ಹೊತ್ತು ತಾಜಾ ತರಕಾರಿ ಸಿಗುತ್ತಿದ್ದರೂ!

ಮನೆಗೆ ಬಂದ ಅತಿಥಿಯೊಬ್ಬ ನೀರು ಕೇಳಿದಾಗ ತಟ್ಟನೇ ನೀರಿನ ಬಾಟಲಿಯನ್ನು ಆತನ ಮುಂದಿಡುತ್ತೇವೆ. ಯಾಕೆ? ಗ್ಲಾಸಿನಲ್ಲಿ ನೀರು ಕೊಡಬಹುದಿತ್ತಲ್ಲ? ಇಷ್ಟು ದಿನ ನಾವು ಗ್ಲಾಸಿನಲ್ಲೇ ತಾನೇ ನೀರು ಕೊಡುತ್ತಿದ್ದುದು? ಅಸಲಿ ಸಮಸ್ಯೆ ಇರುವುದೇ ಅಲ್ಲಿ! ಗ್ಲಾಸಿನಲ್ಲಿ ತಂಪು ನೀರನ್ನು ತಂದರೆ ಬಂದ ಅತಿಥಿ ಮಡಿಕೆಯಲ್ಲಿಟ್ಟ ನೀರು ಎಂದು ಭಾವಿಸಬಹುದು. ಅದಕ್ಕೇ ಬಾಟಲಿ ಪ್ರತ್ಯಕ್ಷವಾಗುತ್ತದೆ. ಛೇ, ಅಂಧಾನುಕರಣೆಗೆ ಮಿತಿ ಬೇಡವೇ? ಅದಿರಲಿ, ಈ ತಂಗಳನ್ನದ ಡಬ್ಬಿಯನ್ನು ಮುಚ್ಚಿಡುವ ಬಗೆ ಹೇಗೆ?

ಅಜ್ಞಾನದ ಅಂಧಕಾರದಲ್ಲಿ ಅಪ್ಪಿಕೊಂಡ ಪಿಶಾಚಿಗಳು ...

ಒಮ್ಮೊಮ್ಮೆ 'ಬದುಕು' ಎಂಬ ಮೂರಕ್ಷರದ ಶಬ್ದ ಎಷ್ಟೊಂದು ಅರ್ಥಗಳನ್ನು ಹೊರಡಿಸುತ್ತಲ್ಲವೆ? "ಬದುಕೆಂದರೆ ಅದೊಂದು ಪಂಥ. ಅದರಲ್ಲಿ ಗೆದ್ದು ಬಾ. ಬದುಕೆಂದರೆ ಕೊಡುಗೆ. ಅದನ್ನು ನಿರ್ಮಲ ಮನಸ್ಸಿನಿಂದ ಸ್ವೀಕರಿಸು. ಬದುಕೆಂದರೆ ಸಾಹಸ. ಅದು ನಿನಗೆ ಧೈರ್ಯ ನೀಡಲಿ. ಬದುಕೆಂದರೆ ನರಕ. ಅದರಿಂದ ಹೊರಗೆ ಬಾ. ಬದುಕೆಂದರೆ ದುರಂತ. ಅದನ್ನು ಧೈರ್ಯದಿಂದ ಎದುರಿಸು. ಬದುಕೆಂದರೆ ಕರ್ತವ್ಯ. ಅದನ್ನು ತಪ್ಪದೇ ನಿರ್ವಹಿಸು. ಬದುಕೆಂದರೆ ಆಟ. ಅದನ್ನು ಪ್ರಾಂಜಲ ಮನಸ್ಸಿನಿಂದ ಆಡು. ಬದುಕೆಂದರೆ ನಿಗೂಢ. ಅದನ್ನು ಛಿದ್ರಗೊಳಿಸು. ಬದುಕೆಂದರೆ ಅವಕಾಶ. ಅದನ್ನು ಸರಿಯಾಗಿ ಉಪಯೋಗಿಸು. ಬದುಕೆಂದರೆ ಸುಂದರ ಕವನ. ಅದನ್ನು ಎದೆತುಂಬಿ ಹಾಡು. ಬದುಕೆಂದರೆ ದೂರದ ಪಯಣ. ಅದನ್ನು ಪೂರ್ಣಗೊಳಿಸು. ಬದುಕೆಂದರೆ ಸೌಂದರ್ಯ. ಅದನ್ನು ಆಸ್ವಾದಿಸು. ಬದುಕೆಂದರೆ ಸಮಸ್ಯೆ. ಅದನ್ನು ಬಿಡಿಸು. ಬದುಕೆಂದರೆ ಹೋರಾಟ. ಅಲ್ಲಿ ಯುದ್ಧ ಮಾಡು. ಬದುಕೆಂದರೆ ಸ್ಫೂರ್ತಿ. ಅದು ನಿನ್ನನ್ನು ಜೀವಂತವಾಗಿರಿಸಲಿ..."

ಹಾಗಂತ ಬರೆದು ಸದ್ದಿಲ್ಲದೆ ಎದ್ದು ಹೋದ ಅಜ್ಞಾತ ಕವಿ ಇವತ್ತು ಎಲ್ಲಿದ್ದಾನೋ? ಆದರೆ ಆತ ಸೃಷ್ಟಿಸಿ ಹೋದ ಈ ಬದುಕಿನ ವಿವಿಧ ಶೃಂಖಲೆಗಳಲ್ಲಿ ನಾವು ಯಾವುದ್ಯಾವುದನ್ನು ದಾಟಿ ಬಂದಿದ್ದೇವೆ ಎಂಬುದೇನಾದರೂ ನಿಮಗೆ ಗೊತ್ತಾ? ಅದಿರಲಿ, ನಮ್ಮಲ್ಲಿ ಎಷ್ಟು ಜನ ಇಂಥದೊಂದು ಅರ್ಥಪೂರ್ಣ ಬದುಕನ್ನು ಸಾಗಿಸುತ್ತಾರೆ ಎಂಬುದೇನಾದರೂ ನಿಮಗೆ ಗೊತ್ತಾ?

ಬಹುಶಃ ಒಬ್ಬರೂ ಇಲ್ಲ!

ನಾವಿರೋದು ಹಾಗೆ. ಇವತ್ತಿನ ಅವಸರದ ಬದುಕಿನಲ್ಲಿ ಐಷಾರಾಮದ ಎಲ್ಲ ಸವಲತ್ತುಗಳನ್ನು ಬಳಸುತ್ತಿರುವ ನಾವು, ಆ ಮೂಲಕ ನಮ್ಮ ಮುಂದಿನ ಪೀಳಿಗೆಯನ್ನು ಯಾವ್ಯಾವ ತೊಂದರೆಗಳಲ್ಲಿ ಸಿಲುಕಿಸಲಿದ್ದೇವೆಂಬ ಅರಿವು

ಕೂಡ ನಮಗಿದ್ದಂತಿಲ್ಲ. ಅದಕ್ಕೆ ಒಂದೇ ಒಂದು ಚಿಕ್ಕ ಉದಾಹರಣೆ ಕೊಡುತ್ತೇನೆ.

ಇವತ್ತಿನ ಮಟ್ಟಿಗೆ ನಮಗೆಲ್ಲ ಕಾರು ಬೇಕು. ಅದೊಂಥರಾ ಪ್ರತಿಷ್ಠತೆಯ ಸಂಕೇತ. ಅದು ಉಗುಳುವ ಕಾರ್ಬನ್ನು, ಅದರಿಂದುಂಟಾಗುವ ಮಾಲಿನ್ಯ – ಊಹೂಂ, ಯಾವುದೂ ನಮಗೆ ಬೇಕಾಗಿಲ್ಲ. ಒಟ್ಟಿನಲ್ಲಿ ನಮಗೆಲ್ಲ ಕಾರು ಬೇಕು. ಸರ್ಕಾರವೂ ಅಷ್ಟೇ. ದಿನ ಬೆಳಗಾದರೆ ಸಾಕು, ಕಾರು ತಯಾರಿಸುವ ಹೊಸ ಕಂಪೆನಿಗಳಿಗೆ ಪರವಾನಗಿ ಕೊಡುತ್ತಲೇ ಇದೆ. ಹೀಗಾಗಿ ಕಳೆದ ನಾಲ್ಕೈದು ವರ್ಷಗಳಲ್ಲಿ ಕಾರಿನ ಉತ್ಪಾದನೆ ಮೂರು ಪಟ್ಟು ಹೆಚ್ಚಾಗಿದೆ.

ಸರಿ, ಈಗೊಂದು ಚಿಕ್ಕ ಕಲ್ಪನೆ ಮಾಡಿಕೊಳ್ಳಿ. ನಮ್ಮಲ್ಲಿರುವ ಎಲ್ಲ ಜನರಿಗೂ ಒಂದೊಂದು ಕಾರಿದೆ. ಹತ್ತ ಹತ್ತಿರ ನೂರು ಕೋಟಿ ಜನಸಂಖ್ಯೆಯಿರುವ ಭಾರತದಲ್ಲಿ ನೂರು ಕೋಟಿಯಷ್ಟು ಕಾರುಗಳು ಉಂಟು ಮಾಡುವಂಥ ಪರಿಸರ ಮಾಲಿನ್ಯವೆಂಬ 'ಚಿಲ್ರೆ' ವಿಷಯವನ್ನು ಆಚೆ ಎತ್ತಿಡಿ. ಕಾರುಗಳಿಗೆ ಬೇಕಾಗುವ ಇಂಧನ ನಮ್ಮಲ್ಲಿಲ್ಲ. ಅದನ್ನೂ ಪಕ್ಕಕ್ಕಿಡಿ.

ಒಟ್ಟಿನಲ್ಲಿ ನಮ್ಮಲ್ಲಿ ಕಾರಿದೆ ಮತ್ತು ಅದನ್ನು ಓಡಿಸಬೇಕು. ಹಾಗೆ ಊರೆಲ್ಲ ಸುತ್ತಾಡಿದ ಮೇಲೆ ಮನೆ ಮುಂದೆ ಜುಮ್ಮಂತ ಪಾರ್ಕಿಂಗ್ ಮಾಡಬೇಕು.

ಈಗ ಕೊಂಚ ಪ್ರಾಕ್ಟಿಕಲ್ಲಾಗಿ ಯೋಚನೆ ಮಾಡಿ. ಯಾವುದೇ ಒಂದು ಕಾರು ಪಾರ್ಕಿಂಗ್ ಮಾಡಬೇಕೆಂದರೂ ಕೂಡ ಅದಕ್ಕೆ 10x10 ಜಾಗ ಬೇಕು. ಮರ್ಸಿಡಿಸ್‌ನಂಥ ಬೃಹದಾಕಾರದ ಕಾರುಗಳಿಗೆ ಇನ್ನೂ ಹೆಚ್ಚಿನ ಜಾಗಬೇಕು. ಹಾಗೆ ನೂರು ಕೋಟಿ ಕಾರುಗಳನ್ನು ಒಂದರ ಹಿಂದೊಂದರಂತೆ ನಿಲ್ಲಿಸಿದಾಗ ಎಷ್ಟು ಉದ್ದದ ಜಾಗ ಬೇಕಾಗುತ್ತದೆಂದರೆ –

ಅಷ್ಟು ಉದ್ದದ ರಸ್ತೆ ನಮ್ಮ ನಗರಗಳಲ್ಲೇ ಇಲ್ಲ ! ಮತ್ತೆಲ್ಲಿ ಅವುಗಳನ್ನು ನಿಲ್ಲಿಸೋದು? ಊರಾಚೆಯಂತೂ ನಿಲ್ಲಿಸಲಾಗುವುದಿಲ್ಲವಲ್ಲ? ಅದು ಬಿಡಿ, ಈಗ ನೀವು ಊರ ಹೊರಗೆ ಕಾರು ಓಡಿಸುತ್ತಿದ್ದೀರಿ. ಎರಡು ಕಾರುಗಳ ಮಧ್ಯೆ ಅರ್ಧ ಕಿಲೋಮೀಟರಾದರೂ ಅಂತರ ಬೇಡವೇ? ಹಾಗೆ ಪ್ರತಿ ಅರ್ಧ ಕಿಲೋಮೀಟರಿನಷ್ಟು ಅಂತರದಲ್ಲಿ ನೀವು ಕಾರು ಚಲಾಯಿಸತೊಡಗಿದರೆ, ಕಟ್ಟ ಕಡೆಯ ಕಾರು ಈ ದೇಶದ ಹೊರಗಿರುತ್ತದೆ. ಯಾಕೆಂದರೆ ಅಷ್ಟು ಉದ್ದದ ರಸ್ತೆ ಈ ದೇಶದಲ್ಲೇ ಇಲ್ಲ! ಇನ್ನು ಅಲ್ಲಿ ಟ್ರಾಫಿಕ್ ಜಾಮ್ ಅಂತೇನಾದರೂ ಉಂಟಾಗಿ ಬಿಟ್ಟರೆ, ನೀವು ನಡೆದುಹೋದರಷ್ಟೇ ಮನೆ ತಲುಪಬಲ್ಲಿರಿ ಜೋಕೆ!

ಇನ್ನು ಕೂಲ್‌ಡ್ರಿಂಕ್ಸ್ ವಿಷಯಕ್ಕೆ ಬನ್ನಿ. ಸಚಿನ್ ಎಂಬ ಅಪ್ರತಿಮ ಕ್ರಿಕೆಟ್ಟಿಗ

ಕೇವಲ ಪಿಚ್‌ನಲ್ಲಷ್ಟೇ ಸವ್ಯಸಾಚಿ. ಮಿಕ್ಕಂತೆ ಆತ ಹಣದ ಪಿಶಾಚಿ. ಇಷ್ಟಕ್ಕೂ ಹಣ ಯಾರಿಗೆ ಬೇಕಿಲ್ಲ? ಅದಕ್ಕೆಂದೇ ಆತ ವಿದೇಶಿ ಕಂಪೆನಿಗಳು ಬಿಸಾಕುವ ಕೋಟಿಗಟ್ಟಲೆ ಗಂಟಿಗೆ 'ಯೆ ದಿಲ್ ಮಾಂಗೆ ಮೋರ್!' ಎಂದೆಲ್ಲ ಕಿರುಚತೊಡಗುತ್ತಾನೆ. ನಾವೆಲ್ಲ ಬಾಟಲಿ ಎತ್ತ ತೊಡಗುತ್ತೇವೆ. ದುರಂತವೆಂದರೆ, ಅಂಥದೊಂದು ಪಾನೀಯದಲ್ಲಿ ಏನೇನು ಸೇರಿಸಲಾಗುತ್ತದೆಂಬ ವಿಷಯ ಆತನಿಗೂ ಗೊತ್ತಿಲ್ಲ; ನಮಗೂ ಗೊತ್ತಿಲ್ಲ.

ನಿಮಗೊಂದು ಆಶ್ಚರ್ಯದ ವಿಷಯ ಹೇಳುತ್ತೇನೆ. ನಮ್ಮ ಹಲ್ಲುಗಳಿವೆಯಲ್ಲ? ಅವೆಲ್ಲ ಒಂಥರಾ ಎಲುಬಿದ್ದಂತೆ. ಅಂಥದೊಂದು ಹಲ್ಲನ್ನು ವರ್ಷಗಟ್ಟಲೇ ನೆಲದಲ್ಲಿ ಹುಗಿದಿಟ್ಟರೂ ಕೂಡ ಅದು ಮಣ್ಣಿನಲ್ಲಿ ಕರಗಲಾಗದು. ಆದರೆ ಅದೇ ಹಲ್ಲನ್ನು ಈ ಕೂಲ್‌ಡ್ರಿಂಕ್ಸ್ ಬಾಟಲಿಯಲ್ಲಿ ಸತತವಾಗಿ ಹದಿನೈದು ದಿನ ಇಡಿ. ಹದಿನಾರನೇ ದಿನ ಆ ಹಲ್ಲಿನ ಶೇಪೇ ಬದಲಾಗಿರುತ್ತದೆ ಅಥವಾ ಕರಗಿರುತ್ತದೆ!

ಯಾಕೆ ಗೊತ್ತೆ?

ಇವತ್ತಿನ ಮಟ್ಟಿಗೆ ಮಾರುಕಟ್ಟೆಯಲ್ಲಿ ದೊರೆಯುವ ಶೇಕಡಾ ತೊಂಬತ್ತರಷ್ಟು ತಂಪು ಪಾನೀಯದಲ್ಲಿ ಆರು ರೀತಿಯ ಕೆಮಿಕಲ್‌ಗಳನ್ನು ಸೇರಿಸಲಾಗುತ್ತದೆ. ಸೋಡಿಯಂ ಗ್ಲುಟಾ ಮೇಟ್, ಪೊಟ್ಯಾಸಿಯಂ ಸಾರ್ಬೇಟ್, ಲೆಡ್ ಅಸಿಟೇಟ್, ಬ್ರೋಮಿನೇಟೆಡ್ ವೆಜಿಟಬಲ್ ಆಯಿಲ್, ಮಿಥೈಲ್ ಬೆಂಝೀನ್, ಮಿಥೈಲ್ ಬೆಂಝೋಯೇಟ್ ಎಂಬ ಪರಮ ವಿಷಕಾರಕ ವಸ್ತುಗಳನ್ನು ಸೇರಿಸಿದಾಗ ಅಂಥದೊಂದು ಪಾನೀಯ ಕ್ಯಾನ್ಸರ್ ತರಬಲ್ಲದು.

ಕೆಲ ದಿನಗಳ ಹಿಂದೆ, ತಾನು ನಿಗದಿಪಡಿಸಿದ ಪ್ರಮಾಣಕ್ಕಿಂತ ಜಾಸ್ತಿ ಪ್ರಮಾಣದ ಕೆಮಿಕಲ್ಲನ್ನು ಸೇರಿಸಲಾಗಿದೆ ಎಂಬ ಒಂದೇ ಒಂದು ಕಾರಣಕ್ಕೆ ಬ್ರಿಟನ್ ಸರ್ಕಾರ ಅಲ್ಲಿನ ತಂಪು ಪಾನೀಯ ತಯಾರಿಸುವ ಕಂಪೆನಿಯೊಂದು ಪೇರಿಸಿಟ್ಟಿದ್ದ ಸುಮಾರು ಇಪ್ಪತ್ತೆರಡು ಲಕ್ಷ ಬಾಟಲಿಗಳನ್ನು ಒಂದೇ ದಿನದಲ್ಲಿ ಒಡೆಸಿ ಹಾಕಿತ್ತು. ದುರಂತವೆಂದರೆ ಭಾರತದಲ್ಲಿರುವ ವಿದೇಶಿ ಕಂಪೆನಿಗಳು ಇದಕ್ಕಿಂತಲೂ ಹೆಚ್ಚಿನ ಪ್ರಮಾಣದಲ್ಲಿ ಕೆಮಿಕಲ್‌ನ್ನು ಸೇರಿಸುತ್ತಿವೆ. ಪರಿಣಾಮ? ನೀವೇನಾದರೂ ನಿರಂತರವಾಗಿ ಹತ್ತರಿಂದ ಹದಿನೈದು ಬಾಟಲಿ ಕೂಲ್ ಡ್ರಿಂಕ್ಸ್ ಕುಡಿದರೆ ಖಂಡಿತವಾಗಿ ನೀವು ಸಾವಿನಂಚು ತಲುಪುವಿರಿ!

ಕೇವಲ ಎಂಟು ರೂಪಾಯಿಗೆ ಒಂದು ಲೀಟರ್ ಹಾಲು ಸಿಗುವಾಗ ಹತ್ತು ರೂಪಾಯಿ ಕೊಟ್ಟು ಮುನ್ನೂರು ಎಂ.ಎಲ್.ನ. ಕೂಲ್ ಡ್ರಿಂಕ್ಸ್ ಬಾಟಲಿಗೆ ಗಂಟು ಬೀಳುವ ಜರೂರತ್ತಾದರೂ ಏನಿದೆ? ನಮ್ಮ ಈ ರೀತಿಯ ದಯಾ ಗುಣದಿಂದಲೇ ಇವತ್ತು ಈ ವಿದೇಶಿ ಕಂಪೆನಿಗಳು ಪ್ರತಿವರ್ಷ ಎರಡು ಸಾವಿರ ಕೋಟಿಯಷ್ಟು ವ್ಯವಹಾರ ಮಾಡುತ್ತಿವೆ.

ಹಾಗೆಯೇ ನೀವು ಬಳಸುವ ಟೂತ್‌ಪೇಸ್ಟಿನದು ಕೂಡ ಇದೇ ರೀತಿಯ ಕಥೆ. ನಮ್ಮಲ್ಲಿ ಈ ಪೇಸ್ಟಿನ ಕುರಿತು ಒಂದು ರೀತಿಯ ಅಜ್ಞಾನ ಅಂಟಿಕೊಂಡಿದೆ. ಅದೇನೆಂದರೆ ಯಾವ ಪೇಸ್ಟು ಅತ್ಯಂತ ಹೆಚ್ಚು ನೊರೆ ಕೊಡುತ್ತದೆಯೋ ಆ ಪೇಸ್ಟು ಚೆನ್ನಾಗಿದೆಯಂತ ಅರ್ಥ! ಅಸಲಿ ವಿಷಯವೆಂದರೆ, ಲಖನೌದ CDRI (Central Drug Research Institute) ಪ್ರಕಾರ, ಅಂಥ ಪೇಸ್ಟುಗಳಲ್ಲಿ ಸಿಂಥೆಟಿಕ್ ಡಿಟರ್ಜಂಟ್ ಆದ ಸೋಡಿಯಂ ಲಾರೆಲ್ ಸಲ್ಫೇಟ್‌ನ್ನು ಸೇರಿಸಲಾಗುತ್ತದೆ. ಇದು ಬೇರೇನಲ್ಲ; ಶಾಂಪೂ, ರಿನ್, ಏರಿಯಲ್‌ನಲ್ಲಿ ಬಳಸುವಂಥ ನೊರೆ ಬರಿಸುವ ವಸ್ತು! ಹಾಗಾದರೆ ನೀವೇ ಯೋಚಿಸಿ. ನೀವು ಹಲ್ಲುಜ್ಜುತ್ತಿರುವುದು ಪೇಸ್ಟಿನಿಂದಾ? ಅಥವ ಶಾಂಪೂವುನಿಂದಾ?

ಇತ್ತೀಚಿಗೆ ಇಂಥದೇ ಪೇಸ್ಟು ತಯಾರಿಸುವ ಕಂಪೆನಿಯೊಂದು ತನ್ನ ಹೊಸ ಪ್ರಾಡಕ್ಟನ್ನು ಮಾರುಕಟ್ಟೆಗೆ ತಂದಿತ್ತು. ಟ್ಯೂಬನ್ನು ಹಿಸುಕಿದರೆ ಸಾಕು, ಬಣ್ಣಬಣ್ಣದ ಪೇಸ್ಟು ಹೊರಬರುತ್ತಿತ್ತು. ಈ ಕಲರು ಕಲರಾದ ಪೇಸ್ಟನ್ನು ಜನ ಹಿಂದೆ ಮುಂದೆ ನೋಡದೇ ಖರೀದಿಸತೊಡಗಿದರು. ಆದರೆ ಕೆಲವೇ ದಿನಗಳ ನಂತರ ಅದು ಒಗ್ಗಿ ಬರಲಿಲ್ಲವೆಂಬ ಕಾರಣಕ್ಕೆ ಬಿಟ್ಟು ಬಿಟ್ಟರು. ಆದರೆ ಅಸಲಿ ವಿಚಾರ ಅವರ್‍ಯಾರಿಗೂ ಗೊತ್ತರಲೇ ಇಲ್ಲ.

ಕಾರಣವಿಷ್ಟೇ: ನೈಸರ್ಗಿಕ ನೀರಿನಿಂದ ದೊರೆಯುವ ಫ್ಲೋರೈಡು ನಮ್ಮ ದೇಹಕ್ಕೆ ಸಾಕು. ಆದರೆ ಈ ಪೇಸ್ಟಿನಲ್ಲಿ ಅದೇ ಫ್ಲೋರೈಡು ಹೆಚ್ಚಿನ ಪ್ರಮಾಣದಲ್ಲಿತ್ತು. ಪರಿಣಾಮವಾಗಿ 'ಫ್ಲೋರೋಸಿಸ್' ಎಂಬ ವ್ಯಾಧಿ ಅಂಟಿಕೊಂಡಿತು. ಜನ ಅದನ್ನು ದೂರವಿಟ್ಟರು.

ಹಾಗೆ ನೋಡಿದರೆ ಈ ಪೇಸ್ಟನ್ನು ತಯಾರಿಸುವುದಕ್ಕೆ ಬೇಕಾಗುವ ಮೂಲವಸ್ತು ಕ್ಯಾಲ್ಸಿಯಂ. ನೈಸರ್ಗಿಕವಾಗಿ ಕ್ಯಾಲ್ಸಿಯಂ ಅನೇಕ ಕಡೆ ದೊರೆಯುತ್ತದಾದರೂ ಯಥೇಚ್ಛವಾಗಿ ಸಿಗುವ ಸ್ಥಳವೆಂದರೆ ಸಮುದ್ರ ತೀರ ಮತ್ತು ಕಸಾಯಿ ಖಾನೆ! ಸಮುದ್ರದ ಕಪ್ಪೆ ಚಿಪ್ಪಿನಲ್ಲಿ ಕ್ಯಾಲ್ಸಿಯಂ ಸಿಗುತ್ತದೆ.

ಆದರೆ ಇದು ಕೊಂಚ ದುಬಾರಿ ಎನಿಸುವುದರಿಂದ ಕೆಲವೊಂದು ಕಂಪೆನಿಗಳು ನೇರವಾಗಿ ಕಸಾಯಿಖಾನೆಗೆ ಲಗ್ಗೆ ಹಾಕುತ್ತವೆ.

ಅಲ್ಲಿ ದನಗಳ ಎಲುಬಿನ ಪೌಡರಿನಿಂದ ಕ್ಯಾಲ್ಸಿಯಂನ್ನು ಹೊರ ತೆಗೆಯುತ್ತವೆ. ಇವತ್ತು ದೇಶದಲ್ಲಿ ಏನಿಲ್ಲವೆಂದರೂ ಎರಡೂವರೆ ಲಕ್ಷ ಕಸಾಯಿಖಾನೆಗಳಿವೆ. ಅಲ್ಲಿರುವ ಸಮಸ್ತ ಎಲುಬನ್ನೆಲ್ಲ ಈ ಕಂಪೆನಿಗಳು ಕಾಂಟ್ರಾಕ್ಟ್ ತೆಗೆದುಕೊಳ್ಳುತ್ತವೆ. ಆದರೆ ಎಲ್ಲೂ ಬಾಯ್ಬಿಡುವುದಿಲ್ಲ!

ಇವೆಲ್ಲ ಸೂಕ್ಷ್ಮ ವಿಷಯಗಳು. ಹೇಳುತ್ತಾ ಹೋದಂತೆ ನೂರಾರು ಸಿಗುತ್ತವೆ. ಆದರೇನು? ಅಜ್ಞಾನದ ಅಂಧಕಾರದಲ್ಲಿ ಇಂಥ ಪಿಶಾಚಿಗಳನ್ನು ಅಪ್ಪಿಕೊಂಡಂತಾಗಿದೆ.

ಕಳಚಿಕೊಳ್ಳುವುದನ್ನು ಕಲಿಯಬೇಕಷ್ಟೇ!

ದೇಶಪ್ರೇಮ ಕಲಿಸಿದ ಗಣಪ ಎಲ್ಲಿ ಕಣ್ಮರೆಯಾದ?

"ಸಾರ್, ಈ ಸಲದ ಚಂದಾ ಹಣದ ರಸೀದಿ ತಗೊಳ್ಳಿ".

"ಎಷ್ಟು ಬರೆದಿದ್ದೀರಿ?"

"ಏನಿಲ್ಲ ಸಾರ್, ಪ್ರತಿ ವರ್ಷದಂತೆ ಐನೂರು ಬರೆದಿದ್ದೇವೆ."

"ಯಾಕ್ರಯ್ಯ? ಹೋದ ಸಲ ನಾನು ನೂರೇ ಕೊಟ್ಟಿದ್ನಲ್ಲ?"

"ಅದೇನೇ ಇರ್ಲಿ, ಈ ಸಲ ಮಾತ್ರ ಐನೂರು ಕೊಡಬೇಕು, ಇಲ್ಲಾಂದ್ರೆ....."

"ಇಲ್ಲಾಂದ್ರೆ ಏನ್ಮಾಡ್ತೀರಯ್ಯ? ಒಂದು ಪೈಸೆನೂ ಕೊಡೊಲ್ಲ, ಅದೇನು ಮಾಡ್ತಿರೋ ಮಾಡ್ಕೊಳ್ಳಿ..."

"ಯೋಯ್, ಅದ್ಹೇಗೆ ನೀನು ಕೊಡೋದಿಲ್ವೋ ನೋಡೇ ಬಿಡ್ತೀವಿ..... ಮಗನೇ ಈ ಏರಿಯಾದಲ್ಲಿ ಹೆಂಡತಿ, ಮಕ್ಕಳೊಂದಿಗೆ ನೆಮ್ಮದಿಯಾಗಿ ಬದುಕೋ ಆಸೆ ಇಲ್ಲವಾ?"

ಹಾಗಂತ ಮನೆ ಮುಂದೆ ನಿಂತಿದದ ಹುಡುಗರ ದಂಡು ಸಣ್ಣದೊಂದು ಧಮಕಿ ಹಾಕುತ್ತಿದ್ದಂತೆಯೇ ಆ ಮನೆಯ ಮಾಲೀಕ ಮರು ಮಾತನಾಡದೇ ನೂರರ ಐದು ನೋಟುಗಳನ್ನು ಎಣಿಸತೊಡಗುತ್ತಾನೆ. ಚಂದಾ ಗಿರಾಕಿಗಳು ಮುಂದಿನ ಮನೆಯತ್ತ ಸಾಗತೊಡಗುತ್ತಾರೆ.

ಇದು ಇತ್ತೀಚೆಗೆ ನಾವು ಗಣೇಶೋತ್ಸವವನ್ನು ಆಚರಿಸುತ್ತಿರುವ ರೀತಿ!

ದುರಂತವೆಂದರೆ ಯಾವ ಘನ ಉದ್ದೇಶಕ್ಕಾಗಿ ಗಣೇಶೋತ್ಸವದಂಥ ಧಾರ್ಮಿಕ ಆಚರಣೆಯನ್ನು ನಡೆಸಲು ನಿರ್ಧರಿಸಲಾಯಿತೋ, ಆ ಉದ್ದೇಶ, ಒಳಕಲ್ಪನೆ ಎಲ್ಲವೂ ಇವತ್ತು ಛಿದ್ರಗೊಂಡಿದೆ. ಬದಲಾಗಿ ಅವುಗಳ ಜಾಗದಲ್ಲಿ ಒಂದು ರೀತಿಯ ಹಿಂಸೆ, ವಿಕೃತಿಗಳೆಲ್ಲ ಬಂದು ಕುಳಿತಿವೆ. ಇಷ್ಟಕ್ಕೂ ಗಣೇಶೋತ್ಸವದಂಥ ಹಬ್ಬಗಳು ನಮ್ಮಲ್ಲಿ ಸಾವಿರಾರು ವರ್ಷಗಳಷ್ಟು ಪುರಾತನವಾದವುಗಳು. ಅವೆನ್ನೆಲ್ಲ ಯಾರು, ಯಾವಾಗ ಪ್ರಾರಂಭಿಸಿದರು ಎಂಬುದನ್ನು ಯಾರೂ ಲೆಕ್ಕವಿಟ್ಟಿಲ್ಲ. ಆದರೆ ಬೀದಿ ಗಣೇಶೋತ್ಸವವನ್ನು ಪ್ರಾರಂಭಿಸಿದ್ದು ಮಾತ್ರ ಒಬ್ಬ ಸ್ವಾತಂತ್ರ್ಯ ಹೋರಾಟಗಾರ!

ಸುಮಾರು ಒಂದು ಶತಮಾನದ ಹಿಂದಿನ ಮಾತು. ಇಡೀ ಭರತಖಂಡ ಪರಂಗಿಗಳ ಕಪಿಮುಷ್ಠಿಯಲ್ಲಿ ನಲುಗಿ ಹೋಗುತ್ತಿತ್ತು. ಅವರ ಕಾನೂನುಗಳು ಭೀಕರವಾಗಿದ್ದವು. ಮುಗ್ಧ ಭಾರತೀಯರ ಮೇಲೆ ಹಲ್ಲೆ ಮಾಡಲು ಬ್ರಿಟಿಷರಿಗೆ ಯಾವುದೇ ರೀತಿಯ ನಿಶ್ಚಿತ ಕಾರಣಗಳೇ ಬೇಕಾಗಿರಲಿಲ್ಲ. ಸುಮ್ಮನೇ ಒಂದು ಜಾಗದಲ್ಲಿ ನಾಲ್ಕೈದು ಜನ ಸೇರಿದರೆ ಸಾಕು, ಸರ್ಕಾರದ ವಿರುದ್ಧ ಸಂಚು ನಡೆಸುತ್ತಿದ್ದಾರೆಂಬ ಆರೋಪ ಹೊರಿಸಿ ಅವರನ್ನು ಜೈಲಿಗೆ ತಳ್ಳಲಾಗುತ್ತಿತ್ತು. ಹೀಗಾಗಿ ಆಗೆಲ್ಲ ದೇಶದಲ್ಲಿ ವರ್ಷವಿಡೀ ಕರ್ಫ್ಯೂ!

ಬ್ರಿಟಿಷರ ಈ ರೀತಿಯ ಆಡಳಿತ ಪ್ರತಿಯೊಬ್ಬ ಭಾರತೀಯನಲ್ಲಿ ಯಾವ ಪರಿ ಭಯ ಮೂಡಿಸಿತ್ತೆಂದರೆ ಖಾಕಿ ಚೆಡ್ಡಿ ಧರಿಸಿದ ಪೋಲೀಸನೊಬ್ಬ ಕೈಯಲ್ಲಿ ಬರೀ ಲಾಠಿ ಹಿಡಿದು ಹಳ್ಳಿಯೊಂದನ್ನು ಪ್ರವೇಶಿಸಿದರೆ ಸಾಕು ಆ ಹಳ್ಳಿಯ ಸಮಸ್ತ ಮನೆಯ ಬಾಗಿಲುಗಳು ತಂತಾನೆ ಮುಚ್ಚಿಕೊಳ್ಳುತ್ತಿದ್ದವು. ಭಾರತೀಯರಲ್ಲಿ ಹೆಪ್ಪುಗಟ್ಟಿದ ಈ ಭಯ ಒಬ್ಬ ವ್ಯಕ್ತಿಯನ್ನು ಮಾತ್ರ ತೀವ್ರವಾಗಿ ಕೆಣಕುತ್ತಿತ್ತು. ಆತ ಹೇಳಿ ಕೇಳಿ ಒಬ್ಬ ತೀವ್ರಗಾಮಿ. ಮಾತೆತ್ತಿದರೆ ನಾಲ್ಕು ಬಾರಿಸಿ ಎನ್ನುವ ಮನೋಭಾವದ ವ್ಯಕ್ತಿ! ಎಲ್ಲಿಯವರೆಗೆ ತಾನು ಈ ಜನತೆಯಲ್ಲಿ ಬ್ರಿಟಿಷರ ಬಗ್ಗೆ ಮೂಡಿರುವ ಭಯ ಹೋಗಲಾಡಿಸುವುದಿಲ್ಲವೋ, ಅಲ್ಲಿಯವರೆಗೆ ಈ ಜನ ಖಂಡಿತವಾಗಿಯೂ ಉದ್ಧಾರವಾಗಲಿಕ್ಕಿಲ್ಲ ಎಂಬುದು ಆ ತೀವ್ರಗಾಮಿಗೆ ಸ್ಪಷ್ಟವಾಗಿ ಮನವರಿಕೆಯಾಗಿ ಹೋಗಿತ್ತು. ಅದಕ್ಕೆಂದೇ ಆತ ಸದಾಕಾಲ ಒಂದೇ ವಿಷಯದ ಬಗ್ಗೆ ಯೋಚನೆ ಮಾಡುತ್ತಿದ್ದ.

ಈ ಜನರಲ್ಲಿರುವ ಭಯವನ್ನು ಕಿತ್ತೊಗೆಯುವ ಬಗೆ ಹೇಗೆ?

ಅದಕ್ಕಾಗಿ ಆತ ಒಂದು ಉಪಾಯ ಮಾಡಿದ. ನೆಟ್ಟಗೆ ಅದೊಂದು ಹಳ್ಳಿಗೆ ಹೋದ. ಅಲ್ಲಿನ ಜನರಿಗೆ "ನೋಡ್ರಯ್ಯ, ಈ ಸಲ ನಾವೆಲ್ಲ ಸೇರಿಕೊಂಡು ಬೀದಿಯಲ್ಲಿ ಗಣೇಶನ ಪೂಜೆ ಮಾಡೋಣ. ಆತ ವಿಘ್ನ ನಿವಾರಕ. ನಮ್ಮೆಲ್ಲರ ಕಷ್ಟಗಳನ್ನು ಪರಿಹರಿಸುತ್ತಾನೆ. ಏನಂತೀರಿ?" ಎಂದು ಪೀಠಿಕೆ ಹಾಕಿದ. ಹಳ್ಳಿಯ ಜನರಿಗೆ ಆತನ ಬಗ್ಗೆ ವಿಚಿತ್ರ ಕುತೂಹಲ. ಅವರಿಗೆ ಇದೆಲ್ಲ ಹೊಸತು. ಇಷ್ಟು ದಿನ ಅವರೆಲ್ಲ ತಂತಮ್ಮ ಮನೆಗಳಲ್ಲಿಯೇ ಗಣೇಶನನ್ನಿಟ್ಟು ಪೂಜೆ ಮಾಡಿದವರೇ ಹೊರತು, ಅವರ್ಯಾರೂ ಬೀದಿಗೆ ಬಂದು ಪೂಜಾ ಕಾರ್ಯ ನಡೆಸಿದವರಲ್ಲ. ಇಷ್ಟಾದರೂ ಈ ತೀವ್ರಗಾಮಿ ಬೀದಿಯಲ್ಲಿ ಗಣಪನನ್ನಿಟ್ಟು ಪೂಜೆ ಮಾಡೋಣ ಎನ್ನುತ್ತಿದ್ದಾನೆ. ಮೇಲಾಗಿ ನಮಗೆ ಬಂದಿರುವ ವಿಘ್ನಗಳೂ ದೂರವಾಗ್ತವೆ ಎನ್ನುತ್ತಿದ್ದಾನೆ. ಇರಲಿ, ಅದೂ ಒಂದು ಕೈ ನೋಡೇ

ಬಿಡೋಣ ಎಂದರು. ಸರಿ, ಅದಕ್ಕೊಂದು ಸಮಿತಿ ರಚನೆ ಮಾಡಲಾಯಿತು. ಇದೊಂದು ಪಕ್ಕಾ ಧಾರ್ಮಿಕ ಕ್ರಿಯೆಯಾಗಿದ್ದರಿಂದ ಜನ ದೊಡ್ಡ ಸಂಖ್ಯೆಯಲ್ಲಿ ಭಾಗವಹಿಸತೊಡಗಿದರು.

ಆಗ ಮಿಸುಕಾಡಿತು ಬ್ರಿಟಿಷ್ ಸರ್ಕಾರ!

ಯಥಾಪ್ರಕಾರ ಸರ್ಕಾರದ ವಿರುದ್ಧ ಷಡ್ಯಂತ್ರ ನಡೆಯುತ್ತಿದೆ ಎಂಬ ನೆಪದಲ್ಲಿ ಗಣೇಶೋತ್ಸವವನ್ನು ನಿಲ್ಲಿಸಲು ಹೇಳಿದಾಗ, ಮೊಟ್ಟಮೊದಲ ಬಾರಿಗೆ ಭಾರತೀಯ ಸಿಟ್ಟಿಗೆದ್ದಿದ್ದ! ಹಾಗೊಂದು ವೇಳೆ ಗಣಪದ ಪೂಜೆಯನ್ನು ಅರ್ಧಕ್ಕೆ ನಿಲ್ಲಿಸಿದರೆ ಮತ್ತ್ಯಾವುದಾದರೂ ವಿಘ್ನ ಎದುರಾದೀತು ಎಂಬ ಧಾರ್ಮಿಕ ಭಯವೇ ಆತನನ್ನು ಬ್ರಿಟಿಷರ ವಿರುದ್ಧ ಸಿಡಿದೇಳುವಂತೆ ಮಾಡಿತ್ತು. ಉಪಾಯ ಫಲಿಸಿದ ಖುಷಿಗೆ ಆ ತೀವ್ರಗಾಮಿ ಮನಸ್ಸಿನೊಳಗೇ ನಕ್ಕಿದ್ದ.

ಆತನ ಹೆಸರು ಲೋಕಮಾನ್ಯ ಬಾಲಗಂಗಾಧರ ತಿಲಕ್!

ಹಾಗೆ ಮೊಟ್ಟ ಮೊದಲ ಬಾರಿಗೆ ಧಾರ್ಮಿಕ ನಂಬಿಕೆಯನ್ನು ಉಳಿಸಿಕೊಳ್ಳುವುದಕ್ಕಾಗಿ ಬ್ರಿಟಿಷರೊಂದಿಗೆ ಮುಖಾಮುಖಿ ಹೊಡೆದಾಟ ನಡೆದಿದ್ದು 1893 ರಲ್ಲಿ.

ಆವತ್ತು ಗಣೇಶನ ಪೂಜೆಯನ್ನು ಅರ್ಧಕ್ಕೆ ನಿಲ್ಲಿಸಲು ಬಂದಿದ್ದ ಬ್ರಿಟಿಷ್ ಸಿಪಾಯಿಗಳನ್ನು ಪುಣೆಯ ಹತ್ತಿರದ ಹಳ್ಳಿಯೊಂದರ ಜನತೆ ಮುಖ ಮೂತಿ ನೋಡದೇ ಕತ್ತರಿಸಿ ಹಾಕಿತ್ತು. ನೆನಪಿಡಿ, ಆ ಸಮಯದಲ್ಲಿ ಭಾರತೀಯರು ಗಾಂಧಿ ಎಂಬ ಹೆಸರನ್ನು ಕೇಳಿರಲಿಲ್ಲ. ಖುದ್ದು ಗಾಂಧಿ ಕೂಡ ಆಗ ದಕ್ಷಿಣ ಆಫ್ರಿಕದಲ್ಲಿ ವಕೀಲಿಕೆಯ ಪ್ರಾಕ್ಟೀಸ್ ಮಾಡುತ್ತಿದ್ದರು. ಈ ಕಡೆ ಬಾಲಗಂಗಾಧರ ತಿಲಕ್ ತನ್ನ ವಕೀಲಿ ವೃತ್ತಿಯೊಂದಿಗೆ ಹಳ್ಳಿ ಹಳ್ಳಿಗೆ ಹೋಗಿ ಗಣೇಶೋತ್ಸವದ ಸಮಿತಿಗಳನ್ನು ರಚಿಸತೊಡಗಿದ್ದರು. ಅವರ ಪತ್ರಿಕೆಯಾದ 'ಕೇಸರಿ' ಯಲ್ಲಿ ಬ್ರಿಟಿಷರ ವಿರುದ್ಧ ಬೆಂಕಿಯಂತಹ ಲೇಖನಗಳು ಪ್ರಕಟವಾಗುತ್ತಿದ್ದವು.

ಹೀಗಿರುವಾಗ ಅದೊಂದು ದಿನ ತಿಲಕ್‌ರ ತಲೆಯಲ್ಲಿ ಪಶ್ಚಾತ್ತಾಪದ ಕೀಟವೊಂದು ಕೊರೆಯತೊಡಗುತ್ತದೆ. ಅರೇ, ಇದೇನಿದು? ನಾನೇನೋ ಬ್ರಿಟಿಷರನ್ನು ಇಲ್ಲಿಂದ ಹೊರದಬ್ಬುವುದಕ್ಕಾಗಿ ಹೋರಾಟ ನಡೆಸುತ್ತಿದ್ದೇನೆ. ಹಾಗೆಯೇ ಅವರ ಕೋರ್ಟಿನಲ್ಲೇ ಹೊಟ್ಟೆಪಾಡಿಗಾಗಿ ವಕೀಲಿಕೆಯನ್ನು ಮಾಡುತ್ತಿದ್ದೇನೆ. ಇವರೆಡರಲ್ಲಿ ಯಾವುದು ಸರಿ? ಎಂಬ ಗೊಂದಲದಲ್ಲಿದ್ದಾಗ ಕೊನೆಗೂ ತಿಲಕ್‌ರ ದೇಶಪ್ರೇಮ ಗೆಲ್ಲುತ್ತದೆ. ಕರಿ ಕೋಟು ಗೂಟಕ್ಕೆ ನೇತು

ಬೀಳುತ್ತದೆ! ಆ ಸಮಯದಲ್ಲಿ ಖುದ್ದು ತಿಲಕ್‌ರ ಹೆಂಡತಿಯೇ ಗಂಡನ ನಿರ್ಧಾರವನ್ನು ವಿರೋಧಿಸಿದ್ದರು.

ಇದಾದ ಕೆಲವೇ ವರ್ಷಗಳ ನಂತರ ಅಂದರೆ 1905 ರಲ್ಲಿ ಲಾರ್ಡ್ ಕರ್ಜನ್ ಬಂಗಾಳ ವಿಭಜನೆ ಮಾಡಿದಾಗ ತಿಲಕ್‌ರಿಂದ ದೊಡ್ಡ ಪ್ರಮಾಣದ ವಿರೋಧ ವ್ಯಕ್ತವಾಯಿತು. ಕೇಸರಿಯಲ್ಲಿನ ಸಂಪಾದಕೀಯಗಳು ಕರ್ಜನ್‌ನನ್ನು ಎಲ್ಲ ರೀತಿಯಿಂದಲೂ ಬೆತ್ತಲೆ ಮಾಡಿದವು. ತಕ್ಷಣ ಬ್ರಿಟಿಷ್ ಸರ್ಕಾರ ಕೇಸರಿಯ ಅಷ್ಟೂ ಪ್ರತಿಗಳನ್ನು ಸುಟ್ಟು ಹಾಕಿತಲ್ಲದೇ ಅದನ್ನು ದೇಶದಾದ್ಯಂತ ನಿಷೇಧಕ್ಕೊಳಪಡಿಸಲಾಯಿತು. ಚಳವಳಿಗಾರರೆಲ್ಲ ದಂಗು ಬಡಿದು ಕುಳಿತರು. ಅವರೆಲ್ಲರ ನಿಷ್ಕಲ್ಮಶ ದೇಶಪ್ರೇಮಕ್ಕೆ, ಬ್ರಿಟಿಷರೆಡೆಗಿನ ಸಾತ್ವಿಕ ಆಕ್ರೋಶಕ್ಕೆ ಮೂಲ ಪ್ರೇರಣೆಯಾಗಿದ್ದ 'ಕೇಸರಿ'ಯೀಗ ಬ್ಯಾನ್ ಆಗಿತ್ತು! ಕೆಲ ಸಮಯದವರೆಗೆ ಚಳವಳಿಗಾರರ ಹೋರಾಟಗಳೇ ನಿಂತು ಹೋದವು. ಆದರೆ ಅಂಥದೊಂದು ಪರಿಸ್ಥಿತಿ ಕೆಲದಿನಗಳ ಮಟ್ಟಿಗೆ ಮಾತ್ರವಿತ್ತು. ಇನ್ನೇನು ಈ ಚಳವಳಿಗಾರರ ರಟ್ಟೆಯಲ್ಲಿನ ಕಸುವೆಲ್ಲ ಮುಗಿದಿರಬೇಕೆಂದು ಸರ್ಕಾರ ನೆಮ್ಮದಿಯ ಉಸಿರೆಳೆದುಕೊಳ್ಳುತ್ತಿರುವಾಗಲೇ ಬ್ರಿಟಿಷ್ ಅಧಿಕಾರಿಗಳು ಸಾಲುಸಾಲಾಗಿ ಕೊಲೆಯಾಗತೊಡಗಿದರು. ಯಾಕೆಂದರೆ ಹೋರಾಟಗಾರರ ಕೈಯಲ್ಲಿ ಕೇಸರಿ ಕುಳಿತಿತ್ತು!

ಆ ಸಮಯದಲ್ಲಿ ತಿಲಕರೇ ಹಳ್ಳಿ ಹಳ್ಳಿಗಳಲ್ಲಿ ಸ್ಥಾಪಿಸಿದ್ದ ಗಣೇಶ ಸಮಿತಿಗಳು ಕೇಸರಿಯನ್ನು ಚಳವಳಿಗಾರರಿಗೆಲ್ಲ ನಿಗೂಢವಾಗಿ ತಲುಪಿಸುತ್ತಿದ್ದೇವೆಂದು ಬ್ರಿಟಿಷರಿಗೆ ಕೊನೆಗೂ ಗೊತ್ತಾಗಲಿಲ್ಲ.

ಹೀಗೆ ಸ್ವಾತಂತ್ರ್ಯ ಸಂಗ್ರಾಮದ ಇತಿಹಾಸದುದ್ದಕ್ಕೂ ದೊಡ್ಡ ಪ್ರಮಾಣದ ಸಂಚಲನವನ್ನೇ ಹುಟ್ಟು ಹಾಕಿದ ಈ ಗಣೇಶೋತ್ಸವ, ಇವತ್ತು ಬೇರೆಯೇ ತೆರನಾದ ಅರ್ಥ ಪಡೆದುಕೊಂಡಿದೆ. ಸಾರ್ವಜನಿಕರಿಂದ ಬಲವಂತವಾಗಿ ಹಣ ಪೀಕುವ ದಂಧೆಯಾಗಿ ಹೋಗಿದೆ. ಆವತ್ತಿನ ಗಣೇಶ ಸಮಿತಿಗಳಲ್ಲಿ ನಾವೆಷ್ಟು ಜನ ಬ್ರಿಟಿಷರನ್ನು ಹೊಡೆಯುತ್ತೇವೆಂಬ ಆರೋಗ್ಯಕರ ಪೈಪೋಟಿಯಿದ್ದರೆ, ಇವತ್ತಿನ ಸಮಿತಿಗಳು ನಾವೆಷ್ಟು ಪ್ರಮಾಣದ ಪಟಾಕಿ ಹೊಡೆಯುತ್ತೇವೆಂಬ ಅರ್ಥಹೀನ ಪೈಪೋಟಿಗಳಿದಿದೆ.

ಆವತ್ತಿನ ಗಣಪ ದೇಶಪ್ರೇಮದ ಬೀಜ ಬಿತ್ತಿದ್ದರೆ, ಇವತ್ತಿನ ಗಣಪ ತನ್ನ ದರ್ಶನಕ್ಕೆಂದು ಬರುವ ಚೆಲುವೆಯರಿಗಾಗಿ ಕಾದು ಕುಳಿತಿರುವ ಪಡ್ಡೆಗಳಿಗೆ ಬರೀ 'ಪ್ರೇಮ'ದ ಪಾಠ ಹೇಳಿ ಕೊಡುತ್ತಿದ್ದಾನೆ. ಹಾಗೆಯೇ ಈ ಗಣಪ

ಕಾರ್ಗಿಲ್ ಘಟನೆಗೆ ಸಂಬಂಧಪಟ್ಟಂತೆ ರೈಫಲ್ ಹಿಡಿಯುತ್ತಾನೆ. ಒಲಂಪಿಕ್ಸ್ ಬಂದೊಡನೆ ಹೈಜಂಪ್ ಮಾಡುತ್ತಾನೆ. ಕ್ರಿಕೆಟ್ ವರ್ಲ್ಡ್ ಕಪ್ ಸಮಯದಲ್ಲಿ ಬ್ಯಾಟು ಹಿಡಿದು ಕ್ರೀಸಿಗೂ ಇಳಿದುಬಿಡುತ್ತಾನೆ.

ದುರಂತವೆಂದರೆ, ಇದನ್ನೆಲ್ಲ ನೋಡಿ ಮೌನವಾಗಿಯೇ ರೋದಿಸುತ್ತಿರುವ ತಿಲಕ್‌ರ ಆತ್ಮ ನಮಗ್ಯಾರಿಗೂ ಗೋಚರಿಸುತ್ತಿಲ್ಲ.

ಜಾಹಿರಾತುಗಳ ಹೆಣಭಾರಕ್ಕೆ ನಲುಗಿ ಹೋದ ಅಬ್ದುಲ್ಲಾ......!

ಬೇಗಾನೆ ಶಾದಿ ಮೆ ಅಬ್ದುಲ್ಲಾ ದೀವಾನಾ!

ಹಾಗಂತ ಹಿಂದಿಯಲ್ಲೊಂದು ಮಾತಿದೆ. ತನಗೆ ಯಾವ ರೀತಿಯಿಂದಲೂ ಸಂಬಂಧವಿರದ ಮದುವೆಯಲ್ಲಿ ಸಂಭ್ರಮಿಸುತ್ತಿರುವ ವ್ಯಕ್ತಿಯೊಬ್ಬನ ಮೂರ್ಖತನ ಕುರಿತು ಇಂಥದ್ದೊಂದು ವ್ಯಂಗ್ಯ ಮಾತನ್ನು ಸೃಷ್ಟಿಸಿರಬಹುದು. ತಮಾಷೆಯೆಂದರೆ, ದಿನ ಬೆಳಗಾದರೆ ನಾವು ಇದೇ ಅಬ್ದುಲ್ಲನ ಪಾತ್ರವನ್ನು ಅಭಿನಯಿಸುತ್ತಿರುತ್ತೇವೆ.

ಹ್ಯಾಗೆ ಗೊತ್ತಾ? ಇವತ್ತಿನ ಮಟ್ಟಿಗೆ ನಾವು ಬಳಸುವ ವಸ್ತುಗಳ ಪೈಕಿ ಶೇಕಡಾ ತೊಂಭತ್ತರಷ್ಟು ಯಾವುದೂ ಸ್ವದೇಶಿಯಲ್ಲ. ಅವೆಲ್ಲ ವಿದೇಶಿ ಕಂಪೆನಿಗಳಿಂದ ಹೊರಬಂದ ಪ್ರಾಡಕ್ಟುಗಳು. ಹಾಗಾಗಿ ಅಂಥ ವಸ್ತುಗಳನ್ನು ಬಳಸುವುದರಿಂದ ಅದೆಲ್ಲದರ ಲಾಭ ಬೇರೆ ರಾಷ್ಟ್ರಗಳಿಗೆ ಹೋಗುತ್ತದೆಯೇ ಹೊರತು ಅದರಿಂದ ಭಾರತವೇನೂ ಉದ್ಧಾರವಾಗುವುದಿಲ್ಲ. ಹಾಗಿದ್ದರೂ ಕೂಡ ನಾವೆಲ್ಲ ವಿದೇಶಿ ಕಂಪೆನಿಗಳ ಹುಂಡಿಗೆ ಕಾಣಿಕೆ ಸಲ್ಲಿಸುತ್ತ ಹುಟ್ಟಿದ ಮನೆಗೇ ಉಪಕಾರ ಮಾಡುತ್ತಿರುವಂತೆ ಸಂಭ್ರಮಿಸುತ್ತೇವೆ.

ಇಷ್ಟಕ್ಕೂ ನಮ್ಮ ಇಡೀ ದಿನವೆಲ್ಲ ಹ್ಯಾಗೆ ಮಲ್ಟಿ ನ್ಯಾಷನಲ್ ಕಂಪೆನಿಗಳ ಕಪಿಮುಷ್ಠಿಯಲ್ಲಿ ಕಳೆದುಹೋಗುತ್ತವೆಂದು ನೀವು ಯಾವತ್ತಾದರೂ ಗಮನಿಸಿದ್ದೀರಾ? ಇಲ್ಲವಾದಲ್ಲಿ ನಿಮ್ಮ ದಿನಚರಿಯನ್ನು ಕೊಂಚ ನೆನಪಿಸಿಕೊಳ್ಳಿ.

ಬೆಳಗಾದ ಕೂಡಲೇ ಬ್ರೂಕ್‌ಬಾಂಡ್ ಅಥವಾ ತಾಜ್‌ಮಹಲ್ ಟೀ ಕುಡೀತೇವೆ. ನಂತರ ಪೆಪ್ಸೊಡೆಂಟೋ, ಕೋಲ್ಗೆಟಿನಿಂದಲೋ ಹಲ್ಲುಜ್ಜುತ್ತೇವೆ. 'ಪಾಮೋಲಿವ್ ಕಾ ಜವಾಬ್ ನಹೀ!' ಅನ್ನುತ್ತಲೇ ಶೇವ್ ಮಾಡಿಕೊಳ್ಳುತ್ತೇವೆ. ಇನ್ನು ಸ್ನಾನ ಮಾಡಲು ಲಕ್ಸೇ ಬೇಕು. ಅದಿಲ್ಲವಾದಲ್ಲಿ ಪಿಯರ್ಸು, ಲಿರಿಲ್ಲು ಇದ್ದೇ ಇದೆಯಲ್ಲ? ಅದಾದ ಮೇಲೆ ನಮ್ಮ ಕೆನ್ನೆ 'ಫೇರ್ ಅಂಡ್ ಲವ್‌ಲೀ' ಬೇಕಂತ ರಾಗ ಎಳೆಯುತ್ತದೆ. ಹೊಟ್ಟೆ, ರಫಲ್ಸ್ ಚಿಪ್ಸ್‌ಗಾಗಿ ತಹ ತಹಿಸುತ್ತದೆ.

ಪೆಪ್ಸಿಗಾಗಿ ಗಂಟಲು ಒಣಗತೊಡಗುತ್ತದೆ. ಹಾಗೆಯೇ ರಿನ್ ಇಲ್ಲದೇ ಬಟ್ಟೆ ನೀರೊಳಗೆ ಮುಳುಗುವುದಿಲ್ಲ. ಕಾಲುಗಳು ಬಾಟಾ ಚಪ್ಪಲಿಯಿಲ್ಲದೇ ಒಂದೇ ಒಂದು ಹೆಜ್ಜೆ ಮುಂದಿಡಲಾರದೆ ಮುನಿಸಿಕೊಳ್ಳುತ್ತವೆ.

ಅರೆರೆ, ಈ ರೀತಿಯ ವಿದೇಶಿ ವಸ್ತುಗಳ ಶೃಂಖಲೆಯಲ್ಲಿ ಯಾವುದಾದರೂ ಒಂದೇ ಒಂದು ಸ್ವದೇಶಿ ವಸ್ತು ಕಾಣಿಸುತ್ತಿದೆಯಾ?

ದುರಂತವೆಂದರೆ, ನಾನೂರು ವರ್ಷಗಳ ಹಿಂದೆ ಯಾವತ್ತು ಜಹಾಂಗೀರನೆಂಬ ಸುಲ್ತಾನ ವಿದೇಶಿಯರನ್ನು ಅವರ ಪ್ರಾಡಕ್ಟುಗಳ ಸಮೇತ ಬರಮಾಡಿಕೊಂಡನೋ? ಆವತ್ತಿನಿಂದ ಇವತ್ತಿನವರೆಗೂ ಇಂಥ silent weaponಗಳ ಮೂಲಕ ಭಾರತದ ಮೇಲೆ ನಿರಂತರವಾಗಿ ದಾಳಿ ನಡೆಯುತ್ತಲೇ ಇದೆ. ನಾವು ಮಾತ್ರ ಇದ್ಯಾವುದನ್ನೂ ಗಮನಿಸದೇ ಇವರಿಗೆಲ್ಲ ರತ್ನಗಂಬಳಿ ಹಾಸಿ ಸ್ವಾಗತಿಸುತ್ತಿದ್ದೇವೆ. ಪರಿಣಾಮವಾಗಿ ಇವತ್ತು ದೇಶದೊಳಗೆ ಏನಿಲ್ಲವೆಂದರೂ ನಾಲ್ಕು ಸಾವಿರ ಮಲ್ಟಿ ನ್ಯಾಶನಲ್ ಕಂಪೆನಿಗಳು ನುಗ್ಗಿವೆ. ಇವುಗಳ ಆರ್ಭಟ ತಡೆಯಲಾಗದೆ ಕಳೆದ ಎಂಟು ವರ್ಷಗಳಲ್ಲಿ ಸುಮಾರು ಎರಡು ಲಕ್ಷಕ್ಕೂ ಹೆಚ್ಚಿನ ಸ್ವದೇಶಿ ಕಂಪೆನಿಗಳಿಗೆ ಶಾಶ್ವತ ಬೀಗ ಮುದ್ರೆ ಬಿದ್ದಿದೆ. ಕೆನ್ನೆಗೊಂದಿಷ್ಟು ಫಾರಿನ್ ಕ್ರೀಮು ಸವರುವ ಮುನ್ನ ಈ ಸ್ವದೇಶಿ ಕಂಪೆನಿಗಳಲ್ಲಿನ ನೌಕರರ ಗತಿ ಏನಾಗಿರಬಹುದೆಂದು ಯಾವತ್ತಾದರೂ ಯೋಚಿಸಿದ್ದೇವಾ?

ಇಷ್ಟಕ್ಕೂ ಈ ರೀತಿಯ ವಿದೇಶಿ ವಸ್ತುಗಳನ್ನು ನಾವು ಕ್ವಾಲಿಟಿ ಚೆನ್ನಾಗಿದೆಯಂತ ಬಳಸುತ್ತೇವಾ? ಖಂಡಿತ ಇಲ್ಲ! ನಿಜ ಹೇಳಬೇಕೆಂದರೆ, ಇದುವರೆಗೂ ನಾವದನ್ನು ಬಳಸಿರುವುದೇ ಇಲ್ಲ. ಅದನ್ನು ಕೈಯಿಂದ ಸಹಾ ಮುಟ್ಟಿರುವುದಿಲ್ಲ. ಇನ್ನು ಕ್ವಾಲಿಟಿ ಎಲ್ಲಿಂದ ಬಂತು?

ಇಷ್ಟಾದರೂ ನಾವು ಮೊಟ್ಟಮೊದಲ ಬಾರಿಗೆ ವಿದೇಶಿ ಪ್ರಾಡಕ್ಟನ್ನು ಹೊತ್ತುಕೊಂಡು ಬರುತ್ತೇವೆ. ಅಂಥದೊಂದು influenceಗೆ ಕುರುಡು ನಂಬಿಕೆಗೆ ನಮ್ಮನ್ನು ಈಡು ಮಾಡುವ ವಿಧಾನ ಯಾವುದು ಗೊತ್ತೇ?

ಅದು ಟೀವಿ ಜಾಹಿರಾತು!

ಟೀವಿಯಲ್ಲಿ ಅನುಪಮ ಸುಂದರಿಯೊಬ್ಬಳು 'ಈ ಸೋಪು ಶುದ್ಧ ಹಾಲಿನಿಂದ ತಯಾರಿಸಿದ್ದು, ಅಂತ ಗ್ರಾಫಿಕ್ಸ್ ಶೈಲಿಯಲ್ಲಿ ಹಿತವಾಗಿ ಉಲಿಯುತ್ತಿದ್ದರೆ, ನಮ್ಮ ತಲೆ ಗಿರ್ರೆನ್ನತೊಡಗುತ್ತದೆ. ತಮಾಷೆಯೆಂದರೆ

ಭಾರತದಲ್ಲೇ ಯಾಕೆ? ಇಡೀ ಜಗತ್ತಿನಲ್ಲೇ ಹಾಲಿನಿಂದ ಸಾಬೂನು ತಯಾರಿಸುವ ಕಂಪೆನಿಯೇ ಇನ್ನೂ ಹುಟ್ಟಿಲ್ಲ ಎಂಬುದು ನಮಗೆ ಗೊತ್ತಿದ್ದರೂ ಆ ಸಾಬೂನನ್ನು ತಂದು ಬಚ್ಚಲಿನ ಕಿಟಕಿಯ ಮೇಲೆ ಪಾಂಗಿತವಾಗಿ ಪ್ರತಿಷ್ಠಾಪಿಸಿ ಬಿಡುತ್ತೇವೆ.

ಅದಿರಲಿ, ಈ ಜಾಹಿರಾತುಗಳು ಎಷ್ಟೊಂದು ಅಸಂಬದ್ಧ ಮತ್ತು ಅತಿರೇಕದಿಂದ ಕೂಡಿರುತ್ತವೆಂಬುದಕ್ಕೆ ಒಂದು ಉದಾಹರಣೆ ಕೊಡುತ್ತೇನೆ.

ಅದೊಂದು ಫುಟ್‌ಬಾಲ್ ಕ್ರೀಡಾಂಗಣ. ಆಟಗಾರನೊಬ್ಬ ಪದೇ ಪದೇ ಚೆಂಡಿಗೆ ಒದೆಯುತ್ತಿದ್ದರೂ ಕೂಡ ಒಂದೇ ಒಂದು ಗೋಲು ಮಾಡಲಾಗುತ್ತಿಲ್ಲ. ತಕ್ಷಣ ಆತ ಆಟದ ಗ್ರೌಂಡಿನಿಂದ ಈಚೆ ಬಂದು ತನ್ನ ನೆಚ್ಚಿನ ಸಾಬೂನು ಹಚ್ಚಿಕೊಂಡು ಸ್ನಾನ ಮಾಡಿ ಮತ್ತೆ ಗ್ರೌಂಡಿಗೆ ದೌಡಾಯಿಸುತ್ತಾನೆ. ಈ ಸಲ ಮಾತ್ರ ಆತ ಕೊಟ್ಟ ಒಂದೇ ಒದೆತಕ್ಕೆ ಈ ಚೆಂಡು ಯಾವುದೇ ನಖರೆ ತೋರಿಸದೇ ಗೋಲಿನೊಳಗೆ ಹೋಗಿ ಬೀಳುತ್ತದೆ! ಅರೆ, ಅಂಥದೊಂದು ಸಾಬೂನಿನಿಂದ ಸ್ನಾನ ಮಾಡುವುದಕ್ಕೂ, ಚೆಂಡು ಗೋಲಿನೊಳಕ್ಕೆ ಹೋಗಿ ಬೀಳುವುದಕ್ಕೂ ಏನು ಸಂಬಂಧ?

ತಮಾಷೆಯೇನು ಗೊತ್ತೆ? ಯೂರೋಪಿನಲ್ಲೂ ಈ ಸಾಬೂನನ್ನು ಸ್ನಾನಕ್ಕೆಂದು ಬಳಸುತ್ತಾರೆ. ಆದರೆ ಮನುಷ್ಯರಿಗಲ್ಲ:ನಾಯಿ ಮತ್ತು ಕುದುರೆಯ ಸ್ನಾನಕ್ಕೆ! ಹಾಗೆಯೇ ಈ ಕ್ರೀಮುಗಳದ್ದು ಇನ್ನೊಂದು ರೀತಿಯ ಕಥೆ, ಕೇವಲ ಆರು ವಾರಗಳಲ್ಲಿ ನಿಮ್ಮ ಮುಖವನ್ನು ಟ್ಯೂಬ್‌ಲೈಟಿನ ಕಲರ್ರಿನಂತೆ ಹೊಳೆಯಿಸುತ್ತೇವೆಂದು ಬೊಗಳೆ ಬಿಡುವ ಕಂಪೆನಿಗಳು ನಮ್ಮಲ್ಲಿ ಸಾಕಷ್ಟಿವೆ. ಆದರೆಒಂದು ಮಾತು ನೆನಪಿಡಿ: ದೈವದತ್ತವಾದ ನಮ್ಮ ಮುಖದ ಬಣ್ಣವನ್ನು ಜಗತ್ತಿನ ಯಾವುದೇ ಕ್ರೀಮ್‌ನಿಂದಲೂ ಬದಲಿಸಲಾಗದು. ಇಷ್ಟಕ್ಕೂ ಕ್ಷಣಿಕ ಸಂಬಂಧ ಬಯಸುವರಿಗಾಗಿ ಮಾತ್ರ ಮುಖದ ಅವಶ್ಯಕತೆಯಿರುತ್ತದೆ. ಆದರೆ ಅನಂತ ಕಾಲದವರೆಗೆ ಸಂಬಂಧ ಬಯಸುವವರಿಗೆ ಈ ಮುಖದ ಅವಶ್ಯಕತೆಯೇ ಇಲ್ಲ. ಬದಲಾಗಿ ಎದೆಯ ಗೂಡಿನೊಳಗೆ ಸ್ವಚ್ಛ ಹೃದಯವೊಂದಿದ್ದರೆ ಸಾಕು; ನಿಮ್ಮ ಮುಖದ ಸುತ್ತಲೂ ಒಂದು ಅಗೋಚರ ಪ್ರಭಾವಳಿ ಮೂಡತೊಡಗುತ್ತದೆ. ಹಾಗಾಗಿ ಕ್ರೀಮಿಗಿಲ್ಲಿ ಸ್ಥಾನವೇ ಇಲ್ಲ! ಕೊನೆಯದಾಗಿ, ಪೆನ್ನಿನ ಬಗ್ಗೆ ಚಿತ್ರಿತವಾಗಿರುವ ಜಾಹಿರಾತನ್ನು ಗಮನಿಸಿ, ರವೀನಾ ಟಂಡನ್ ಎಂಬ ನಟಿಯೊಬ್ಬಳು ತನ್ನ ಎದೆಯೊಳಗಿನಿಂದ ಪೆನ್ನನ್ನು ಹೊರ ತೆಗೆಯುತ್ತಾಳೆ. ಅದು ಎಷ್ಟು ಚೆನ್ನಾಗಿ ಬರೆಯುತ್ತದೆ ಅಂತೆಲ್ಲ

ವಿವರಿಸುತ್ತ 'ಲಿಖತೇ ಲಿಖತೇ ಲವ್ ಹೋ ಜಾಯ್!' ಎಂಬ ಅಸಂಬದ್ಧ ಹೇಳಿಕೆ ನೀಡುತ್ತಾಳೆ. ಅಲ್ಲಮ್ಮಾ ಮಾರಾಯ್ತೀ, ಬರೀ ಬರೆಯುತ್ತ ಬರೆಯುತ್ತಲೇ ಪ್ರೇಮ ಪಲ್ಲವಿಸುವಂತಿದ್ದರೆ ಈ ಜಗತ್ಯಾಕೆ ಹೀಗಿರುತ್ತಿತ್ತು? ಅಂತ ಪ್ರಶ್ನಿಸುವಷ್ಟರಲ್ಲಿ ರವೀನಾ ನಾಪತ್ತೆ!

ಡಿಯರ್ ಓದುಗ, ಕೆಲವೇ ಸೆಕೆಂಡುಗಳ ಈ ಜಾಹೀರಾತುಗಳಿಗಾಗಿ ಲಕ್ಷಾಂತರ ರೂಪಾಯಿ ಸುರಿಯಲಾಗುತ್ತದೆ. ಯಾಕೆಂದರೆ ವಿದೇಶಿ ಕಂಪೆನಿಗಳಿಗೆ ಜಾಹಿರಾತೆಂಬುದು ತಮ್ಮ ವ್ಯಾಪಾರದ ಅತಿ ದೊಡ್ಡ ಬ್ರಹ್ಮಾಸ್ತ್ರ! ಅಂಥ ವಸ್ತುಗಳನ್ನು ಖರೀದಿಸುವವನ ತಲೆ ನೆಟ್ಟಗಿದ್ದರೆ ಸಾಕು: ಸ್ವದೇಶಿ ಕಂಪೆನಿಗಳು ನೆಮ್ಮದಿಯಿಂದ ಉಸಿರಾಡತೊಡಗುತ್ತವೆ. ಆದರೆ ಬಣ್ಣದ ಜಾಹಿರಾತುಗಳ ಚಕ್ರತೀರ್ಥದ ಮಧ್ಯೆ ಸಿಕ್ಕಿಕೊಂಡಿರುವ ಅಬ್ದುಲ್ಲಾನನ್ನು ಹೇಗೆ ಹೊರಗೆ ಎಳೆಯುವುದು? ಅನ್ನೋದೇ ಸದ್ಯದ ಮಿಲಿಯನ್ ಡಾಲರ್ ಪ್ರಶ್ನೆ!

ಗೋಬಿ ಮಂಚೂರಿ ಮೆಲ್ಲುವ ಮುನ್ನ ಈ ಮನುಷ್ಯ ನೆನಪಾಗುವುದಿಲ್ಲ!

ನಮಗೆ ಗೊತ್ತಿದೆ.

ಆತ ತುಂಬ ಓದಿಕಂಡವನಲ್ಲ. ಕಂಪ್ಯೂಟರು, ಕ್ಯಾಲ್ಕುಲೇಟರು ಆತನಿಗೆ ಗೊತ್ತಿಲ್ಲ. ಇನ್ನು ಕಾರಂತ, ಕುವೆಂಪು, ದಾಸ್ತೋವಸ್ಕಿ, ಕಾರ್ಲ್‌ಮಾರ್ಕ್ಸ್‌ರಂತೂ ಆತನಿಂದ ತುಂಬ ದೂರ. ಇಷ್ಟಾದರೂ ಆತ ಮಹಾ ಚಾಣಾಕ್ಷ. ಯಾಕೆಂದರೆ ಆತನಿಗೆ ಮಳೆಯ ಆರ್ಭಟ ಗೊತ್ತು. ಬಿಸಿಲಿನ ಪ್ರಖರತೆ ಗೊತ್ತು. ಮಳೆ ಬಿಸಿಲೆರಡರ ಮಧ್ಯದ ಕಾಮನಬಿಲ್ಲೂ ಗೊತ್ತು. ಇವೆಲ್ಲಕ್ಕಿಂತ ಮುಖ್ಯವಾಗಿ ಆತನಿಗೆ ಭೂಮಿಯನ್ನು ಸೀಳುವುದು ಗೊತ್ತು! ಎರಡು ಗ್ರಾಮಿನ ಬೀಜಕ್ಕೆ ಕ್ವಿಂಟಾಲ್‌ಗಟ್ಟಲೆ ತೂಕ ಬರಿಸುವುದು ಗೊತ್ತು.

ಯಾಕೆಂದರೆ ಆತ ರೈತ!

ದುರಂತ ನೋಡಿ. ಇಡೀ ಜಗತ್ತಿನ ಹಸಿವೆಯನ್ನು ನೀಗಿಸುವ ಈ ಮನುಷ್ಯ ಇವತ್ತು ಎಲ್ಲೋ ಇರಬೇಕಾಗಿತ್ತು. ಆದರೆ ಗುಡಿಸಲಿನಲ್ಲಿದ್ದಾನೆ. ತಮಾಷೆ ಏನು ಗೊತ್ತೆ? ನಮಗೆಲ್ಲ ಗೋಬಿ ಮಂಚೂರಿಗೆಂದು ಆತ ಬೆಳೆಸಿದ ಕಾಲಿಫ್ಲವರ್ ಬೇಕು. ಗರಿಗರಿ ಸಮೋಸಕ್ಕೆಂದು ಆತನ ಆಲೂಗಡ್ಡೆ ಬೇಕು. ಆದರೆ ಇವೆಲ್ಲವನ್ನೂ ನೀರುಣಿಸಿ ಬೆಳೆಸಿದ ಆ ರೈತ ಮಾತ್ರ ಬೇಕಾಗಿಲ್ಲ! ತಾನು ಬೆಳೆದ ಬೆಳೆಗೆ ಸರಿಯಾದ್ದೊಂದು ರೇಟೂ ದಕ್ಕದೇ ಆತ ವಿಷ ಕುಡಿದೋ, ನೇಣು ಹಾಕಿಕೊಂಡೋ ಆತ್ಮಹತ್ಯೆ ಮಾಡಿಕೊಂಡರೆ, ಅಂಥದೊಂದು ಸಾವು ನಮ್ಮಲ್ಲೊಂದು ವಿಷಾದದ ಉಸಿರನ್ನೂ ಹುಟ್ಟಿಸುವುದಿಲ್ಲ. How shame!

ನಿಮಗೊಂದು ವಿಷಯ ಗೊತ್ತಾ? ನಮ್ಮದು ಜಗತ್ತಿನಲ್ಲೇ ಅತ್ಯಂತ ಪೊಳ್ಳು ನೆಲ. ಕೃಷಿಗೆ ಅತ್ಯಂತ ಸೂಕ್ತವಾದ ಭೂಮಿ. ಸೂರ್ಯನೆಂಬುವವನು ಯಾವತ್ತೂ ಇಲ್ಲಿ ಟೆಂಪರರಿಯಲ್ಲ. ಆತ ಇವತ್ತೂ ಹುಟ್ಟುತ್ತಾನೆ; ನಾಳೆಯೂ ಹುಟ್ಟುತ್ತಾನೆ. ಅಷ್ಟೇ ಯಾಕೆ? ಆತ ಮುಂದಿನ ವಾರ, ಮುಂದಿನ ವರ್ಷ, ಮುಂದಿನ ಶತಮಾನದಲ್ಲಿಯೂ ನಿಯಮಿತವಾಗಿ ಉದಯಿಸುತ್ತಾನೆ. ಹಾಗಂತ ಇಲ್ಲಿನ ರೈತನಿಗೆ ನಂಬಿಕೆಯಿದೆ. ಆದರೆ ಅದೇ ಯೂರೋಪಿನಲ್ಲಿ ಹಾಗಲ್ಲ. ಅಲ್ಲಿ ಇವತ್ತು ಸೂರ್ಯ ಕಾಣಿಸಿಕೊಂಡರೆ ಮುಂದಿನ ಆರು ತಿಂಗಳವರೆಗೂ

ಕಾಣಿಸದೇ ಇರಬಹುದು. ಅಲ್ಲಿ ಇವತ್ತು ಬೀಳುತ್ತಿರುವ ಮಂಜು ಮುಂದಿನ ಮೂರು ತಿಂಗಳುಗಳವರೆಗೂ ಹೆಪ್ಪುಗಟ್ಟುತ್ತಲೇ ಇರಬಹುದು. ಒಟ್ಟಿನಲ್ಲಿ ಅಲ್ಲೊಂದು ಅನಿಶ್ಚಿತ ಬದುಕು. ಟೆಂಪರರಿ ಋತುಮಾನ. ಹೀಗಾಗಿ ಅಲ್ಲಿ ಕೃಷಿಯೆಂಬುದು ಯಾವತ್ತಿಗೂ ಮೈದಳೆಯಲಿಲ್ಲ.

ಆದರೆ ನಮ್ಮಲ್ಲಿ ಎಲ್ಲವೂ ನಿಚ್ಚಳ. ಎಲ್ಲವೂ ನಿರೀಕ್ಷಿತ. ಇಷ್ಟಿದ್ದರೂ ನಮ್ಮ ರೈತನಿಗೇಕೆ ಇವತ್ತು ಇಂಥಾ ಪರಿಸ್ಥಿತಿ ಬಂತು? ಇವತ್ತೇಕೆ ಆತ ಇಷ್ಟೊಂದು ನಿಸ್ಸಹಾಯಕನಾದ? ಕಾರಣಗಳನ್ನು ಹುಡುಕುತ್ತ ಹೋದರೆ ನೂರಾರಿವೆ. ಆದರೆ ಹುಡುಕುವ ವ್ಯವಧಾನ ಯಾರಿಗಿದೆ?

ದಾಖಲೆಗಳ ಪ್ರಕಾರ, ಒಂದು ಕಾಲದಲ್ಲಿ ಇದೇ ರೈತ ಆರ್ಥಿಕವಾಗಿ ಪ್ರಬಲನಾಗಿದ್ದ, ಸಮಾಜದಲ್ಲಿ ಆತನಿಗೊಂದು ಪ್ರತಿಷ್ಠಿತ ಸ್ಥಾನವಿತ್ತು. ಸೊಸೈಟಿಯ ಇತರೆ ಜನರು ನೀಡುತ್ತಿದ್ದ ಗೌರವ ಆತನಲ್ಲಿ ವಿಚಿತ್ರ ಛಲವನ್ನು ಮೂಡಿಸುತ್ತಿತ್ತು. ಬಹುಶಃ ಅದಕ್ಕೇ ಏನೋ, ಇವತ್ತಿಗೆ ಎರಡೂವರೆ ನೂರು ವರ್ಷಗಳ ಹಿಂದೆ ಭಾರತ ಮತ್ತು ಚೀನಾಗಳೆರಡರ ಆಹಾರ ಉತ್ಪಾದನೆ ಜಗತ್ತಿನ ಉತ್ಪಾದನೆಯ ಎಪ್ಪತ್ತು ಪರ್ಸೆಂಟಿನಷ್ಟಿತ್ತು. ಬ್ರಿಟನ್ನಿನ ಒಂದು ಎಕರೆ ಭೂಮಿಯಲ್ಲಿ ಬೆಳೆಯುವ ಆಹಾರ ಧಾನ್ಯಕ್ಕೆ ಹೋಲಿಸಿದರೆ ಅದರ ಮೂರು ಪಟ್ಟು ಜಾಸ್ತಿ ಇಲ್ಲಿನ ಒಂದು ಎಕರೆ ಭೂಮಿಯಲ್ಲಿ ಬೆಳೆಯಲಾಗುತ್ತಿತ್ತು.

ಇದೆಲ್ಲಕ್ಕಿಂತ ಗಮನಾರ್ಹ ಸಂಗತಿಯೆಂದರೆ, ಆವತ್ತಿನ ಕೃಷಿಗೆ ಬೇಕಾಗುವ ಎಲ್ಲ ರೀತಿಯ ಸವಲತ್ತುಗಳೂ ಇದ್ದವು. 1750ರ ಸುಮಾರಿಗೆ ಮೈಸೂರಿನ ರಾಜ್ಯವೊಂದರಲ್ಲೇ ಸುಮಾರು ಒಂದು ಲಕ್ಷಕ್ಕೂ ಹೆಚ್ಚಿನ ಕಾಲುವೆಗಳಿದ್ದವೆಂದರೆ ನೀವು ನಂಬಲೇಬೇಕು! ಆದರೆ ಬ್ರಿಟಿಷರ ಆಗಮನವಾಗುತ್ತಿದ್ದಂತೆಯೇ ನಮ್ಮ ರೈತನ ನಸೀಬಿಗೆ ಗರ ಬಡಿಯತೊಡಗಿತು. ಭಾರತವನ್ನು ವಶಪಡಿಸಿಕೊಳ್ಳಬೇಕೆಂದು ಬ್ರಿಟಿಷರು ಹೂಡಿದ ಷಡ್ಯಂತ್ರಗಳು ನೂರಾರಿರಬಹುದು. ಆದರೆ ನಿಮಗೆ ಗೊತ್ತಿರಲಿಕ್ಕಿಲ್ಲ. ಆ ತಂತ್ರಗಳಲ್ಲಿ ಮೊಟ್ಟಮೊದಲನೆಯದೆಂದರೆ ಅದು ಭಾರತೀಯ ರೈತನ ತೇಜೋವಧೆ!

ಯಾಕೆಂದರೆ ಈ ಪರಂಗಿಗಳಿಗೆ ಒಂದು ವಿಷಯ ಚೆನ್ನಾಗಿ ಗೊತ್ತಿತ್ತು! ಯಾವುದೇ ಒಂದು ದೇಶದ ಜನತೆಯನ್ನು ಗುಲಾಮರನ್ನಾಗಿಸಬೇಕೆಂದರೆ, ಮೊದಲು ಆ ದೇಶದ ಆರ್ಥಿಕ ವ್ಯವಸ್ಥೆಯನ್ನು ಹದಗೆಡಿಸಬೇಕು. ನಂತರ ರಾಜಕೀಯ ವ್ಯವಸ್ಥೆಯನ್ನು ಅಲ್ಲಾಡಿಸಬೇಕು. ಇದಿಷ್ಟೂ ಮಾಡಿದ್ದೇ ಆದರೆ, ಅಲ್ಲಿನ ಸಾಂಸ್ಕೃತಿಕ ಮತ್ತು ಸಾಮಾಜಿಕ ವ್ಯವಸ್ಥೆ ತಂತಾನಾಗಿಯೇ ಕುಸಿದು

ಬೀಳುತ್ತದೆ.

ಜಾಣ ಪರಂಗಿಗಳು ಮೊದಲಿಗೆ ಕೈ ಹಾಕಿದ್ದೇ ಆರ್ಥಿಕ ವ್ಯವಸ್ಥೆಗೆ!

ಮೊಟ್ಟ ಮೊದಲಿಗೆ ಇಲ್ಲಿನ ಬಲಾಢ್ಯ ಮನುಷ್ಯನಾದ ರೈತನನ್ನು ಮೇಲೇಳದಂತೆ ತಲೆ ಬಡಿಯಲಾಯಿತು. ಆತನ ಮೇಲೆ ಅನಾಮತ್ತಾಗಿ ಐವತ್ತು ಪರ್ಸೆಂಟ್ ತೆರಿಗೆ ಹೇರಲಾಯಿತು. ತೆರಿಗೆ ನೀಡದ ರೈತನನ್ನು ಅತ್ಯಂತ ದಾರುಣವಾಗಿ ಹತ್ಯೆ ಮಾಡಿದರು. ಆತನ ಗುಡಿಸಲನ್ನೂ ಸುಟ್ಟರು. ಕೆಲವರನ್ನಂತೂ ಅವರ ಹಳ್ಳಿಗಳಿಂದಲೇ ಬಹಿಷ್ಕರಿಸಿದರು. 'ಹೀಗೇಕೆ?' ಎಂದು ಪ್ರಶ್ನಿಸಿದವರಿಗೆಲ್ಲ ಕಾನೂನೆಂಬ ಗುಮ್ಮನನ್ನು ತೋರಿಸಲಾಯಿತು. ಬ್ರಿಟಿಷರ ಆಡಳಿತವೇ ಹಾಗೆ! ಅವರಿಗೆ ನಿಮ್ಮ ಜೇಬನ್ನು ಕತ್ತರಿಸುವ ಆಸೆ ಬಂತೆಂದರೆ ಅವರ್‍ಯಾವತ್ತೂ ನೇರವಾಗಿ ನಿಮ್ಮ ಜೇಬಿಗೆ ಕೈ ಹಾಕುವುದಿಲ್ಲ. ಮೊದಲಿಗೆ ಅದಕ್ಕೊಂದು ಕಾನೂನು ಮಾಡುತ್ತಾರೆ. ನಂತರ ಆ ಕಾನೂನನ್ನು ಪಾಲಿಸುತ್ತಿದ್ದೇವೆಂದು ಹೇಳುತ್ತಲೇ ನಿಮ್ಮ ಜೇಬಿಗೆ ಕತ್ತರಿಯಾಡಿಸುತ್ತಾರೆ.

ಹಾಗೆ ರೈತ ಬೆಳೆದ ಬೆಳೆಯ ಅರ್ಧದಷ್ಟು ಸರ್ಕಾರಕ್ಕೆ ನೀಡಬೇಕೆಂಬ ಫರ್ಮಾನು ಹೊರಡಿಸಿದ ಮೇಲೆ ಮತ್ತೊಂದು ಕಾನೂನು ತರಲಾಯಿತು. ಅದು ಭೂ ಸ್ವಾಧೀನ ಕಾಯಿದೆ, ನೆನಪಿಡಿ: ಇಂಥದೊಂದು ಕಾನೂನು ಬರುವುದಕ್ಕೆ ಮುಂಚೆ ಇಲ್ಲಿನ ರೈತ ತನ್ನ ಭೂಮಿಯನ್ನು ಮಾರುವುದಿರಲಿ, ಮನೆಯೊಳಗೆ ತುಂಬಿ ತುಳುಕುತ್ತಿದ್ದ ಹಾಲನ್ನೇ ಯಾವತ್ತೂ ಮಾರಿಕೊಂಡವನಲ್ಲ. ಅಂಥಾದ್ದರಲ್ಲಿ ಡಾಲ್‌ಹೌಸಿಯೆಂಬ ಪರಮ ಭ್ರಷ್ಟ ಅಧಿಕಾರಿ ಈ ಕಾನೂನಿನ ಚುಂಗನ್ನು ಹಿಡಿದು ಸಾವಿರಗಟ್ಟಲೇ ಎಕರೆ ಭೂಮಿಯನ್ನು ವಶಪಡಿಸಿಕೊಳ್ಳತೊಡಗಿದಾಗ ನಮ್ಮ ರೈತರೆಲ್ಲ ತಮ್ಮ ಕಸುಬಿನ ಮೇಲೆಯೇ ಜಿಗುಪ್ಸೆಗೊಳ್ಳತೊಡಗಿದರು. ಹಾಗೆ ಸ್ವಾಧೀನಪಡಿಸಿಕೊಂಡು ಒಂದು ಹಳ್ಳಿಗೆ ಇದೇ ಡಾಲ್‌ಹೌಸಿ ತನ್ನದೇ ಹೆಸರಿಟ್ಟುಕೊಂಡನೆಂದರೆ ಆತನಿಗ್ಯಾವ ಮಟ್ಟದ ಭ್ರಷ್ಟತೆ ತಲೆಗೇರಿರಬೇಕು ಲೆಕ್ಕ ಹಾಕಿ. ಆ ಅಧಿಕಾರದ ನೀಚತನಕ್ಕೆ ಸಾಕ್ಷಿಯೆಂಬಂತೆ ಹಿಮಾಚಲ ಪ್ರದೇಶ ಮತ್ತು ಉತ್ತರ ಪ್ರದೇಶದ ಗಡಿಯಂಚಿಯಲ್ಲಿ ಇವತ್ತಿಗೂ 'ಡಾಲ್‌ಹೌಸಿ' ಎಂಬ ಹೆಸರಿನ ಹಳ್ಳಿಯಿದೆ!

ಇಷ್ಟಾದ ಮೇಲೆ ಭಾರತೀಯ ರೈತ ಜೀವಂತ ಸಮಾಧಿಗೆಂದು ಬ್ರಿಟಿಷರು ಎರಚಿದ ಕೊನೆಯ ಮಣ್ಣಿನ ಕಣವೆಂದರೆ ಅದು ಗೋಹತ್ಯೆ!

ಯಾಕೆಂದರೆ ಆಗ ಹಸು ಎಂಬುದು ಕೃಷಿಯ ಕೇಂದ್ರ ಬಿಂದು. ಅದರ ಹಾಲು ಕುಡಿದ ರೈತ ದಣಿವಿಲ್ಲದೇ ಇಡೀ ದಿನವೆಲ್ಲ ತನ್ನ ಬೆವರಿನಿಂದ ಹೊಲದ

ಮಣ್ಣನ್ನು ತೊಯ್ಯಿಸುತ್ತಿದ್ದರೆ, ಇನ್ನೊಂದೆಡೆ ಅದೇ ಹಸುವನ ಮೂತ್ರವನ್ನು ಕೀಟನಾಶಕದಂತೆ ಬಳಸುತ್ತಿದ್ದ. ಮತ್ತೊಂದೆಡೆ ಅದರ ವಿಸರ್ಜನೆಯನ್ನು ಗೊಬ್ಬರದಂತೆ ಬಳಸಲಾಗುತ್ತಿತ್ತು. ಇದನ್ನೆಲ್ಲ ಗಮನಿಸಿದ ಬ್ರಿಟಿಷ್ ಸರ್ಕಾರ ಸಾಲುಸಾಲಾಗಿ ಹಸುಗಳ ರುಂಡ ಕತ್ತರಿಸತೊಡಗಿತು. ಮಾಂಸವೆಲ್ಲ ಇಂಗ್ಲೆಂಡಿಗೆ ರವಾನೆಯಾಗತೊಡಗಿತು. 1760 ರಿಂದ 1945 ರ ಮಧ್ಯದಲ್ಲಿ ಸುಮಾರು 48 ಕೋಟಿಗೂ ಹೆಚ್ಚು ಹಸುಗಳನ್ನು ಕೊಲ್ಲಲಾಯಿತು.

ಹಾಗೆ ಇನ್ನೂರು ವರ್ಷಗಳ ಕಾಲ ಭಾರತೀಯ ರೈತನನ್ನು ಇನ್ನೆಂದಿಗೂ ಮೇಲೇಳದಂತೆ ತಲೆ ಬಡಿದ ಬ್ರಿಟಿಷರೇನೋ ಇಲ್ಲಿಂದ ಹೊರಟುಹೋದರು. ಆದರೆ ಹೊಡೆತ ಮಾತ್ರ ಇನ್ನೂ ನಿಂತಿಲ್ಲ. ಇವತ್ತಿಗೆ ಸಮಾಜದಲ್ಲಿ ಒಬ್ಬ ವ್ಯಕ್ತಿ ಕೃಷಿ ಮಾಡುತ್ತಿದ್ದಾನೆಂದರೆ ಆತನ ಬಗ್ಗೆ ನಮಗೇನೋ ಅಸಡ್ಡೆ! ಕಂಪ್ಯೂಟರು ಕುಟ್ಟುತ್ತೇವೆಂದು ಹೇಳಿದ ಮಾತ್ರಕ್ಕೆ ಸುಲಭವಾಗಿ ಸಾಲ ನೀಡುವ ಬ್ಯಾಂಕುಗಳು, ಬೀಜ ಖರೀದಿಸಲು ಸಾಲ ಕೊಡಿ ಎಂದ ರೈತನಿಗೆ ತಿಂಗಳುಗಟ್ಟಲೇ ಅಲೆದಾಡಿಸುತ್ತವೆ.

ಆತನ ಅನಿಶ್ಚಿತ ಬದುಕು, ಬರಗಾಲದ ಕಳವಳ, ಈರುಳ್ಳಿ ಮಂಡಿಯಲ್ಲಿ ಬೆಳೆಯುತ್ತಿರುವ ಸಾಲ. ಉಹೂಂ, ಇದ್ಯಾವುದೂ ನಮಗೆ ಅರ್ಥವಾಗುವುದಿಲ್ಲ.

ಗೋಬಿ ಮಂಚೂರಿ ಮೆಲ್ಲುವ ಮುನ್ನ, ನೇಗಿಲು ಹೊರಲಾಗದೆ ನಿಶ್ಶಕ್ತತೆಯಿಂದ ಕುಸಿದು ಬೀಳುತ್ತಿರುವ ಆ ಮನುಷ್ಯನ ಚಿತ್ರವನ್ನು ನಮ್ಮ ಕಣ್ಣೆದುರಿಗೇ ಕದಲುವುದೇ ಇಲ್ಲ!

ಗುಲಾಮ ಗೀತೆಗೊಂದು ಮೌನ ಸಲಾಮು!

ಇತಿಹಾಸವೆಂಬುದು ಸಾವಿರ ಚರಮಗೀತೆಗಳ ಕವನ ಸಂಕಲನ!

ಅದರಲ್ಲೂ ಭಾರತದ ಇತಿಹಾಸದಲ್ಲಿ ಏನೇನಿಲ್ಲ? ನಮ್ಮ ಪುರಾತನ ಟೆಕ್ನಾಲಜಿ, ನಮ್ಮವರೇ ಆದ ಸುಶ್ರುತ ಮಾಡಿದ ಜಗತ್ತಿನ ಮೊಟ್ಟಮೊದಲ ಆಪರೇಶನ್ನು, ಹೈದರಾಲಿಯ ರಾಜ್ಯದಲ್ಲಿ ನಡೆದುಹೋದ ಪ್ಲಾಸ್ಟಿಕ್ ಸರ್ಜರಿ, ದೇಶಭಕ್ತಿಯ ಫಾರ್ಮುಲಾ ಹೇಳಿಕೊಟ್ಟ ಬೀದಿಗಣಪ, ಸೊನ್ನೆ ಕಂಡುಹಿಡಿದ ಗಣಿತಜ್ಞ, ಜಗತ್ತಿನಲ್ಲೇ ಉತ್ಕೃಷ್ಟ ಸ್ಟೀಲು ತಯಾರಿಸುತ್ತಿದ್ದ ಆದರೆ ಓದುಬಾರದ ತಂತ್ರಜ್ಞ – ಇಂಥ ನೂರಾರು ಸತ್ಯಗಳನ್ನೆಲ್ಲ ಜೀರ್ಣಿಸಿಕೊಂಡ ಇದೇ ಇತಿಹಾಸ ಇಲ್ಲಿನ ಮೂಢನಂಬಿಕೆ, ಅಜ್ಞಾನ, ಇಲ್ಲಿನ ಮೂರ್ಖ ರಾಜರುಗಳು, ತರಕೆದ್ದು ಹೋದ ಅವರ ಆಡಳಿತ ವ್ಯವಸ್ಥೆಗಳನ್ನೂ ಕೂಡ ತನ್ನ ಗರ್ಭದಲ್ಲಿ ಬಸಿರಾಗಿಸಿಕೊಂಡಿದೆ.

ಆದರೆ ಇತಿಹಾಸವೆಂಬುದು ಯಾವತ್ತಿದ್ದರೂ ಇತಿಹಾಸವೆ! ಅದಕ್ಕೆ ಭಯವೆಂಬುದಿಲ್ಲ. ಕರುಣೆಯೆಂಬುದಿಲ್ಲ. ತಲೆಯಂತೂ ಅದಕ್ಕೆ ಮೊದಲೇ ಇಲ್ಲ. ಅದು ಜಗತ್ತಿನ ಕಠೋರ ಸತ್ಯಗಳೊಂದಿಗೆ ಅಪ್ಪಟ ಸುಳ್ಳನ್ನೂ ಸಹ ತನ್ನ ಒಡಲೊಳಗೆ ಸೇರಿಸಿಕೊಳ್ಳುತ್ತದೆ. ಮುಂದೊಂದು ದಿನ ಸತ್ಯಮಿಥ್ಯದ ಇದೇ ಸ್ಯಾಂಡ್‌ವಿಚ್ಚನ್ನು ನಾವು ಮಾತ್ರ ಅಪ್ಪಟ ಸತ್ಯವೆಂದೇ ಭಾವಿಸತೊಡಗುತ್ತೇವೆ.

ಅದೇನೇ ಇರಲಿ, ಇವತ್ತು ನಾವು ಚರ್ಚಿಸಬೇಕಾಗಿರುವ ವಿಷಯ ತುಂಬ ಗಂಭೀರವಾದುದು, ಅಷ್ಟೇ ಸೂಕ್ಷ್ಮವಾದದ್ದು. ಕಳೆದ ಒಂಭತ್ತು ದಶಕಗಳಿಂದ ನಾವು ಯಾವುದನ್ನು ಅತ್ಯಂತ ಪ್ರೀತಿಯಿಂದ, ಭಾವುಕತೆಯಿಂದ ಗಮನಿಸುತ್ತ ಬಂದಿದ್ದೇವೆಯೋ, ಅದನ್ನು ಸಂಪೂರ್ಣವಾಗಿ ಬೆತ್ತಲೆಗೊಳಿಸುವ ಪ್ರಾಮಾಣಿಕ ಪ್ರಯತ್ನವಿದು. ಸುಮಾರು ಎರಡೂವರೆ ಶತಮಾನಗಳ ಕಾಲ ನಮ್ಮನ್ನು ಗುಲಾಮರನ್ನಾಗಿಸಿದ ಬ್ರಿಟಿಷ್ ವ್ಯವಸ್ಥೆ ಇಲ್ಲಿಂದ ತೊಲಗಿದರೂ ಕೂಡ ನಮ್ಮ ತಲೆಯನ್ನು ಇವತ್ತಿಗೂ ಅದು ಹ್ಯಾಗೆ ಕಂಟ್ರೋಲು ಮಾಡುತ್ತಿದೆಯೆಂಬುದಕ್ಕೆ ಇವತ್ತಿನ ಚರ್ಚೆಯೇ ಸಾಕ್ಷಿ!

ನಿಮಗೆ ನೆನಪಿರಬಹುದು. ಈಚೆಗೆ ಕೆಲ ತಿಂಗಳುಗಳ ಹಿಂದೆ ಬ್ರಿಟನ್ನಿನ ರಾಣಿಯೊಬ್ಬಳು ಭಾರತಕ್ಕೆ ಭೇಟಿ ನೀಡಿದ್ದಳು. ಆಕೆಯ ಭೇಟಿಗೆ ಇಲ್ಲಿ ಅಭೂತಪೂರ್ವವಾದ ಸ್ವಾಗತ ಕೂಡ ನೀಡಲಾಗಿತ್ತು. ಹಾಗೆ ನೋಡಿದರೆ, ಇಲ್ಲಿ

ನೂರಾರು ವರ್ಷಗಳ ಕಾಲ ಮಾಡಿದಂಥ ಅನಾಹುತಗಳಿಗೆ ಅತ್ಯಾಚಾರಗಳಿಗೆ ಸಂಬಂಧಪಟ್ಟಂತೆ ಈ ಇಂಗ್ಲೆಂಡು ಇದುವರೆಗೂ ಚಿಕ್ಕದೊಂದು ಪಶ್ಚಾತ್ತಾಪ ಮಾಡಿಕೊಂಡಿರುವ ಉದಾಹರಣೆಗಳಿಲ್ಲ. ಇಷ್ಟಾದರೂ ಬದಲಾಗುತ್ತಿರುವ ಇಂದಿನ ರಾಜಕೀಯ ಸಂಬಂಧಗಳಿಂದಾಗಿ ಆ ರಾಣಿಗೆ ಇಂಥದೊಂದು ಸ್ವಾಗತ ನೀಡಿದ್ದು ಸರಿಯೇ ಇರಬಹುದು.

ಅಸಲಿ ವಿಷಯ ಅದಲ್ಲ. ಇಲ್ಲಿನ ಜನತೆ ಹ್ಯಾಗೆ ಆಕೆಯನ್ನು ಸಣ್ಣದೊಂದು ದ್ವೇಷವೂ ಇಲ್ಲದೇ ಭಾರತೀಯ ಸಂಸ್ಕೃತಿಯ ರಾಯಭಾರಿಯಾಗಿ ಸ್ವಾಗತಿಸಿತೋ? ಹಾಗೆಯೇ ಆಕೆಯೂ ಕೂಡ ಇಲ್ಲಿನ ರೀತಿ ರಿವಾಜುಗಳಿಗೆ ಸ್ಪಂದಿಸಿ ತನ್ನ ವಿಶಾಲ ಹೃದಯ ವೈಶಾಲ್ಯತೆಯನ್ನು ತೋರಿಸಬಹುದಿತ್ತು. ಆದರೆ ಹಾಗಾಗಲಿಲ್ಲ!

ಎಷ್ಟಾದರೂ ಆಕೆಯದು ಬ್ರಿಟಿಷ್ ಮೈಂಡು! ಅದಕ್ಕೆಂದೇ ಬ್ರಿಟನ್ನಿನ ನಿಯಮಗಳನ್ನೆಲ್ಲ ಇಲ್ಲಿಯೂ ಪಾಲಿಸತೊಡಗಿದಳು. ನಿಮಗೆ ಗೊತ್ತಿರಲಿಕ್ಕಿಲ್ಲ.. ಇವತ್ತಿನ ಮಟ್ಟಿಗೆ ಭಾರತದ ಯಾವುದೇ ಸರ್ವೋಚ್ಚ ನಾಯಕನೊಬ್ಬ ವಿದೇಶಕ್ಕೆ ಹೋಗಬೇಕೆಂದರೆ, ಆತ ಯಾವ ದೇಶಕ್ಕೆ ಹೋಗುತ್ತಾನೋ, ಆ ದೇಶಕ್ಕೆ ನಿಯಮಗಳಿಗೆ ಬದ್ಧನಾಗಿರಬೇಕಾಗುತ್ತದೆ. ಉದಾಹರಣೆಗೆ: ಈ ನಾಯಕನ ಹಿಂದೆ ಹೋಗುವ ಅಂಗರಕ್ಷಕರು ವಿದೇಶಕ್ಕೆ ಕಾಲಿಡುತ್ತಿದ್ದಂತೆಯೇ ತಮ್ಮ ನಾಯಕನ ರಕ್ಷಣೆಯನ್ನು ಆ ದೇಶದ ಕಮಾಂಡೋಗಳಿಗೆ ಒಪ್ಪಿಸುತ್ತಾರೆ. ಅದು ಆ ರಾಷ್ಟ್ರಕ್ಕೆ ನೀಡಬಹುದಾದ ಸೈನಿಕ ಗೌರವ! ಎಷ್ಟೋ ಸಲ ಒಮ್ಮೊಮ್ಮೆ ಹೀಗೂ ಆಗುತ್ತದೆ; ನಮ್ಮ ಅಂಗರಕ್ಷಕರು ವಿಮಾನದಿಂದ ಇಳಿಯುತ್ತಿದ್ದಂತೆಯೇ ವಿದೇಶದ ಮಿಲಿಟರಿ ವ್ಯವಸ್ಥೆ ನಮ್ಮ ಕಮಾಂಡೋಗಳ ಆಯುಧಗಳೆಲ್ಲವನ್ನೂ ಏರ್‌ಪೋರ್ಟಿನಲ್ಲಿಯೇ ಇರಿಸಿಕೊಳ್ಳುತ್ತದೆ.

ಅಂಥಾದ್ದರಲ್ಲಿ ಈ ಬ್ರಿಟನ್ ರಾಣಿ ತನ್ನ ರಕ್ಷಣೆಗೆಂದು ಬಂದಿದ್ದ ಬ್ರಿಟನ್ನಿನ ಕಮಾಂಡೋಗಳ ಜೊತೆಯಲ್ಲೇ ಇಡೀ ಭಾರತವನ್ನು ಸುತ್ತಿದ್ದಳು. ಇಲ್ಲಿನ ಸೈನಿಕರನ್ನು ತನ್ನ ಹತ್ತಿರವೂ ಸುಳಿಯಗೊಡಲಿಲ್ಲ. ಕಾರಣ ಕೇಳಿದರೆ, ಭಾರತೀಯ ಕಮಾಂಡೋಗಳ ಮೇಲೆ ಈ ರಾಣಿಗೆ ನಂಬಿಕೆಯಿರಲಿಲ್ಲವಂತೆ! ಇದನ್ನು ಸಹಿಸದ ಕೆಲ ಭಾರತೀಯರು ಆಕೆಯ ಮುಂದಿನ ಕಾರ್ಯಕ್ರಮಗಳಿಗೆ ವಿರೋಧ ವ್ಯಕ್ತಪಡಿಸಿದರು. ಅವರೆಲ್ಲರ ಮೇಲೆ ಲಾಠಿ ಚಾರ್ಜ್ ಮಾಡಲಾಯಿತು.

ಕುತೂಹಲದ ವಿಷಯವೆಂದರೆ, ಇಂಥದೇ ತಪ್ಪನ್ನು ಸುಮಾರು

ತೊಂಬತ್ತು ವರ್ಷಗಳ ಹಿಂದೆಯೂ ಮಾಡಲಾಗಿತ್ತು. ಅದು 1911 ರ ಸಮಯ. ಆವತ್ತೂ ಕೂಡ ಬ್ರಿಟನ್ನಿನ ರಾಜನೊಬ್ಬ ಭಾರತಕ್ಕೆ ಭೇಟಿ ನೀಡಿದ್ದ. ಆತ ಐದನೇ ಜಾರ್ಜ್! ಆಗಲೂ ಕೂಡ ಇಲ್ಲಿನ ಜನತೆ ಆ ರಾಜನಿಗೆ ಅದ್ದೂರಿಯ ಸ್ವಾಗತ ನೀಡಿತ್ತು. ಕಲ್ಕತ್ತಾದಲ್ಲಿ ಜನ ಜಾರ್ಜ್‌ನ ಕಾಲಿಗೆ ಹೂವೆರಚುತ್ತಿದ್ದರೆ, ಯುವ ಕವಿಯೊಬ್ಬ ತಾನೇ ಬರೆದಿದ್ದ ಹಾಡೊಂದನ್ನು ಸ್ವಾಗತ ಗೀತೆಯಾಗಿ ಹಾಡುತ್ತಿದ್ದ.

"ಹೇ ಭಾರತದ ಅಧಿನಾಯಕನೇ! ನೀನು ಇಲ್ಲಿನ ಜನಮನದ ಅಧಿಪತಿಯಿದ್ದಂತೆ. ಯಾಕೆಂದರೆ ನೀನು ಭಾರತದ ಹಣೆಬರಹ ಬರೆಯುವವನು. ಇಲ್ಲಿನ ನಾಲ್ಕೂ ದಿಕ್ಕುಗಳು, ಇಲ್ಲಿರುವ ನದಿಗಳೂ, ಇಲ್ಲಿನ ಅಷ್ಟೂ ಜನರ ಮನಸ್ಸು ನಿನಗೆ ಒಳ್ಳೆಯದಾಗಲೆಂದು ಪ್ರಾರ್ಥಿಸುತ್ತವೆ. ಹೇ, ನಮ್ಮೆಲ್ಲರ ಭಾಗ್ಯ ವಿಧಾತನೇ, ನಿನಗೆ ಮಂಗಳವಾಗಲಿ, ನಿನಗೆ ಜಯವಾಗಲಿ. ಏನೇ ಆದರೂ ಅಂತಿಮವಾಗಿ ಜಯ ನಿನ್ನದೇ.....!" ಎಂಬ ಅರ್ಥ ಬರುವ ಬಂಗಾಲಿ ಭಾಷೆಯ ಹಾಡನ್ನು ಆ ಕವಿ ಹಾಡುತ್ತಿದ್ದರೆ, ಜಾರ್ಜ್ ಈತನೆಡೆಗೆ ತಿಳಿನಗೆಯೊಂದನ್ನು ಬೀರುತ್ತಿದ್ದ.

ಆ ಕವಿಯ ಹೆಸರು ರವೀಂದ್ರನಾಥ ಟ್ಯಾಗೋರ್!

ಮತ್ತು ಆವತ್ತು ಆತ ಜಾರ್ಜ್‌ನನ್ನು ಕುರಿತು ಹಾಡಿದ ಸ್ವಾಗತ ಗೀತೆಯೇ ಇವತ್ತು ನಮ್ಮ ರಾಷ್ಟ್ರಗೀತೆ. ನಮ್ಮಲ್ಲಿನ್ನೂ ಗುಲಾಮಿ ಮನಸ್ಸು ಜೀವಂತವಿದೆಯೆನ್ನುವುದಕ್ಕೆ ಇದಕ್ಕಿಂತ ಬೇರೆ ಉದಾಹರಣೆ ಬೇಕೆ? ನಾವು ಪ್ರತಿ ಬಾರಿಯೂ ಅತ್ಯಂತ ಶ್ರದ್ಧೆಯಿಂದ ಹಾಡುವ ಈ ರಾಷ್ಟ್ರಗೀತೆಯನ್ನು ಸಾಧ್ಯವಾದರೆ ನೀವೊಮ್ಮೆ ಸೂಕ್ಷ್ಮವಾಗಿ ಅರ್ಥೈಸಿಕೊಳ್ಳಿ. ಬಂಗಾಲಿ ಭಾಷೆ ನಿಮಗೆ ಅಪರಿಚಿತವಾಗಿದ್ದರೂ ಕೂಡ ಈ ಗೀತೆಯ ಮೊದಲಿನ ನಾಲ್ಕು ಸಾಲುಗಳು ನಿಮಗೆ ಸಲೀಸಾಗಿ ಅರ್ಥವಾಗಿ ಬಿಡುತ್ತವೆ.

ತಮಾಷೆಯೇನು ಗೊತ್ತಾ? ಸ್ವಾತಂತ್ರ್ಯ ಪೂರ್ವದಲ್ಲಿ ಬ್ರಿಟಿಷರ ವಿರುದ್ಧ ಹೋರಾಡಲು ನಮಗೊಂದು ನೈತಿಕ ಧೈರ್ಯ, ಹುಮ್ಮಸ್ಸು ತಂದುಕೊಟ್ಟಿದ್ದು ಟ್ಯಾಗೂರರ ಸ್ವಾಗತ ಗೀತೆಯಲ್ಲ. ಅದು ವಂದೇಮಾತರಂ ಗೀತೆ: ಅದನ್ನು ಬರೆದವರು – once again, ಅದೇ ಪಶ್ಚಿಮ ಬಂಗಾಳದ ಬಂಕಿಮ ಚಂದ್ರ ಚಟರ್ಜಿ. ದುರಂತವೆಂದರೆ, ಇತಿಹಾಸ ಯಾವತ್ತೂ ಈತನನ್ನು ರಾಷ್ಟ್ರಕವಿಯ ಮಟ್ಟಕ್ಕೇರಿಸಲಿಲ್ಲ. ಆತನ ವಂದೇಮಾತರಂ ಹಾಡನ್ನು ರಾಷ್ಟ್ರಗೀತೆ

ಯನ್ನಾಗಿಸಲಿಲ್ಲ.

ಇತಿಹಾಸಕ್ಕೆ ತಲೆಯಿಲ್ಲ ಎನ್ನುವುದು ಇದೇ ಕಾರಣಕ್ಕೆ!

ಎಲ್ಲಕ್ಕಿಂತ ನೋವಿನ ಸಂಗತಿಯೆಂದರೆ, ಇವತ್ತು 'ವಂದೇ ಮಾತರಂ ಎಂಬುದು ರೆಹಮಾನ್‌ನಂಥವರ ವಿಕೃತ ಹಾಡಿಗೆ ಚಿಲ್ಲರೆ ಸಬ್ಜೆಕ್ಟಾಗಿ ಹೋಗಿದೆ. ಆ ಗೀತೆಯೊಳಗಿನ ಗಂಭೀರತನ ನಶಿಸಿಹೋಗುತ್ತಿದೆ. ಇಷ್ಟಕ್ಕೂ 'ವಂದೇ ಮಾತರಂ' ಎನ್ನುವುದು ಸಮಸ್ತ ಭಾರತೀಯರಿಗೆಲ್ಲ ತಾಯಿಯಿದ್ದಂತೆ. ಅದನ್ನು ಯಾರು ಬೇಕಾದರೂ ಹಾಡಬಹುದು. ಆದರೆ ತಾಯಿಯನ್ನು ಪ್ರೀತಿಸಬಹುದು, ಪ್ರೇಮಿಸಲಿಕ್ಕಾಗದು ಎಂಬುದನ್ನು ನಾವು ಮರೆತಿದ್ದಾರೂ ಎಲ್ಲಿ?

ಎಂಥ ದುರಂತ ನೋಡಿ. ಒಂದೆಡೆ ಜಾರ್ಜ್‌ನ ಆಗಮನಕ್ಕೆ ದೊಡ್ಡ ಪ್ರಮಾಣದ ವಿರೋಧ ವ್ಯಕ್ತಪಡಿಸಿದ ಬಾಲ ಗಂಗಾಧರ ತಿಲಕ್ ತನ್ನ ಸಾವಿರಾರು ಬೆಂಬಲಿಗರೊಡನೆ ಲಾಠಿ ಏಟು ತಿನ್ನುತ್ತಿದ್ದರೆ, ಇನ್ನೊಂದೆಡೆ ರವೀಂದ್ರನಾಥ ಟ್ಯಾಗೋರ್ ಎಂಬ ಕವಿ ಅದೇ ದೊರೆಯನ್ನು ದೇವಮಾನವನಂತೆ ವರ್ಣಿಸುತ್ತಿದ್ದ. ಹಾಗೆ ಜೀವನದುದ್ದಕ್ಕೂ ಬ್ರಿಟಿಷರನ್ನು ಎಲ್ಲೋ ಒಂದು ಕಡೆ ಸೂಕ್ಷ್ಮವಾಗಿ ಬೆಂಬಲಿಸಿಕೊಂಡೇ ಬಂದ ಟ್ಯಾಗೋರ್‌ರನ್ನು ಇದೇ ಇತಿಹಾಸ ಇವತ್ತು ಭಾರತದ ರಾಷ್ಟ್ರಕವಿಯೆಂದೂ, ಆತನ ಸ್ವಾಗತ ಗೀತೆಯನ್ನು ರಾಷ್ಟ್ರಗೀತೆಯೆಂಬುದಾಗಿಯೂ ಬಿಂಬಿಸಿಬಿಡುತ್ತದೆ. ಎಂಥ ವಿಚಿತ್ರವಲ್ಲವೇ?

ಬಿಡಿ, ಇತಿಹಾಸ ಹಾಳೆದ್ದು ಹೋಗಲಿ, ಅದ್ಯಾವತ್ತೋ ಟ್ಯಾಗೋರ್‌ನ ಗುಲಾಮಿ ಗೀತೆಯೊಂದು ಮೌನ ಸಲಾಮು ಹೊಡೆದಿದೆ. ಆದರೆ ನಾವೇನು ಮಾಡೋಣ?

ಚರ್ಚೆ ನಿಮ್ಮ-ನಿಮ್ಮಲ್ಲೇ ಜಾರಿಯಲ್ಲಿರಲಿ.......

ಮಾಫಿಯಾ ದೊರೆಗಳೆಂದರೆ ಸಮುರಾಯ್ ಯೋಧರೆ?

ವಾಸ್ಕೋ ಡ ಗಾಮಾ!

ಇತ್ತೀಚಿನ ವರ್ಷಗಳಲ್ಲಿ ಈ ಹೆಸರನ್ನು ನೀವ್ಯಾರೂ ಕೇಳಿರಲಿಕ್ಕಿಲ್ಲ. ಆದರೆ ನಿಮ್ಮ ಪ್ರೈಮರಿ ಸ್ಕೂಲಿನ ದಿನಗಳಲ್ಲಿ ಖಂಡಿತವಾಗಿಯೂ ಈ ಹೆಸರನ್ನು ಓದಿರುತ್ತೀರಿ. ಪ್ರೈಮರಿ ಸ್ಕೂಲಿನ ಪುಸ್ತಕಗಳಲ್ಲಿ ಈ ವಾಸ್ಕೋ ಡ ಗಾಮನನ್ನು ಪೋರ್ಚುಗೀಸ್‌ನ ಧೀರ ನಾವಿಕನಂತೆ ವರ್ಣಿಸಲಾಗುತ್ತದೆ. ರಾಬಿನ್ ಹುಡ್‌ನೆಂಬಂತೆ ಚಿತ್ರಿಸಲಾಗುತ್ತದೆ. ಎಳೆಯ ಮಕ್ಕಳ ಪಾಲಿಗಂತೂ ಆತ ಸಮುರಾಯ್ ಯೋಧ.

ನಿಜ. ಈ ವಾಸ್ಕೋ ಡ ಗಾಮಾ ತನ್ನ ಸ್ವಂತ ದೇಶವಾದ ಪೋರ್ಚುಗಲ್‌ನಿಂದ ಹಡಗಿನಲ್ಲಿ ಸಾವಿರಾರು ಮೈಲುಗಳಷ್ಟು ದೂರ ಕ್ರಮಿಸಿ ಭಾರತಕ್ಕೆ ಹೋಗುವ ದಾರಿ ಹೀಗಿದೆ ಎಂದು ಇಡೀ ಪ್ರಪಂಚಕ್ಕೆ ತೋರಿಸಿದ. ಇತಿಹಾಸವೇನೋ ಆತನ ಈ ಸಾಹಸವನ್ನು ಮಹಾನ್ ಘನಕಾರ್ಯವೆಂಬಂತೆ ಬಿಂಬಿಸುತ್ತದೆ. ಆದರೆ ಆತನ ಅಸಲಿ ಮುಖವನ್ನು ಮಾತ್ರ ತನ್ನಲ್ಲಿಯೇ ಬಚ್ಚಿಟ್ಟುಕೊಂಡಿದೆ. ಅದೇನು ಗೊತ್ತೆ? ಈ ವಾಸ್ಕೊ ಡ ಗಾಮಾ ಇತಿಹಾಸ ಬಣ್ಣಿಸಿದಂತೆ ಸಮುರಾಯ್ ಯೋಧನೂ ಅಲ್ಲ ರಾಬಿನ್‌ಹುಡ್‌ನೂ ಅಲ್ಲ.

ಆತ ಪೋರ್ಚುಗಲ್ಲಿನ ಮಾಫಿಯಾ ದೊರೆ!

ಈ ವಾಸ್ಕೋ ಡ ಗಾಮಾನ ಅಸಲಿ ಕಥೆ ಹೇಳುವುದಕ್ಕೆ ಮುನ್ನ ಕೆಲವೊಂದು ವಿವರಗಳು ಇಲ್ಲಿ ಅಗತ್ಯ: ಹದಿನೈದು ಮತ್ತು ಹದಿನಾರನೇ ಶತಮಾನದಲ್ಲಿ ಇಡೀ ಜಗತ್ತಿನಲ್ಲಿ ಎರಡೇ ಎರಡು ಮಾಫಿಯಾ ದೇಶಗಳಿದ್ದವು. ಅವೆಂದರೆ ಪೋರ್ಚುಗಲ್ ಮತ್ತು ಸ್ಪೇನ್! ಆ ಸಮಯದಲ್ಲಿ ಇವೆರಡೂ ದೇಶಗಳ ಮುಖ್ಯ ಕಸುಬೆಂದರೆ ದರೋಡೆ. ಅದಕ್ಕಾಗಿ ಇಲ್ಲಿನ ಮಾಫಿಯಾ ದೊರೆಗಳು ಆಗ ತುಂಬ ಜನಪ್ರಿಯ(?)ವಾಗಿದ್ದ ಹಡಗು ದರೋಡೆಯಂಥ ಕೆಲಸವನ್ನೇ ನೆಚ್ಚಿಕೊಂಡಿದ್ದರು. ಅಂಥ ಸಮಯದಲ್ಲಿ ನೂರಾರು ಮುಗ್ಧ

ಜನರನ್ನು ವಿನಾಕಾರಣ ಹತ್ಯೆ ಮಾಡಲಾಗುತ್ತಿತ್ತು. ಆದರೆ ಇವೆರಡೂ ದೇಶಗಳ ಮಾಫಿಯಾ ದೊರೆಗಳು ಒಟ್ಟೊಟ್ಟಿಗೆ ದರೋಡೆ ಮಾಡುತ್ತಿದ್ದರಿಂದ ಹಾಗೆ ಕೊಳ್ಳೆ ಹೊಡೆಯಲ್ಪಟ್ಟ ಸಂಪತ್ತಿನ ಪಾಲುದಾರಿಕೆಯ ಬಗ್ಗೆ ಇವರಿಬ್ಬರಲ್ಲೇ ಸಣ್ಣಪುಟ್ಟ ಜಗಳವಾಗುತ್ತಿದ್ದವು. ಒಮ್ಮೊಮ್ಮೆ ಇದು ಅತಿರೇಕಕ್ಕೂ ಹೋಗಿಬಿಡುತ್ತಿತ್ತು.

ಅದೊಂದು ದಿನ ಅದೇನಾಯಿತೋ ಗೊತ್ತಿಲ್ಲ; ಇವೆರಡೂ ದೇಶಗಳ ಮಾಫಿಯಾ ದೊರೆಗಳು ತಮ್ಮ ಧರ್ಮ ಗುರುವಿನ ಬಳಿಗೆ ಹೋದರು. ಆತ ಈ ಡಕಾಯಿತರಿಗೆ ಇನ್ನೊಂದು ರೀತಿಯ ಕ್ರಿಮಿನಲ್ ಐಡಿಯಾ ಕೊಟ್ಟ.

"ಈ ರೀತಿ ನೀವಿಬ್ಬರೂ ನಿಮ್ಮ ನಿಮ್ಮಲ್ಲೇ ಕಚ್ಚಾಡುವುದು ಸರಿಯಲ್ಲ. ಇದರಿಂದ ನೀವು ಧರ್ಮ ಭ್ರಷ್ಟರಾಗುತ್ತೀರಿ. ನಾನು ಹೇಳಿದಂತೆ ಮಾಡಿ ಇನ್ಮುಂದೆ ನಿಮ್ಮಿಬ್ಬರ ಮಧ್ಯೆ ಯಾವುತ್ತಿಗೂ ಜಗಳವಾಗಲಿಕ್ಕಿಲ್ಲ..." ಎಂದು ಧರ್ಮೋಪದೇಶ ಮಾಡಿದ ಆ ಧರ್ಮಗುರು, ಮಾಫಿಯಾ ದೊರೆಗಳ ದರೋಡೆಗೆಂದು ಇಡೀ ಜಗತ್ತನ್ನೇ ಪೂರ್ವ ಮತ್ತು ಪಶ್ಚಿಮಗಳಾಗಿ ಎರಡು ಭಾಗ ಮಾಡಿದನೆಂದರೆ, ಈ ಪುಣ್ಯಾತ್ಮ ಅದಿನ್ಯಾವ ಮಟ್ಟದ ಧರ್ಮ ಗುರುವಾಗಿದ್ದನೆಂದು ನೀವೇ ಯೋಚಿಸಿ. ಹಾಗೆ ಧರ್ಮ ಗುರುವಿನ ಅಪ್ಪಣೆಯಂತೆ ಪೂರ್ವದ ಪ್ರಾಂತ್ಯವೆಲ್ಲ ಪೋರ್ಚುಗೀಸರಿಗೆ ಹೋದರೆ, ಪಶ್ಚಿಮದ ಭಾಗ ಸ್ಪೇನಿನ ಡಕಾಯಿತರ ಪಾಲಿಗೆ ಬಂತು. ಆಗ ಪೂರ್ವಭಾಗದಲ್ಲಿನ ಯಾವ ದೇಶದಲ್ಲಿ ಅತ್ಯಂತ ಹೆಚ್ಚಿನ ಸಂಪತ್ತಿದೆ? ಎಂದು ಹುಡುಕುತ್ತ ಬಂದ ಪೋರ್ಚುಗಲ್‌ನ ವಾಸ್ಕೋಡಗಾಮಾನಿಗೆ 1498 ರ ಮೇ ಇಪ್ಪತ್ತೆರಡು ಎದುರಾದದ್ದೇ ಭಾರತ!

ಅತ್ತ ಇನ್ನೊಂದು ಕಡೆ ಸ್ಪೇನಿನ ತಂಡವೊಂದು ಪಶ್ಚಿಮದ ಕಡೆ ಹೊರಟಿತ್ತಲ್ಲ? ಆ ತಂಡದ ಕಫ್ತಾನನಾಗಿದ್ದವನು ಸ್ಪೇನಿನ ಕುಖ್ಯಾತ ಡಾನ್ ಹೆಸರು ಕೊಲಂಬಸ್!

ಹಾಗೆ ಸಂಪತ್ತನ್ನು ಅರಸಿಕೊಂಡು ಹೊರಟ ಕೊಲಂಬಸ್ ಮುಂದೆ ಅಮೆರಿಕವನ್ನು ಕಂಡುಹಿಡಿದದ್ದು, ಅಲ್ಲಿನ ಮೂಲ ನಿವಾಸಿಗಳಾಗಿದ್ದ ರೆಡ್ ಇಂಡಿಯನ್‌ರನ್ನು ಹತ್ಯೆ ಮಾಡಿದ್ದು, ಅಲ್ಲಿನ ಸಂಪತ್ತೆಲ್ಲವನ್ನೂ ಲೂಟಿ ಮಾಡಿದ್ದು – ಇದ್ಯಾವುದನ್ನೂ ಇತಿಹಾಸ ನಮಗೆ ತೋರಿಸಲೇ ಇಲ್ಲ! ಇಷ್ಟಕ್ಕೂ ನಿಮಗೊಂದು ಕುತೂಹಲಕರ ಸಂಗತಿ ಗೊತ್ತಾ? ಹದಿನೈದನೇ ಶತಮಾನದ ಅಂತ್ಯ ಮತ್ತು ಹದಿನಾರನೇ ಶತಮಾನದ ಆರಂಭದಲ್ಲಿ

ಅಮೆರಿಕದಲ್ಲಿದ್ದವರ್ಯಾರೂ ಮೂಲತಃ ಅಮೆರಿಕನ್ನರಲ್ಲ. ಅಲ್ಲಿದ್ದವರು ರೆಡ್ ಇಂಡಿಯನ್ಸ್! ಅಂಥ ರೆಡ್ ಇಂಡಿಯನ್‌ರನ್ನು ಸತತ ಹದಿನೈದು ವರ್ಷಗಳ ಕಾಲ ಲೂಟಿ ಮಾಡಿದ ಕೊಲಂಬಸ್‌ನ ಗ್ಯಾಂಗು ಅದೇ ಅವಧಿಯಲ್ಲಿ ಸುಮಾರು ಹತ್ತು ಕೋಟಿಗೂ ಮಿಕ್ಕಿ ಅಲ್ಲಿನ ಮುಗ್ಧ ಜನತೆಯನ್ನು ನಿರ್ದಾಕ್ಷಿಣ್ಯವಾಗಿ ಹತ್ಯೆ ಮಾಡಿತೆಂದರೆ, ಈ ಕೊಲಂಬಸ್ ಅದೆಂಥ ಕ್ರೂರ ಪಾತಕಿಯಿರಬಹುದು? ನಂತರದ ದಿನಗಳಲ್ಲಿ ಇದೇ ಕೊಲಂಬಸ್ ತನ್ನ ತಾಯ್ನಾಡಾದ ಸ್ಪೇನ್‌ನಿಂದ ಸಾವಿರ ಸಾವಿರ ಸಂಖ್ಯೆಯಲ್ಲಿ ತನ್ನ ಜನರನ್ನು ಅಮೆರಿಕಕ್ಕೆ ಕರೆತಂದ. ಸದ್ಯಕ್ಕೆ ಅಮೆರಿಕದಲ್ಲಿರುವ ಬಹುಪಾಲು ಜನರು ಸ್ಪೇನಿನವರು ಎಂಬುದು ತುಂಬ ಜನರಿಗೆ ಗೊತ್ತಿರಲಿಕ್ಕಿಲ್ಲ. ತಮಾಷೆಯೆಂದರೆ, ಹಾಗೆ ಕೋಟಿಗಟ್ಟಲೆ ಅಮಾಯಕರನ್ನು ಹತ್ಯೆ ಮಾಡಿದವರೇ ಇವತ್ತು ಭಾರತದಲ್ಲಿ ಮಾನವ ಹಕ್ಕುಗಳ ಉಲ್ಲಂಘನೆಯಾಗುತ್ತಿದೆ ಎಂದು ಬೊಬ್ಬೆ ಹಾಕುತ್ತಿದ್ದಾರೆ.

ಅದೇನೇ ಇರಲಿ, ಹಾಗೆ 1498 ರ ಸುಮಾರಿಗೆ ಭಾರತಕ್ಕೆ ಬಂದ ವಾಸ್ಕೋ ಡ ಗಾಮಾ ಇಲ್ಲಿನ ಸಂಪತ್ತನ್ನು ನೋಡಿ ದಿಗ್ಭ್ರಮೆಗೊಳಗಾಗಿದ್ದ. ಆತನ ಈ ದಿಗ್ಭ್ರಮೆ, ಆಶ್ಚರ್ಯಗಳನ್ನು ನಾವು ಸುಮ್ಮನೇ ಕಲ್ಪಿಸಿಕೊಂಡರಾಗದು. ಅದಕ್ಕೊಂದು ಕರಾರುವಕ್ಕಾದ statistical graph ಕೊಡಬೇಕು. ಹೇಗೆಂದರೆ ! ವಾಸ್ಕೋ ಡ ಗಾಮಾ ಭಾರತಕ್ಕೆ ಬಂದಿದ್ದು ಒಂದೇ ಸಲವಲ್ಲ; ಆತ ಬಂದಿದ್ದು ಮೂರು ಬಾರಿ! ಮೊದಲನೇ ಸಲ ಆತ ಇಲ್ಲಿಂದ ಹೊರಡುವಾಗ ಏಳು ಹಡಗುಗಳ ತುಂಬ ಚಿನ್ನ, ವಜ್ರ, ವೈಢೂರ್ಯಗಳನ್ನು ಹೊತ್ತೊಯ್ದಿದ್ದ. ಎರಡನೇ ಸಲ ಹೊರಟಾಗ ಆತನ ಜೊತೆ ಹನ್ನೊಂದರಿಂದ ಹನ್ನೆರಡು ಹಡಗುಗಳಿದ್ದವು. ಮೂರನೇ ಸಲ ಮಾತ್ರ ಆತನೊಂದಿಗೆ ಹೊರಟಿದ್ದು ಕರೆಕ್ಟಾಗಿ ಮೂವತ್ತೊಂದು ಹಡಗುಗಳು! ಆದರೆ ಆತನ ದುರಾದೃಷ್ಟ : ನಾಲ್ಕನೇ ಸಲ ಆತ ಬರುತ್ತಿದ್ದಾಗಲೇ ದಾರಿ ಮಧ್ಯದಲ್ಲಿ ಸತ್ತುಹೋದ.

ನಿಮಗೆ ಗೊತ್ತಿರಬಹುದು. ಹದಿಮೂರನೇ ಶತಮಾನದಲ್ಲಿ ಘಜ್ನಿ ಮಹಮ್ಮದ್ ಎಂಬ ಸುಲ್ತಾನ ಭಾರತದ ಮೇಲೆ ಸತತವಾಗಿ ಹದಿನೇಳು ಬಾರಿ ಆಕ್ರಮಣ ಮಾಡಿದ್ದ. ಆದರೆ ಪ್ರತಿಸಲವೂ ಆತ ಇಡೀ ಭಾರತವನ್ನೇನೂ ಕೊಳ್ಳೆ ಹೊಡೆಯಲಿಲ್ಲ. ಅದಕ್ಕೆ ಬದಲಾಗಿ ಗುಜರಾತಿನ ಸೋಮನಾಥ್ ಮಂದಿರವೊಂದರ ಮೇಲೆಯೇ ಆತ ಸತತವಾಗಿ ಹದಿನೇಳು ಬಾರಿ ದಾಳಿ ಮಾಡಿದ್ದನೆಂದರೆ, ಬರೀ ಅದೊಂದು ಮಂದಿರದಲ್ಲೇ ಅದ್ಯಾವ ಮಟ್ಟದ ಸಂಪತ್ತಿರಬೇಕು ಊಹಿಸಿ.

ಅಂತಹ ನೂರಾರು ಮಂದಿರಗಳನ್ನು ಹೊಂದಿದ್ದ ಭಾರತಕ್ಕೆ ಕಾಲಿಟ್ಟ ವಾಸ್ಕೋ ಡ ಗಾಮಾ ಕೊಂಚ ಕಾಲ ದಿಗ್ಭ್ರಮೆಗೊಂಡಿದ್ದರಲ್ಲಿ ಆಶ್ಚರ್ಯವೇನಿದೆ?

ದುರಂತ ನೋಡಿ, "ಭಾರತದಲ್ಲಿ ವ್ಯಾಪಾರ ಮಾಡಲು ಬಂದವರಲ್ಲಿ ಮೊಟ್ಟ ಮೊದಲನೆಯವರೆಂದರೆ ಪೋರ್ಚುಗೀಸರು" ಎಂದಷ್ಟೇ ನಮ್ಮ ಮಕ್ಕಳಿಗೆ ಬೋಧಿಸುವ ನಾವು, ಇದೇ ಪೋರ್ಚುಗೀಸರು ಮುಂದಿನ ಐದುನೂರು ವರ್ಷಗಳ ನಮ್ಮ ಗುಲಾಮಗಿರಿಗೆ ಮುನ್ನುಡಿ ಬರೆದವರೆಂದು ಯಾವತ್ತಾದರೂ ಹೇಳಿದ್ದೇವೆಯೇ?

ತನ್ನೊಂದಿಗೆ ಕರೆತಂದ ವ್ಯಾಪಾರಿ ಮುಖದ ಡಕಾಯಿತರೊಂದಿಗೆ ಕಲ್ಲಿಕೋಟೆ (ಈಗಿನ ಕ್ಯಾಲಿಕಟ್)ನ ರಾಜನಾದ ಝಮೋರಿನ್‌ನ ಮುಂದೆ ನಡು ಬಗ್ಗಿಸಿ ನಿಂತಿದ್ದ ವಾಸ್ಕೋ ಡ ಗಾಮಾ "ನಿಮ್ಮಲ್ಲಿ ವ್ಯಾಪಾರ ಮಾಡಲು ನಮಗೆ ಆಶ್ರಯ ಕೊಡಿ" ಎಂದು ಝಮೋರಿನ್‌ಗೆ ಅತ್ಯಂತ ವಿನಯದಿಂದ ಬೇಡಿಕೊಂಡನೆಂದು ವಿವರಿಸುವ ನಾವು, ಅದೇ ವಾಸ್ಕೋ ಡ ಗಾಮಾ ಮುಂದೊಂದು ದಿನ ತನಗೆ ಆಶ್ರಯ ಒದಗಿಸಿಕೊಟ್ಟ ಅದೇ ಝಮೋರಿನ್ ದೊರೆಯನ್ನೇ ಅತ್ಯಂತ ಅಮಾನುಷವಾಗಿ ಕೊಂದು ಹಾಕಿದನೆಂದು ಯಾವತ್ತಾದರೂ ಕಣ್ಣೀರಿಟ್ಟುಕೊಂಡು ಹೇಳಿದ್ದೇವೆಯೇ?

ಖಂಡಿತ ಹೇಳಿಲ್ಲ!

ನಾವ್ಯಾಕೆ ಇದೆಲ್ಲ ನಮ್ಮ ಮಕ್ಕಳಿಗೆ ಹೇಳಿಕೊಟ್ಟಿಲ್ಲವೆಂದರೆ, ಇತಿಹಾಸದ ಕಪ್ಪು ಪರದೆಯಲ್ಲಿ ಅಡಗಿ ಕುಳಿತಿರುವ ಇಂಥ ಸಂಗತಿಗಳು ಸ್ವತಃ ನಮಗೇ ಗೊತ್ತಿಲ್ಲ! ಇಂಥದ್ದನ್ನೆಲ್ಲ ಓದು, ತಿಳಿಯುವ, ಅರ್ಥೈಸಿಕೊಳ್ಳುವ ವ್ಯವಧಾನವೂ ನಮ್ಮಲ್ಲಿಲ್ಲ.

ಪರಿಣಾಮವಾಗಿ ನಮ್ಮ ಮಗುವಿನ ಮುಗ್ಧ ಮನಸ್ಸಿನಲ್ಲಿ ಮತ್ತದೇ ಚಿತ್ರ ಗಟ್ಟಿಯಾಗತೊಡಗುತ್ತದೆ. ಮುಂದೊಂದು ದಿನ ಈ ಮಗುವಿನ ಮಗು ಕೂಡ ಅದೇ ಅಮಾಯಕತೆಯಿಂದ ಪುಸ್ತಕವನ್ನು ತಿರುಗಿಸುತ್ತ ಗಟ್ಟಿಯಾಗಿ ಓದತೊಡಗುತ್ತದೆ. "ಕೊಲಂಬಸ್ ವೀರಯೋಧ, ಆತ ಅಮೆರಿಕಾ ಕಂಡು ಹಿಡಿದ. ವಾಸ್ಕೋ ಡ ಗಾಮಾ ಸಮುರಾಯ್ ಯೋಧ. ಆತ ಭಾರತಕ್ಕೆ ಹೊಸ ಸಮುದ್ರದ ದಾರಿ ಹುಡುಕಿಕೊಟ್ಟ..."

ಮಾಫಿಯಾ ದೊರೆಗಳನ್ನೆಲ್ಲ ದೇವಮಾನವರಂತೆ ಚಿತ್ರಿಸಿದ ಇಂಥ ಇತಿಹಾಸವನ್ನು ಎಲ್ಲಿಯವರೆಗೆ ನಂಬೋಣ?

ಬಾಲ ಕಳಚಿದ ಮಾತ್ರಕ್ಕೆ
ಮಂಗ ಮಾನವನಾಗಲು ಸಾಧ್ಯವೇ?

ಉಳಿವಿಗಾಗಿ ಹೋರಾಟ!

ಹಾಗಂತ ತುಂಬ ಹಿಂದೆಯೇ ಪ್ರತಿಪಾದಿಸಿದವನು ಡಾರ್ವಿನ್. ನಮ್ಮ ಧರ್ಮ, ಗ್ರಂಥಗಳು, ನಮ್ಮ ಪರಂಪರೆ, ಇಲ್ಲಿನ ಸಂಸ್ಕೃತಿ, ಅಹಿಂಸೆಯ ಬಗ್ಗೆ ಎಷ್ಟೇ ಹೇಳಲಿ: ಆದರೆ ಹಲ್ಲಿಯೊಂದು ಕ್ರಿಮಿಯನ್ನು ನುಂಗುವುದು, ಹುಲಿಯೊಂದು ಹರಿಣಿಯನ್ನು ಸಿಗಿಯುವುದು ತೀರ ಸಹಜ. ಇದನ್ನೆಲ್ಲ ನಾವು ಹಿಂಸೆಯೆಂದು ವಾದಿಸತೊಡಗಿದರೆ ಅದು ಮೂರ್ಖತನದ ಪರಮಾವಧಿಯಾಗುತ್ತದೆ. ಯಾಕೆಂದರೆ ಅದು ಬದುಕಿನ ಅನಿವಾರ್ಯತೆ. ನಮ್ಮನ್ನು ಮೆಚ್ಚುವ, ಸಲಹುವ, ಸಾಕುವ ಮತ್ತು ನಂಬುವವರಿಗಾಗಿ ನಾವು ನೀಡಬಹುದಾದ ಕಂದಾಯವಿದು. ಹೀಗೆ ದುರ್ಬಲ, ನಿಸ್ಸಾಹಾಯಕ ಮತ್ತು ಕೈಲಾಗದವರ ತಲೆ ಮೇಲೆ ಕಾಲಿಟ್ಟು ಸಾಗಿಸುವ ಬದುಕನ್ನೇ ಡಾರ್ವಿನ್ನು "struggle for existence" ಎಂದು ಕರೆದ.

ಹಾಗೆಯೇ ಅದೇ ಡಾರ್ವಿನ್ ಜೀವ ವಿಕಸನದ ಬಗ್ಗೆಯೂ ಹೇಳಿದ. 'ಮಂಗನಿಂದ ಮಾನವ' ಎಂದು ನಾವು ಆಗಾಗ ಹೇಳುವ ಮಾತೇ ಡಾರ್ವಿನ್ನ ವಿಕಾಸವಾದಕ್ಕೆ ನೀಡಬಹುದಾದ ಸರ್ವಕಾಲಿಕ ಉದಾಹರಣೆ. ಅದರ ಪ್ರಕಾರ ದಿನಗಳು, ಋತುಗಳು, ಸಂವತ್ಸರಗಳು ಉರುಳಿದಂತೆಲ್ಲ ಈ ಜಗತ್ತು ತನ್ನ ಹಳೆಯ ವೇಷವನ್ನೆಲ್ಲ ಕಳಚಿಟ್ಟು ಹೊಸ ರೂಪ, ಹೊಸ ವಿಚಾರ, ಹೊಸ ಕನಸಗಳೊಂದಿಗೆ ಮುನ್ನಡೆಯಬೇಕು. ತಮಾಷೆಯೆಂದರೆ, ಇಡೀ ಜಗತ್ತೇ ಈ ವಿಕಾಸವಾದದಂತೆ ಅಭಿವೃದ್ಧಿ ಪಥದಲ್ಲಿ ನಡೆಯುತ್ತಿರುವಾಗ ನಾವು ಮಾತ್ರ ಹಿಮ್ಮುಖವಾಗಿ ಚಲಿಸುತ್ತಿದ್ದೇವೆ. ಹಾಗಾದರೆ ಡಾರ್ವಿನ್ನ ವಾದ ಇಲ್ಯಾಕೆ ಸೋಲುತ್ತಿದೆ?

ಹೀಗೆ ಇದ್ದಕ್ಕಿದ್ದಂತೆಯೇ ಟಾಪಿಕ್ ಬದಲಾಯಿಸುತ್ತಿರುವುದಕ್ಕೆ ಕ್ಷಮೆ ಇರಲಿ. ತೀರ ಇತ್ತೀಚಿಗೆ ಗಣರಾಜ್ಯೋತ್ಸವ ಆಚರಿಸಿದೆವಲ್ಲ? ಆ ಗಣತಂತ್ರ ದಿವಸಕ್ಕೆ ಇವತ್ತಿನ ಮಟ್ಟಿಗೆ ಅರ್ಧ ಶತಮಾನದ ಸಂಭ್ರಮ. ಹಾಗೆ ನೋಡಿದರೆ

ಐವತ್ತರ ಮನುಷ್ಯನಿಗೆ ಇರಬೇಕಾದ ಪ್ರೌಢತೆ ನಮ್ಮಲ್ಲಿನ ಜನತಂತ್ರ ವ್ಯವಸ್ಥೆಗೆ ಮೂಡಿರಬೇಕು. ಆದರೆ ಇಲ್ಲೇನು ನಡೆಯುತ್ತಿದೆ? ಪಾರ್ಲಿಮೆಂಟಿನ ಸಭಾಂಗಣದಲ್ಲಿ ಚುನಾಯಿತ ಸದಸ್ಯರೆನಿಸಿಕೊಂಡವರು ನಡೆಸುವ ಕಾರ್ಯಕಲಾಪಗಳನ್ನು ಗಮನಿಸಿದರೆ ಸಾಕು; ನಮ್ಮ ತಲೆ ನಾಚಿಕೆಯಿಂದ ಬಾಗುತ್ತದೆ. ಗಂಟೆಗೆ ಲಕ್ಷಗಟ್ಟಲೆ ಹಣ ತಿಂದು ಹಾಕುವ ಈ ಕಾರ್ಯಕಲಾಪಗಳು ನಮ್ಮಲ್ಲಿ ಉಂಟಾಗಿರುವ ವಿಕಸನಕ್ಕೆ ಬಹು ದೊಡ್ಡ ಉದಾಹರಣೆ! ಭಿನ್ನಾಭಿಪ್ರಾಯದ ಹೆಸರಿನಲ್ಲಿ ಜನಪ್ರತಿನಿಧಿಗಳು ನಡೆಸುವ ಜಗಳ ಒಮ್ಮೊಮ್ಮೆ ಎದುರಿಗಿರುವ ಕುರ್ಚಿ, ಮೈಕು, ಪೇಪರ್ ವೆಯ್ಟನ್ನು ಎತ್ತಿ ಬಿಸಾಕುವಷ್ಟು ಅಧೋಗತಿಗಿಳಿದು ಬಿಡುತ್ತವೆ.

ನಿಮಗೆ ಗೊತ್ತಿರಬಹುದು. ಒಂದು ಕಾಲಕ್ಕೆ ಛಿದ್ರಛಿದ್ರವಾಗಿ ಹೋಗಿದ್ದ ಏಳುನೂರು ಪ್ರಾಂತ್ಯಗಳನ್ನು ತನ್ನ ಕುಶಲತೆಯಿಂದ ಒಂದುಗೂಡಿಸಿದವರು ಸರ್ದಾರ್ ವಲ್ಲಭಭಾಯಿ ಪಟೇಲ್. ಇವತ್ತು ಆತನ ಒಳಕಲ್ಪನೆಗೆ ವಿರುದ್ಧವಾಗಿ ತ್ರಿಪುರಾ, ನಾಗಾಲ್ಯಾಂಡ್, ಕಾಶ್ಮೀರ, ವನಾಂಚಲ, ಕೊಡಗು, ಉತ್ತರ ಕರ್ನಾಟಕ ಮುಂತಾದ ಪ್ರದೇಶಗಳು ತಮ್ಮ ಪ್ರತ್ಯೇಕ ಅಸ್ತಿತ್ವಕ್ಕಾಗಿ ಹೋರಾಟ ಶುರುವಿಟ್ಟುಕೊಂಡಿವೆ.

ನಾಗಾಲ್ಯಾಂಡ್ ಅಂತೂ ಒಂದು ಹೆಜ್ಜೆ ಮುಂದೆ ಹೋಗಿ ಈಗಾಗಲೇ ಅದು ಭಾರತದಿಂದಲೇ ಪ್ರತ್ಯೇಕವಾಗಿರುವುದಾಗಿ ತನ್ನ ಜನರಿಗೆ ಭ್ರಮೆ ಮೂಡಿಸತೊಡಗಿದೆ. ಆಶ್ಚರ್ಯವೇನು ಗೊತ್ತೆ? ಇವತ್ತಿನ ಮಟ್ಟಿಗೆ ನಾಗಾಲ್ಯಾಂಡಿನ ಆಡಳಿತ ಭಾಷೆ ಹಿಂದಿ ಅಥವಾ ಅಲ್ಲಿನ ಯಾವುದೇ ಪ್ರಾಂತೀಯ ಭಾಷೆಯಲ್ಲ; ಬದಲಾಗಿ ಅಲ್ಲಿನ ಸರ್ಕಾರ ಒಪ್ಪಿಕೊಂಡಿರುವುದು ಇಂಗ್ಲಿಷ್ ಭಾಷೆಯನ್ನು! ಡಾರ್ವಿನ್ನನ ವಿಕಾಸವಾದ ಹ್ಯಾಗೆ ಇಲ್ಲಿ ಅರಳಿಕೊಂಡಿದೆ ನೋಡಿ.

ಈ ಮಧ್ಯೆ ವಿಶ್ವದ ಶ್ರೀಮಂತ ರಾಷ್ಟ್ರಗಳಿಂದ ಸಾಲ ತಂದು ಅದನ್ನು ಯಾವ ಪರಿ ದೊಡ್ಡ ಮೊತ್ತವನ್ನಾಗಿಸಿದ್ದೇವೆಂದರೆ, ಸದ್ಯಕ್ಕೆ ಭಾರತದ ಪ್ರತಿಯೊಂದು ಹಸುಗೂಸಿನ ತಲೆಯ ಮೇಲೆ ಎಂಟೂವರೆ ಸಾವಿರದಷ್ಟು ಸಾಲದ ಗಂಟಿದೆ! ತಮಾಷೆಯೇನು ಗೊತ್ತಾ? ನಮ್ಮಲ್ಲಿರುವ ಕಾಯ್ದೆ-ಕಾನೂನುಗಳ ಪೈಕಿ ಭಿಕ್ಷುಕರ ಕುರಿತಂತೆ 'ಬೆಗ್ಗರ್ಸ್ ಆಕ್ಟ್' ಎಂಬ ಕಾನೂನಿದೆ. ದಿಲ್ಲಿಯಂತಹ ನಗರಗಳಲ್ಲಿ ಇವತ್ತಿಗೂ ಅದು ಮೆಲ್ಲಗೆ ಉಸಿರಾಡುವಷ್ಟು ಬದುಕಿಕೊಂಡಿದೆ. ಅದರ ಪ್ರಕಾರ, ಯಾವ ಮನುಷ್ಯ ಎಂಟಾಣೆ, ರುಪಾಯಿ ಅಂತೆಲ್ಲ ಭಿಕ್ಷೆ ಬೇಡುತ್ತಿರುತ್ತಾನೋ? ಅಂಥವನನ್ನು ಭಿಕ್ಷುಕನೆಂದು ಪರಿಗಣಿಸಿ

ಜೈಲಿಗೆ ತಳ್ಳಲಾಗುತ್ತದೆ. ಆದರೆ ಹೀಗೆ ಸಾವಿರಾರು ಕೋಟಿಗಳಷ್ಟು ವಿದೇಶಗಳಿಂದ ಭಿಕ್ಷೆ ಬೇಡಿ ತರುವ ಫೈನಾನ್ಸ್ ಮಿನಿಸ್ಟರುಗಳನ್ನು ಯಾವನೂ ಜೈಲಿಗೆ ತಳ್ಳಲಾರ!

ಅದೇ ಥರ ಯಾವ ಪತ್ರಿಕೆಗಳಲ್ಲಿ ಈ ಸಾಲದ ವಿಷಯಕ್ಕೆ ಕುರಿತಂತೆ ಅತ್ಯಂತ ಕಟುವಾದ ಸಂಪಾದಕೀಯ ಬರಬೇಕಾಗಿತ್ತೋ? ಆ ಎಲ್ಲ ಪತ್ರಿಕೆಗಳೂ ಆ ಮಂತ್ರಿಗೆ ದೇಶ ಕಂಡ ಅತ್ಯುತ್ತಮ ಹಣಕಾಸು ಮಂತ್ರಿ ಎಂಬ ಬಿರುದನ್ನು ದಯಪಾಲಿಸಿ ಬಿಡುತ್ತವೆ. ಇದ್ದುದರಲ್ಲೇ ನಮ್ಮಲ್ಲಿ ಬುದ್ಧಿವಂತರೆನಿಸಿಕೊಂಡ ಮೀಡಿಯಾ ಜನರ ಪಾಲಿಗೆ ಡಾರ್ವಿನ್ ಹ್ಯಾಗೆ ತಲೆ ಕೆಳಗಾಗಿ ನೇತಾಡುತ್ತಿದ್ದಾನೆ ನೋಡಿ!

ಹಾಗೆಯೇ ನಮ್ಮಲ್ಲಿನ ನಲವತ್ತು ಪರ್ಸೆಂಟ್ ಹಳ್ಳಿಗಳಲ್ಲಿ ಕುಡಿಯುವ ನೀರಿಲ್ಲ. ಆದರೆ ಅಲ್ಲೆಲ್ಲ ಪೆಪ್ಸಿ, ಕೋಕಾ ಕೋಲಾಗಳ ಕೆಂಪು ನೀರಿದೆ. ಬಿಸ್ಲೇರಿ ವಾಟರ್ ಬಾಟಲಿದೆ. ಯಾವತ್ತಾದರೊಂದು ದಿನ ಇಲ್ಲಿ ನೀರನ್ನೂ ಸಹ ಮಾರುವ ದಿನಗಳು ಬರಬಹುದು ಎಂದು ಅರಿತಿರದಿದ್ದ ನಮಗೆ ಹನ್ನೆರಡು ರೂಪಾಯಿ ಕೊಟ್ಟು ನೀರಿನ ಬಾಟಲು ಖರೀದಿಸುವ ಪರಸ್ಥಿತಿ ಬಂದಿದೆ. ಇಷ್ಟಕ್ಕೂ ಕಾರ್ಬನ್ ಡೈ ಆಕ್ಸೈಡ್‌ನ್ನು ಕುಡಿಯಿರಿ ಎಂದು ಸೈನ್ಸು ಯಾವತ್ತು ಹೇಳಿದೆ? ಆರಂಭದಿಂದಲೂ ಅದು ಈ ವಿಷಾನಿಲವನ್ನು ದೇಹದಿಂದ ಹೊರಹಾಕಿ ಎಂದು ಹೇಳುತ್ತಲೇ ಬಂದಿದೆ. ಆದರೆ ನಾವು ಮಾತ್ರ ಈ ಸೈನ್ಸನ್ನೇ ಧಿಕ್ಕರಿಸಿ ಕಾರ್ಬನ್ ಡೈಆಕ್ಸೈಡಿನ ಪೆಪ್ಸಿ ನೀರನ್ನು ಗಂಟಲಿಗಿಳಿಸುವಷ್ಟು ವಿಕಸನ ಹೊಂದಿದ್ದೇವೆ!

ಬಹುಶಃ ನಮ್ಮ ಈ ರೀತಿಯ ಹಿಮ್ಮುಖ ವಿಚಾರಗಳಿಂದಲೇ ವಿದೇಶಿ ಕಂಪೆನಿಗಳು ಇವತ್ತು ಇಲ್ಲಿ ಭದ್ರವಾಗಿ ತಳವೂರಿವೆ. ಬರೀ ಐವತ್ತುಸಾವಿರ ರೂಪಾಯಿಗಳ ಬಂಡವಾಳ ಹೊತ್ತುಕೊಂಡು ಬಂದ ಅಮೆರಿಕದ ಕೋಲ್ಗೇಟ್ ಪಾಮೋಲಿವ್ ಕಂಪೆನಿ ಇವತ್ತು ವರ್ಷವೊಂದಕ್ಕೆ ಏನಿಲ್ಲವೆಂದರೂ ನೂರು ಎಂಭತ್ತು ಕೋಟಿಗಳಷ್ಟು ಹಣ ಗಳಿಸುತ್ತದೆ. ನೆನಪಿಡಿ: ಇದು ಆ ಕಂಪೆನಿಯ ಲಾಭ ಮಾತ್ರ!

ಹಾಗೆಯೇ ಹಾಲೆಂಡಿನ 'ಯೂನಿ ಲಿವರ್' ಹೆಸರಿನ ಕಂಪೆನಿ ಇಪ್ಪತ್ನಾಲ್ಕು ಲಕ್ಷ ಬಂಡವಾಳ ಸುರಿದು 'ಹಿಂದೂಸ್ಥಾನ್ ಲಿವರ್' ಎಂಬುದಾಗಿ ಬೋಡು ನೇತಾಕಿಕೊಳ್ಳುತ್ತದೆ. ಇವತ್ತು ಅದೇ ಕಂಪೆನಿ ವರ್ಷದಲ್ಲಿ ಗಳಿಸುವ ಲಾಭ 480 ಕೋಟಿಗೂ ಹೆಚ್ಚು!

ಇದು ಭಾರತಕ್ಕಷ್ಟೇ ಸೀಮಿತವಾಗಿಲ್ಲ. ದಾಖಲೆಗಳ ಪ್ರಕಾರ, ಭಾರತದಷ್ಟೇ ಬಡವಾಗಿರುವ ಇಥಿಯೋಪಿಯಾ, ಸೊಮಾಲಿಯ, ಕೋಸ್ಟಾರಿಕಾದಂತಹ ಜಗತ್ತಿನ 124 ದೇಶಗಳಿಗೆ ಅಮೆರಿಕದಂಥ ಶ್ರೀಮಂತ ರಾಷ್ಟ್ರಗಳು ಪ್ರತಿ ವರ್ಷ ಐನೂರು ಬಿಲಿಯನ್ ಡಾಲರುಗಳಷ್ಟು ಸಾಲ ನೀಡುತ್ತವೆ. ಹಾಗೆ ಸಾಲ ನೀಡಿದ ನೆಪ ಮಾಡಿಕೊಂಡು ತಮ್ಮಲ್ಲಿನ ಕಂಪೆನಿಗಳನ್ನು ಬಡದೇಶಗಳಿಗೆ ನುಗ್ಗಿಸುವ ಈ ಶ್ರೀಮಂತರು ಆ ಮೂಲಕ ವರ್ಷವೊಂದರಲ್ಲೇ 745 ಬಿಲಿಯನ್ ಡಾಲರುಗಳಷ್ಟು ಕೊಳ್ಳೆ ಹೊಡೆದುಬಿಡುತ್ತಾರೆ. ಡಾರ್ವಿನ್ನನ ಉಳಿವಿವಾಗಿ 'ಹೋರಾಟ' ಮತ್ತು 'ವಿಕಾಸಶೀಲತೆ' ಎಂಬೆರಡೂ ವಾದಗಳು ಅಮೆರಿಕದಂಥ ಶ್ರೀಮಂತ ರಾಷ್ಟ್ರಗಳಲ್ಲಿ ಹ್ಯಾಗೆ ನಿಖರವಾಗಿ ಕೆಲಸ ಮಾಡುತ್ತಿವೆ ಗಮನಿಸಿದಿರಾ?

ಬಿಡಿ, ಈ ಡಾರ್ವಿನ್ ಎಂಬ ಪುಣ್ಯಾತ್ಮ 'ಮಂಗನಿಂದ ಮಾನವ' ಎಂಬ ಉದಾಹರಣೆ ಕೊಟ್ಟು ತನ್ನ ವಾದದ ಬಗ್ಗೆ ಸಮರ್ಥನೆಯನ್ನೇನೋ ನೀಡಿದ. ಆದರೆ ನಾವಿನ್ನೂ ಬುದ್ಧಿವಂತ ಮಾನವರಾಗಿಲ್ಲ. Of course, ಬಾಲ ಮಾತ್ರ ಬಿದ್ದುಹೋಗಿದೆ ಅಷ್ಟೇ!

ಕೈಯಲ್ಲಿ ಕಲ್ಲಿದೆ; ಹೊಡೆಯೋದು ಯಾರಿಗೆ?

ಕಾಲಾಯ ತಸ್ಮೈ ನಮಃ

ಹಾಗಂತ ಹಿರಿಯರು ಹೇಳಿದ್ದಾರೆ. ಅವರ ಪ್ರಕಾರ ಬದುಕಿನಲ್ಲಿ ನಾವು ತಿಂದ ಏಟುಗಳಿಗೆ, ಮಾಡಿಸಿಕೊಂಡ ಅವಮಾನಗಳಿಗೆ, ಅರ್ಧರಾತ್ರಿಯಲ್ಲಿ ಎದ್ದೆದ್ದು ಕೂಡುವಂತೆ ಮಾಡಿದ ನೋವುಗಳಿಗೆ ಅಂತಿಮ ಮುಲಾಮೆಂದರೆ ಕಾಲ! ಅದು ನಮ್ಮೆಲ್ಲ ಹೊಡೆತಗಳಿಗೆ, ಅಪಮಾನಗಳಿಗೆ, ಕಣ್ಣೀರಿಗೆ ತೇಪೆ ಹಾಕುತ್ತದೆ. ಬೆಚ್ಚನೆಯದೊಂದು ಮೌನ ಸಾಂತ್ವನ ಹೇಳುತ್ತದೆ. ನಮ್ಮೊಂದಿಗೆ ನಿಶ್ಯಬ್ಧವಾಗಿ ಹೆಜ್ಜೆ ಹಾಕುತ್ತದೆ.

ಯಾಕೆಂದರೆ ಕಾಲವೆಂಬುದು ಈ ಜಗತ್ತಿನ ಅತಿದೊಡ್ಡ ಮ್ಯಾಜಿಕ್ entity!

ಇದೇ ಕಾಲ ಈ ಲೋಕದ ಎಷ್ಟೆಲ್ಲ ಅನಾಹುತಗಳಿಗೆ, ಎಷ್ಟೊಂದು ಹೋರಾಟಗಳಿಗೆ ಪ್ರತ್ಯಕ್ಷ ಸಾಕ್ಷಿಯಾಯಿತಲ್ಲವೆ? ಬಾಲಕ ಚಂದ್ರಶೇಖರ ಅಜಾದ್ ಕ್ರಾಂತಿಯ ಹುಚ್ಚಿನಲ್ಲಿ ರಿವಾಲ್ವರ್ ಒಂದನ್ನು ನೆಲದೊಳಗೆ ಹುಗಿದು ಅದಕ್ಕೆ ಪ್ರತಿನಿತ್ಯ ಗೊಬ್ಬರ, ನೀರು ಚಿಮುಕಿಸುತ್ತಿದ್ದ. ಮುಂದೆ ಯಾವತ್ತಾದರೊಂದು ದಿನ ಬಂದೂಕಿನ ಬೃಹತ್ ಮರವೇ ಬೆಳೆದೀತೆಂಬ ಆ ಹುಡುಗನ ಮುಗ್ಧತನ ನೋಡಿ ಇದೇ ಕಾಲ ಆವತ್ತು ಕಿಸಕ್ಕನೇ ನಕ್ಕಿತ್ತು!

"ನನಗೆ ಉಪದೇಶ ಮಾಡುವ ಬಾಯಿ ಬೇಕಾಗಿಲ್ಲ. ಆಟದ ಬಯಲಿನಲ್ಲಿ ಓಡಾಡುವ ಒಂದು ಸಾವಿರ ಸದೃಢ ಕಾಲುಗಳು ಬೇಕು" ಎಂದು ಗುಡುಗಿದ್ದು ಸ್ವಾಮಿ ವಿವೇಕಾನಂದ. ಮುಂದೆ ಅದೇ ನರೇಂದ್ರ ದೂರದ ಷಿಕಾಗೋನಲ್ಲಿ "ಮೈ ಡಿಯರ್ ಬ್ರದರ್ಸ್ ಅಂಡ್ ಸಿಸ್ಟರ್ಸ್......." ಎಂದು ಝೇಂಕರಿಸಿದಾಗ ಸತತವಾಗಿ ಅರ್ಧಗಂಟೆ ಚಪ್ಪಾಳೆ ಸಿಡಿದಿದ್ದನ್ನು ನೋಡಿ ಇದೇ ಕಾಲ ಆ ಕ್ಷಣದ ಮಟ್ಟಿಗೆ ರೋಮಾಂಚನಗೊಂಡಿದ್ದು ಸುಳ್ಳಾ?

ಅದು ಬಿಡಿ, "ನನಗೊಂದು ಬೊಗಸೆ ರಕ್ತ ಕೊಡಿ. ನಿಮಗೆ ಸ್ವಾತಂತ್ರ್ಯವನ್ನೇ ತಂದು ಸುರಿಯುತ್ತೇನೆ" ಎಂದು ಉದ್ಘೋಷ ಮಾಡಿದ

ನೇತಾಜಿಯನ್ನು ನೋಡಿ ಆಶ್ಚರ್ಯಗೊಂಡಿದ್ದ ಇದೇ ಕಾಲ ಇವತ್ತೇಕೆ ಏನೂ ಮಾತನಾಡುತ್ತಿಲ್ಲ? ಕಾರಣವಿಷ್ಟೇ: ಆವತ್ತು ಈ ಕಾಲನೆಂಬ ಅಗೋಚರ ಆಕೃತಿಗೆ ನಿರಂತರವಾಗಿ ಅಚ್ಚರಿ, ಕುತೂಹಲ ಮತ್ತು ದಿಗ್ಭ್ರಮೆಗಳನ್ನು ಹುಟ್ಟಿಸುತ್ತಿದ್ದ ಯುವಜನಾಂಗವೆಲ್ಲ ಇವತ್ತು ಎಂತೆಂಥದೋ ಅರ್ಥಹೀನ ಚಟುವಟಿಕೆಗಳಲ್ಲಿ ಮುಳುಗಿಹೋಗಿದೆ.

ಹೇಳಿಕೊಳ್ಳಲು ಆವತ್ತು ಒಬ್ಬನೇ ಒಬ್ಬ ಕೆಂಪುಮೂತಿಯ ಶತ್ರುವಿದ್ದ. ಪರಂಗಿ! ಆದರೆ ಇವತ್ತು ಎಷ್ಟೊಂದು ಶತ್ರುಗಳು? ಎಂತೆಂಥ ಆಯುಧಗಳು? ಎಷ್ಟು ರೀತಿಯ ಸ್ಮೈಲೆಂಟ್ ಕಿಲ್ಲುರುಗಳು ನಮ್ಮನ್ನು ಸುತ್ತುವರೆದಿಲ್ಲ? ಮನೋರಂಜನೆಯ ಹೆಸರಿನಲ್ಲಿ ನಮ್ಮ ನೆಲದೊಳಗೆ ನುಗ್ಗಿರುವ ಝೀ ಟೀವಿ, ಸ್ಟಾರ್ ಮೂವಿ, ಸ್ಟಾರ್ ಪ್ಲಸ್, ಎಂಟೀವಿ, ಎಫ್ ಟೀವಿ, ಪ್ಲಸ್ ಟ್ವೆಂಟಿವನ್ ಹೆಸರಿನ ಟೀವಿ ಚಾನೆಲ್ಲುಗಳು ಇವತ್ತಿನ ಈ ಕ್ಷಣದವರೆಗೂ ನಮ್ಮೊಳಗೆ ಕಿಂಚಿತ್ತಾದರೂ ಕ್ರಿಯೇಟಿವಿಟಿಯಿದೆಂಬುದನ್ನು ಚಿಗುರುಸಿದ್ದುಂಟಾ?

ಲೇಡಿ ಲೆಕ್ಚರರ್ ಒಬ್ಬಳು ಕ್ಲಾಸ್‌ರೂಮೊಳಗೆ ಬರುವ ಮೊದಲೇ ಬೋರ್ಡಿನ ಮೇಲೊಂದು ಅಸಹ್ಯಕರ ಡೈಲಾಗು ಬರೆಯುವುದನ್ನು ಹುಡುಗರಿಗೆ ಕಲಿಸಿಕೊಟ್ಟ ಇದೇ ಚಾನೆಲ್ಲುಗಳು, ಆ ಕ್ಷಣದಲ್ಲಿ ಆ ಪ್ರಾಧ್ಯಾಪಕಿಗೆ ಉಂಟಾಗಿರಬಹುದಾದ ಮಾನಸಿಕ ವೇದನೆ, ಕಿರಿಕಿರಿಯನ್ನು ಹ್ಯಾಗೆ ಹೋಗಿಸಬಹುದೆಂಬ ಉಪಾಯವನ್ನು ಹೇಳಿ ಕೊಟ್ಟಿದ್ದುಂಟಾ? ಕ್ಯಾಂಪಸ್ಸಿನಲ್ಲಿ ಒಬ್ಬಂಟಿ ಹುಡುಗಿಯನ್ನು ನೋಡಿದ ಕೂಡಲೇ "ಅತಿ ಕ್ಯಾ ಖಂಡಾಲಾ?" ಎಂದು ಹಾಡುವಂತೆ ಪ್ರೇರೇಪಿಸಿದ ಈ ಚಾನೆಲ್ಲುಗಳು ಯಾವತ್ತಾದರೂ ಅದೇ ಹುಡುಗನಿಗೆ, "ನನ್ಮಗನೇ, ನೀನ್ಯಾಕೆ ಇವತ್ತು ಸಿಟಿ ಬಸ್ಸಿನಲ್ಲಿ ಆ ವೃದ್ದೆಗೆ ಸೀಟು ಬಿಟ್ಟುಕೊಡಲಿಲ್ಲ?" ಎಂದು ಗದರಿಸಿದ್ದುಂಟಾ?

ತಮಾಷೆಯೆಂದರೆ, ಈ ರೀತಿಯ ನೆಗೆಟಿವ್ attitudeನ್ನು ನಮಗ್ಯಾರೂ ಮನೆಯಲ್ಲಿ ಕಲಿಸಲಿಲ್ಲ. ಸುತ್ತಲಿನ ಸಮಾಜವೂ ಹೇಳಿಕೊಡಲಿಲ್ಲ. ಹೋಗಲಿ, ನಾವು ಓದಿದ ಶಾಲೆಯಲ್ಲೂ ಇಂಥದ್ದೆಲ್ಲ ತಿಳಿಸಿಕೊಡಲಿಲ್ಲ. ಹಾಗಾದರೆ ನಮಗೆ ಇದನ್ನೆಲ್ಲ ಕಲಿಸಿದವರು ಯಾರು?

ಸಿನೆಮಾ ಅಥವಾ ಟೀವಿ!

ಇವೆರಡನ್ನೂ ನೋಡಲೇಬಾರದೆಂದು ಹೇಳುವಷ್ಟು ನಾನು ತರಕೆದ್ದು ಹೋಗಿಲ್ಲ. ಆದರೆ ನಿಮ್ಮ ಅಕ್ಕ, ತಂಗಿ, ಅಥವಾ ತಾಯಿಯೊಂದಿಗೆ ನೀವು ಸಿನೆಮಾನೋ, ಟೀವಿಯೋ ನೋಡುತ್ತಿರುವಾಗ ಸಟ್ಟಂತ "ಚೋಲಿ ಕೀ ಪೀಛೆ

ಕ್ಯಾ ಹೈ?" ಎಂದು ನಾಯಕಿಯೊಬ್ಬಳು ಉದ್ರೇಕವಾಗಿ ಹಾಡತೊಡಗಿದಾಗ ನಿಮಗೆ ಇದೆಲ್ಲ ಬರೀ ಮನರಂಜನೆ ಅಂತನ್ನಿಸುತ್ತದಾ? ಅಥವಾ ಬೇರೆ ಇನ್ನೇನಾದರೂ ಆಗುತ್ತದಾ? ನಿಮ್ಮ ಎದೆಯ ಮೇಲೆ ಕೈಯಿಟ್ಟು ಹೇಳಿ ನೋಡೋಣಾ?

ಇವತ್ತು ಮನರಂಜನೆಯ ಹೆಸರಿನಲ್ಲಿ ನಮ್ಮ ನೆಲದ ಮೇಲೆ ಕಾಲಿಟ್ಟಿರುವ ಈ ವಿದೇಶಿ ಚಾನೆಲ್ಲುಗಳು ಒನ್ ಪಾಯಿಂಟ್ ಪ್ರೋಗ್ರಾಮಿದೆ: ಅವರಿಗೆ ಇಲ್ಲಿನ ಯುವ ಜನಾಂಗವೆಲ್ಲ ಒಂದೋ ಮೈಕೆಲ್ ಜಾಕ್ಸನ್ ಆಗಬೇಕು; ಇಲ್ಲಾಂದ್ರೆ ಮಡೋನಾ ಆಗಬೇಕು! ಒಟ್ಟಿನಲ್ಲಿ ನಮ್ಮ ಯುವ ಜನಾಂಗದ ಚಾರಿತ್ರ್ಯವಧೆಯಾಗಬೇಕು. ಆಮೇಲೇನಿರುತ್ತೆ ಈ ದೇಶದಲ್ಲಿ?

ನಿಮಗೊಂದು ವಿಷಯ ಗೊತ್ತಾ? ಐದು ವರ್ಷದ ಹುಡುಗನೊಬ್ಬ ಹತ್ತಾರು ಬಗೆಯ ಚಾನೆಲ್ಲುಗಳನ್ನು ನೋಡುತ್ತ ನೋಡುತ್ತ ಇಪ್ಪತ್ತು ವರ್ಷಕ್ಕೆ ಕಾಲಿಡುತ್ತಿದ್ದಂತೆಯೇ ಆತ ಕಡಿಮೆಯೆಂದರೂ ಎಪ್ಪತ್ತೆರಡು ಸಾವಿರ ರೇಪುಗಳನ್ನು ನೋಡಿರುತ್ತಾನೆ. ಮೂವತ್ತು ಸಾವಿರಕ್ಕೂ ಹೆಚ್ಚಿನ ಕೊಲೆಗಳನ್ನು ಗಮನಿಸಿರುತ್ತಾನೆ. ಅರೆರೇ, ಬರೀ 'ಹರಿಶ್ಚಂದ್ರ' ನಾಟಕ ನೋಡಿದ ಮಾತ್ರಕ್ಕೆ ಗಾಂಧಿಯೆಂಬ ಬಾಲಕ 'ಇನ್ಮುಂದೆ ಯಾವತ್ತೂ ಸುಳ್ಳು ಹೇಳುವುದಿಲ್ಲ' ಎಂದು ಶಪಥ ಮಾಡಿದನಂತೆ. ಆದರೆ ನಿರಂತರವಾಗಿ ಸಾವಿರ ಸಾವಿರ ಕೊಲೆ, ರೇಪುಗಳನ್ನು ನೋಡಿದ ಈ ಐದು ವರ್ಷದ ಪೋರ ಮುಂದೇನಾಗಬಹುದೆಂದು ನೀವು ಊಹಿಸಿದ್ದೀರಾ?

ಬಹುಶಃ ನಮಗಿರುವ ಈ ರೀತಿಯ ಅಂಧಾನುಕರಣೆ ಮತ್ತು ಅಂಧಭಕ್ತಿಯ ಕುರಿತೋ ಏನೋ ಆ ಬ್ರಿಟಿಷ್ ಅಧಿಕಾರಿ ತನ್ನ ಡೈರಿಯಲ್ಲಿ ಸರಿಯಾಗಿಯೇ ಬರೆದಿದ್ದ. ನಿಮಗೆ ಗೊತ್ತಿರಬಹುದು. ಭಾರತದಲ್ಲಿನ ಬ್ರಿಟಿಷ್ ಅಧಿಪತ್ಯಕ್ಕೆ ಮೊಟ್ಟಮೊದಲಿಗೆ ಲಂಗರು ಹಾಕಿದವನು ರಾಬರ್ಟ್ ಕ್ಲೈವ್! ಮಹಾ ಚಾಣಾಕ್ಷ ಅಧಿಕಾರಿ. 1757 ರಲ್ಲಿ ನಡೆದ ಪ್ಲಾಸಿ ಕದನದಲ್ಲಿ ಹದಿನೆಂಟು ಸಾವಿರ ಸೈನಿಕರನ್ನು ಹೊಂದಿದ್ದ ಬಂಗಾಳದ ಸಿರಾಜುದ್ದೌಲನನ್ನು ಕೇವಲ ಮುನ್ನೂರು ಜನ ಆಂಗ್ಲ ಸೈನಿಕರನ್ನಿಟ್ಟುಕೊಂಡು ಸೋಲಿಸಿದ್ದ. ಆ ಗೆಲುವಿನ ನೆನಪಿಗಾಗಿ ಕ್ಲೈವ್ ಕಲ್ಕತ್ತಾದಿಂದ ಮುರ್ಷಿದಾಬಾದ್‌ವರೆಗೆ ವಿಜಯ ಮೆರವಣಿಗೆಯನ್ನು ಹೊರಡಿಸಿದ. ಅಂತದೊಂದು ದೀರ್ಘ ಮೆರವಣಿಗೆಯ ತುಂಬು ಬಳಲಿಕೆಯ ನಡುವೆಯೂ ಈ ಕ್ಲೈವ್ ಆವತ್ತೇ ರಾತ್ರಿ ತನ್ನ ಡೈರಿಯಲ್ಲಿ ಎರಡು ಪುಟದಷ್ಟು ಬರೆದು ನಿದ್ದೆಹೋದ:

"ಇವತ್ತಿನ ಮೆರವಣಿಗೆಯಲ್ಲಿ ನಾನು ಕುದುರೆಯ ಮೇಲೆ ಹೊರಟಿದ್ದರೆ, ನನ್ನ ಹಿಂದೆ ನನ್ನ ಮುನ್ನೂರು ಜನ ಸೈನಿಕರ ದಂಡು ಬರುತ್ತಿತ್ತು. ಆ ಸಮಯದಲ್ಲಿ ಕಲ್ಕತ್ತಾದಿಂದ ಮುರ್ಷಿದಾಬಾದ್‌ವರೆಗಿನ ರಸ್ತೆಯ ಎರಡೂ ಬದಿಗಳಲ್ಲಿ ಲಕ್ಷಾಂತರ ಜನ ನಮ್ಮನ್ನು ನೋಡಿ ಭಯ–ಭಕ್ತಿಯಿಂದ ಚಪ್ಪಾಳೆ ತಟ್ಟುತ್ತಿದ್ದರು. ಈ ಮೂಖರು ಆಗ ಬೇರೇನೂ ಮಾಡಬೇಕಾಗಿರಲಿಲ್ಲ. ಬರೀ ಒಂದೊಂದು ಕಲ್ಲನ್ನು ಎತ್ತಿ ನಮ್ಮ ಕಡೆ ಬಿಸಾಕಿದ್ದರೆ ಸಾಕಿತ್ತು: ಭಾರತದ ಇತಿಹಾಸವೇ ಬದಲಾಗುತ್ತಿತ್ತು!"

ಸದ್ಯಕ್ಕೆ ಕೈಯಲ್ಲಿ ಕಲ್ಲಿದೆ, ಹೊಡೆಯೋದು ಯಾರಿಗೆ?

ನೂರೆಂಟು ಮೀರ್ ಜಾಫರುಗಳಲ್ಲಿ ಯಾರನ್ನು ನಂಬೋದು?

ಇಂಡಿಯಾ ಹೌಸ್ ಲೈಬ್ರರಿ!

ಅಂಥದೊಂದು ಹೆಸರಿನ ಗ್ರಂಥಾಲಯ ಲಂಡನ್ನಿನಲ್ಲಿದೆ. ಮಾತೆತ್ತಿದರೆ ಸ್ವದೇಶಿ ಆಂದೋಲನ, ಸ್ವದೇಶಿ ಪ್ರೇಮದ ಬಗ್ಗೆ ಬೊಂಬಡ ಹೊಡೆಯುವ ನಾನು, ಎಲ್ಲ ಬಿಟ್ಟು ಲಂಡನ್ನಿನ ಈ ಲೈಬ್ರರಿಯ ಬಗ್ಗೆ ತುಂಬ ಖುಷಿಯಿಂದಲೇ ಹೊಗಳುತ್ತಿದ್ದೇನೆ. ಯಾಕೆಂದರೆ ನಮ್ಮ ಇತಿಹಾಸದ ಪುಸ್ತಕಗಳು ಮಾಡುವ ಮೋಸವೇ ಅಂಥದ್ದು!

ಇಷ್ಟಕ್ಕೂ ನಿಮಗೊಂದು ವಿಷಯ ಗೊತ್ತಾ? ನಮ್ಮ ಶಿಕ್ಷಣದಲ್ಲಿ ಬರುವಂಥ ಇತಿಹಾಸದ ಪುಸ್ತಕಗಳು ಹಳೆಯ ಕಾಲದಲ್ಲಿನ ಕೆಲವೊಂದು ಮುಖಗಳನ್ನು ಮಾತ್ರ ತೋರಿಸುತ್ತವೆಯೇ ಹೊರತು ಅವು ಕೆಲವೊಂದು ಘಟನೆಗಳಿಗೆ ಸಂಬಂಧಿಸಿದಂತೆ ನಿಖರವಾದ ಅಂಕಿ ಅಂಶಗಳನ್ನು ತಾರ್ಕಿಕ ಕಾರಣಗಳನ್ನು, ವೈಫಲ್ಯತೆಗಳನ್ನು ಯಾವತ್ತಿಗೂ ಹೇಳುವುದೇ ಇಲ್ಲ! ಉದಾಹರಣೆಗೆ ಪ್ಲಾಸಿ ಕದನವನ್ನೇ ತೆಗೆದುಕೊಳ್ಳಿ.

"ಸನ್ ಹದಿನೇಳು ನೂರಾ ಐವತ್ತೇಳನೇ ಜೂನ್ ಇಪ್ಪತ್ಮೂರರಂದು ಬಂಗಾಳದ ನವಾಬ ಸಿರಾಜುದ್ದೌಲ ಮತ್ತು ಬ್ರಿಟಿಷ್ ಅಧಿಕಾರಿ ರಾಬರ್ಟ್ ಕ್ಲೈವ್ ಮಧ್ಯೆ ಪ್ಲಾಸಿ ಕದನ ನಡೆಯಿತು" ಎಂದಷ್ಟೆ ತೋರಿಸಿಬಿಡುವ ಈ ಪುಸ್ತಕಗಳು ಸದರಿ ಯುದ್ಧದಲ್ಲಿ ಎರಡೂ ಕಡೆ ಎಷ್ಟು ಸೈನಿಕರಿದ್ದರು? ಹೆಚ್ಚು ಸೈನಿಕರನ್ನು ಹೊಂದಿದ್ದರೂ ಈ ಸಿರಜುದ್ದೌಲ ಯಾಕೆ ಸೋತ? ಎಲ್ಲಿ ಎಡವಿದ? ಮುಂತಾದ fundamental questionಗಳಿಗೆ ಉತ್ತರಗಳೇ ಸಿಗುವುದಿಲ್ಲ.

ತಮಾಷೆಯೇನು ಗೊತ್ತ? ಬರೀ ಪ್ಲಾಸಿ ಕದನಕ್ಕೆ ಸಂಬಂಧಪಟ್ಟಂತೆ ನಮ್ಮಲ್ಲಿ ಇನ್ನೂರ ಐವತ್ತಕ್ಕೂ ಹೆಚ್ಚಿನ ಪುಸ್ತಕಗಳು ಪ್ರಕಟಗೊಂಡಿವೆ. ಆದರೆ ಮೇಲೆ ಕೇಳಿದ ಪ್ರಶ್ನೆಗಳಿಗೆ ಮಾತ್ರ ನಿಮಗೆಲ್ಲೂ ಉತ್ತರ ದೊರಕುವುದಿಲ್ಲ. ಇಂಥ ಮೂಲಭೂತ ಪ್ರಶ್ನೆಗಳನ್ನು ಹೆಗಲ ಮೇಲಿನ ಬೇತಾಳದಂತೆ ಹೊತ್ತುಕೊಂಡು ತಿರುಗಾಡುವ ನೀವು ಬೇಗ ಸುಸ್ತಾಗಬಾರದೆಂದರೆ ಮತ್ತೆ ಲಂಡನ್ನಿಗೇ

ಹೋಗಬೇಕು! ಅಲ್ಲಿನ ಇಂಡಿಯಾ ಹೌಸ್ ಲೈಬ್ರರಿಯ ಬಾಗಿಲು ಬಡಿಯಬೇಕು. ಅಲ್ಲಿ ದೊರಕುತ್ತದೆ ಹೊಸ ಖಜಾನೆ!

ನಿಮಗೆ ಆಶ್ಚರ್ಯವಾಗಬಹುದು. ಭಾರತದಲ್ಲಿ ಹುಟ್ಟಿಕೊಂಡ ಗುಲಾಮಿ ಕ್ಷಣದಿಂದ ಹಿಡಿದು ಸ್ವಾತಂತ್ರ್ಯಕ್ಕಾಗಿ ನೆತ್ತರು ಸುರಿಸಿದ ಕಟ್ಟಕಡೆಯ ಚಿಂಗಾರಿಯವರೆಗಿನ ಅಷ್ಟೂ ವಿವರಗಳು ಈ ಗ್ರಂಥಾಲಯದಲ್ಲಿ ಲಭ್ಯ. ಭಾರತೀಯರ ಐದು ಶತಮಾನದ ಗುಲಾಮಿ ಬದುಕಿನ ಎಲ್ಲ ಸಿಟ್ಟು, ಸೆಡವು, ರೋಷ, ದ್ವೇಷಗಳೆಲ್ಲವೂ ಇಲ್ಲಿನ ಇಪ್ಪತ್ತು ಸಾವಿರ ಪುಸ್ತಕಗಳಲ್ಲಿ ಚಿತ್ರಿತಗೊಂಡಿವೆ! ಸದ್ಯಕ್ಕೆ ಅಂಥದೊಂದು ಪುಸ್ತಕದೊಳಗಿನ ವಿವರಗಳನ್ನು ಹೆಕ್ಕಿಕೊಂಡು ನಿಮಗೆ ಕೊಡುತ್ತಿದ್ದೇನೆ. ವಿಷಯ ಪ್ಲಾಸಿ ಕದನಕ್ಕೆ ಸಂಬಂಧಿಸಿದ್ದು.

ನಿಮಗೀಗಾಗಲೇ ಗೊತ್ತಿರುವಂತೆ ಈ ಯುದ್ಧ ನಡೆದಿದ್ದು ಬಂಗಾಳದ ನವಾಬ ಸಿರಾಜುದ್ದೌಲ ಮತ್ತು ಬ್ರಿಟಿಷ್ ಅಧಿಕಾರಿಯಾದ ರಾಬರ್ಟ್ ಕ್ಲೈವ್‌ರ ನಡುವೆ. ಬಂಗಾಳದ ನವಾಬನ ಕಡೆ ಹದಿನೆಂಟು ಸಾವಿರದಷ್ಟು ಮಜಬೂತಾದ ಸೈನ್ಯವಿದ್ದರೆ, ಕ್ಲೈವ್ ಕಡೆಯಿದ್ದ ಸೈನಿಕರ ಸಂಖ್ಯೆ ಕೇವಲ ಮುನ್ನೂರು! ಇಂಥದೊಂದು ಸಂದಿಗ್ಧ ಪರಿಸ್ಥಿತಿಯಲ್ಲಿ ಚಾಣಾಕ್ಷ ಅಧಿಕಾರಿಯಾದ ಕ್ಲೈವ್ ತನ್ನ "ಈಸ್ಟ್ ಇಂಡಿಯಾ ಕಂಪೆನಿ"ಯ ಮುಖ್ಯಸ್ಥರಿಗೆ ಎರಡು ಪತ್ರಗಳನ್ನು ರವಾನಿಸುತ್ತಾನೆ. ಆ ಎರಡೂ ಪತ್ರಗಳ ಸಾರಾಂಶ ಇಷ್ಟು:

"ಸರ್, ಇಲ್ಲಿನ ವಿದ್ಯಮಾನಗಳನ್ನು ಗಮನಿಸಿದರೆ ಸದ್ಯಕ್ಕೆ ಸಿರಾಜುದ್ದೌಲನನ್ನು ಸೋಲಿಸುವ ಲಕ್ಷಣಗಳ್ಯಾವುದೂ ನನಗೆ ಗೋಚರಿಸುತ್ತಿಲ್ಲ. ಹಾಗೇನಾದರೂ ನಾವು ಹುಂಬತನದಿಂದ ನುಗ್ಗಿದ್ದೇ ಆದರೆ ಯುದ್ಧ ನಡೆದ ಒಂದು ಗಂಟೆಯ ಅವಧಿಯಲ್ಲಿ ನಾವೆಲ್ಲರೂ ನವಾಬನ ಮುಂದೆ ಶರಣಾಗತರಾಗಬೇಕಾಗುತ್ತದೆ. ಆದ್ದರಿಂದ ದಯವಿಟ್ಟು ಹೆಚ್ಚಿನ ಸಂಖ್ಯೆಯಲ್ಲಿ ಸೈನಿಕರನ್ನು ಕಳುಹಿಸುವ ವ್ಯವಸ್ಥೆ ಮಾಡಿ." ಆದರೆ ಬ್ರಿಟಿಷ್ ಪಾರ್ಲಿಮೆಂಟು ಕ್ಲೈವ್‌ನ ವಿನಂತಿಯನ್ನು ತಳ್ಳಿಹಾಕುತ್ತದೆ.

"ಮಿಸ್ಟರ್ ಕ್ಲೈವ್, ಈಗಾಗಲೇ ನಮ್ಮದೊಂದು ಬೃಹತ್ ಸೈನ್ಯ ನೆಪೋಲಿಯನ್ ವಿರುದ್ಧ ಫ್ರಾನ್ಸ್‌ನಲ್ಲಿ ಕಾದಾಡುತ್ತಿದೆ. ಈ ನೆಪೋಲಿಯನ್ ಎಂಬ ಮನುಷ್ಯ ಹುಳ ನೊರೆದಂತೆ ನಮ್ಮ ಸೈನ್ಯವನ್ನು ನೊರೆದು ಹಾಕುತ್ತಿದ್ದಾನೆ. ಇಂಥ ಸಮಯದಲ್ಲಿ ನೀನು ಹೆಚ್ಚಿನ ಸೈನ್ಯ ಕೇಳಿದರೆ ಎಲ್ಲಿಂದ ತರೋದು ಮಾರಾಯಾ? ಇದ್ದುದ್ದರಲ್ಲೇ ಸಂಭಾಳಿಸು. ಆ ನವಾಬನ ಕಡೆ ಯಾವುದಾದರೂ loop hole ಇದೆಯಾ ನೋಡು" ಎಂದು ಉತ್ತರ ಈಸ್ಟ್ ಇಂಡಿಯಾ ಕಂಪೆನಿಯಿಂದ ಬರುತ್ತದೆ.

ಇನ್ನು ಕಂಪೆನಿಯಿಂದ ತನಗೆ ಯಾವುದೇ ರೀತಿಯ ಸೈನಿಕ ಸಹಾಯ ದೊರಕದು ಎಂದಾದಾಗ ಈ ಕ್ಲೈವ್ ಸಿರಾಜುದ್ದೌಲನ ಅಂತಃಪುರದಲ್ಲಿ ಯಾವುದಾದರೂ loop hole ದೊರಕೀತಾ? ಎಂದು ಹುಡುಕತೊಡಗುತ್ತಾನೆ. ಆಗ ಸಿಕ್ಕವನೇ ಮೀರ್ ಜಾಫರ್! ಆತ ಸಿರಾಜುದ್ದೌಲನ ಸೇನಾಧಿಪತಿ. ಅಧಿಕಾರಕ್ಕಾಗಿ ಎಂಥ ಚರಂಡಿಯಲ್ಲೂ ನಾಲಿಗೆ ಚಾಚುವಷ್ಟು ಅಧಃಪತನಕ್ಕಿಳಿದ ಆಸಾಮಿ. ಆಗ ಕ್ಲೈವ್ ಅಂಥ ಮೀರ್ ಜಾಫರ್‌ನನ್ನು ತೆಕ್ಕೆ ಗೆಳೆದುಕೊಂಡು ಆತನಿಗೆ ಬಂಗಾಳದ ನವಾಬನನ್ನಾಗಿ ಮಾಡುವ ಆಸೆ ಹುಟ್ಟಿಸುತ್ತಾನೆ. ಹಾಗೆ ತನ್ನನ್ನು ತಾನು ಈಸ್ಟ್ ಇಂಡಿಯಾ ಕಂಪೆನಿಗೆ ಮಾರಿಕೊಂಡ ಮೀರ್ ಜಾಫರ್ ನವಾಬನ ಸೈನ್ಯದ ಅಷ್ಟೂ ರಹಸ್ಯಗಳನ್ನು ಕ್ಲೈವ್‌ಗೆ ರವಾನಿಸುತ್ತಾನೆ.

23ನೇ ಜೂನ್ 1757 ರಂದು ನಡೆದ ಪ್ಲಾಸಿ ಕದನದಲ್ಲಿ ಮುನ್ನೂರು ಸಂಖ್ಯೆಯ ಪರಂಗಿ ಸೈನಿಕರ ಮುಂದೆ ಹದಿನೆಂಟು ಸಾವಿರದಷ್ಟಿದ್ದ ನವಾಬನ ಸೈನಿಕರು ಏಕಾಏಕಿ ಶಸ್ತ್ರಾಸ್ತ್ರ ಕೆಳಗಿಟ್ಟು ಶರಣಾಗತರಾಗಿಬಿಡುತ್ತಾರೆ. ಯುದ್ಧ ಶುರುವಾಗಿ ಕೇವಲ ನಲವತ್ತು ನಿಮಿಷವಾಗುವಷ್ಟರಲ್ಲಿ ಶರಣಾಗತರಾಗುವಂತೆ ಇದೇ ಮೀರ್ ಜಾಫರ್ ತನ್ನ ಸೈನಿಕರಿಗೆ ಆಜ್ಞಾಪಿಸುತ್ತಾನೆ. ಮುಂದೆ ಅದೇ ಕಲ್ಕತ್ತೆಯ ಪೋರ್ಟ್‌ವಿಲಿಯಂನಲ್ಲಿ ಆ ಎಲ್ಲ ಸೈನಿಕರ ಜೊತೆ ಸಿರಾಜುದ್ದೌಲನನ್ನು ಸತತ ಹತ್ತುದಿನಗಳ ಕಾಲ ಉಪವಾಸ ಕೆಡವಿದ ಕ್ಲೈವ್ ಹನ್ನೊಂದನೇ ದಿನ ಅಷ್ಟೂ ಜನರನ್ನು ನಿರ್ದಯತೆಯಿಂದ ಹತ್ಯೆ ಮಾಡಿಸುತ್ತಾನೆ. ಒಬ್ಬ ಮೀರ್‌ಜಾಫರ್‌ನನ್ನು ಬಿಟ್ಟು!

ದುರಂತವೆಂದರೆ, ಹಾಗೆ ರಾಬರ್ಟ್ ಕ್ಲೈವ್‌ನಿಂದ ಹತನಾದ ಸಿರಾಜುದ್ದೌಲ ಬ್ರಿಟಿಷರ ಉಗ್ರ ವಿರೋಧಿಯಾಗಿದ್ದ. ಆದರೆ ಮೀರ್ ಜಾಫರ್‌ನನ್ನು ನಂಬಿ ಸರ್ವನಾಶವಾಗಿ ಹೋದ. ಅದೇ ಮೀರ್‌ಜಾಫರ್‌ನ ರಕ್ತ ಬೀಜಾಸುರ ಸಂತತಿ ಇವತ್ತಿನವರೆಗೂ ಬೆಳೆದು ಬಂದಿದೆ. ಆವತ್ತು ಒಬ್ಬನೇ ಒಬ್ಬ ಮೀರ್ ಜಾಫರ್ ಕ್ಲೈವ್‌ನನ್ನು ತಬ್ಬಿಕೊಂಡಿದ್ದರೆ, ಇವತ್ತು ಎಷ್ಟೊಂದು ಮೀರ್ ಜಾಫರುಗಳು ಈ ವಿದೇಶಿಯರನ್ನು, ವಿದೇಶಿ ಕಂಪೆನಿಗಳನ್ನು ಕೈ ಬೀಸಿ ಕರೆಯುತ್ತಿದ್ದಾರೆ. Of course, ಆ ಮೀರ್ ಜಾಫರ್‌ಗೆ ಬರೀ ಕುರ್ಚಿ ಬೇಕಾಗಿತ್ತು. ಆದರೆ ಇವತ್ತಿನ ಮೀರ್ ಜಾಫರುಗಳಿಗೆ ಕುರ್ಚಿಯೂ ಬೇಕು, ಹಣವೂ ಬೇಕು!

ಇಂಥವರ ಮಧ್ಯೆ ಬದುಕುತ್ತಿರುವ ನಾವು ಯಾರನ್ನು ನಂಬೋದು?

ಪಾಪಿಗಳ ಪಾರ್ಲಿಮೆಂಟಿನಲ್ಲಿ ಯಾವತ್ತೂ ಕ್ರಾಂತಿಯಾಗುವುದಿಲ್ಲ!

ನಿಮಗೆ ಗೊತ್ತಿರಲಿಕ್ಕಿಲ್ಲ ಆ ಹುಡುಗ ಎಂಥವನೆಂದು. ಆದರೆ ಆತನನ್ನು ನಾನು ತುಂಬ ಹತ್ತಿರದಿಂದ ಗಮನಿಸಿದ್ದೇನೆ. ಆತ ಯಾವತ್ತೂ ಕುಡಿಯಲಿಲ್ಲ. ಸಿಗರೇಟು ಸೇದಲಿಲ್ಲ. ಯುನಿವರ್ಸಿಟಿಯ ಹುಡುಗಿಯರು, ಅವರ ಮಾದಕತೆ, ಕೊಂಕುತನ, ಧಿಮಾಕು, ದವಲತ್ತು – ಉಹುಂ ಇದ್ಯಾವುದೂ ಆತನನ್ನು ವಿಚಲಿತಗೊಳಿಸಲಿಲ್ಲ. ಆತನ ಗೆಳೆಯರು ತಂತಮ್ಮ ಗೆಳತಿಯರನ್ನು ಮೆಚ್ಚಿಸುವುದಕ್ಕಾಗಿ ಏನೆಲ್ಲ ಕಸರತ್ತು ಮಾಡುತ್ತಿದ್ದರು? ಒಬ್ಬ ಮೂಗಿನೊಳಗಿನಿಂದ ಹೊರಬರುತಿದ್ದ ಕೂದಲುಗಳನ್ನು ಕತ್ತರಿಸಿಕೊಂಡಿದ್ದರೆ, ಇನ್ನೊಬ್ಬ ಮುಂಗೈ ಮೇಲಿನ ವಿಕಾರವಾದ ಹಚ್ಚೆ ಕಾಣದಿರಲೆಂದು ತುಂಬು ತೋಳಿನ ಶರ್ಟು ಧರಿಸಿಕೊಂಡು ಬರುತ್ತಿದ್ದ. ಆದರೆ ಈ ಹುಡುಗ? ಯೂನಿವರ್ಸಿಟಿಯಲ್ಲಿದ್ದ ಐದು ವರ್ಷಗಳ ದೀರ್ಘ ಅವಧಿಯಲ್ಲಿ ಆತ ಒಂದು ಹುಡುಗಿಯನ್ನೂ ಕಣ್ಣೆತ್ತಿ ನೋಡಲಿಲ್ಲ. ಮಾತನಾಡಿಸಲಿಲ್ಲ. ಆದರೂ ಪ್ರೀತಿಸಿದ್ದ.

ಕ್ಯಾಂಪಸ್ಸಿನಲ್ಲಿದ್ದ ಹುಣಸೇ ಮರವನ್ನ!

ಕ್ಲಾಸು ಮುಗಿಯುತ್ತಿದ್ದಂತೆಯೇ ಅದೇ ಹುಣಸೇ ಮರದ ಕೆಳಗಡೆ ಆತ ಪುಸ್ತಕಗಳಲ್ಲಿ ಮುಳುಗಿ ಹೋಗುತ್ತಿದ್ದ. ಹಾಗೆ ತನ್ನಲ್ಲಿರುವ ವಿಚಿತ್ರ ಭೋಳೇತನದಿಂದ ಇಡೀ ಯುನಿವರ್ಸಿಟಿಯಲ್ಲಿ ಪ್ರೀತಿಯಿಂದ 'ಗಾಂಧಿ' ಎಂದು ಕರೆಸಿಕೊಳ್ಳುತ್ತಿದ್ದ. ಆ ಹುಡುಗನ ಕೈಯಲ್ಲಿ ಇವತ್ತು ಸೊಫೆಸ್ಟಿಕೇಟೆಡ್ ಗನ್ನು ಬಂದು ಕುಳಿತಿದೆ. ಬೆನ್ನ ಹಿಂದೆ ಮಚ್ಚು ಅವಿತುಕೊಂಡಿದೆ. ಆತನೀಗ ಉತ್ತರ ಭಾರತದ ಪ್ರದೇಶವೊಂದರ ಡಾನ್!

ನಂಗೊತ್ತು: ಈ ಡಾನ್ ತನ್ನ ಹಳೆಯ ದಿನಗಳನ್ನು ಮರೆತಿಲ್ಲ. ಒಂದು ಕಾಲದಲ್ಲಿ ಯುನಿವರ್ಸಿಟಿ ಹುಣಸೇ ಮರದ ಕೆಳಗಡೆ ಶ್ರದ್ಧೆಯಿಂದ ಓದಿದ್ದು, ಅಷ್ಟೇ ಶ್ರದ್ಧೆಯಿಂದ ಕೆಲಸಕ್ಕಾಗಿ ಅಲೆದಿದ್ದು ಯಾವುದೇ ರೀತಿಯ ವಶೀಲಿ ದುಡ್ಡು ಹೊಂದಿಸಲಿಕ್ಕಾಗದೇ ಹರಿದು ಹೋದ ಹವಾಯ್ ಚಪ್ಪಲಿಗೆ ಪಿನ್ನು

ಹಾಕಿಕೊಂಡು ಓಡಾಡಿದ್ದು ಅವೆಲ್ಲವೂ ಪಕ್ಕೆಲುಬಿನಲ್ಲಿಯ 'ಕಫ'ದಂತೆ ಆತನಲ್ಲಿ ಹೆಪ್ಪುಗಟ್ಟಿದೆ. ಹಾಗೆ ಕೆಲಸಕ್ಕಾಗಿ ಅಲೆದೂ ಅಲೆದೂ ಸುಸ್ತಾದ ಆ ಹುಡುಗ ಕೊನೆಗೊಂದು ದಿನ ಅದೆಂಥದೋ ಪರಿಸ್ಥಿತಿಯ ಶಿಶುವಾಗಿ ಕೈಯಲ್ಲಿ ಮಚ್ಚು ಹಿಡಿದು ನಿಂತಿದ್ದ. ಹುಣಸೇಮರದ ಮುಗ್ಧ ಹುಡುಗ ಸ್ಮಶಾನದ ನಿಶೀಥ ರಾತ್ರಿಗಳಲ್ಲಿ ವ್ಯವಹರಿಸತೊಡಗಿದ್ದ.

ಇದು ಇವತ್ತಿನ ಮಟ್ಟಿಗೆ ನಿರುದ್ಯೋಗವೆಂಬ ಭೂತ ನಡೆಸುತ್ತಿರುವ ಅನಾಹುತಗಳ ಒಂದು ಮುಖ ಮಾತ್ರ. ಹಾಗೆಯೇ ಇವತ್ತು ನಮ್ಮಲ್ಲಿ ಆ ಹುಡುಗನ ಹಾಗೆ ಕೆಲಸ ಹುಡುಕಿಕೊಂಡು ಅಲೆದಾಡುತ್ತಿರುವವರ ಸಂಖ್ಯೆ ಹನ್ನೆರಡು ಕೋಟಿಯಷ್ಟಿದೆ. ಇದು ಸರ್ಕಾರದ ದಾಖಲೆಯಷ್ಟೇ. ವಿಚಿತ್ರವೆಂದರೆ, ಇಷ್ಟೊಂದು ಪ್ರಮಾಣದ ನಿರುದ್ಯೋಗ ಹೋಗಲಾಡಿಸಲು ನಮ್ಮಲ್ಲಿ ಸಾಕಷ್ಟು ದಾರಿಗಳಿವೆ. ಆದರೆ ಯಾವೊಬ್ಬನೂ ಅವುಗಳ ಬಗ್ಗೆ ತಲೆಕೆಡಿಸಿಕೊಳ್ಳುತ್ತಿಲ್ಲ. ಆ ಪೈಕಿ ಒಂದು ದಾರಿ ಹೀಗಿದೆ:

ಸದ್ಯಕ್ಕೆ ಇಡೀ ದೇಶದ ಜನ ಶೇಕಡಾ ಒಂದರಷ್ಟು ಮಾತ್ರ ಖಾದಿಯನ್ನು ಉಪಯೋಗಿಸುತ್ತಾರೆ. ಉಳಿದ ತೊಂಬತ್ತೊಂಬತ್ತು ಭಾಗವನ್ನು ಟೆರಿಕಾಟ್, ಟೆರ್ಲಿನ್ ಮತ್ತು ಪಾಲಿಸ್ಟರುಗಳು ತಿಂದು ಹಾಕುತ್ತವೆ. ಹೀಗೆ ನಮ್ಮಲ್ಲಿನ ಇಡೀ ಜನತೆ ಬರೀ ಒಂದು ಪರ್ಸೆಂಟಿನಷ್ಟು ಖಾದಿ ತೊಡುತ್ತಿದ್ದರೂ ಈ 'ಖಾದಿ ಗ್ರಾಮೋದ್ಯೋಗ'ವೆಂಬುದು ಹದಿನೈದು ಲಕ್ಷ ಜನರಿಗೆ ಉದ್ಯೋಗ ಕಲ್ಪಿಸಿಕೊಟ್ಟಿದೆ. ಅಂದಮೇಲೆ ಈ ಪ್ರಮಾಣ ಶೇಕಡಾ ಐವತ್ತರಷ್ಟಾದರೆ ಅದೆಷ್ಟು ಜನರಿಗೆ ಉದ್ಯೋಗ ಸಿಗಬಹುದು? ಲೆಕ್ಕಹಾಕಿ.

ಆದರೆ ಈಗಾಗಲೇ ಟೆರಿಕಾಟ್, ಟೆರ್ಲಿನ್ ಬಟ್ಟೆಗಳಿಗೆ ಒಗ್ಗಿಹೋಗಿರುವ ನಮಗೆ ಬರೀ ಖಾದಿ ಬಟ್ಟೆ ತೊಡಲು ಅದ್ಯಾಕೋ ಮನಸ್ಸು ಹಿಂಜರಿಯುತ್ತದೆ. ಆದರೆ ಒಂದು ವಿಷಯ ನೆನಪಿಡಿ: ನಮ್ಮಲ್ಲಿರುವ ಹತ್ತಾರು ಡ್ರೆಸ್ಸುಗಳ ಪೈಕಿ ಒಂದೇ ಒಂದು ಖಾದಿಯದಾಗಿದ್ದರೆ ಅದು ಇಲ್ಲಿನ ಅರ್ಧ ಕೋಟಿ ಜನತೆಗೆ ಉದ್ಯೋಗ ದೊರಕಿಸಬಲ್ಲದು. ಅವರೆಲ್ಲರ ಕುಟುಂಬಗಳಿಗೆ ನೆಮ್ಮದಿಯ ಊಟ ಸಿಗಬಲ್ಲದು. ಕೆಲಸ ಕೊಡುತ್ತೇವೆಂದು ಹೇಳಿಕೊಂಡು ಬರುವ ಈ ವಿದೇಶಿ ಕಂಪೆನಿಗಳದ್ದು ಯಾವ ಲೆಕ್ಕ? ಜನತೆಯ ಹೊಟ್ಟೆಗೆ ಅನ್ನ ಕೊಡುತ್ತೇನೆಂದು ಬಂದ ಅಮೆರಿಕದ ಯೂನಿಯನ್ ಕಾರ್ಬೈಡ್ ಕಂಪೆನಿ ಅನ್ನ ನೀಡುವುದರ ಬದಲಾಗಿ ಅನಾಮತ್ತು ಹದಿನಾರು ಸಾವಿರ ಜನರ ಪ್ರಾಣವನ್ನೇ ನುಂಗಿ ಕುಳಿತಿದೆ.

ಡಿಸೆಂಬರ್3, 1984 ರ ರಾತ್ರಿ ಭೂಪಾಲ್‌ನಲ್ಲಿ ನಡೆದುಹೋದ ಅನಿಲ ದುರಂತದ ಕಟುಸತ್ಯಗಳನ್ನು ಒಂದೊಂದಾಗಿ ಬಿಡಿಸಿಬಿಟ್ಟರೆ ನಿಮ್ಮ ಎದೆ ಒಡೆದು ಹೋದೀತು. ಯಾಕೆಂದರೆ ಆವತ್ತು ಕಾನೂನಿಗೆ ವಿರುದ್ಧವಾಗಿ ಈ ಕಂಪೆನಿಯಲ್ಲಿ ಪ್ರಯೋಗ ನಡೆಸಲಾಯಿತು. ಆ ವಿವರಗಳನ್ನು ಹೇಳುವುದಕ್ಕೂ ಮುನ್ನ ಕೆಲವೊಂದಿಷ್ಟು ವಿಷಯಗಳನ್ನು ಇಲ್ಲಿ ಹೇಳಬೇಕಾಗಿದೆ. ಅದೇನೆಂದರೆ, ಇವತ್ತಿನ ಮಟ್ಟಿಗೆ ಅಮೆರಿಕದ ಎಕನಾಮಿ ನಿಂತಿರುವುದು ಆಯುಧಗಳ ವ್ಯವಸಾಯದ ಮೇಲೆ! ನೂರೆಂಟು ಥರದ ಬಂದೂಕುಗಳು, ಮಿಸೈಲುಗಳು, ಬಾಂಬುಗಳನ್ನು ವಿಶ್ವದ ಇತರೆ ರಾಷ್ಟ್ರಗಳಿಗೆ ಮಾರುವ ಇಲ್ಲಿನ ಫ್ಯಾಕ್ಟರಿಗಳು ಬಿಲಿಯನ್‌ಗಟ್ಟಲೆ ದುಡ್ಡು ಬಾಚುತ್ತವೆ. ಅದರಲ್ಲೂ ಬಾಂಬುಗಳ ಮಾರಾಟದಲ್ಲಿ ಅಮೆರಿಕ ಗಳಿಸುವ ಲಾಭಕ್ಕೆ ಲೆಕ್ಕಕ್ಕೇ ಸಿಗುವುದಿಲ್ಲ.

ಈ ಬಾಂಬುಗಳಲ್ಲಿ ಎರಡು ವಿಧ. ಒಂದು ಅಣುಬಾಂಬು, ಇನ್ನೊಂದು ಕೆಮಿಕಲ್ ಬಾಂಬು. ಅಣು ಬಾಂಬು ತಾನು ಬಿದ್ದ ಪ್ರದೇಶದಲ್ಲಿ ಬೆಂಕಿ ಎಬ್ಬಿಸಿ, ಗಲಾಟೆ ಮಾಡಿದರೆ ಈ ಕೆಮಿಕಲ್ ಬಾಂಬು ಬೆಂಕಿಯುಗುಳುವುದಿಲ್ಲ. ಸದ್ದೂ ಮಾಡುವುದಿಲ್ಲ. ಬದಲಾಗಿ ತಾನು ಬಿದ್ದ ಪ್ರದೇಶದ ವಾತಾವರಣದಲ್ಲಿ ವಿಷಪೂರಿತ ಗ್ಯಾಸ್ ಹರಡುತ್ತ ನಿಧಾನವಾಗಿ ಕರಗಿ ಹೋಗುತ್ತದೆ. ಇಂಥ ಬಾಂಬುಗಳ ಕುರಿತಂತೆ ಪ್ರಯೋಗ ನಡೆಸುವುದನ್ನು ನೀವು ಊಹಿಸಲೂ ಸಾಧ್ಯವಿಲ್ಲ. ಅದಕ್ಕೆಂದೇ ಅಮೆರಿಕಾದಂಥ ರಾಷ್ಟ್ರಗಳಲ್ಲಿ ಪರಿಸರ ಮಾಲಿನ್ಯ ಕುರಿತಂತೆ ಗಟ್ಟಿಯಾದ ಕಾನೂನುಗಳಿವೆ. ಹೀಗಾಗಿ ಅಮೆರಿಕ ಆ ಪ್ರಯೋಗಕ್ಕೆಂದು ಭಾರತವನ್ನು ಆರಿಸಿಕೊಂಡಿತು. ಯೂನಿಯನ್ ಕಾರ್ಬೈಡ್ ಕಂಪೆನಿ ಕೆಮಿಕಲ್ ಬಾಂಬಿನಲ್ಲಿ ಉಪಯೋಗಿಸುವ ಮಿಥೈಲ್ ಐಸೋ ಸೈನೇಡ್ ಎಂಬ ವಿಷಾನಿಲವನ್ನು ವಾತಾವರಣದಲ್ಲಿ ಕದಲಿಸಿ ಚಿಕ್ಕದೊಂದು ಪ್ರಯೋಗ ಮಾಡಿತು. ಅಷ್ಟೇ! ಬೆಳಗಾಗುವುದರೊಳಗೆ ಹದಿನಾರು ಸಾವಿರ ಜನ ಸತ್ತಿದ್ದರು. ಐದು ಲಕ್ಷ ಜನ ಭೀಕರ ಪರಿಣಾಮಕ್ಕೊಳಗಾಗಿದ್ದರು.

ನಮ್ಮ ಗತಿಗೆಟ್ಟ ನಾಯಕರು ಮತ್ತು ಅವರ ಪಾರ್ಲಿಮೆಂಟು ಈ ಕಂಪೆನಿಯ ಅಧಿಕಾರಿಯಾದ ವಾರನ್ ಆ್ಯಂಡರ್‌ಸನ್ ಎಂಬುವವನನ್ನು ಸುಮ್ಮನೇ ಕೂಡ ಮುಟ್ಟುವ ಧೈರ್ಯ ಮಾಡಲಿಲ್ಲ. ಇವತ್ತು ಇಂಥದ್ದನ್ನೆಲ್ಲ ನಾವೇ ವಿರೋಧಿಸಬೇಕಾಗಿದೆ. ನೆನಪಿಡಿ: ಪಾಪಿಗಳಿರುವ ಪಾರ್ಲಿಮೆಂಟಿನಲ್ಲಿ ಯಾವತ್ತೂ ಕ್ರಾಂತಿಯಾಗುವುದಿಲ್ಲ. ಅದು ನಮ್ಮ ನಿಮ್ಮಲ್ಲೇ ಕಣ್ತೆರೆಯಬೇಕು, ಚಿಗುರಬೇಕು, ಬೆಳೆಯಬೇಕು.

ಹತಾಶಗೊಂಡು ನುಡಿದ ಭವಿಷ್ಯ ಇವತ್ತು ನಿಜವಾಗುತ್ತಿದೆಯೇ?

"ಪಟೇಲ್ ಭಾಯ್, ನೀನು ಗೆದ್ದಿರುವಿಯೆಂದು ನನಗೆ ಗೊತ್ತು. ಅದಕ್ಕಾಗಿ ಸಂತೋಷಪಡುತ್ತೇನೆ. ಅದರೆ ಇವತ್ತಿನ ಸಂದಿಗ್ಧ ಪರಿಸ್ಥಿತಿಯಲ್ಲಿ ನೆಹರೂನನ್ನು ಪ್ರಧಾನಿಯನ್ನಾಗಿಸಬೇಕಾಗಿದೆ. ಆದ್ದರಿಂದ ನೀನು ನಿನ್ನ ಹೆಸರನ್ನು ಹಿಂದಕ್ಕೆ ತೆಗೆದುಕೋ....."

ಹಾಗಂತ ಸರ್ದಾರ್ ವಲ್ಲಭ ಬಾಯಿ ಪಟೇಲರಿಗೆ ಪತ್ರ ಬರೆದ ಮನುಷ್ಯ ತನ್ನ ಜೀವನದಲ್ಲೇ ಅದುವರೆಗೂ ಮಾಡಿರದಿದ್ದಂಥ ಭಯಂಕರ ತಪ್ಪು ಮಾಡಿಬಿಟ್ಟಿದ್ದ. ಯಾವುದೋ ಸಂದಿಗ್ಧ ಪರಸ್ಥಿತಿಗೆ ಸಿಕ್ಕು, ಇನ್ಯಾರದೋ ಮುಲಾಜಿಗೆ ಕಟ್ಟುಬಿದ್ದು ಸ್ವತಂತ್ರ ಭಾರತದ ಮೊಟ್ಟಮೊದಲ ಪ್ರಧಾನಿಯಾಗಬೇಕಾಗಿದ್ದ ಮತ್ತು ಅಂಥದೊಂದು ಹುದ್ದೆಗೆ ಎಲ್ಲ ರೀತಿಯಿಂದಲೂ ಅರ್ಹರಾಗಿದ್ದ ಪಟೇಲರಿಗೆ ಅತ್ಯಂತ ಸೌಜನ್ಯದಿಂದಲೇ 'ಹೆಸರನ್ನು ಹಿಂದಕ್ಕೆ ತೆಗೆದುಕೋ' ಎಂದು ಆದೇಶಿಸಿದ್ದ.

ಆತನ ಹೆಸರು ಮೋಹನದಾಸ್ ಕರಮಚಂದ್ ಗಾಂಧಿ!

ನಿಮ್ಮಲ್ಲಿ ತುಂಬ ಜನರಿಗೆ ಗೊತ್ತಿರದಿದ್ದ ಕೆಲವೊಂದು ಐತಿಹಾಸಿಕ ಸತ್ಯಗಳನ್ನು, ರಹಸ್ಯಗಳನ್ನು ಇವತ್ತು ನಗ್ನಗೊಳಿಸುತ್ತಿದ್ದೇನೆ. ಮುಂದೆ ಹೇಳಲಿರುವ ಎಲ್ಲ ಘಟನೆಗಳು, ಷಡ್ಯಂತ್ರಗಳು ನಡೆದಿದ್ದು ಬರೀ ಕುರ್ಚಿಗಾಗಿ ಮಾತ್ರ! ಜವಾಹರಲಾಲ್ ನೆಹರೂ ಎಂಬ ಅಧಿಕಾರದಾಹಿ ಮನುಷ್ಯ ಪ್ರಧಾನಮಂತ್ರಿ ಪಟ್ಟಕ್ಕಾಗಿ ಎಂತೆಂಥ ದಾಳಗಳನ್ನು ಉರುಳಿಸಿದ ಎಂಬುದನ್ನು ವಿವರಿಸಲು ಇವತ್ತು ಗಾಂಧಿಯೂ ಬದುಕಿಲ್ಲ; ಪಟೇಲರೂ ಜೀವಂತವಿಲ್ಲ. ಸದ್ಯಕ್ಕೆ ಕಣ್ಣಿಗೆ ಗೋಚರಿಸುವ ಏಕೈಕ ಸಾಕ್ಷಿಯೆಂದರೆ, ಆವತ್ತು ಖುರ್ಚಿಗಾಗಿ ನಡೆಸಲಾದ ತಂತ್ರಗಳು ಇವತ್ತಿನವರೆಗೂ ಉಸಿರಾಡುತ್ತಿರುವುದು.

ಬಹುಶಃ ಇದು ಸ್ವಾತಂತ್ರ್ಯ ಸಿಗುವ ಕೆಲವೇ ದಿನಗಳ ಹಿಂದಿನ ಮಾತು. ಅಷ್ಟೊತ್ತಿಗಾಗಲೇ ಬ್ರಿಟಿಷರು ಭಾರತವನ್ನು ಬಿಟ್ಟು ಹೋಗಲಿದ್ದಾರೆ ಎಂದು

ಆವತ್ತಿನ ನಾಯಕರಿಗೆಲ್ಲ ಹೆಚ್ಚು ಕಡಿಮೆ ಗೊತ್ತಾಗಿ ಹೋಗಿತ್ತು. ಅದೇ ರೀತಿ, ಹಾಗೆ ಬ್ರಿಟಿಷರು ಹೋದ ಮೇಲೆ ಆಗ ಇಲ್ಲಿದ್ದ ಏಕೈಕ ಪಕ್ಷವಾದ ಕಾಂಗ್ರೆಸ್ಸಿನ ನಾಯಕನೇ ಆಡಳಿತದ ಚುಕ್ಕಾಣಿ ಹಿಡಿಯುವವನೆಂದು ಸಾರಲಾಗಿತ್ತು. ಅಂಥ ಸಮಯದಲ್ಲೇ ಕಾಂಗ್ರೆಸ್ಸಿನ ಸಿ.ಡಬ್ಲ್ಯೂ.ಸಿ. (ಕಾಂಗ್ರೆಸ್ ವರ್ಕಿಂಗ್ ಕಮಿಟಿ) ತನ್ನ ಮುಂದಿನ ನಾಯಕನನ್ನು ಆರಿಸುವುದಕ್ಕಾಗಿ ಸಭೆಯೊಂದನ್ನು ನಡೆಸಿತು. ತುಂಬ ದೀರ್ಘ ಸಮಯದವರೆಗೆ ನಡೆದ ಆ ಸಭೆಯಲ್ಲಿ ಕಂಡುಹಿಸಿದ ಫಾರ್ಮುಲಾವೆಂದರೆ – ಓಟು ಹಾಕುವುದು!

ಆವತ್ತಿನ ಕಾಂಗ್ರೆಸ್ಸಿನಲ್ಲಿ ಇದ್ದಿದ್ದೇ ಹದಿನೈದು 'ಪ್ರದೇಶ ಅಧ್ಯಕ್ಷ'ರು. ಇವರು ಯಾರಿಗೆ ಓಟು ಹಾಕುತ್ತಾರೋ, ಅವರೇ ಕಾಂಗ್ರೆಸ್ಸಿನ ಅಧ್ಯಕ್ಷರಾಗುತ್ತಾರೆ ಮತ್ತು ಅವರೇ ಸ್ವತಂತ್ರ ಭಾರತದ ಪ್ರಪ್ರಥಮ ಪ್ರಧಾನಿಯಾಗುತ್ತಾರೆಂದು ನಿರ್ಧರಿಸಲಾಗಿತ್ತು. ಅದರಂತೆ ಸಭೆಯಲ್ಲಿ ನಡೆಸಿದ ಚುನಾವಣೆಯಲ್ಲಿ ಹದಿನೈದು ಜನ ಪ್ರದೇಶ ಅಧ್ಯಕ್ಷರು ಹಾಕಿದ ಓಟುಗಳಲ್ಲಿ ನೆಹರೂಗೆ ಬಿದ್ದ ಮತಗಳೆಷ್ಟು ಗೊತ್ತೆ?

ಕೇವಲ ಒಂದು!

ಮಿಕ್ಕ ಹದಿನಾಲ್ಕು ಓಟುಗಳು ಇನ್ನೊಬ್ಬ ಅಭ್ಯರ್ಥಿಯಾಗಿದ್ದ ಸರ್ದಾರ್ ಪಟೇಲರ ಹೆಸರಿಗೆ ಬಿದ್ದಿದ್ದವು. ತಾನು ಎದುರಿಸಿದ ಮೊದಲ ಚುನಾವಣೆಯಲ್ಲಿಯೇ ನೆಹರೂ ಮುಗ್ಗರಿಸಿ ಬಿದ್ದಿದ್ದ. ಇನ್ನೇನು ತನಗೆ ಪ್ರಧಾನಿ ಪಟ್ಟ ಸಿಗಲಾರದು ಎಂದು ಮನವರಿಕೆಯಾಗುತ್ತಿದ್ದಂತೆಯೇ ಗಾಂಧಿ ಬಳಿಗೆ ಓಡಿದ್ದ. "ಬಾಪೂ, ಓಟು ಯಾರಿಗೆ ಜಾಸ್ತಿ ಬಿದ್ದವೆಂಬುದು ನನಗೆ ಮುಖ್ಯವಲ್ಲ. ಒಟ್ಟಿನಲ್ಲಿ ನಾನು ಪ್ರಧಾನಿಯಾಗಬೇಕು; ಬೈ ಹುಕ್ ಆರ್ ಕ್ರುಕ್! ಇಲ್ದಿದ್ರೆ ನಾನು ಕಾಂಗ್ರೆಸ್ಸನ್ನು ಒಡೆಯುತ್ತೇನೆ" ಎಂದು ಗಾಂಧಿಗೆ ಬ್ಲಾಕ್‌ಮೇಲ್ ಮಾಡತೊಡಗಿದ.

ಇವತ್ತಲ್ಲ ನಾಳೆ ಸ್ವರಾಜ್ಯ ಬಂದೇ ಬರುತ್ತದೆಂಬ ಗುಂಗಿನಲ್ಲಿದ್ದ ಗಾಂಧಿ, ನೆಹರೂ ಬ್ಲಾಕ್‌ಮೇಲ್‌ನಿಂದ ತತ್ತರಿಸತೊಡಗಿದರು. ಯಾಕೆಂದರೆ ಗಾಂಧಿಗೆ ಹೆದರಿಕೆಯಿತ್ತು. ಹಾಗೊಂದು ವೇಳೆ ಕಾಂಗ್ರೆಸ್ಸು ಎರಡು ಹೋಳಾದರೆ ಬ್ರಿಟಿಷರು ಹೊಸ ತಗಾದೆ ತೆಗೆಯುತ್ತಾರೆ. ಸ್ವಾತಂತ್ರ್ಯ ಯಾರಿಗೆ ಕೊಡುವುದು? ನೆಹರೂ ನೇತೃತ್ವದ ಹೊಸ ಕಾಂಗ್ರೆಸ್ಸಿಗೋ? ಅಥವಾ ನೆಹರೂವಿನಿಂದ ದೂರವಾಗಿರುವ ಹಳೆಯ ಕಾಂಗ್ರೆಸ್ಸಿಗೋ? ಈ ರೀತಿಯ ಅರ್ಥಹೀನ ಪ್ರಶ್ನೆಗಳನ್ನು ಬ್ರಿಟಿಷ್ ಸರ್ಕಾರ ಕೇಳತೊಡಗಿದರೆ ಏನಂತ ಉತ್ತರಿಸುವುದು?

ಈಗೇನೋ ತನ್ನ ಹೃದಯ ಪಟೇಲರನ್ನು ಅಪ್ಪಿಕೊಂಡಿದೆ. ತಲೆ ಮಾತ್ರ ನೆಹರೂವನ್ನು ಪ್ರಧಾನಿ ಮಾಡು ಎಂದು ಹೇಳುತ್ತಿದೆ. ಹೃದಯದ ಮಾತು ಕೇಳಲಾ? ಅಥವಾ ತಲೆಯ ಮಾತು ಒಪ್ಪಿಕೊಳ್ಳಲಾ? ಇಂಥದೊಂದು ಸಂದಿಗ್ಧತೆಯಲ್ಲಿ ತುಂಬ ಹೊತ್ತು ತೊಳಲಾಡಿದ್ದರು ಗಾಂಧಿ.

ಕೊನೆಗೊಂದು ದಿನ ಪಟೇಲರಿಗೆ 'ಹೆಸರನ್ನು ಹಿಂತೆಗೆದುಕೋ' ಎಂಬ ಸಾರಾಂಶವಿರುವ ವೈಯಕ್ತಿಕ ಪತ್ರ ಬರೆದರು. ಇವತ್ತಿಗೂ ಆ ಪತ್ರ ಗಾಂಧೀಜಿಯ ವೈಯಕ್ತಿಕ ದಾಖಲೆಗಳಲ್ಲಿದೆ. ಗಾಂಧೀಜಿಯ ಸೆಕ್ರೆಟರಿಯಾಗಿದ್ದ ಪ್ಯಾರೇಲಾಲ್ ಎಂಬುವವರು ಆ ಪತ್ರವನ್ನು 'ಪೂರ್ಣ ಆಹುತಿ' ಎಂಬ ಪುಸ್ತಕದಲ್ಲಿ ಪ್ರಕಟಿಸಿದ್ದಾರೆ.

ಅಷ್ಟಾಯಿತಲ್ಲ? ಅಂಥದೊಂದು ಪತ್ರ ಹಿಡಿದುಕೊಂಡು ಪಟೇಲರು ಗಾಂಧಿಯೆಡೆಗೆ ಓಡೋಡಿ ಬಂದಿದ್ದರು. “ಬಾಪೂ, ನೀವು ಮಾಡುತ್ತಿರುವುದು ಸರೀನಾ? ನಿಮ್ಮ ಅಂತರಾತ್ಮವೇ ಹೀಗೆ ಹೇಳುತ್ತಿದೆಯೆಂದರೆ ನಾನು ನಂಬಲಾರೆ. ಆದರೇನು, ನಾನು ಎಷ್ಟಾದರೂ ನಿಮ್ಮ ಸೇವಕ. ಇಲ್ಲ ಬಾಪೂ... ಇನ್ಮುಂದೆ ನನ್ನ ಹೆಸರು ಕಾಣಿಸಿಕೊಳ್ಳುವುದಿಲ್ಲ...” ಎಂದು ಗದ್ಗದಿತರಾಗಿ ನುಡಿಯುತ್ತ ಪಟೇಲರು ಎದ್ದು ಹೋಗಿದ್ದರು. ಪ್ರಧಾನಿಯ ಕುರ್ಚಿ ಅನಾಯಾಸವಾಗಿ ನೆಹರೂ ಬಳಿಗೆ ಬಂದಿತ್ತು.

ವಿಚಿತ್ರವೆಂದರೆ, ಇಂಥ ನಾಯಕರಿದ್ದ ಕಾಂಗ್ರೆಸ್ಸನ್ನು ಹುಟ್ಟು ಹಾಕಿದವನು ಒಬ್ಬ ಬ್ರಿಟಿಷ್ ಪ್ರಜೆ! ಹೆಸರು ಎ.ಓ.ಹ್ಯೂಮ್. 1885 ರಲ್ಲಿ ಮುಂಬೈನ ಗೋಕುಲ್‌ದಾಸ್ ತೇಜ್‌ಪಾಲ್ ಭವನದಲ್ಲಿ 'ಕಾಂಗ್ರೆಸ್ ಜನ್ಮ ತಾಳಿದಾಗ ಅದನ್ನು ಬರೀ entertainment club ಎಂದು ಪರಿಗಣಿಸಲಾಗಿತ್ತು. ದಕ್ಷಿಣ ಆಫ್ರಿಕಾದಿಂದ ಗಾಂಧಿಯೆಂಬ ಮನುಷ್ಯ ಬರದಿದ್ದರೆ ಕಾಂಗ್ರೆಸ್‌ಗೆ ಕ್ಯಾರೇ ಅನ್ನುವವರಿರಲಿಲ್ಲ. ಇಂಥ ಕಾಂಗ್ರೆಸ್ಸಿನ ಸಮಸ್ತ ನಾಯಕರು 14ನೇ ಆಗಸ್ಟ್ 1947ರ ರಾತ್ರಿ ಸ್ವಾತಂತ್ರ್ಯದ ಗಳಿಗೆಯನ್ನು ಎಣಿಸುತ್ತ ದಿಲ್ಲಿಯಲ್ಲಿ ಜಮಾಯಿಸಿದ್ದರೆ, ಗಾಂಧಿ ಅಲ್ಲಿರಲೇ ಇಲ್ಲ! ಆತ 'ನೌಖಾಲಿ' ಎಂಬ ಪ್ರದೇಶದಲ್ಲಿ ತಣ್ಣಗೆ ಹತಾಶರಾಗಿ ಕುಳಿತಿದ್ದರು. ಕೊನೆಗೂ ದಿಲ್ಲಿಗೆ ಕಾಲಿಡದ ಗಾಂಧಿ, ನೌಖಾಲಿಯಿಂದಲೇ “ಬರುತ್ತಿರುವುದು ಸ್ವಾತಂತ್ರ್ಯವಲ್ಲ. ಬರೀ transfer of agreement. ಅಧಿಕಾರ ಹಸ್ತಾಂತರವಾಗುತ್ತಿದೆಯಷ್ಟೇ. ಇಂಥದೊಂದು ಸ್ವರಾಜ್ಯವನ್ನು ನಾನು ತಂದುಕೊಡುತ್ತಿಲ್ಲ.ಕೆಲವೊಂದಿಷ್ಟು ಅಧಿಕಾರದಾಹಿ ಮನುಷ್ಯರು ತರುತ್ತಿದ್ದಾರೆ” ಎಂಬ ಪತ್ರಿಕಾ ಹೇಳಿಕೆ ನೀಡಿದ್ದರು!

ಎಲ್ಲಕ್ಕಿಂತ ದುರಂತದ ಸಂಗತಿಯೆಂದರೆ, ಸ್ವಾತಂತ್ರ್ಯ ಚಳುವಳಿಯ ಸಂದರ್ಭದಲ್ಲಿ ತನ್ನದೇ ಆದ ಪ್ರಮುಖ ಪಾತ್ರ ವಹಿಸಿದ್ದ ಕಾಂಗ್ರೆಸ್ಸು ಕೊನೆಕೊನೆಗೆ ಯಾವ ಸ್ಟೇಜಿಗಿಳಿಯಿತೆಂದರೆ, ಖುದ್ದು ಗಾಂಧಿ ಕೂಡ ಕಾಂಗ್ರೆಸ್ಸಿನಿಂದ ಹೊರಬರಬೇಕಾಯಿತು. ಅದರ ಸದಸ್ಯತ್ವಕ್ಕೂ ರಾಜೀನಾಮೆ ನೀಡಬೇಕಾಯಿತು. ಅಲ್ಲಿನ ಒಳಸುಳಿಗಳು, ಕ್ಷುದ್ರ ವಿಚಾರಗಳಿಂದ ಹತಾಶರಾದ ಗಾಂಧಿ ತನ್ನ ಕೊನೆಯ ದಿನಗಳಲ್ಲಿ ಕಾಂಗ್ರೆಸ್ ಕುರಿತಂತೆ ಹೇಳಿದ್ದೇನು ಗೊತ್ತೆ?

"ಕಾಂಗ್ರೆಸ್ಸನ್ನು ಮುಗಿಸಿಬಿಡಿ! ಇಲ್ಲಾಂದ್ರೆ ಅದು ದೇಶವನ್ನೇ ಮುಗಿಸುತ್ತದೆ!" ಹತಾಶೆಯಿಂದ ನುಡಿದ ಆತನ ಭವಿಷ್ಯ ಇವತ್ತು ನಿಜವಾಗುತ್ತಿದೆಯೇ?

ಈ ಮನುಷ್ಯ ನಿಮ್ಮೊಳಗೆ
ಒಮ್ಮೆಯಾದರೂ ಉದ್ಭವವಾಗಿದ್ದುಂಟಾ?

ಏಪ್ರಿಲ್ 13, 1919.

ಆ ಜನರಲ್ ಸೊಂಟದಲ್ಲೊಂದು ರಿವಾಲ್ವರ್ ಸಿಕ್ಕಿಸಿಕೊಂಡು ತನ್ನೆರಡೂ ಕೈಗಳನ್ನು ಹಿಂದಕ್ಕೆ ಕಟ್ಟಿಕೊಂಡು ನೆಟ್ಟಗೆ ನಿಂತಿದ್ದ. ಎದೆಯ ಬಡಿತ ಎಂದಿಗಿಂತ ಕೊಂಚ ವೇಗವಾಗಿಯೇ ಬಡಿದುಕೊಳ್ಳುತ್ತಿತ್ತು. ಕಣ್ಣುಗಳಲ್ಲಿ ರಕ್ತದ ದಾಹ. ಮುಂದಿನ ಕೆಲವೇ ಕ್ಷಣಗಳಲ್ಲಿ ತಾನು ನಿಂತ ಜಾಗವೆಲ್ಲ ಬರೀ ಹೆಣಗಳಿಂದ ತುಂಬಿ ಹೋಗಲಿದೆಯೆಂಬ ವಿಷಯ ಆತನಿಗಾಗಲೇ ಮನದಟ್ಟಾಗಿ ಹೋಗಿತ್ತು. ಆತನ ಹೆಸರು ಜನರಲ್ ಡಯರ್! ನೆಲಕ್ಕೆ ಮಂಡಿಯೂರಿ ಎದೆಗೊಂದು ರೈಫಲ್ಲು ತಾಗಿಸಿಕೊಂಡು ಕುಳಿತಿದ್ದ ಸೈನಿಕರಿಗೆ ಡಯರ್ ಹಿಂದಿನಿಂದ ಕೊಂಚ ಜೋರಾಗಿಯೇ ಆಜ್ಞೆ ವಿಧಿಸಿದ್ದ.

"ಫೈರ್!"

ಅಷ್ಟೇ! ಮುಂದಿನ ಕೆಲವೇ ನಿಮಿಷಗಳಲ್ಲಿ ಆ ಇಡೀ ಮೈದಾನ ಸಾವಿರಾರು ಹೆಣಗಳಿಂದ ತುಂಬಿ ಹೋಗಿತ್ತು. ನಿಮಗೀಗ ವಿವರಿಸುತ್ತಿರುವುದು ಸುಮಾರು ಎಂಬತ್ತು ವರ್ಷಗಳ ಹಿಂದಿನ ಘಟನೆ. ಆ ಘಟನೆ ಆವತ್ತು ಇಡೀ ದೇಶವನ್ನೇ ನಡುಗಿಸಿ ಹಾಕಿತ್ತು. ಸಾವಿರಾರು ದೇಶಭಕ್ತರನ್ನು ನುಂಗಿ ಹಾಕಿತ್ತು 'ಜಲಿಯನ್‌ವಾಲಾಬಾಗ್' ಎಂದು ಕರೆಯಲ್ಪಡುವ ಆ ಪ್ರದೇಶವನ್ನು ನಿಮ್ಮಲ್ಲಿ ಎಷ್ಟು ಜನ ನೋಡಿದ್ದೀರೋ ಗೊತ್ತಿಲ್ಲ. ಅದೊಂದು ದೊಡ್ಡ ಮೈದಾನ. ನಾಲ್ಕೂ ಕಡೆ ಎತ್ತರದ ಗೋಡೆಗಳಿರುವ ಆ ಗ್ರೌಂಡಿಗೆ ಬರೀ ಮೂರೂವರೆ ಘೂಟಿನ ಚಿಕ್ಕದೊಂದೇ ಒಂದು ಗೇಟಿದೆ. ಅಂಥ ಮೈದಾನದೊಳಗೆ ಆವತ್ತು ಇಪ್ಪತ್ತು ಸಾವಿರ ಜನ ಸಭೆ ಸೇರಿದ್ದರು. Of course ಅಲ್ಲಿದ್ದವರೆಲ್ಲ ಕ್ರಾಂತಿಕಾರಿಗಳೇ. ಆದರೆ ಯಾರ ಕೈಯಲ್ಲೂ ಬಂದೂಕಿರಲಿಲ್ಲ. ಬಾಂಬುಗಳಿರಲಿಲ್ಲ.

ಅದೆಲ್ಲವನ್ನೂ ಖಚಿತಪಡಿಸಿಕೊಂಡೇ ತನ್ನ ನೂರಾರು ಸೈನಿಕರೊಡನೆ ಒಳನುಗ್ಗಿದ್ದ ಜನರಲ್ ಡಯರ್. ಹೊರಗಡೆ ಅದೇ ಮೂರೂವರೆ ಘೂಟಿನ

ಗೇಟಿನ ಮುಂದೆ ರಾಕ್ಷಸಾಕಾರದ ಟ್ಯಾಂಕರನ್ನು ನಿಲ್ಲಿಸಿದ್ದ. ತಮ್ಮ ಪಾಡಿಗೆ ತಾವು ಅತ್ಯಂತ ಶಾಂತಿಯಿಂದ ಸಭೆ ನಡೆಸುತ್ತಿದ್ದ ಕ್ರಾಂತಿಕಾರಿಗಳಿಗೆ ಚಿಕ್ಕದೊಂದು ಎಚ್ಚರಿಕೆ ಕೂಡ ನೀಡದೇ ಅವರ ಮೇಲೆ ಗುಂಡಿನ ಮಳೆಗರೆಯಲಾಯಿತು.

ಸಾಮಾನ್ಯವಾಗಿ ಯುದ್ಧ ಮತ್ತು ಉಗ್ರಗಾಮಿಗಳಂಥ ಸಮಾಜ ವಿಧ್ವಂಸಕರೊಂದಿಗೆ ಹೋರಾಡುವಾಗ ಮಾತ್ರ ದೀರ್ಘ ಅವಧಿಯವರೆಗೆ ಬಂದೂಕು ಬಳಸಲಾಗುತ್ತದೆ. ಅದರೆ ಗೋಲಿಬಾರ್‌ನಂತಹ ಕ್ರಿಯೆಗಳಲ್ಲಿ ಈ ಗುಂಡು ಹಾರಿಸುವಿಕೆ ತೀರ ಹೆಚ್ಚೆಂದರೆ ಎರಡು ನಿಮಿಷದವರೆಗೆ ಮಾತ್ರ ನಡೆಯುತ್ತದೆ. ನೆರೆದಿರುವ ಜನರನ್ನು ಬರೀ ಚೆದುರಿಸಲಿಕ್ಕೆಂದು ನಡೆಸುವ ಈ ಗೋಲಿಬಾರಿನಲ್ಲಿ ಜನತೆಯನ್ನು ಕೊಲ್ಲುವಂಥ ಉದ್ದೇಶವಿರುವುದಿಲ್ಲ. ಆದರೆ ಅವತ್ತು ಡಯರ್ ಗೋಲಿಬಾರ್ ನಡೆಸಿದ್ದು ಒಂದಲ್ಲ, ಎರಡಲ್ಲ;

ಪೂರ್ತಿ ಹದಿನೆಂಟು ನಿಮಿಷ!

ಎರಡು ಸಾವಿರದಷ್ಟು ಕ್ರಾಂತಿಕಾರಿಗಳು ಗುಂಡು ತಿಂದೇ ಸತ್ತುಹೋಗಿದ್ದರು. ನೂರಾರು ಜನ ಬರೀ ಕಾಲ್ತುಳಿತಕ್ಕೆ ಸಿಕ್ಕು ಶವವಾದರು. ಮತ್ತೆ ಕೆಲವರು ಸುತ್ತಲಿದ್ದ ಗೋಡೆ ಏರಲು ಹೋಗಿ ಮೇಲಿಂದ ಬಿದ್ದು ಪ್ರಾಣ ತೆತ್ತರು. ಮೈದಾನದ ಮಧ್ಯದಲ್ಲಿದ್ದ ಬಾವಿ ಕೂಡ ನೂರಾರು ಯುವಕರನ್ನು ನುಂಗಿ ನೀರು ಕುಡಿದಿತ್ತು. ಅದೇ ಸಭೆಯಲ್ಲಿ ಹದಿನಾಲ್ಕು ವರ್ಷದ ಹುಡುಗ ಕೂಡ ಇದ್ದ.

ಹೆಸರು ಉಧಮ್‌ಸಿಂಗ್!

ಇಷ್ಟಕ್ಕೂ ಭಾರತದಲ್ಲಿ ಕ್ರಾಂತಿಕಾರಯೊಬ್ಬನ ರೋಷ, ಕಿಚ್ಚನ್ನು ಯಾವತ್ತೂ ಆತನ ವಯಸ್ಸಿನಿಂದ ಅಳೆಯಲಾಗಿಲ್ಲ. ಆತನ ಬಂದೂಕಿನ ಸದ್ದು, ಆತ ಸಂಗ್ರಹಿಸಿದ್ದ ಬುಲೆಟ್ಟುಗಳೇ ಆತನಲ್ಲಿರುವ ಧೈರ್ಯದ ಪ್ರಮಾಣವನ್ನು ಸಾರುತ್ತವೆ. ಅಂಥ ಹದಿನಾಲ್ಕು ವರ್ಷದ ಪೋರ ಆವತ್ತಿನ ಗೋಲಿಬಾರ್ ಘಟನೆಯಲ್ಲಿ ಅದೆಷ್ಟು ಹೆದರಿದ್ದನೋ ಗೊತ್ತಿಲ್ಲ; ಆದರೆ ಅಂಥ ಸಂದರ್ಭದಲ್ಲಿಯೂ ಆತ ನೆಲಕ್ಕೆ ಬೀಳುತ್ತಿದ್ದ ಕ್ರಾಂತಿಕಾರಿಗಳನ್ನು ಎಳೆದೆಳೆದು ತಂದು ಒಂದು ಬದಿಯಲ್ಲಿ ಮಲಗಿಸುತ್ತಿದ್ದ. ಅರೆಬರೆ ಜೀವವಿರಿಸಿಕೊಂಡವರ ಬಾಯೊಳಗೆ ನೀರಲ್ಲಿ ನೆನೆಸಿದ ಬಟ್ಟೆಯನ್ನು ಹಿಂಡುತ್ತ ನೀರು ಕುಡಿಸುತ್ತಿದ್ದ. ಅಲ್ಲಿದ್ದ ಒಬ್ಬೊಬ್ಬ ಕ್ರಾಂತಿಕಾರಿಯೂ ತನ್ನಿಂದ ನೀರು ಕುಡಿದು ಸಾಯುತ್ತಿರುವಂತೆಯೇ ಈ ಬಾಲಕ ದೂರದಲ್ಲಿ ಕಾಣಿಸುತ್ತಿದ್ದ ಡಯರ್‌ನನ್ನು

ದಿಟ್ಟಿಸಿ ನೋಡುತ್ತಿದ್ದ. "ಇಲ್ಲ, ಇಲ್ಲ. ಈತನ ಮುಖವನ್ನು ನಾನು ಗುರುತಿಟ್ಟುಕೊಳ್ಳಬೇಕು. ಮತ್ತು ನಾನು ಬದುಕಿರಬೇಕು; ಡಯರ್ ಸಾಯುವವರೆಗೂ!" ಹಾಗಂತ ಮನಸ್ಸಿನಲ್ಲೇ ಅಂದುಕೊಳ್ಳುತ್ತಿದ್ದ.

ಒಬ್ಬ ಪ್ರೊಫೆಷನಲ್ ಕ್ರಾಂತಿಕಾರಿಯೊಬ್ಬನಿಗೆ ಸಿಟ್ಟು, ಸೇಡೆಂಬುದು ಹ್ಯಾಗೆ ಆತನ ರಕ್ತದಲ್ಲಿ ಕರಗತವಾಗಿರುತ್ತದೆಯೋ ಹಾಗೆಯೇ ಸಹನೆಯೆಂಬುದು ಕೂಡ ಆತನಲ್ಲಿ ಹ್ಯಾಗೆ ಮೈದಳೆದಿರುತ್ತದೆಂಬುದಕ್ಕೆ ಈ ಉಧಮ್ ಸಿಂಗ್ ಅತ್ಯುತ್ತಮ ಉದಾಹರಣೆಯಾಗಿಬಿಡಬಲ್ಲ.

ಮುಂದೆ ಉಧಮ್‌ಸಿಂಗ್ ದೊಡ್ಡವನಾದ. ಅಷ್ಟೊತ್ತಿಗಾಗಲೇ ಇಲ್ಲಿನ ಬ್ರಿಟಿಷ್ ಸರ್ಕಾರ ಜನರಲ್ ಡಯರ್‌ನನ್ನು ಲಂಡನ್ನಿಗೆ ಕಳಿಸಿಯಾಗಿತ್ತು. ಹಾಗೊಂದು ವೇಳೆ ಡಯರ್‌ನನ್ನು ಕೊಲ್ಲಬೇಕೆಂದರೆ ತಾನು ಲಂಡನ್ನಿಗೇ ಹೋಗಬೇಕು. ಅದಕ್ಕಾಗಿ ಉಧಮ್‌ಸಿಂಗ್ ಬಡಗಿ ಕೆಲಸ ಮಾಡಿದ. ದುಡ್ಡು ಸಾಕಷ್ಟು ಸೇರಲಿಲ್ಲ. ಕಬ್ಬಿಣ ಕರಗಿಸುವ ಕೆಲಸ ಮಾಡಿದ. ಅಷ್ಟಿಷ್ಟು ಹಣ ಬಂತು. ನೆಟ್ಟಗೇ ಲಂಡನ್ನಿಗೆ ಹಾರಿದ. ಅಲ್ಲಿ ಈ ಹುಡುಗ ದಿನದ ಮೂರೂ ಹೊತ್ತು ಮಾಡಿದ ಏಕೈಕ ಕೆಲಸವೆಂದರೆ – ಡಯರ್‌ನನ್ನು ಹುಡುಕುವುದು! ಹೀಗಾಗಿ ಕೈಯಲ್ಲಿದ್ದ ಹಣ ಬೇಗನೇ ಕರಗಿತು. ಆದರೆ ಆತ ಧೈರ್ಯಗೆಡಲಿಲ್ಲ. ಲಂಡನ್ನಿನ ಹೋಟಲ್ಲೊಂದರಲ್ಲಿ ಕೆಲಸಕ್ಕೆ ಸೇರಿಕೊಂಡ. ಸುಮಾರು ತಿಂಗಳವರೆಗೂ ಕೆಲಸ ಮಾಡಿದ ಉಧಮ್‌ಸಿಂಗ್, ಅಲ್ಲಿನ ಪರಂಗಿಗಳಿಂದ ಅದೆಷ್ಟು ಅವಮಾನ, ಏನೇನು ಬೈಗುಳಗಳನ್ನು ಸಹಿಸಿಕೊಂಡನೋ ಯಾರಿಗೆ ಗೊತ್ತು? ಆದರೆ ಈ ಸಲ ಮಾತ್ರ ಆತನಲ್ಲಿ ಸಾಕಷ್ಟು ಹಣ ಜಮೆಯಾಗಿತ್ತು. ಸೀದಾ ಹೋಗಿ ರಿವಾಲ್ವರ್ ಖರೀದಿಸಿದ. ಮತ್ತೆ ಡಯರ್‌ನನ್ನು ಹುಡುಕತೊಡಗಿದ.

ಅದೊಂದು ದಿನ ಉಧಮ್‌ಸಿಂಗ್‌ಗೆ ತನ್ನ ಜೀವನದಲ್ಲೇ ಮರೆಯಲಾಗದಂಥ ಕ್ಷಣ ಒದಗಿಬಂದಿತ್ತು. ತಡಕಾಡುತ್ತಿದ್ದ ಬಳ್ಳಿ ಕಾಲನ್ನೇ ತಡವಿಕೊಂಡಿತ್ತು. ಯಾವುದೋ ಹೊಟೆಲಿನ ಎದುರಿಗೇ ನಿಂತಿದ್ದ ಉಧಮ್‌ಸಿಂಗ್‌ನ ಮುಂದೆಯೇ ಡಯರ್ ನಡೆದುಹೋಗುತ್ತಿದ್ದ! ಆ ಹುಡುಗನ ಕಣ್ಣಲ್ಲಿ ಸಣ್ಣದೊಂದು ಮಿಂಚು. ಸಟ್ಟನೇ ರಿವಾಲ್ವರ್ ಹಿರಿದು, ಇನ್ನೇನು ಟ್ರಿಗರ್ ಅದುಮಬೇಕೆನ್ನುವಷ್ಟರಲ್ಲಿ ಆತನೊಳಗಿದ್ದ ನಿಜವಾದ ಕ್ರಾಂತಿಕಾರಿ ಜಾಗೃತನಾಗಿದ್ದ. "ಛೇ, ಎಂತಹ ಕೆಲಸ ಮಾಡಿಬಿಡುತ್ತಿದ್ದೆ? ಈತನೋ ತುಂಬಿದ ಸಭೆಯಲ್ಲಿ ಸಾವಿರಾರು ಜನರನ್ನು ಕೊಂದವನು, ಸೇಡು ಸಮವಾಗಬೇಕೆಂದರೆ ಈತನೂ ಕೂಡ ಅಂಥದ್ದೇ ತುಂಬಿದ ಸಭೆಯಲ್ಲಿ

ಸಾಯಬೇಕು!" ಹಾಗಂದುಕೊಂಡ ಉಧಮ್‌ಸಿಂಗ್ ರಿವಾಲ್ವರ್‌ನ್ನು ಮತ್ತೆ ಸೊಂಟದೊಳಕ್ಕೆ ಸಿಕ್ಕಿಸಿಕೊಂಡಿದ್ದ.

ಅಂಥ ಉಧಮ್‌ಸಿಂಗ್ ತುಂಬ ದಿನ ಕಾಯಬೇಕಾಗಿರಲಿಲ್ಲ. ಆವತ್ತೊಂದು ದಿನ ಬ್ರಿಟಿಷ್ ಸರ್ಕಾರ ಜನರಲ್ ಡಯರ್‌ಗೆ ತನ್ನ ಅತ್ಯುನ್ನತ ಗೌರವವಾದ 'ನೈಟ್‌ಹುಡ್' ಪುರಸ್ಕಾರ ಕೊಡುವುದರಲ್ಲಿತ್ತು. ಅದಕ್ಕಾಗಿ ಡಯರ್‌ಗೊಂದು ಸನ್ಮಾನ ಸಮಾರಂಭ. ಸಾವಿರಾರು ಜನ ಸೇರಿದ್ದ ಆ ಸಭೆಯಲ್ಲಿ ಉಧಮ್‌ಸಿಂಗ್ ತೆಪ್ಪಗೆ ಕುಳಿತಿದ್ದ. ಎದುರಿಗಿದ್ದ ವೇದಿಕೆಯಲ್ಲಿ ಜನರಲ್ ಡಯರ್! ಒಂದಿಬ್ಬರು ಡಯರ್‌ನ ಬಗ್ಗೆ ಹಾಡಿ ಹೊಗಳತೊಡಗಿದರು. ಆ ಹೊಗಳುವಿಕೆ ತೀರ ಅತಿಯಾದಾಗ ಉಧಮ್‌ಸಿಂಗ್ ಏನೋ ಅರ್ಜೆಂಟು ಕೆಲಸವಿರುವವನಂತೆ ಎದ್ದು ನಿಧಾನವಾಗಿ ವೇದಿಕೆಯೆಡೆಗೆ ಸಾಗತೊಡಗಿದ. ಜನರಲ್‌ಗೂ ತನಗೂ ಇನ್ನೇನು ಕೆಲವೇ ಹೆಜ್ಜೆಗಳ ಅಂತರವಿದೆ ಅಂತಾದಾಗ ಸೊಂಟದಲ್ಲಿದ್ದ ರಿವಾಲ್ವರ್ ಎಳೆದು ಡಯರ್‌ನನ್ನು ಅತ್ಯಂತ ಸಿಂಪಲ್ಲಾಗಿ ಮುಗಿಸಿ ಹಾಕಿದ್ದ!

ಲಂಡನ್‌ನಲ್ಲಿರುವ ಜೈಲಿನ ಮ್ಯಾನುಯಲ್‌ಗಳ ಪ್ರಕಾರ, ಜನರಲ್‌ನನ್ನು ಕೊಂದ ಮೇಲೆ ಅಲ್ಲಿನ ಸಭಾಂಗಣದ ಬಾಗಿಲಲ್ಲಿ ನಿಂತಿದ್ದ ಪೋಲೀಸ್ ಅಧಿಕಾರಿಯೊಬ್ಬನಿಗೆ "ಬಂಧಿಸು ನನ್ನನ್ನು" ಎಂದು ಈ ಹುಡುಗ ಅಬ್ಬರಿಸಿದನಂತೆ. ಆದರೆ ಆ ಅಧಿಕಾರಿ ಇಂಥದೊಂದು ಘಟನೆಯಿಂದ ಅದ್ಯಾವ ಪರಿ ಭಯಗೊಂಡಿದ್ದನೆಂದರೆ, ಆತ ನಿಂತ ಜಾಗದಿಂದ ಒಂದಿಂಚೂ ಕದಲಿರಲಿಲ್ಲ. ಕೊನೆಗೆ ಉಧಮ್‌ಸಿಂಗ್‌ನೇ ತನ್ನ ಕೈಯಲ್ಲಿದ್ದ ರಿವಾಲ್ವರ್ ಬಿಸಾಕಿದ ಮೇಲೆಯೇ ಆತನನ್ನು ಬಂಧಿಸಿ ಕೋರ್ಟಿಗೆ ಹಾಜರುಪಡಿಸಲಾಯಿತು. ಆಗ ಕೋರ್ಟಿನಲ್ಲಿದ್ದ ಜಡ್ಜ್ ಉಧಮ್ ಸಿಂಗ್‌ಗೆ, "ನಿನ್ನ ಕೈಯಲ್ಲಿ ರಿವಾಲ್ವರಿತ್ತು. ಮನಸ್ಸು ಮಾಡಿದ್ದರೆ ಪಾರಾಗಬಹುದಿತ್ತು. ಇಂಡಿಯಾದಲ್ಲಿ ನಿನ್ನಂಥ ನೂರಾರು ಯುವಕರನ್ನು ಬೆಳೆಸಬಹುದಿತ್ತು. ನೀನ್ಯಾಕೆ ಪಾರಾಗಲಿಲ್ಲ?" ಎಂದು ಕೇಳಿದಾಗ, ಈ ಕ್ರಾಂತಿಕಾರಿ ಕೊಟ್ಟ ಉತ್ತರವೇನಿತ್ತು ಗೊತ್ತಾ?

"ಓಡಿಹೋಗುವುದನ್ನು ಭಾರತದ ನೆಲ ನನಗೆ ಕಲಿಸಿಕೊಡಲಿಲ್ಲ. ಹಾಗೆಯೇ ನನ್ನಂಥ ಯುವಕರನ್ನು ಬೆಳೆಸಲು ಅಲ್ಲಿಗೆ ನಾನೇ ಹೋಗಬೇಕಾಗಿಲ್ಲ. ಯಾವತ್ತು ನೀವಿಲ್ಲಿ ನನ್ನನ್ನು ಗಲ್ಲಿಗೇರಿಸುತ್ತೀರೋ, ಆವತ್ತೇ ಅಲ್ಲಿ ನನ್ನಂಥ ಸಾವಿರಾರು ಉಧಮ್‌ಸಿಂಗ್‌ರು ಹುಟ್ಟುತ್ತಾರೆ!"

ಎಂಥ ಸುಂದರವಾದ ಮಾತು!

ಅಂಥ ಉಧಮ್‌ಸಿಂಗ್ ಗಲ್ಲಿಗೇರುವಾಗ ಲಂಡನ್ನಿನ ಜೈಲಿನ ನಿಯಮಗಳನ್ನು ಧಿಕ್ಕರಿಸಿದ. ಗಲ್ಲಿಗೇರಿಸುವ ಸೇವಕರನ್ನು ಬದಿಗೆ ತಳ್ಳಿ, ಮುಖಕ್ಕೊಂದು ಕಪ್ಪು ಮುಖವಾಡ ಕೂಡ ಹಾಕಿಕೊಳ್ಳದೇ ತಾನೇ ತನ್ನ ಕೊರಳಿಗೆ ಉರುಳು ಹಾಕಿಕೊಂಡಿದ್ದ. ಆಗ ಆತನಿಗೆ ಬರೀ ಇಪ್ಪತ್ತೇ ವರ್ಷ!

ನಿಮಗೀಗಾಗಲೇ ಇಪ್ಪತ್ತು ದಾಟಿರಬಹುದು. ನಿಜ ಹೇಳಿ, ಈ ಉಧಮ್‌ಸಿಂಗ್ ಒಮ್ಮೆಯಾದರೂ ನಿಮ್ಮೊಳಗೆ ಉದ್ಭವವಾಗಿದ್ದನಾ?

ಎದೆ ಹಾಲು ಬತ್ತಿ ಹೋಗಿದೆ; ಪೆಪ್ಸಿ ನೊರೆ ಪುಟಿಯುತ್ತಿದೆ!

The Complete man!

ಈ ಜಗತ್ತಿನಲ್ಲಿ ಪರಿಪೂರ್ಣನಾದ ಮನುಷ್ಯ ಯಾರು?

ಗೊತ್ತಿಲ್ಲ.

ಆತ ಹೇಗಿದ್ದಾನೆ ಎಂಬುದೂ ಗೊತ್ತಿಲ್ಲ. ಆತನ ಬಣ್ಣ ಕಪ್ಪಾ? ಬಿಳುಪಾ? ಅದೂ ಗೊತ್ತಿಲ್ಲ. ಇಷ್ಟಾದರೂ ಪರಿಪೂರ್ಣನಾದ ಮನುಷ್ಯನಿಗೆ ವಿಶಿಷ್ಟ ಗುಣಗಳಿವೆಯಂತೆ. ಆತನಿಗೆ ತನ್ನದೇ ಆದ ಆಕರ್ಷಣೆಗಳಿವೆಯೆಂತೆ. ಒಂದು ಮಾತು ನಿಜ. ನಾನಂತೂ ಅಂಥ ಮನುಜನಾಗಲಿಲ್ಲ. ನನಗೆ ನನ್ನದೇ ಆದ ಇತಿಮಿತಿಗಳಿವೆ. ಆದರೆ ಪರಿಪೂರ್ಣತೆ ಎಂಬುದು ಅಪೂರ್ಣತೆಯಲ್ಲ. ಅದು ಯಾವತ್ತೂ ಮಿತಿಗಳಲ್ಲಿ ಕೊನೆಗೊಳ್ಳುವುದಿಲ್ಲ.

ನೀವು ಗಮನಿಸಿರಬಹುದು. ನಮ್ಮಲ್ಲಿ ಕೆಲವರಿರುತ್ತಾರೆ. ಅವರದು ವಿಚಿತ್ರ ರೀತಿಯ ಸ್ವಭಾವ. ಅವರ್‍ಯಾವತ್ತೂ ಸಿಹಿಯಾಗಿ ಮಾತನಾಡುವುದಿಲ್ಲ. ಎಚ್ಚರಿಕೆಯಿಂದ ಹೆಜ್ಜೆ ಇಡುವುದಿಲ್ಲ. ಅಂದವಾಗಿ ಬಟ್ಟೆ ಧರಿಸುವುದಿಲ್ಲ. ಹೆದರದೆ ನಟಿಸುವುದಿಲ್ಲ. ತಾಳ್ಮೆಯಿಂದ ಕೆಲಸ ಮಾಡುವುದಿಲ್ಲ. ಸತ್ಯವನ್ನು ಯೋಚಿಸುವುದಿಲ್ಲ. ಸರಿಯಾಗಿರುವುದನ್ನು ನಂಬುವುದಿಲ್ಲ. ಡೀಸೆಂಟಾಗಿ ವರ್ತಿಸುವುದಿಲ್ಲ. ವಾಸ್ತವತೆಯನ್ನು ಕಲಿಯುವುದಿಲ್ಲ. ನಿಯಮಿತವಾಗಿ ದುಡ್ಡು ಉಳಿಸುವುದಿಲ್ಲ. ಜಾಣತನದಿಂದ ಖರ್ಚು ಮಾಡುವುದಿಲ್ಲ...

ಇಷ್ಟೆಲ್ಲ 'ಇಲ್ಲ'ಗಳನ್ನು ಹೊಂದಿರುವ ನಾವು ಪರಿಪೂರ್ಣತೆ ಹೊಂದಲು ಹ್ಯಾಗೆ ಸಾಧ್ಯ?

"ಅಲ್ರೀ, ಇಂಡಿಯಾದಲ್ಲಿ ಉದಾರೀಕರಣ ಬಂದು ಇನ್ನೂ ಸರಿಯಾಗಿ ಹತ್ತು ವರ್ಷಗಳಾಗಿಲ್ಲ. ಆಗ್ಲೇ ನೀವು ಉದಾರೀಕರಣದ side effectಗಳ ಬಗ್ಗೆ ವರಾತ ಶುರುವಿಟ್ಟುಕೊಂಡಿದ್ದೀರಲ್ಲ?"

ಹಾಗಂತ ಅರ್ಥಶಾಸ್ತ್ರಜ್ಞನೊಬ್ಬ ನನ್ನನ್ನು ಗೇಲಿ ಮಾಡಿದ್ದ.

ನಿಮಗೊಂದು ತಮಾಷೆಯ ವಿಷಯ ಹೇಳುತ್ತೇನೆ. ಈ ಉದಾರೀಕರಣ, ಜಾಗತೀಕರಣ ಎಂಬುದು ಭಾರತಕ್ಕೆ ತೊಂಬತ್ತರ ದಶಕದಲ್ಲಿ ಬಂತು ಎಂದು ನೀವು ಭಾವಿಸಿದ್ದರೆ ಅದು ನಿಮ್ಮ ಭ್ರಮೆಯಷ್ಟೆ. ಸುಮಾರು ನೂರಾ ಎಂಬತ್ತು ವರ್ಷಗಳಷ್ಟು ಹಿಂದೆಯೇ ಅದು ಭಾರತದಲ್ಲಿ ಚಾಲ್ತಿಯಲ್ಲಿತ್ತು! ಹದಿನೆಂಟನೇ ಶತಮಾನದಲ್ಲೇ free trade ಎಂಬುದು ಇಲ್ಲಿನ ನೆಲದೊಳಗೆ ಹಾಸು ಹೊಕ್ಕಾಗಿತ್ತು.

1813 ರಲ್ಲಿ ನಡೆದ ಸಂಗತಿಯಿದು. ಬ್ರಿಟನ್ನಿನ 'ಹೌಸ್ ಆಫ್ ಕಾಮನ್ಸ್'ನಲ್ಲಿ ಗಂಭೀರ ಚರ್ಚೆ ನಡೆದಿತ್ತು. ಭಾರತದಲ್ಲಿ 'free trade' ಅನ್ನು ಹ್ಯಾಗೆ ಜಾರಿಗೊಳಿಸಬಹುದು? ಎಂಬುದೇ ಆವತ್ತಿನ ಚರ್ಚೆಯ ವಿಷಯ. ಚರ್ಚೆ ಮುಂದುವರೆಯುತ್ತಿದ್ದಂತೆಯೇ ಅಲ್ಲಿದ್ದ ಎಂ.ಪಿ.ಯೊಬ್ಬ ಪಕ್ಕದಲ್ಲಿದ್ದ ವಿಲ್ಬರ್‌ಫೋರ್ಸ್ ಎಂಬಾತನಿಗೆ ಪ್ರಶ್ನಿಸುತ್ತಾನೆ.

"ಈ ಫ್ರೀ ಟ್ರೇಡ್ ಅಂದ್ರೇನು ಮಾರಾಯ?"

ಆಗ ವಿಲ್ಬರ್ ಫೋರ್ಸ್ (ಈತನನ್ನು "ಫಾದರ್ ಆಫ್ ದಿ ವಿಕ್ಟೋರಿಯನ್ ಪೀಪಲ್" ಅಂತಲೂ ಕರೆಯಲಾಗುತ್ತದೆ!) ಮುಗುಳ್ನಗುತ್ತ ತನ್ನ ನಾಲ್ಕೇ ನಾಲ್ಕು ಮಾತುಗಳಲ್ಲಿ ಫ್ರೀ ಟ್ರೇಡ್‌ನ ಬಗ್ಗೆ ವ್ಯಂಗ್ಯವಾಗಿ ಉತ್ತರಿಸುತ್ತಾನೆ.

"ಮತ್ತೇನಿಲ್ಲ. ಫ್ರೀ ಟ್ರೇಡ್ ಅಂದ್ರೆ ಬ್ರಿಟಿಷ್ ವಸ್ತುಗಳನ್ನು ಭಾರತದ ಮಾರುಕಟ್ಟೆಯಲ್ಲಿ ತುಂಬುವುದು. ಫ್ರೀ ಟ್ರೇಡ್ ಅಂದರೆ ಭಾರತದ ಉಪ್ಪಿನ ಮೇಲೆ ತೆರಿಗೆ ಹಾಕುವುದು. ಫ್ರೀ ಟ್ರೇಡ್ ಅಂದರೆ ಇಂಡಿಯಾದಲ್ಲಿರುವ ಬ್ರಿಟನ್ನ ಗೂಡ್ಸ್‌ಗಳಿಗೆ ಟ್ಯಾಕ್ಸ್ ಫ್ರೀ ಮಾಡುವುದು ಮತ್ತು ಫ್ರೀ ಟ್ರೇಡ್ ಅಂದರೆ ಭಾರತೀಯ ವಸ್ತುಗಳ ಮೇಲೆ ತೊಂಬತ್ತು ಪರ್ಸೆಂಟ್ ಟ್ಯಾಕ್ಸ್ ಜಡಿಯುವುದು!"

ಈ ರೀತಿಯ ಚರ್ಚೆಗೊಳಗಾಗಿ ಭಾರತಕ್ಕೆ ಬಂದ ಬ್ರಿಟನ್ನಿನ ವಸ್ತುಗಳು ಇಲ್ಲಿನ ಗೃಹ ಕೈಗಾರಿಕೆಗಳ ಮೇಲೆ ಯಾವ ರೀತಿ ಹೊಡೆತ ನೀಡಿರಬಹುದು? ಎಂಬುದು ನಿಮ್ಮ ಊಹೆಗೂ ನಿಲುಕಲಾರದು. 1834 ರ ಸುಮಾರಿಗೆ ಇಲ್ಲಿದ್ದ ಬ್ರಿಟನ್ನಿನ ಅಷ್ಟೂ ವಸ್ತುಗಳು 'ಟ್ಯಾಕ್ಸ್ ಫ್ರೀ' ದರಲ್ಲಿ ಮಾರಾಟವಾಗುತ್ತಿದ್ದರೆ, ಸ್ವದೇಶಿ ಬ್ರಾಂಡುಗಳೆಲ್ಲ ಕೊಳ್ಳುವವರಿಲ್ಲದೇ ಅಂಗಡಿಯಲ್ಲೇ ಬಾಡಿ ಹೋಗುತ್ತಿದ್ದವು. ಕಾರಣವಿಷ್ಟೇ: ಆವತ್ತು ಬ್ರಿಟಿಷ್ ವಸ್ತುಗಳ ಮೇಲೆ ಯಾವುದೇ

ರೀತಿಯ ತೆರಿಗೆ ಇರಲಿಲ್ಲವಾದ್ದರಿಂದ ಅವೆಲ್ಲ ತುಂಬ ಕಡಿಮೆ ದರದಲ್ಲಿ ಮಾರಾಟವಾಗುತ್ತಿದ್ದವು. ಅದೇ ಭಾರತೀಯ ವಸ್ತುಗಳ ಮೇಲೆ ನೂರೆಂಟು ರೀತಿಯ ತೆರಿಗೆಗಳು! ಸೆಂಟ್ರಲ್ ಎಕ್ಸೈಸ್, ಇನ್‌ಕಮ್ ಟ್ಯಾಕ್ಸ್, ಸೇಲ್ಸ್ ಟ್ಯಾಕ್ಸ್, ಲೋಕಲ್ ಟ್ಯಾಕ್ಸ್ ಮುನಿಸಿಪಾಲಿಟಿ ಟ್ಯಾಕ್ಸ್, ಆಕ್ಟ್ರಾಯ್ ಮುಂತಾದ ತೆರಿಗೆಗಳನ್ನು ಒಟ್ಟುಮಾಡಿದಾಗ ಇಲ್ಲಿನ ಕಂಪೆನಿಗಳ ಮೇಲೆ ಬಿದ್ದಂತ ತೆರಿಗೆ ಪ್ರಮಾಣ ಎಷ್ಟಿತ್ತು ಗೊತ್ತೇ?

ತೊಂಬತ್ತೇಳು ಪರ್ಸೆಂಟ್!

ಅದರ ಪರಿಣಾಮ ಭೀಕರವಾಗಿತ್ತು. 1890 ರ ಸುಮಾರಿಗೆ ಇಲ್ಲಿದ್ದ ಸ್ವದೇಶಿ ಕಂಪೆನಿಗಳೆಲ್ಲ ಸಂಪೂರ್ಣವಾಗಿ ನೆಲಕಚ್ಚಿದ್ದವು. ಮತ್ತು ಈಗ ಸದ್ಯದ ಪರಿಸ್ಥಿತಿಯನ್ನು ಗಮನಿಸಿದಾಗ ಇಲ್ಲಿ ಉದಾರೀಕರಣ ಬಂದ ಮೇಲೆ ಪ್ರತಿ ವರ್ಷ ನಲವತ್ತು ಲಕ್ಷ ಜನ ನಿರುದ್ಯೋಗಿಗಳು ಹೆಚ್ಚುತ್ತಿದ್ದಾರೆ. ಹಾಗಂತ ಇಂಟರ್‌ನ್ಯಾಷನಲ್ ಲೇಬರ್ ಆರ್ಗನೈಸೇಶನ್‌ನ ವರದಿ ಹೇಳುತ್ತದೆ. ಆದರೆ ನಮ್ಮ ದೇಶದ 'ಯೋಜನಾ ಆಯೋಗ' ನೀಡಿರುವ ರಿಪೋರ್ಟು ಮಾತ್ರ ಇದಕ್ಕಿಂತಲೂ ಭೀಕರವಾಗಿದೆ. ಅದರ ಪ್ರಕಾರ –

ಉದಾರೀಕರಣ ಬಂದ ನಂತರ ನಮ್ಮಲ್ಲಿನ ಬಡಜನತೆಯ ಗುಂಪಿಗೆ ಹೊಸದಾಗಿ ಏಳು ಕೋಟಿ ಜನ ಸೇರ್ಪಡೆಯಾಗಿದ್ದಾರೆ. ತೊಂಬತ್ತರ ದಶಕದಲ್ಲಿ ಈ ಸಂಖ್ಯೆ 32 ಕೋಟಿಯಷ್ಟಿದ್ದರೆ, ಈಗದು 48 ಕೋಟಿಗೇರಿದೆ. ಅವರಲ್ಲಿ 15 ಕೋಟಿ ಜನತೆಗೆ ಒಂದು ದಿನಕ್ಕೆ ಖರ್ಚು ಮಾಡಲೆಂದು ಐದು ರೂಪಾಯಿ ಕೂಡ ಇಲ್ಲ. ಹತ್ತು ಕೋಟಿ ಜನತೆಗೆ ಒಂದು ದಿನಕ್ಕೆ ಖರ್ಚು ಮಾಡಲೆಂದು ಬರೀ ಒಂದು ರೂಪಾಯಿ ಮಾತ್ರ ದುಡ್ಡಿದೆ. ಇನ್ನು ಐದು ಕೋಟಿಯಷ್ಟು ಜನರು ಒಂದು ದಿನದಲ್ಲಿ ಬರೀ ಐವತ್ತು ಪೈಸೆ ಖರ್ಚು ಮಾಡಲೂ ಹಿಂದೆ ಮುಂದೆ ನೋಡುತ್ತಾರೆ!

ಇದೆಲ್ಲ ನಿಮಗೆ ಗೊತ್ತಿರಲಿ; ಈ ಉದಾರೀಕರಣವೆಂಬ ಮಾಯಾಮೃಗ ರಷ್ಯಾದಂಥ ಪಕ್ಕಾ ಕಮ್ಯುನಿಸ್ಟ್ ರಾಷ್ಟ್ರವನ್ನೇ ಹರಿದು ಚಿಂದಿ ಮಾಡಿತು. ಆಗಿನ ರಷ್ಯಾದ ಅಧ್ಯಕ್ಷ ಮಿಖಾಯಿಲ್ ಗೋರ್ಬಚೊವ್ ಉದಾರೀಕರಣ ಮತ್ತು ಜಾಗತೀಕರಣದ ಬಗ್ಗೆ ಗಂಟೆಗಟ್ಟಲೆ ಕೊರೆದು ಹಾಕಿದ. ಅಮೆರಿಕನ್ ಕಂಪೆನಿಗಳನ್ನು ಇನ್ನಿಲ್ಲದಂತೆ ಮುದ್ದಾಡಿ ಬರ ಮಾಡಿಕೊಂಡ. ಕೊನೆಗೊಂದು ದಿನ ಈ ಅಮೆರಿಕನ್ ಕಂಪೆನಿಗಳ ಭರಾಟೆ ಯಾವ ಪರಿ ಭುಗಿಲೆದ್ದು ಹೋಯಿತೆಂದರೆ, ಒಂದು ಕಾಲಕ್ಕೆ ಹತ್ತಾರು ರಾಷ್ಟ್ರಗಳ ಬೃಹತ್

ಸಮೂಹವಾಗಿದ್ದ ಯು.ಎಸ್.ಎಸ್.ಆರ್. ಛಿದ್ರಛಿದ್ರಗೊಂಡು ಬರೀ ರಷ್ಯವಾಗಿ ಪರಿವರ್ತಿತವಾಯಿತು. ಮುಂದೆ ಈ ಗೋರ್ಬಚೊವ್‌ಗೆ ಶಾಂತಿ ಪ್ರತಿಪಾದನೆಗಾಗಿ ನೊಬೆಲ್ ಪ್ರಶಸ್ತಿಯೇನೋ ದೊರೆಯಿತು. ಆದರೆ ಅಮೆರಿಕದ ಆರ್ಭಟತನಕ್ಕೆ, ಅದರ ಸೊಕ್ಕಿಗೆ ತಕ್ಕ ಉತ್ತರ ನೀಡಬಲ್ಲ ಏಕೈಕ ರಾಷ್ಟ್ರವಾಗಿದ್ದ ರಷ್ಯಾ ಇವತ್ತು ಅಮೆರಿಕದ ಎದುರಿಗೆ ಜಾಸ್ತಿ ಕೆಮ್ಮುವಂತಿಲ್ಲ. ಅಲ್ಲೀಗ ಎದೆಹಾಲು ಬತ್ತಿಹೋಗಿದೆ; ಪೆಪ್ಸಿ ನೊರೆ ಪುಟಿಯುತ್ತಿದೆ!

"ರಷ್ಯಾವನ್ನು ಮಣಿಸಲು ನಾವು ಏನೆಲ್ಲ ಪ್ರಯತ್ನ ಮಾಡಿದೆವು. ಆದರೆ ನಮ್ಮ ಅಣುಬಾಂಬುಗಳು, ಕೆಮಿಕಲ್ ಬಾಂಬುಗಳು, ಮಿಸ್ಸೈಲುಗಳು, ಟ್ಯಾಂಕರ್‌ಗಳು ಮಾಡಲಾಗದ ಕೆಲಸವನ್ನು ನಮ್ಮಲ್ಲಿನ ಕೆಲವೇ ಕಂಪೆನಿಗಳು ಮಾಡಿಬಿಟ್ಟವು!" ಹಾಗಂತ ಸ್ವತಃ ಕ್ಲಿಂಟನ್‌ನೇ ಹಲವಾರು ಕಡೆ ಹೇಳಿಕೊಂಡಿದ್ದಾನೆ. ಅಂಥ ರಷ್ಯಾದ ಗೋರ್ಬಚೊವ್ ಇವತ್ತು ಪ್ರಖ್ಯಾತ ಕಂಪೆನಿಯೊಂದರಲ್ಲಿ ಕೆಲಸಕ್ಕಿದ್ದಾನೆ. ಕೈತುಂಬ ಸಂಬಳ, ವಾಸಕ್ಕೆ ಬಂಗಲೆ, ಓಡಾಡಲು ಕಾರು.

ಯಾಕೆಂದರೆ ಅದು ಅಮೆರಿಕನ್ ಕಂಪೆನಿ!

ಸೂತಕದ ಮನೆಯಲ್ಲಿ ಜಾತಕ ಕದಿಯುವವರು.....

ಅದ್ಯಾಕೋ ಗೊತ್ತಿಲ್ಲ; ಸದ್ಯಕ್ಕೆ ನಮ್ಮಲ್ಲಿನ ರಾಜಕಾರಣಿ ಗಳಿಗೆ ಹುಚ್ಚು ಸಂಭ್ರಮ. ಇಲ್ಲಿನ ಸರ್ಕಾರಗಳಿಗೆ ಎಂಥದೋ ಉಮ್ಮೇದಿ. ಅಡಿಗೆ ಮನೆ ನಾಯಕಿ ರಾಬ್ಡೀದೇವಿಯಿಂದ ಹಿಡಿದು ಇಂಟರ್‌ನ್ಯಾಷನಲ್ ಬ್ರೋಕರ್ ಚಂದ್ರಬಾಬು ನಾಯ್ಡುವರೆಗೆ ಎಲ್ಲರಲ್ಲೂ ವಿಚಿತ್ರ ಪೈಪೋಟಿ. ಕಾರಣ ಬಿಲ್ ಕ್ಲಿಂಟನ್!

ಈ ಕ್ಲಿಂಟನ್‌ನ ಕೈ ಕುಲುಕಲು, ಆತನೊಂದಿಗೆ ಚಹಾ ಕುಡಿಯಲು ತಿಂಡಿ ತಿನ್ನಲು, ಊಟ ಮಾಡಲು, ಕೊನೆಗೆ ಆತನ ಮಗಳಾದ ಚೆಲ್ಸಿಯೊಂದಿಗೆ 'ಹೋಳಿ'ಯಾಡಲೂ ಈ ಮನುಷ್ಯರು ಸ್ಪರ್ಧೆಗಿಳಿದುಬಿಟ್ಟಿದ್ದಾರೆ. ಈ ರಾಜಕಾರಣಿಗಳ ಮಾತು ಅತ್ಲಾಗಿರಲಿ, ಇಲ್ಲಿನ ಸಾಮಾನ್ಯ ಜನತೆ ಕೂಡ ಬಿಲ್ ಕ್ಲಿಂಟನ್ ಯಾರು? ಎಂಥವನು? ಯಾಕೆ ಬರುತ್ತಿದ್ದಾನೆ? ಆತನ ಆಗಮನದಿಂದ ನಮಗಾಗುವ ಲಾಭ-ನಷ್ಟಗಳೇನು? ಎಂಬುದರ ಪ್ರಾಥಮಿಕ ಅರಿವಿಲ್ಲದೇ ಆತನನ್ನು ನೋಡಲು ತುದಿಗಾಲಲ್ಲಿ ನಿಂತುಬಿಟ್ಟಿದ್ದಾರೆ.

ನಿಮಗೆ ಗೊತ್ತಿರಲಿ. ಈ ಕ್ಲಿಂಟನ್ ಇಲ್ಲಿನ ತಾಜ್‌ಮಹಲ್‌ನ ಸೌಂದರ್ಯ ವನ್ನೋ, ಜೈಪುರದ ಕೋಟೆಗಳನ್ನೋ ನೋಡಲು ಬಂದಿಲ್ಲ. ಆತನಿಲ್ಲಿಗೆ ಬರಲು ಹತ್ತಾರು ಕಾರಣಗಳಿವೆ. ಅವೆಲ್ಲ ತುಂಬ ಸೂಕ್ಷ್ಮವಾದವುಗಳು. ಗಂಭೀರ ವಿಷಯಗಳು. ಎಲ್ಲಕ್ಕಿಂತ ಮುಖ್ಯವಾಗಿ ಆತನಿಲ್ಲಿಗೆ ಬಂದಿರುವುದು ಅಂತಾರಾಷ್ಟ್ರೀಯ ಒಪ್ಪಂದವಾದ ಸಿಟಿಬಿಟಿಗೆ ಭಾರತದ ಸಹಿ ಹಾಕಿಸಲು ಮತ್ತು ಅಮೆರಿಕನ್ ಕಂಪೆನಿಗಳ ಪ್ರಾಡಕ್ಟುಗಳಿಗೆ ಇಲ್ಲಿನ ಮಾರುಕಟ್ಟೆ ಯಲ್ಲಿ ಸ್ಥಾನ ಒದಗಿಸಲು!

ದುರಂತದ ವಿಷಯವೆಂದರೆ, ನಡುಗುವ ಚಳಿಯ ಮಧ್ಯೆಯೇ ನಸುಕಿನಲ್ಲಿ ಸೈಕಲ್ಲಿನ ಪೆಡಲು ತುಳಿಯುತ್ತ ಬರುವ ನಮ್ಮ ನ್ಯೂಸ್ ಪೇಪರಿನ ಹುಡುಗನಿಗೆ ಸಿಟಿಬಿಟಿ ಎಂದರೇನೆಂಬುದೇ ಗೊತ್ತಿಲ್ಲ. 'ಕುಚ್ಚು ಕುಚು ಕುಚ್ಚು ಕುಚು ಕುಚ್ಚು...' ಎಂಬ ಕತ್ತರಿಯ ಸುಪ್ರಭಾತದೊಂದಿಗೆ ತನ್ನ ಬದುಕು ಪ್ರಾರಂಭಿಸುವ ನಮ್ಮ ಕ್ಷೌರಿಕನಿಗೆ ವಿದೇಶಿ ಕಂಪೆನಿಗಳ ಪ್ರಾಡಕ್ಟುಗಳು ಇಲ್ಲಿನ ಮಾರುಕಟ್ಟೆಗೆ

ದಾಳಿಯಿಟ್ಟಾಗ ಆಗಬಹುದಾದ ಅನಾಹುತಗಳ ಅರಿವಿಲ್ಲ. ಇಂಥ ಪರಿಸ್ಥಿತಿಯಲ್ಲಿ ಈ ಸಾಮಾನ್ಯ ಜನತೆಗೆ "ಕ್ಲಿಂಟನ್ ಆಗಮನಕ್ಕಾಗಿ ನೀವ್ಯಾಕೆ ಇಷ್ಟೊಂದು ಸಂಭ್ರಮ ಪಡುತ್ತಿದ್ದೀರಿ?" ಎಂದು ಕೇಳುವುದರಲ್ಲಿ ಏನೇನೂ ಅರ್ಥವಿಲ್ಲ.

ಇಷ್ಟಕ್ಕೂ CTBT (Comprehensive Test Ban Treaty) ಎಂಬುದು ಒಂದು ಅಂತಾರಾಷ್ಟ್ರೀಯ ಒಪ್ಪಂದ. ಅಣ್ವಸ್ತ್ರ ನಿಷೇಧ ಕುರಿತಂತೆ ಜಗತ್ತಿನ ಶ್ರೀಮಂತ ದೇಶಗಳ ಕ್ರಿಮಿನಲ್ ಮಿದುಳಿನಿಂದ ಮೂಡಿಬಂದಂಥ ಕಾಯ್ದೆಯಿದು. ಮೇಲುನೋಟಕ್ಕೆ ಈ ಒಪ್ಪಂದದಲ್ಲಿ ಜಗತ್ತಿಗೆ ಶಾಂತಿ ತಂದು ಕೊಡುವಂಥ ಅಂಶಗಳಿವೆಯಾದರೂ ಒಳನೋಟದಲ್ಲಿ ವಿಶ್ವದ ಶ್ರೀಮಂತ ದೇಶಗಳಾದ ಅಮೆರಿಕ, ಬ್ರಿಟನ್, ರಷ್ಯಾ, ಫ್ರಾನ್ಸ್, ಜರ್ಮನಿಗಳ ಹಿತಾಸಕ್ತಿಗೆ ತಕ್ಕಂತೆ ಇದನ್ನು ಸಿದ್ಧಪಡಿಸಲಾಗಿದೆ. ಈ ಒಪ್ಪಂದದ ಪ್ರಕಾರ, ಈ ಶ್ರೀಮಂತ ದೇಶಗಳು ಮಾತ್ರ ಅಣುಪರೀಕ್ಷೆ ಮಾಡಬಹುದು. ಇನ್ನುಳಿದ ಭಾರತದಂಥ ಅಭಿವೃದ್ಧಿಶೀಲ ಅಥವಾ ಬಡರಾಷ್ಟ್ರಗಳು ಅಣುಪರೀಕ್ಷೆಯಂಥ ಚಟುವಟಿಕೆಗಳನ್ನು ಮಾಡುವಂತಿಲ್ಲ.

ಇಲ್ಲಿ ಗಮನಿಸಬೇಕಾದ ಸಂಗತಿಯೆದರೆ, ಮೇಲೆ ಉದಾಹರಿಸಿದಂಥ ಎಲ್ಲ ದೇಶಗಳು ತಮ್ಮ ಸುರಕ್ಷತೆಗೆ ಸಂಬಂಧಪಟ್ಟಂತೆ ನಿರ್ದಿಷ್ಟ ರೀತಿ, ನೀತಿಗಳನ್ನು ಅಳವಡಿಸಿಕೊಂಡಿವೆ.

ಶತ್ರುರಾಷ್ಟ್ರವೊಂದು ಸಟ್ಟಂತ ತನ್ನ ಮೇಲೆ ಆಕ್ರಮಣ ಮಾಡಿದಾಗ ಹ್ಯಾಗೆ ಪ್ರತಿಕ್ರಿಯಿಸಬೇಕೆಂದು ಈ ದೇಶಗಳಿಗೆ ಗೊತ್ತಿದೆ. ಆದರೆ ಅದೇ ನಮ್ಮಲ್ಲಿ? ಪ್ಲೇನ್ ಹೈಜಾಕ್‌ನಂಥ ಸಣ್ಣ ಪ್ರಮಾಣದ ಕೃತ್ಯಗಳಿಗೇ ಅಡ್ಡಡ್ಡ ಮಲಗಿಬಿಡುವ ನಮ್ಮ ಸರ್ಕಾರಗಳು ರಾಷ್ಟ್ರದ ಸುರಕ್ಷತಾ ದೃಷ್ಟಿಯಿಂದ ನಿರ್ದಿಷ್ಟವಾದ ನೀತಿಯೊಂದನ್ನು ಯಾವತ್ತಾದರೂ ರೂಪಿಸಿದ್ದುಂಟಾ?

ಬಹುಶಃ ನಿಮಗೆ ಗೊತ್ತಿರಲಿಕ್ಕಿಲ್ಲ. ಅಮೆರಿಕವೆಂಬುದು ನೈತಿಕವಾಗಿ ಎಷ್ಟೇ ವ್ಯಾಪಾರೀ ಮನೋಭಾವದ್ದಾಗಿರಲಿ, ಆದರೆ ಸುರಕ್ಷತೆಯ ಪ್ರಶ್ನೆ ಬಂದಾಗ ಅದು ಯಾವತ್ತೂ ಹಿಂದೆ ಮುಂದೆ ನೋಡುವುದಿಲ್ಲ. ಪ್ರತಿವರ್ಷದ ತನ್ನ ಬಜೆಟ್ಟಿನ ಅರ್ಧ ಅಥವಾ ಅರ್ಧಕ್ಕಿಂತಲೂ ಹೆಚ್ಚು ಮೊತ್ತವನ್ನು ಅದು ಆಯುಧ ತಯಾರಿಕೆಗೆಂದೇ ಮೀಸಲಿಡುತ್ತದೆ. ಹೀಗಾಗಿ ಇವತ್ತಿನ ಮಟ್ಟಿಗೆ ಅಲ್ಲಿನ ಉಗ್ರಾಣದಲ್ಲಿ ಸುಮಾರು ಇಪ್ಪತ್ತು ಸಾವಿರ ಅಣುಬಾಂಬುಗಳಿವೆ.

ಅದರಂತೆ ಫ್ರಾನ್ಸ್ ಕೂಡ ಒಂದೂವರೆ ಸಾವಿರದಷ್ಟು ಅಣುಬಾಂಬುಗಳನ್ನು ತಯಾರಿಸಿಟ್ಟುಕೊಂಡಿದೆ. ಏಳುನೂರ ಹದಿನೈದು ಬಾಂಬುಗಳು ಚೀನದ ತಿಜೋರಿಯಲ್ಲಿವೆ. ಬ್ರಿಟನ್ 180 ಬಾಂಬು ಹೊಂದಿದ್ದರೆ, ಜಪಾನಿನ ಕಡೆಯಿರುವುದು ಸುಮಾರು ನಲವತ್ತಾರು ಬಾಂಬುಗಳು. ಆದರೆ ಅದೇ ನಮ್ಮಲ್ಲಿ? ಒಂದೂ ಇಲ್ಲ!

ಆಫ್‌ಕೋರ್ಸ್, ನಾವು ಶಾಂತಿಪ್ರಿಯರು. ನಿಜ. ಆದರೆ ಬದಲಾಗುತ್ತಿರುವ ಇಂದಿನ ರಾಜಕೀಯ ವೈಪರೀತ್ಯಗಳ ನಡುವೆ ಇವತ್ತು ಈ ಲೋಕದಲ್ಲಿ ಶಾಂತಿಯೆಂಬುದು ಬರೀ ಭ್ರಮೆಯೆಂಬಂತೆ ಕಾಣಿಸತೊಡಗಿದೆ. ಇಂಥ ಪರಿಸ್ಥಿತಿಯಲ್ಲಿ ನಾವು ಸಿಟಿಬಿಟಿಗೂ ಸಹಿ ಹಾಕಿಬಿಟ್ಟರೆ? ಈಗಾಗಲೇ ಗ್ಯಾಟ್ ಒಪ್ಪಂದಕ್ಕೆ ಸಹಿ ಹಾಕಿ ಗೋಳಾಡುತ್ತಿದ್ದೇವೆ. ಆದರೆ ಗ್ಯಾಟ್ ಒಪ್ಪಂದವೇನೂ ಶಾಶ್ವತವಲ್ಲ. ನೋಟೀಸೊಂದನ್ನು ಜಾರಿ ಮಾಡಿದ ಆರು ತಿಂಗಳ ನಂತರ ಗ್ಯಾಟ್ ಒಪ್ಪಂದದಿಂದ ಕಳಚಿಕೊಳ್ಳಬಹುದು. ಅದರಿಂದ ಹೊರಬರಬಹುದು. ಆದರೆ ಒಮ್ಮೆ ಸಿಟಿಬಿಟಿಗೆ ಸಹಿ ಮಾಡಿದ ಮೇಲೆ ಯಾವ ಕಾರಣಕ್ಕೂ ನೀವು ಅದರಿಂದ ಹೊರಬರುವಂತಿಲ್ಲ.

ಒಂದು ಮಾತು ನೆನಪಿಡಿ: ಇವತ್ತೇನೋ ನಾವು ಆರ್ಥಿಕವಾಗಿ ಕೊಂಚ ಸಬಲರಾಗಿರಬಹುದು. ಆದರೆ ಶತಶತಮಾನಗಳಿಂದ ವಿದೇಶಿ ಶಕ್ತಿಗಳ ಹೊಡೆತದಿಂದ ಜರ್ಝರಿತಗೊಂಡಂಥ ದೇಶ ನಮ್ಮದು. ಮೂರನೇ ಶತಮಾನದಲ್ಲಿ ಸಿಕಂದರ್‌ನೆಂಬ ರಾಜನಿಂದ ಶುರುವಾದ ವಿದೇಶಿ ಆಕ್ರಮಣ, ಹೊಡೆತ, ಶೋಷಣೆ, ಇವತ್ತಿಗೂ ನಿಂತಿಲ್ಲ. ನಿಮಗೆ ಆಶ್ಚರ್ಯವಾಗಬಹುದು. ಕಳೆದ ಎರಡು ಸಾವಿರ ವರ್ಷಗಳಲ್ಲಿ ಈ ಭರತಖಂಡದ ಮೇಲೆ ಸುಮಾರು ಒಂದು ಸಾವಿರ ಸಲ ದಾಳಿಯಾಗಿದೆ. ಸರಾಸರಿ ಲೆಕ್ಕ ಹಾಕಿದರೆ ಎರಡು ವರ್ಷಕ್ಕೊಂದು ಸಲ ಆಕ್ರಮಣ!

ಅದೇನೇ ಇರಲಿ, ಒಂದು ದೇಶದ ಹಿತಾಸಕ್ತಿಗೆ, ಅದರ ಸುರಕ್ಷತೆಗೆ ಧಕ್ಕೆಯುಂಟಾದಾಗ ಅಲ್ಲಿನ ನಾಯಕರೆನಿಸಿಕೊಂಡವರು ಹ್ಯಾಗೆ ರಿಯಾಕ್ಟ್ ಮಾಡಬಹುದೆಂಬುದಕ್ಕೆ ಈ ಘಟನೆ ವಿವರಿಸುತ್ತಿದ್ದೇನೆ. ಹಿಂದೊಮ್ಮೆ ಪಾಕಿಸ್ತಾನ ಭಾರತದ ಮೇಲೆ ಯುದ್ಧ ಸಾರಿತ್ತು. ಯಥಾಪ್ರಕಾರ ಅಮೆರಿಕದ ಹಸ್ತ ಪಾಕ್‌ನ ತಲೆಯ ಮೇಲಿತ್ತು. ಆಗ ಭಾರತದ ಪ್ರಧಾನಿಯಾಗಿದ್ದವರು ತುಂಬ ಸರಳ ವ್ಯಕ್ತಿ. ಪ್ರಧಾನಿ ಕುರ್ಚಿ ಏರಿದ್ದಾಗಲೂ ಆತನ ಬಳಿಯಿದ್ದಿದ್ದು ಬರೀ ಎರಡು ಧೋತಿ ಮತ್ತು ಎರಡು ಕುರ್ತಾ ಮಾತ್ರ. ಅಂಥ ಪ್ರಧಾನಿ ಯುದ್ಧದ ಸಮಯದಲ್ಲಿ

ಇಲ್ಲಿನ ಜನತೆಗೆ ಆದಷ್ಟು ಸರಳ ಜೀವನ ನಡೆಸಿ ಹಣ ಉಳಿತಾಯ ಮಾಡಬೇಕೆಂದು ಕರೆ ನೀಡಿದ್ದರು. ಆದರೆ ಈ ಕರೆ ಇವತ್ತಿನ ಭಾಷಣ ವೀರರು ಕೊಡುವ ತಥಾಗಥಿತ ಕರೆಯಂತಿರಲಿಲ್ಲ.

ಸ್ವತಃ ಆ ಪ್ರಧಾನಿಯೇ ಸರಳವಾಗಿದ್ದ ತನ್ನ ಬದುಕನ್ನು ಇನ್ನಷ್ಟು ಸರಳಗೊಳಿಸಿಕೊಂಡಿದ್ದ. ಆತನ ಮನೆಯಲ್ಲಿ ಹೆಂಡತಿಗೆ ಹುಷಾರಿರಲಿಲ್ಲ. ಬಟ್ಟೆ ಒಗೆಯಲು ಬರುತ್ತಿದ್ದ ಕೆಲಸದಾಳನ್ನು ಬಿಡಿಸಿ ತನ್ನ ಬಟ್ಟೆಗಳನ್ನು ತಾನೇ ಒಗೆದುಕೊಳ್ಳತೊಡಗಿದ. ಕಸ ಗುಡಿಸುವವಳಿಗೂ ಗೇಟ್‌ಪಾಸ್ ದೊರೆಯಿತು. ಪ್ರಧಾನಿಯ ಮಗ ಆಗ ಇಂಗ್ಲಿಷ್‌ನಲ್ಲಿ ಫೇಲಾಗಿದ್ದ. ಹೀಗಾಗಿ ಆತನಿಗೆ ಇಂಗ್ಲಿಷ್ ಕಲಿಸಲೆಂದು ಒಬ್ಬ ಟ್ಯೂಟರ್ ಬರುತ್ತಿದ್ದ. ಈ ಪ್ರಧಾನಿ ಟ್ಯೂಟರ್ರೂ ಬೇಡವೆಂದ. ಮಗನಿಗೆ ತಾನೇ ಪಾಠ ಹೇಳಿಕೊಟ್ಟ. ಕೊನೆಗೊಂದು ದಿನ ಪತ್ನಿ ಲಲಿತಾಳಿಗೆ, ಮನೆ ಖರ್ಚಿಗೆ ಎಷ್ಟು ಹಣ ಬೇಕೆಂದು ಕೇಳಿದಾಗ:

“ಮುನ್ನೂರು ಸಾಕು” ಆಕೆ ಹೇಳಿದ್ದಳು.

“ಹಾಗಾದರೆ ಇನ್ನೂರೈವತ್ತು ತಗೋ!” ಇದು ಲಾಲ್ ಬಹಾದ್ದೂರ್ ಶಾಸ್ತ್ರೀಜಿಯ ಜೀವನ ಶೈಲಿ! ಬಹುಶಃ ಆವತ್ತು ಶಾಸ್ತ್ರೀಜಿ ಎಂಬ ಮನುಷ್ಯ ವಿದೇಶಿ ಶಕ್ತಿಗಳ ಧಮಕಿಗಳಿಗೆ ಸೊಪ್ಪು ಹಾಕದೇ ದಿಟ್ಟ ನಿರ್ಧಾರಗಳನ್ನು ತೆಗೆದುಕೊಳ್ಳದಿದ್ದಿದ್ದರೆ ನಮ್ಮ ಸೈನ್ಯ ಪಾಕ್‌ನ ಪಡೆಯನ್ನು ಕರಾಚಿ, ರಾವಲ್ಪಿಂಡಿಯವರೆಗೂ ಅಟ್ಟಿಸಿಕೊಂಡು ಹೋಗುತ್ತಿರಲಿಲ್ಲವೇನೋ! ಆಗ ಇದೇ ಅಮೆರಿಕ, ‘ಪಾಕ್ ಜೊತೆ ಸಂಧಾನ ಮಾಡಿಕೊಳ್ಳಿ. ಇಲ್ಲವಾದಲ್ಲಿ ನಿಮಗೆ ಸರಬರಾಜಾಗುತ್ತಿರುವ ಕೆಂಪುಗೋಧಿಯನ್ನೇ ನಿಲ್ಲಿಸಲಾಗುತ್ತದೆ’ ಎಂದು ಧಮಕಿ ಹಾಕಿದಾಗ, ಈ ಶಾಸ್ತ್ರಿ ‘ಹೋಗ್ರಯ್ಯ, ನಿಮ್ಮ ಗೋಧಿಯೇ ಬೇಕಾಗಿಲ್ಲ. ಬೇಕಾದ್ರೆ ನಮ್ಮ ಜನ ಉಪವಾಸ ಮಾಡ್ತಾರೆ!’ ಎಂದು ಗರ್ಜಿಸಿದ್ದರು.!

ಅಂಥ ಶಾಸ್ತ್ರೀಜಿಯನ್ನು ಇವತ್ತು ಕ್ಲಿಂಟನ್‌ಗಾಗಿ ಕಾತರಿಸುತ್ತಿರುವ ರಾಜಕಾರಣಿಗಳೊಂದಿಗೆ ಹೋಲಿಸುತ್ತ ದುಃಖಿತನಾಗುತ್ತಿದ್ದೇನೆ. ಸ್ವಂತ ಹಿತಾಸಕ್ತಿಯ ಪ್ರಶ್ನೆ ಬಂದಾಗ ಯಾವ ತಂಟೆ ತಕರಾರಿಲ್ಲದೇ ಮೂರು ಮೂರು ಪಟ್ಟು ಟಿ.ಎ., ಡಿ.ಎ., ಸೌಲಭ್ಯವನ್ನು ಹೆಚ್ಚಿಸಿಕೊಳ್ಳುವ ಈ ನಾಯಕರು ಅದ್ಯಾಕೋ ಸೂತಕದ ಮನೆಯಲ್ಲಿ ಜಾತಕ ಕದಿಯುವವರಂತೆ ಗೋಚರಿಸುತ್ತಿದ್ದಾರೆ.

ಮಂಕು ಕವಿದ ಮನಸ್ಸಿಗೆ ಮಿಂಚೆಲ್ಲಿ ಕಾಣಿಸೀತು?

"ಡಿಯರ್ ಫಾದರ್,

ಇಲ್ಲಿ ಎಲ್ಲವೂ ಯೋಜನಾಬದ್ಧವಾಗಿ ನಡೆಯುತ್ತಿದೆ. ಸದ್ಯಕ್ಕೆ ನಾನಿಲ್ಲಿ ಅನುಷ್ಠಾನಕ್ಕೆ ತರುತ್ತಿರುವ ಯೋಜನೆಗಳನ್ನು ಗಮನಿಸಿದರೆ ಖಂಡಿತವಾಗಿಯೂ ನಮ್ಮ ಸರ್ಕಾರ ನನಗೊಂದು ಮೆಡಲು ಕೊಡಲೇಬೇಕು. ಆ ರೀತಿ ಪ್ಲಾನಿಂಗ್ ಮಾಡುತ್ತಿದ್ದೇನೆ. ನೀವು ನೋಡುತ್ತಿರಿ; ಇನ್ನು ಕೆಲವೇ ವರ್ಷ ಅಷ್ಟೇ! ಆಗ ಈ ಇಂಡಿಯಾದಲ್ಲಿನ ಪ್ರತಿಯೊಂದು ಮಗುವೂ ಕೂಡ ಸಂಪೂರ್ಣವಾಗಿ ಬದಲಾಗಿರುತ್ತದೆ. Of course, ಆತನ ನಡೆದಾಡುವ ದೇಹ ಮಾತ್ರ ಭಾರತದ್ದಾಗಿರುತ್ತದೆ. ಆದರೆ ಆತನ ಯೋಚಿಸುವ ಮೆದುಳು, ಮನಸ್ಸು ಎಲ್ಲವೂ ಬ್ರಿಟಿಷರದ್ದಾಗಿರುತ್ತದೆ."

ಈ ರೀತಿಯ ಸಾರಾಂಶವಿರುವ ಪತ್ರವನ್ನು ಬರೆದು, ಅದನ್ನು ಇಂಗ್ಲೆಂಡಿನಲ್ಲಿದ್ದ ತನ್ನ ತಂದೆಗೆ ರವಾನಿಸಿದವನ ಹೆಸರು ಲಾರ್ಡ್ ಮೆಕಾಲೆ. ಈಗ ಹೇಳುತ್ತಿರುವ ಘಟನೆ 1835 ರಲ್ಲಿ ನಡೆದಿದ್ದು. ಭಾರತದಲ್ಲಿನ ಶಿಕ್ಷಣ ವ್ಯವಸ್ಥೆಯನ್ನು ಬುಡಸಮೇತ ಹಾಳು ಮಾಡಿದ ಮೆಕಾಲೆ, ಅದಕ್ಕಾಗಿ ತುಂಬ ಸುದೀರ್ಘವಾದ ಆದರೆ ಕರಾರುವಕ್ಕಾದ ಯೋಜನೆಯೊಂದನ್ನು ರೂಪಿಸುತ್ತಾನೆ. ಆ ಯೋಜನೆಯ ಫಲವೇ ಇವತ್ತಿನ ಕಾನ್ವೆಂಟ್ ಸಂಸ್ಕೃತಿ. 'ಈಸ್ಟ್ ಇಂಡಿಯಾ ಕಂಪೆನಿ'ಯ ಆದೇಶದಂತೆ ಭಾರತಕ್ಕೆ ಬಂದಿಳಿಯುವ ಲಾರ್ಡ್ ಮೆಕಾಲೆ ಇಲ್ಲಿನ ಶಿಕ್ಷಣ ವ್ಯವಸ್ಥೆ ಕುರಿತಂತೆ ಬೃಹತ್ ಗಾತ್ರದ ಸರ್ವೆಯೊಂದನ್ನು ಮಾಡಿಸುತ್ತಾನೆ. 1835 ರಲ್ಲಿ ಸುಮಾರು ಒಂದೂವರೆ ಸಾವಿರ ಬ್ರಿಟಿಷ್ ಅಧಿಕಾರಿಗಳು ಸೇರಿಕೊಂಡು ಇಂಥದೊಂದು ಸರ್ವೆ ನಡೆಸಿ ವರದಿಯೊಂದನ್ನು ಸಿದ್ಧಮಾಡಿ ಮೆಕಾಲೆಯ ಕೈಗಿತ್ತಾಗ ಈತ ದಿಗ್ಭ್ರಮೆಗೊಳ್ಳುತ್ತಾನೆ. ಲಂಡನ್ನಿನ 'ಇಂಡಿಯಾ ಹೌಸ್ ಲೈಬ್ರರಿ'ಯ ಬೀರುಗಳಲ್ಲಿ ಇವತ್ತಿಗೂ ಭದ್ರವಾಗಿರುವ ಆ ವರದಿ ಇವತ್ತಿನ ಮಟ್ಟಿಗೆ ನಿಮ್ಮನ್ನು ತೀವ್ರ ರೀತಿಯಲ್ಲಿ ಕಾಡಬಹುದು.

ಅದರ ಪ್ರಕಾರ, ಆವತ್ತಿನ ಮದ್ರಾಸ್ ಪ್ರಾಂತ್ಯವೊಂದರಲ್ಲೇ ಸುಮಾರು

ಒಂದೂವರೆ ಲಕ್ಷ ಕಾಲೇಜುಗಳಿದ್ದುವಂತೆ! ಅವೆಲ್ಲ ಗುರುಕುಲಗಳಾಗಿದ್ದವು. ಇಲ್ಲಿ ಗಮನಿಸಬೇಕಾದ ಅಂಶವೇನೆಂದರೆ, ಲಾರ್ಡ್ ಮೆಕಾಲೆ ಅವೆಲ್ಲವನ್ನೂ ಕೂಲಂಕುಷವಾಗಿ ಪರೀಕ್ಷಿಸಿ ಚಿಕ್ಕದೊಂದು ಷರಾ ಬರೆಯುತ್ತಾನೆ:

Higher learning Institutes!

ಆಶ್ಚರ್ಯದ ಸಂಗತಿಯೇನೆಂದರೆ ಅದರಲ್ಲಿದ್ದ ಸರ್ಜರಿ ಕಾಲೇಜುಗಳ ಸಂಖ್ಯೆ ಒಂದೂವರೆ ಸಾವಿರದಷ್ಟಿತ್ತು. ನೆನಪಿಡಿ. 1835 ರ ಸಮಯದಲ್ಲಿ ಲಂಡನ್ನಿನ ವೈದ್ಯರಿಗೆ ಸರ್ಜರಿ ಎಂದರೇನೆಂಬುದೇ ಗೊತ್ತಿರಲಿಲ್ಲ. ಆದರೆ ಅದಕ್ಕಿಂತ ನೂರಾರು ವರ್ಷಗಳ ಮೊದಲೇ ನಮಗೆ ಬರೀ ಸರ್ಜರಿಯಲ್ಲ; ಪ್ಲಾಸ್ಟಿಕ್ ಸರ್ಜರಿ ಕೂಡ ಗೊತ್ತಿತ್ತು. ಹೈದರಾಲಿಯ ಕಾಲದಲ್ಲಿ ಬ್ರಿಟಿಷ್ ಅಧಿಕಾರಿಯಾದ ಕರ್ನಲ್ ಕೂಟ್ ಎಂಬುವವನ ತುಂಡಾದ ಮೂಗನ್ನು ಪ್ಲಾಸ್ಟಿಕ್ ಸರ್ಜರಿ ಮಾಡಿದ ವಿಷಯವನ್ನು ನಿಮಗೀಗಾಗಲೇ ಹೇಳಿದ್ದೇನೆ. ಅದೇ ರೀತಿ ಆವತ್ತು ಮದ್ರಾಸ್ ಪ್ರಾಂತ್ಯದಲ್ಲಿದ್ದ ಆರ್ಕಿಟೆಕ್ಟ್ ಕಾಲೇಜುಗಳ ಸಂಖ್ಯೆ ಎರಡು ಸಾವಿರದ ಇನ್ನೂರು! ಇವತ್ತಿನ ಸಮಾಜದಲ್ಲಿ ತೀರ ಕೆಳಮಟ್ಟದಲ್ಲಿರುವ ಪೆರಿಯಾರ್ ಜನಾಂಗ ಆವತ್ತಿನ ಆರ್ಕಿಟೆಕ್ಟ್ ವಿದ್ಯಾರ್ಥಿಗಳಾಗಿದ್ದರು. ಹೀಗಾಗಿ ದಕ್ಷಿಣ ಭಾರತದ ಅನೇಕ ಸುಪ್ರಸಿದ್ಧ ದೇವಸ್ಥಾನಗಳನ್ನು ನಿರ್ಮಿಸಿದವರು ಇದೇ ಪೆರಿಯಾರ್ ಜನಾಂಗ.

ಇದೆಲ್ಲದರ ಮಧ್ಯೆ ತಮಾಷೆಯ ವಿಷಯವೇನು ಗೊತ್ತಾ? ಸುಮಾರು ಒಂದೂವರೆ ಲಕ್ಷ ಕಾಲೇಜುಗಳಿದ್ದ ಆ ಮದ್ರಾಸ್ ಪ್ರಾಂತ್ಯದಲ್ಲಿ ಆವತ್ತು ಹಳ್ಳಿಗಳಿದ್ದಿದ್ದು ಬರೀ ಒಂದು ಲಕ್ಷದ ಐವತ್ತೇಳು ಸಾವಿರ! ಅಂದಮೇಲೆ ಹತ್ತಿರ ಹತ್ತಿರ ಒಂದೊಂದು ಹಳ್ಳಿಗೂ ಒಂದೊಂದು ಕಾಲೇಜು! ದುರಂತವೆಂದರೆ ಇಂಥದೊಂದು ಶಿಕ್ಷಣ ವ್ಯವಸ್ಥೆಯನ್ನೇ ಬುಡಸಮೇತ ಅಲ್ಲಾಡಿಸಿದ ಮೆಕಾಲೆ 'ಇಂಡಿಯನ್ ಎಜುಕೇಶನ್ ಆ್ಯಕ್ಟ್' ಎಂಬ ಗುಮ್ಮನನ್ನು ತೋರಿಸಿ ಕಾನ್ವೆಂಟನ್ನು ಹುಟ್ಟುಹಾಕಿದ. ಅದಕ್ಕೆ ತಕ್ಕನಾಗಿ ಮದ್ರಾಸ್‌ನ ಕಲೆಕ್ಟರ್‌ನಾಗಿದ್ದ ಎ.ಓ. ಹ್ಯೂಮ್, ಪೆರಿಯಾರ್ ಜನಾಂಗ ದೇವಸ್ಥಾನಗಳನ್ನು ಕಟ್ಟಲೇಬಾರದೆಂಬ ಕಾನೂನು ತಂದ. ಇಲ್ಲಿದ್ದ ಅಷ್ಟೂ ಗುರುಕುಲಗಳನ್ನು illegal ಎಂದು ಘೋಷಿಸಲಾಯಿತು.

ಇದಕ್ಕೆಲ್ಲ ಕಳಶವಿಟ್ಟಂತೆ ಕಲ್ಕತ್ತಾದಲ್ಲಿ ಮೊಟ್ಟಮೊದಲ ಕಾನ್ವೆಂಟನ್ನು ಪ್ರಾರಂಭಿಸಲಾಯಿತು. ಅಂಥದೊಂದು ಕಾನ್ವೆಂಟಿಗೆ ವಿದ್ಯಾರ್ಥಿಗಳನ್ನು ಹಿಡಿದು ತರುವ ಕೆಲಸವನ್ನು ಪಾಂಗಿತವಾಗಿ ಮಾಡಿ ಮುಗಿಸಿದವರು ಯಾರು ಗೊತ್ತೇ?

ರಾಜಾರಾಮ್ ಮೋಹನ್‌ರಾಯ್! ಆತ 'ಈಸ್ಟ್ ಇಂಡಿಯಾ ಕಂಪೆನಿ'ಯಲ್ಲಿ ಗುಮಾಸ್ತನಾಗಿದ್ದ. ಅನಂತರ ಕಂಪೆನಿ ಆತನನ್ನೂ ಗುಮಾಸ್ತಗಿರಿಯಿಂದ ಬಿಡಿಸಿ ಈ ಕೆಲಸಕ್ಕೆ ನೇಮಿಸಿಕೊಂಡಿತು. ಮೆಕಾಲೆಯ ಕನಸು ನಿಜವಾಗತೊಡಗಿತು. ಪರಿಣಾಮವಾಗಿ ಇವತ್ತು ಎಲ್ಲಿ ನೋಡಿದರಲ್ಲಿ ಬರೀ ಕಾನ್ವೆಂಟುಗಳು. 'ಕೇಂಬ್ರಿಡ್ಜ್ ಕಾನ್ವೆಂಟ್' ಎಂಬಲ್ಲಿಂದ ಹಿಡಿದು 'ಭಜರಂಗಬಲಿ ಕಾನ್ವೆಂಟ್' ಎಂಬಲ್ಲಿಯವರೆಗೂ ಈ ಸಂಸ್ಕೃತಿ ಬೆಳೆದು ಬಂದಿದೆ.

ನಿಮಗೆ ಗೊತ್ತಿರಲಿಕ್ಕಿಲ್ಲ. ನಮ್ಮಂತೆ ಸುಮಾರು ಮೂರೂವರೆ ನೂರು ವರ್ಷಗಳ ಹಿಂದೆ ಜಪಾನ್ ಕೂಡ ಬ್ರಿಟಿಷರ ಗುಲಾಮಗಿರಿಯಲ್ಲಿ ನರಳಿತ್ತು. ಅಲ್ಲೂ ಕೂಡ ಕಾನ್ವೆಂಟ್‌ಗಳು ತಲೆ ಎತ್ತಿದ್ದವು. ಆದರೆ ಯಾವತ್ತು ಜಪಾನ್ ಸ್ವತಂತ್ರವಾಯಿತೋ, ಆವತ್ತೇ ಅಲ್ಲಿನ ಪ್ರತಿಯೊಬ್ಬ ಜಪಾನೀ ಮನುಷ್ಯ ಕಾನ್ವೆಂಟಿನ ವಿರುದ್ಧ ತಿರುಗಿ ನಿಂತ. ಮಾತೃಭಾಷೆಯಲ್ಲೇ ಕಲಿಯತೊಡಗಿದ. ಮಾತೃ ಭಾಷೆಯಲ್ಲೇ 'ಥೀಸೀಸ್' ಮಂಡಿಸತೊಡಗಿದ. ಪರಿಣಾಮವಾಗಿ ಇವತ್ತು ಅಮೆರಿಕಕ್ಕೆ ಸಾಲ ಕೊಡುವಷ್ಟರಮಟ್ಟಿಗೆ ಬೆಳೆದು ನಿಂತಿದ್ದಾನೆ. ಫ್ರಾನ್ಸ್, ರಷ್ಯಾ, ಚೈನಾ, ಜರ್ಮನಿಗಳ ಕಥೆಯೇನೂ ಜಪಾನಿಗಿಂತ ಭಿನ್ನವಾಗಿಲ್ಲ.

ಆದರೆ ನಮಗೆಂಥ ಮಂಕು ಬಡಿದಿದೆ ನೋಡಿ. ನಮ್ಮ ಮಗು ನಾಲ್ಕು ಜನರ ಮುಂದೆ ಮಮ್ಮೀ, ಡ್ಯಾಡಿ ಎಂದರೆ ನಮಗೇನೋ ಖುಷಿ. ಇಲ್ಲಿನ ಮುಪ್ಪಿನ ಮುದುಕನಿಗೂ 'ಅಂಕಲ್' ಅಂತ ಅನ್ನಿಸಿಕೊಳ್ಳುವ ಆಸೆ! ಹೀಗಾಗಿ ಇಂಗ್ಲಿಷ್ ಎಂಬುದು ಇವರ ಪಾಲಿಗೆ ಸಮೃದ್ಧ ಬಾಷೆ. ಇಂಟರ್‌ನ್ಯಾಷನಲ್ ಭಾಷೆ.

ಅಲ್ಲಾ ಸ್ವಾಮೀ, ಯಾವುದೇ ಒಂದು ಭಾಷೆ ಸಮೃದ್ಧವಾಗುವುದು ಅದರಲ್ಲಿರುವ ಶಬ್ಧ ಭಂಡಾರದಿಂದ. ಆದರೆ ಇಂಗ್ಲಿಷಿನಲ್ಲಿರೋದೇ ಹನ್ನೆರಡು ಸಾವಿರ ಶಬ್ಧಗಳು. ಹಾಗೊಂದು ವೇಳೆ ಇದಕ್ಕಿಂತ ಹೆಚ್ಚಿಗಿದ್ದರೆ ಅವೆಲ್ಲ ಗ್ರೀಕ್‌ನಿಂದಲೋ, ಲ್ಯಾಟಿನ್‌ನಿಂದಲೋ ಅಥವಾ ಸಂಸ್ಕೃತದಿಂದಲೋ ಕದ್ದಂಥವುಗಳು! ಆದರೆ ಅದೇ ನಮ್ಮಲ್ಲಿನ ಗುಜರಾತಿ ಭಾಷೆಯಲ್ಲಿ ನಲವತ್ತು ಸಾವಿರ ಶಬ್ಧಗಳಿವೆ. ಮರಾಠಿಯಲ್ಲಿ ನಲವತ್ತೆಂಟು ಸಾವಿರ. ಹಿಂದಿಯಲ್ಲಿ ಅರವತ್ತರಿಂದ – ಎಪ್ಪತ್ತು ಸಾವಿರ. ಇಂಥ ಪರಿಸ್ಥಿತಿಯಲ್ಲಿ ಬೇಕಾದರೆ ಕನ್ನಡ ಭಾಷೆ ಸಮೃದ್ಧವಾಗಬಲ್ಲದು. ತೆಲುಗು, ತಮಿಳು ಶ್ರೀಮಂತ ಭಾಷೆಯಾಗಬಲ್ಲವು.

ಇನ್ನು ಉಳಿದಿರುವುದು ಇಂಟರ್ ನ್ಯಾಷನಾಲಿಟಿಯ ಪ್ರಶ್ನೆ. ಇವತ್ತಿನ

ಮಟ್ಟಿಗೆ ವಿಶ್ವದಲ್ಲಿ ಏನಿಲ್ಲವೆಂದರೂ ಇನ್ನೂರು ದೇಶಗಳಿವೆ. ಇವುಗಳಲ್ಲಿ ಅಧಿಕೃತವಾಗಿ ಇಂಗ್ಲಿಷ್ ಬಳಸುವ ದೇಶಗಳ ಸಂಖ್ಯೆ ಬರೀ ಹನ್ನೆರಡು ಮಾತ್ರ. ಹಾಗೆಯೇ ವಿಶ್ವದ ಆರುನೂರು ಕೋಟಿ ಜನಸಂಖ್ಯೆಯಲ್ಲಿ ಬರೀ ಎರಡರಿಂದ ಮೂರು ಪರ್ಸೆಂಟ್ ಜನ ಮಾತ್ರ ಇಂಗ್ಲಿಷ್ ಬಳಸುತ್ತಾರೆ. ಮಿಕ್ಕ ಕಡೆಯೆಲ್ಲ ಅಲ್ಲಿನ ಮಾತೃಭಾಷೆಗಳದ್ದೇ ಪ್ರಾಬಲ್ಯ. ವಿಷಯ ಹೀಗಿದ್ದರೂ ನಮಗೆ ಇಂಗ್ಲಿಷ್ ಬೇಕು.

ಥತ್ ಮಂಕು ಕವಿದ ಮನಸ್ಸಿಗೆ ಮಿಂಚೆಲ್ಲಿ ಕಾಣಿಸೀತು?

ಮರೆತುಹೋದ ಸ್ವದೇಶಿ ಮಂತ್ರ; ಡಾಲರ್‌ಗಾಗಿ ಹೊಸ ತಂತ್ರ!

"ಈ ವಿಷಯ ನಿಮಗೂ ಗೊತ್ತಿರಬಹುದು. ನಮ್ಮಲ್ಲಿ ಯಾವತ್ತೂ ಮುಗಿಯಲಾರದಂಥ ಸಂಪತ್ತಿದೆ. ಅದೊಂಥರಾ ಅಕ್ಷಯಪಾತ್ರೆ. ಯಾರು ಎಷ್ಟು ಬೇಕಾದರೂ ಈ ಸಂಪತ್ತನ್ನು ಕೊಳ್ಳೆ ಹೊಡೆಯಬಹುದು. ಇಲ್ಲಿ ಯಾರೂ ಹೇಳುವವರಿಲ್ಲ. ಕೇಳುವವರಿಲ್ಲ. ಇಷ್ಟಕ್ಕೂ ನಿಮಗೆ ಗೊತ್ತಲ್ಲ? ನಿಮ್ಮ 'ಈಸ್ಟ್ ಇಂಡಿಯಾ ಕಂಪೆನಿ'ಯನ್ನೂ ನಾವು ವ್ಯಾಪಾರಕ್ಕಾಗಿ ಆಹ್ವಾನಿಸಿದ್ದೆವು. ಆ ಕಂಪೆನಿ ಇಲ್ಲಿ ಕೊಟ್ಯಂತರ ಲಾಭ ಗಳಿಸಿದ್ದಲ್ಲದೇ ಇನ್ನೂರು ವರ್ಷಗಲ ಕಾಲ ನಮ್ಮನ್ನಾಳಿತು. ಪರ್ವಾಗಿಲ್ಲ! ಇವತ್ತು ನಿಮ್ಮನ್ನು ಕರೆಯುತ್ತಿದ್ದೇನೆ. ಭಾರತದಲ್ಲಿ ಬಂಡವಾಳ ಹೂಡಿ ನಿಮ್ಮಲ್ಲಿರುವ ತಿಜೋರಿಗಳನ್ನು ಭರ್ತಿ ಮಾಡಿಕೊಳ್ಳಿ. ಈ ಅವಕಾಶವನ್ನು ಕಳೆದುಕೊಳ್ಳಬೇಡಿ..."

ಈ ತೆರನಾದ ಮಾತುಗಳು ಯಾವುದೋ ನಾಟಕದ ಡೈಲಾಗುಗಳಲ್ಲ. ಹಾಗಂತ ಹೇಳಿದ ವ್ಯಕ್ತಿ ಭಾರತದ ಹಣಕಾಸು ಸಚಿವರಾಗಿದ್ದರು. ಭಾರತಕ್ಕೆ ಕೋಟ್ಯಂತರ ಡಾಲರು ಬಂಡವಾಳ ಹರಿಯುವಂತೆ ಮಾಡುತ್ತೇನೆಂದು ಹೇಳಿ ಲಂಡನ್‌ಗೆ ಹೋದಾಗ, ಅಲ್ಲಿನ ಬಂಡವಾಳ ಶಾಹಿಗರಿಗೆ ಈ ಪುಣ್ಯಾತ್ಮ ವೇದಿಕೆಯಲ್ಲಿ ನಿಂತು ಮೇಲಿನಂತೆ ಹೇಳಿದ್ದ.

ಆತನ ಹೆಸರು ಚಿದಂಬರಂ!

ಒಬ್ಬ ಅಪ್ಪಟ ಭಾರತೀಯ, ಅದೂ ಭಾರತ ಸರ್ಕಾರದ ಜವಾಬ್ದಾರಿಯುತ ಮಂತ್ರಿಯೊಬ್ಬ ಬರೀ ತನ್ನ ದೇಶಕ್ಕೊಂದಿಷ್ಟು ಬಂಡವಾಳ ಹರಿದುಬರುತ್ತದೆ ಎಂದ ಮಾತ್ರಕ್ಕೆ ಲಂಡನ್‌ನ ಶ್ರೀಮಂತರ ಮುಂದೆ ಹೀಗೆ ಲಜ್ಜೆಗೆಟ್ಟು ಮಾತನಾಡತೊಡಗಿದರೆ, ಆತನ ದೇಶದ ಮಾನಮರ್ಯಾದೆ ಎಷ್ಟರಮಟ್ಟಿಗೆ ಹರಾಜಾಯಿತೆಂಬುದನ್ನು ಲೆಕ್ಕಹಾಕಿ.

ಕೊಂಚ ಯೋಚಿಸಿ. ಶತಕಗಳ ಹಿಂದೆ 'ಈಸ್ಟ್ ಇಂಡಿಯಾ ಕಂಪೆನಿ' ಸುಮ್ಮನೇ ಇಲ್ಲಿಗೆ ಬರಲಿಲ್ಲ. ಆವತ್ತೂ ಕೂಡ ಥೇಟು ಚಿದಂಬರನಂತೆ ಈ ಕಂಪೆನಿಯ ಮುಂದೆ ಅಂಗಲಾಚಿದ್ದರು. ನಮ್ಮಲ್ಲಿಗೆ ಬಂದು ವ್ಯಾಪಾರ ಮಾಡಿ ಎಂದು ಕೇಳಿಕೊಂಡಿದ್ದರು. ಆ ಕಂಪೆನಿಯ ವಸ್ತುಗಳನ್ನೂ 'ಟ್ಯಾಕ್ಸ್ ಫ್ರೀ'

ಮಾಡಿದ್ದರು. ಅರೇ, ಇಷ್ಟೊಂದು ಕಡಿಮೆ ರೇಟಾ? ಎನ್ನುತ್ತಲೇ ಆ ಕಂಪೆನಿಯ ಪ್ರಾಡಕ್ಟುಗಳನ್ನೂ ಮನೆಗೊಯ್ದಿದ್ದರು. ಪರಿಣಾಮವಾಗಿ ಆ ಕಂಪೆನಿ ಭಾರತದಲ್ಲಿ ವ್ಯಾಪಾರವನ್ನಷ್ಟೇ ಮಾಡಲಿಲ್ಲ. ಬದಲಾಗಿ ಇಡೀ ಭಾರತವನ್ನೇ ವ್ಯಾಪಾರ ಮಾಡಿ ಮುಗಿಸಿತ್ತು!

ಆಗ ಚಿದಂಬರಂನಂಥವರು ಏನು ಮಾಡಿರಬಹುದು?

ಅರೆರೆ, ಎಂಥ ಕೆಲಸ ಮಾಡಿಬಿಟ್ಟೆವು? ವ್ಯಾಪಾರಕ್ಕಾಗಿ ಅವರ ಮುಂದೆ ಅಂಗಲಾಚಲೇಬಾರದಿತ್ತು. ನಮ್ಮಲ್ಲಿ ತಯಾರಿಸುತ್ತಿದ್ದ ಪದಾರ್ಥಗಳಿಂದಲೇ ನಾವು ಸುಖವಾಗಿರಬಹುದಿತ್ತು. ನಮ್ಮದೇ ಖಾದಿ ಮಾನ ಮುಚ್ಚುತ್ತಿತ್ತು. ನಮ್ಮದೇ ಜೋಳ ಹೊಟ್ಟೆ ತುಂಬಿಸುತ್ತಿತ್ತು. ಈಸ್ಟ್ ಇಂಡಿಯಾ ಕಂಪೆನಿಯನ್ನು ಕೈಬೀಸಿ ಕರೆಯಲೇಬಾರದಿತ್ತು. ಇದ್ಯಾತರದ ರಗಳೆ ಮೈಮೇಲೆ ಎಳೆದುಕೊಂಡೆವು? ಹಾಗಂತ ಚಿದಂಬರಂ ಥರದ ಮನುಷ್ಯರು ಆವತ್ತು ಗುನುಗಿಕೊಂಡಿರಬಹುದಾ?

ಖಂಡಿತಾ ಇಲ್ಲ!

ಇಂಥವರಿಗೆ ವ್ಯಾಪಾರ ಮುಖ್ಯವಾಗಿ ಬಿಡುತ್ತದೆಯೇ ಹೊರತು, ದೇಶವಲ್ಲ; ದೇಶಪ್ರೇಮವಲ್ಲ. ಅವರಿಗೆ ದುಡ್ಡಿನ ಝಣಝಣವೇ ರಾಷ್ಟ್ರಗೀತೆ. ವ್ಯಾಪಾರಿಗಳ ಆಲಿಂಗನವೇ ದೇಶಪ್ರೇಮ. ನೀವು ನೋಡ್ತಾ ಇರಿ. ಪರಿಸ್ಥಿತಿ ಇದೇ ರೀತಿ ಮುಂದುವರೆಯುತ್ತಿದ್ದರೆ, ಇವತ್ತು ಬರೀ ವ್ಯಾಪಾರೀ ಮಾರುಕಟ್ಟೆಯಲ್ಲಿ ವಿಜೃಂಭಿಸುತ್ತಿರುವ ಈ ವಿದೇಶಿ ಕಂಪೆನಿಗಳು ಬರುತ್ತ ಬರುತ್ತ ಬ್ಯಾಂಕಿಂಗ್, ಶಿಕ್ಷಣ, ಆರೋಗ್ಯದಂಥ ಕ್ಷೇತ್ರಗಳಲ್ಲೂ ಕೈಯಾಡಿಸಿಬಿಡುತ್ತವೆ.

ಅದರ ಮೊದಲ ಹಂತವೇ ಎಲ್.ಐ.ಸಿ.ಯ ಖಾಸಗೀಕರಣ!

ನಿಮಗೆ ಗೊತ್ತಿರಬಹುದು. ಇವತ್ತು ಎಲ್.ಐ.ಸಿ. ಅಥವಾ ಭಾರತೀಯ ಜೀವವಿಮಾ ನಿಗಮವೆಂಬುದು ಭಾರತ ಸರ್ಕಾರದ ಒಂದು ಬೃಹತ್ ಸಂಸ್ಥೆ. 1965 ರಲ್ಲಿ ಈ ಸಂಸ್ಥೆ ಪ್ರಾರಂಭವಾದಾಗ ಇಲ್ಲಿನ ನಾಗರಿಕರಿಗೊಂದಿಷ್ಟು ಜೀವನದ ಭದ್ರತೆ ಮತ್ತು ಬದುಕಿನ ನೆಮ್ಮದಿ ಒದಗಿಸುವುದಷ್ಟೇ ಇದರ ಮುಖ್ಯ ಉದ್ದೇಶವಾಗಿತ್ತು. ಆದರೆ ಇಲ್ಲಿನ ಜನತೆ ಎಲ್.ಐ.ಸಿ.ಯನ್ನು ನಂಬಿದರು. ವಿಶ್ವಾಸವಿಟ್ಟರು. ದಿನವೆಲ್ಲ ಬೆವರು ಹರಿಸಿ ದುಡಿದ ಹಣವನ್ನೆಲ್ಲ ಈ ಸಂಸ್ಥೆಯಲ್ಲಿ ಠೇವಣಿಯಲ್ಲಿಟ್ಟಿದ್ದರು. ಪರಿಣಾಮವಾಗಿ ಐದುಕೋಟಿ ಬಂಡವಾಳದಿಂದ

ಶುರುವಾಗಿದ್ದ ಎಲ್.ಐ.ಸಿ.ಯಲ್ಲಿ ಇವತ್ತು ಠೇವಣಿ ರೂಪದಲ್ಲಿರುವ ಹಣವೆಷ್ಟು ಗೊತ್ತೆ?

ಒಂದು ಲಕ್ಷ ಇಪ್ಪತ್ತೈದು ಸಾವಿರ ಕೊಟಿಗಳು!

ಹಾಗಾಗಿ ಈ ಸಂಸ್ಥೆ ತನ್ನ ಸೇವೆಯನ್ನು ಇನ್ನಷ್ಟು ವಿಸ್ತರಿಸಿಕೊಂಡಿದೆ. ಜನರಿಗೆ ಉಪಯೋಗವಾಗಲೆಂದು ವಿದ್ಯುತ್ ಮಂಡಳಿಗೆ, ಜಲಮಂಡಳಿಗೆ ಕೋಟ್ಯಂತರ ಹಣ ನೀಡಿದೆ. ಇಂಥ ಎಲ್.ಐ.ಸಿ.ಯನ್ನು ಇವತ್ತಿನ ಕೇಂದ್ರ ಸರ್ಕಾರ ವಿದೇಶಿ ಕಂಪೆನಿಗಳ ಕೈಯಲ್ಲಿಡಲು ಹಗಲೂರಾತ್ರಿ ಹುನ್ನಾರ ನಡೆಸುತ್ತಿದೆ. ಖಾಸಗೀಕರಣ ಮಾಡಬೇಕೆಂದು ಕಿರುಚಾಡುತ್ತಿದೆ.

ತಮಾಷೆಯೇನು ಗೊತ್ತ? ಬಾಯ್ಬಿಟ್ಟರೆ ಇವರು ಸ್ವದೇಶಿ ಮಂತ್ರ ಜಪಿಸುವವರು. 1977 ರಲ್ಲಿ ಜನತಾಪಕ್ಷ ಅಧಿಕಾರಕ್ಕೆ ಬಂದಾಗ ಮೊರಾರ್ಜಿ ದೇಸಾಯಿ ಪ್ರಧಾನಮಂತ್ರಿಯಾಗಿದ್ದರು. ಅಟಲ್ ಬಿಹಾರಿ ವಾಜಪೇಯಿ ವಿದೇಶ ಮಂತ್ರಿಯಾಗಿದ್ದರೆ, ಜಾರ್ಜ್ ಫರ್ನಾಂಡೀಸ್ ಕೈಗಾರಿಕಾ ಮಂತ್ರಿಯಾಗಿದ್ದರು. ಲಾಲ್‌ಕೃಷ್ಣ ಅದ್ವಾನಿಯ ಕೈಗೆ ವಾರ್ತಾ ಮತ್ತು ಪ್ರಸಾರ ಇಲಾಖೆ ಬಂದಿತ್ತು. ಆ ಸಮಯದಲ್ಲಿ ಇದೇ ಜನ ವಿದೇಶಿ ಕಂಪೆನಿಗಳಾದ ಕೋಕಾಕೋಲಾ, ಐಬಿಎಮ್, ಐಸಿಎಲ್‌ಗಳನ್ನು ಇಲ್ಲಿಂದ ಓಡಿಸಿದ್ದರು.

ದುರಂತವೆಂದರೆ, ಇವತ್ತು ಮೊರಾರ್ಜಿ ದೇಸಾಯಿ ಇಲ್ಲ. ಆದರೆ ಅವರ ಸಂಪುಟದ ಮೂವರು ಸದಸ್ಯರು ಇಂದು ಆವತ್ತಿಗಿಂತಲೂ ದೊಡ್ಡ ಸ್ಥಾನದಲ್ಲಿದ್ದಾರೆ.

ಆದರೇನು? ಡಾಲರ್‌ನ ಝಣಝಣದ ಮುಂದೆ ಸ್ವದೇಶಿ ಮಂತ್ರ ಮರೆತುಹೋಗಿದೆ; ಪೆಪ್ಸಿ– ಪಿಝಾ ನರ್ತಿಸುತ್ತಿದೆ!

ಭ್ರಾಂತಿಗಳ ಮಧ್ಯೆ ಕ್ರಾಂತಿ ಕರಗಿತೆ?

1813.

ಸ್ಥಳ : ಲಂಡನ್ನಿನ ಹೌಸ್ ಆಫ್ ಕಾಮನ್ಸ್.

ಬ್ರಿಟಿಷ್ ಸಾಮ್ರಾಜ್ಯದ ಅಷ್ಟೂ ಎಂಪಿಗಳು ನೆರೆದಿರುವ ಆ ಸಂಸತ್ತಿನಲ್ಲಿ ಯಾವುದೋ ಒಂದು ಗಂಭೀರ ವಿಷಯದ ಬಗ್ಗೆ ಚರ್ಚೆ ನಡೆದಿದೆ. ಆ ವಿಷಯಕ್ಕೆ ಸಂಬಂಧಪಟ್ಟಂತೆ ಹತ್ತಾರು ಎಂಪಿ.ಗಳು ತಮಗೆ ತೋಚಿದಂಥ ಸಲಹೆ-ಸೂಚನೆಗಳನ್ನು ನೀಡುತ್ತಿದ್ದಾರೆ. ಕೊನೆಗೆ ತುಂಬ ದಿನ ತಲೆಕೆಡಿಸಿಕೊಂಡ ಮೇಲೆ ಈ ವಿಷಯ ಲಂಡನ್ನಿನ ಬ್ರಿಟಿಷ್ ಪಾರ್ಲಿಮೆಂಟಿನಲ್ಲಿ ಯಾವುದೇ ತಂಟೆ-ತಕರಾರಿಲ್ಲದೇ ಪಾಸಾಗಿಬಿಡುತ್ತದೆ. ಹಾಗೆ ತುಂಬ ದಿನಗಳವರೆಗೆ ಬ್ರಿಟಿಷ್ ಪಾರ್ಲಿಮೆಂಟಿನಲ್ಲಿ ಚರ್ಚೆಗೊಳಗಾದ ವಿಷಯವಾದರೂ ಎಂಥದ್ದು?

ಭಾರತವನ್ನು ಕ್ರೈಸ್ತ ದೇಶವನ್ನಾಗಿ ಮಾಡುವುದು ಹೇಗೆ?

ನೆನಪಿಡಿ, ಭಾರತೀಯ ಸಂಸ್ಕೃತಿ, ಪರಂಪರೆಗಳ ಮೇಲೆ ಬ್ರಿಟಿಷರ ದಬ್ಬಾಳಿಕೆ, ಆಕ್ರಮಣ ಅತ್ಯಂತ ಕರಾರುವಕ್ಕಾಗಿ ಶುರುವಾಗುವುದೇ ಇಲ್ಲಿಂದ. ಆ ಸಮಯದಲ್ಲಿ ನಮ್ಮಲ್ಲಿದ್ದಿದ್ದು ಸುಮಾರು ಮೂವತ್ತೈದು ಕೋಟಿ ಜನಸಂಖ್ಯೆ. ಹಾಗೆಯೇ ಇಲ್ಲಿನ ಜನತೆ ಪೂಜಿಸುತ್ತಿದ್ದಿದ್ದು ಮೂವತ್ಮೂರು ಕೋಟಿ ದೇವತೆಗಳನ್ನ! ಸರಾಸರಿ ಲೆಕ್ಕ ಹಾಕುತ್ತ ಕೂತರೆ ಹತ್ತಿರ ಹತ್ತಿರ ಒಬ್ಬೊಬ್ಬರಿಗೆ ಒಂದೊಂದು ದೇವರು!

ಇಂಥಾದ್ದರಲ್ಲಿ ಬ್ರಿಟಿಷ್ ಸರ್ಕಾರ ಭಾರತವನ್ನು ಕ್ರೈಸ್ತ ದೇಶವನ್ನಾಗಿ ಪರಿವರ್ತಿಸಲು ಹೆಣಗತೊಡಗುತ್ತದೆ. ಅದಕ್ಕಾಗಿ ಇಲ್ಲಿನ ಜನತೆಯ ಬದುಕಿನ ಅತಿದೊಡ್ಡ ಅಂಗವಾಗಿದ್ದ ಗೋವನ್ನು ಸಾಲುಸಾಲಾಗಿ ಹತ್ಯೆ ಮಾಡಲಾಗುತ್ತದೆ. ನಿಮಗೆ ಆಶ್ಚರ್ಯವಾಗಬಹುದು. ಮುಂದಿನ ಕೆಲವೇ ಕ್ಷಣಗಳಲ್ಲಿ ತನಗೊಂದು ಬರ್ಬರ ಸಾವು ಬರಲಿದೆಯೆಂಬ ಅಳುಕು ಕೂಡ ಇಲ್ಲದೇ ಕಸಾಯಿಯ ಖಡ್ಗಕ್ಕೆ ರುಂಡಕೊಡುತ್ತಿದ್ದ ಈ ಗೋವುಗಳು, ಮುಂದೆ ಸ್ವಾತಂತ್ರ್ಯ ಸಮರದಲ್ಲಿ

catalyst ಥರ ಕೆಲಸ ಮಾಡಿದವು. 1857 ರ ಸಿಪಾಯಿ ದಂಗೆ ಉಗ್ರ ಸ್ವರೂಪ ಪಡೆದುಕೊಳ್ಳಲು ಕಾರಣವಾದವು.

ಹಿಂದೂ ಸಂಸ್ಕೃತಿಯ ಪ್ರಮುಖ ಕೊಂಡಿಯಾದ 'ನಂದಿ'ಯನ್ನು ಕೊಂದಾಗ ಮಾತ್ರ ಇಲ್ಲಿ ಶಿಲುಬೆಯ ಕ್ರಾಸ್‌ನ್ನು ನೇತಾಡಿಸಲು ಸಾಧ್ಯ ಎಂಬ ನಿರ್ಧಾರಕ್ಕೆ ಬಂದು ಬಿಟ್ಟಿದ್ದ ಬ್ರಿಟಿಷ್ ಸರ್ಕಾರ, ಎಲ್ಲೆಂದರಲ್ಲಿ ಗೋವುಗಳನ್ನು ಹತ್ಯೆ ಮಾಡುವ ಕಸಾಯಿಖಾನೆಗಳನ್ನು ಸ್ಥಾಪಿಸತೊಡಗಿತು.

ಸರಿಯಾಗಿ ಅದೇ ಸಮಯದಲ್ಲಿ ಬ್ರಿಟಿಷ್ ಸರ್ಕಾರದ ಗುಪ್ತಚರ ಇಲಾಖೆ ಲಂಡನ್ನಿಗೆ ವರದಿಯೊಂದನ್ನು ರವಾನಿಸುತ್ತದೆ. ಆ ಇಲಾಖೆಯ ಅಧಿಕಾರಿಯಾದ ಲ್ಯಾನ್ಸ್‌ಡೌನ್, ವಿಕ್ಟೋರಿಯಾ ರಾಣಿಗೆ ಖುದ್ದಾಗಿ ಪತ್ರ ಬರೆಯುತ್ತಾನೆ:

"ಯುವರ್ ಎಕ್ಸ್‌ಲೆನ್ಸಿ, ಇಲ್ಲಿ ಗೋಹತ್ಯೆ ಗಂಭೀರ ಸ್ವರೂಪವನ್ನು ತೆಗೆದುಕೊಳ್ಳುತ್ತಿದೆ. ಗೋಹತ್ಯೆ ಮಾಡುವವರನ್ನು ಇಲ್ಲಿನ ಯುವಕರು ಮನಬಂದಂತೆ ಥಳಿಸುತ್ತಿದ್ದಾರೆ. ಅಂಥ ಎಷ್ಟೋ ಜನರನ್ನು ಹತ್ಯೆ ಕೂಡ ಮಾಡಲಾಗಿದೆ. ಇಲ್ಲಿರುವ ಸುಮಾರು ಏಳೂವರೆ ಲಕ್ಷ ಹಳ್ಳಿಗಳ ಪೈಕಿ ಏಳು ಲಕ್ಷ ಹಳ್ಳಿಗಳಲ್ಲಿ 'ಗೋವು ಸಂರಕ್ಷಕ ಸಮಿತಿ'ಗಳನ್ನು ಮಾಡಲಾಗಿದೆ. ನನಗನಿಸುತ್ತಿದೆ, ಯಾಕೋ ಭಾರತೀಯರು ಗೋಹತ್ಯೆಯನ್ನು ಗಂಭೀರವಾಗಿ ಪರಿಗಣಿಸಿದಂತಿದೆ. ಸಾಧ್ಯವಾದರೆ ಈ ಹತ್ಯೆಯನ್ನು ಆದಷ್ಟು ಬೇಗ ನಿಲ್ಲಿಸಿ. ಇಲ್ಲವಾದರೆ ಅನಾಹುತವಾದೀತು."

ಆದರೆ ರಾಣಿ ಸುಮ್ಮನಾಗುವುದಿಲ್ಲ. 1893 ಡಿಸೆಂಬರ್ 8 ರಂದು ಅದೇ ಲ್ಯಾನ್ಸ್‌ಡೌನ್‌ಗೆ ಪತ್ರ ರವಾನಿಸುತ್ತಾಳೆ.

"ಇಲ್ಲ, ಇಲ್ಲ, ಯಾವುದೇ ಕಾರಣಕ್ಕೂ ಗೋಹತ್ಯೆ ನಿಲ್ಲಕೂಡದು. ಸದ್ಯಕ್ಕೆ ಭಾರತದಲ್ಲಿ ನಡೆಯುತ್ತಿರುವ ದೊಂಬಿ, ಗಲಾಟೆಗಳು ಎಲ್ಲ ನಮ್ಮ ಯೋಜನೆಯಂತೆ ನಡೆಯುತ್ತಿವೆ. ಇದೇ ಗೋಹತ್ಯೆ ಮುಂದೊಂದು ದಿನ ಅಲ್ಲಿನ ಹಿಂದೂ-ಮುಸ್ಲಿಮರ ಮಧ್ಯೆ ಕಂದರ ತೋಡುತ್ತದೆ. ಸದ್ಯಕ್ಕೆ ನೀವೊಂದು ಕೆಲಸ ಮಾಡಿ. ಈ ಗೋಹತ್ಯೆಗಳನ್ನು ಮುಸ್ಲಿಮರೇ ಮಾಡುತ್ತಿದ್ದಾರೆಂದು ಸುದ್ದಿ ಹಬ್ಬಿಸಿ, ಮತ್ತು ಮುಸ್ಲಿಮರಿಗೆ ಇಂಥದೊಂದು ಕೆಲಸ ಮಾಡಲು ಪ್ರೇರೇಪಿಸಿ."

ಈ ರೀತಿಯ ಸಾರಾಂಶವಿರುವ ರಾಣಿಯ ಪತ್ರ ಬರುತ್ತಲೇ ಇಲ್ಲಿರುವ

ಅಷ್ಟೂ ಕಸಾಯಿಖಾನೆಗಳಲ್ಲಿ ಬರೀ ಮುಸ್ಲಿಮರಿಗೆ ಕೆಲಸ ನೀಡಲಾಗುತ್ತದೆ. ಹೊರನೋಟಕ್ಕೆ ಮುಸ್ಲಿಮರೇ ಹಸುಗಳನ್ನು ಕೊಲ್ಲುತ್ತಿದ್ದಾರೆಂದು ಚಿತ್ರಿಸಿ ಹಿಂದೂ–ಮುಸ್ಲಿಂ ಗಲಾಟೆಗೆ ಮುನ್ನುಡಿ ಬರೆಯಲಾಗುತ್ತದೆ.

ದುರಂತದ ವಿಷಯವೆಂದರೆ, ಯಾವ ಕಾರಣಕ್ಕಾಗಿ ಬ್ರಿಟಿಷರು ಈ ಹತ್ಯೆಗಳನ್ನು ಪ್ರಾರಂಭಿಸಿದರೋ, ಅದೇ ಹತ್ಯೆಗಳನ್ನು ನಮ್ಮ ಸರ್ಕಾರ ಕೂಡ ಮುಂದುವರೆಸಿಕೊಂಡು ಬರುತ್ತಿದೆ. ನಾನೀಗ ಮುಂದೆ ನೀಡಲಿರುವ ಅಂಕಿ–ಅಂಶಗಳನ್ನು ಓದತೊಡಗಿದರೆ ಎಂಥ ಕಟುಕನ ಕಣ್ಣಲ್ಲೂ ನೀರು ಬಂದೀತು. ಆಯುರ್ವೇದದ ಸರ್ವಕಾಲಿಕ ಮಹಾನ್ ಗ್ರಂಥಗಳಾದ ಚರಕ ಸಂಹಿತೆ, ಹರಿತ್ಸಹಿತ ಮತ್ತು ಸುಶ್ರುತ ಬರೆದಂಥ ಗ್ರಂಥಗಳಲ್ಲಿ ಪ್ರಮುಖ ಸ್ಥಾನ ಪಡೆದಿರುವ ಈ ಗೋವು, ನೂರೆಂಟು ರೋಗಗಳಿಗೆ ರಾಮಬಾಣ! ಬರೀ ಗೋಮೂತ್ರದಿಂದಲೇ ಸುಮಾರು ಒಂದು ನೂರಾ ಎಂಟು ರೀತಿಯ ರೋಗಗಳನ್ನು ನಿವಾರಿಸಬಹುದಂತೆ. ವರ್ಷವೊಂದಕ್ಕೆ ಇಪ್ಪತ್ತೈದು ಸಾವಿರ ರೂಪಾಯಿ ಮೌಲ್ಯದ ಗೊಬ್ಬರವನ್ನೂ, ಹದಿನೈದು ಸಾವಿರ ರೂಪಾಯಿ ಮೌಲ್ಯದ ಹಾಲನ್ನೂ ನೀಡುವ ಈ ಗೋವುಗಳನ್ನು ನಾವು ಮಾತ್ರ ಯರ್ರಾಬಿರ್ರಿಯಾಗಿ ಹತ್ಯೆ ಮಾಡುತ್ತಿದ್ದೇವೆ.

ದಾಖಲೆಗಳ ಪ್ರಕಾರ, ಬ್ರಿಟಿಷರ ಆಡಳಿತದಲ್ಲಿ ಬರೀ ಮುನ್ನೂರ ಐವತ್ತು ಕಸಾಯಿಖಾನೆಗಳಿದ್ದರೆ, ಇವತ್ತು ನಮ್ಮಲ್ಲಿರುವ ಕಸಾಯಿಖಾನೆಗಳ ಸಂಖ್ಯೆ ಮೂವತ್ತಾರು ಸಾವಿರ! ಮೂವತ್ತು ವರ್ಷಗಳಲ್ಲಿ ಪರಂಗಿಗಳು ಹತ್ತು ಕೋಟಿ ಗೋವುಗಳನ್ನು ಕೊಂದಿದ್ದರೆ, ನಾವು ಇದುವರೆಗೂ 48 ಕೋಟಿ ಹಸುಗಳನ್ನು ಕೊಂದು ಹಾಕಿದ್ದೇವೆ. ಪ್ರತಿನಿತ್ಯ ಹತ್ತು ಸಾವಿರ ಹತ್ಯೆಗಳು ನಡೆದುಹೋಗುತ್ತಿವೆ. ನೆಹರೂ ಸರ್ಕಾರದಿಂದ ಹಿಡಿದು ಇವತ್ತಿನ ಸರ್ಕಾರದವರೆಗೂ ಯಾವೊಬ್ಬನೂ ಗೋಹತ್ಯೆ ನಿಷೇಧಿಸುವಂಥ ಕಾನೂನು ತರಲಿಲ್ಲ. ಯಾವತ್ತಾದರೊಂದು ದಿನ ನಮ್ಮನ್ನಾಳುವ ಈ ನಾಯಕರು ಸರಿಹೋದಾರೆಂದು ಭಾವಿಸುವುದೇ ದೊಡ್ಡ ಭ್ರಾಂತಿ!

ಇನ್ನೆಲ್ಲಿಯ ಕ್ರಾಂತಿ?

ಗುಟುಕುತ್ತಿರುವ ಜೀವ ಮಾತ್ರೆ ಕೇಳುತ್ತದೆ; ರೇಟನ್ನಲ್ಲ !

ಸೈನ್ಸು ಯಾವತ್ತೂ ಸೈಲಂಟಲ್ಲ!

ಅದೊಂದು ಹರಿಯುವ ಝರಿ. ಧುಮ್ಮಿಕ್ಕುವ ಜಲಪಾತ. ನೆಗೆಯುವ ಹೋರಿ ಮತ್ತು ಕೆನೆಯುವ ಕುದುರೆ! ಹಾಗಾಗಿ ಇವತ್ತಿಗೂ ಸೈನ್ಸೆಂಬುದು ಬರೀ ನಿಂತ ನೀರಾಗದೇ ರಾಕ್ಷಸಾಕಾರವಾಗಿ ಬೆಳೆಯುತ್ತಲೇ ಬಂದಿದೆ; ತಾತನಿಂದ ಮಗನಿಗೆ, ಮಗನಿಂದ ಮೊಮ್ಮಗನಿಗೆ...

ಬಹುಶಃ ಅದಕ್ಕೇ ಏನೋ, ಈಗ್ಗೆ ನೂರಾರು ವರ್ಷಗಳ ಹಿಂದೆ ಈ ಲೋಕ ಕಂಡ ಅಪ್ರತಿಮ ವಿಜ್ಞಾನಿ ಸರ್ ಐಸಾಕ್ ನ್ಯೂಟನ್ ವಿಜ್ಞಾನದ ಬಗ್ಗೆ ತುಂಬ ವಿಶಿಷ್ಟವಾಗಿ ಹೇಳಿದ್ದ: "ಸೈನ್ಸೆಂದರೆ ಸುಮ್ಮನೇ ಮಾತಲ್ಲ. ಅದೊಂದು ಸುಂದರ ನೋಟ. ನಮ್ಮ ತಾತಂದಿರ ಹೆಗಲ ಮೇಲೆ ಕಾಲೂರಿ ದೂರದೂರಕ್ಕೆ ಕಣ್ಣಾಡಿಸುವ ಕ್ರಿಯೆ!"

ಇಂಥ ಸೈನ್ಸಿನ ಇನ್ನೊಂದು ಮುಖವೆಂದರೆ ಟೆಕ್ನಾಲಜಿ. ಒಂದರ್ಥದಲ್ಲಿ ಸೈನ್ಸೆಂಬುದು ಟೆಕ್ನಾಲಜಿಗೆ ತಾಯಿಯಿದ್ದಂತೆ. ಸೈನ್ಸ್‌ನಂತೆ ಟೆಕ್ನಾಲಜಿ ಕೂಡ ಸ್ತಬ್ಧವಲ್ಲ. ಹಾಗೆಯೇ ಟೆಕ್ನಾಲಜಿಯೆನ್ನುವುದು ಒಂದು ನಿರ್ದಿಷ್ಟ ದೇಶದ, ನಿರ್ದಿಷ್ಟ ಕಂಪನಿಯ ಸ್ವತ್ತಾಗಿ ಹೋಗಿಬಿಡುವುದು ಎಷ್ಟು ಅಪಾಯಕಾರಿಯೋ ಅಷ್ಟೇ ದುರಂತವೂ ಹೌದು. ಹಾಗಾಗದಂತೆ ತಡೆಯಲು ಇವತ್ತು ನಮ್ಮಲ್ಲೊಂದು ಕಾನೂನಿದೆ.

ಅದರ ಹೆಸರು : ಇಂಡಿಯನ್ ಪೇಟೆಂಟ್ ಆ್ಯಕ್ಟ್– 1970.

ಇವತ್ತಿನ ಮಟ್ಟಿಗೆ ನಮ್ಮಲ್ಲಿರುವ ಸಾವಿರಾರು ಸ್ವದೇಶಿ ಕಂಪೆನಿಗಳು, ಬಹುರಾಷ್ಟ್ರೀಯ ಕಂಪೆನಿಗಳ ಆರ್ಭಟತನಕ್ಕೆ, ದಬ್ಬಾಳಿಕೆಗೆ ಜಗ್ಗದೇ ಇನ್ನೂ ಉಸಿರಾಡುತ್ತಿವೆಯೆಂದರೆ, ಅದಕ್ಕೆ ಮೂಲ ಆಧಾರ ಇದೇ ಕಾನೂನು. ಜಗತ್ತಿನ ಯಾವುದೇ ವ್ಯಕ್ತಿ ತನ್ನ ಪ್ರಯೋಗಗಳ ಮೂಲಕ ಯಾವುದಾದರೊಂದು ಹೊಸ ಉತ್ಪನ್ನವನ್ನು ಕಂಡುಹಿಡಿದಾಗ, ಆ ವಸ್ತುವಿನ ತಯಾರಿಕೆ, ಮಾರಾಟ

ಕುರಿತಂತೆ ಆ ವ್ಯಕ್ತಿಗೆ ಕೆಲ ಸಮಯದವರೆಗೆ ವಿಶೇಷ ರೀತಿಯ ಹಕ್ಕು, ಅಧಿಕಾರಗಳನ್ನು ನೀಡಲಾಗುತ್ತದೆ. ಯಾವುದೇ ವ್ಯಕ್ತಿ ತಾನು ಕಂಡುಹಿಡಿದ ವಸ್ತುವಿಗೆ ಪೇಟೆಂಟ್ ಮಾಡಿಸಿದನೆಂದರೆ, ಆತನನ್ನು ಬಿಟ್ಟು ಜಗತ್ತಿನ ಮತ್ಯಾವ ಕಂಪೆನಿಯೂ ಆತನ ಪ್ರಾಡಕ್ಟನ್ನು ನಿರ್ದಿಷ್ಟ ಸಮಯದವರೆಗೆ ತಯಾರಿಸುವಂತಿಲ್ಲ. ಜಗತ್ತಿನ ಹಲವಾರು ದೇಶಗಳಲ್ಲಿ ಈ ರೀತಿಯ ಪೇಟೆಂಟ್ ಕಾನೂನುಗಳಿವೆ.

ಆದರೆ ನಮ್ಮಲ್ಲಿರುವ ಪೇಟೆಂಟ್ ಕಾನೂನು ವಿಶಿಷ್ಟ ರೀತಿಯದು. ಇಲ್ಲಿ ಬರೀ ಪ್ರಾಸೆಸ್‌ಗೆ ಪೇಟೆಂಟ್ ನೀಡಲಾಗುತ್ತದೆಯೇ ಹೊರತು ಅದರ ಪ್ರಾಡಕ್ಟಗಲ್ಲ! ನಿಮಗೆ ಇನ್ನೂ ಸರಳವಾಗಿ ಅರ್ಥವಾಗಬೇಕಾದರೆ ಈ ಉದಾಹರಣೆ ಗಮನಿಸಿ; ಒಬ್ಬ ವ್ಯಕ್ತಿ 'x' ಎನ್ನುವ ಪ್ರಾಡಕ್ಟನ್ನು ಕಂಡುಹಿಡಿದಿದ್ದಾನೆಂದುಕೊಳ್ಳಿ. ಅದರ ತಯಾರಿಕೆಗೆ, A, B, C ಎನ್ನುವ ವಸ್ತುಗಳು ಬೇಕಾಗುತ್ತವೆ. ಈ ವ್ಯಕ್ತಿ ತನ್ನ ಪ್ರಾಡಕ್ಟ್ ಆದ 'x' ಅನ್ನು ತಯಾರಿಸಲು ಒಂದು ಫಾರ್ಮುಲಾ ಕಂಡುಹಿಡಿದಿದ್ದಾನೆ. A+B+C = x ಎನ್ನುವುದು ಆತನ ಫಾರ್ಮುಲಾ.

ಇಂಥ ಸಮಯದಲ್ಲಿ ಆ ವ್ಯಕ್ತಿ ತನ್ನ ಬ್ರಾಂಡ್ ಆದ 'x' ಅನ್ನು ಪೇಟೆಂಟ್ ಮಾಡಿಸಿಕೊಳ್ಳುತ್ತಾನೆಂದುಕೊಳ್ಳಿ. ಆಗ ಇನ್ನೊಬ್ಬ ವ್ಯಕ್ತಿ ಅದೇ ಪ್ರಾಡಕ್ಟ್‌ನ್ನು ಬೇರೆ ವಿಧಾನದಿಂದ ತಯಾರಿಸಬಹುದೇ ಹೊರತು A+B+C ವಿಧಾನದಿಂದಲ್ಲ. ಅದು A+B-C ಆದರೂ ಆಗಬಹುದು. ಇಲ್ಲಾಂದ್ರೆ A+B+1/2 C ಆದರೂ ಆಗಬಹುದು. ಪೇಟೆಂಟ್ ಆ್ಯಕ್ಟ್ – 1970 ರಲ್ಲಿರುವ ಈ ರೀತಿಯ ವಿಶಿಷ್ಟ ಪ್ರಾವಿಜನ್‌ನಿಂದಾಗಿ ಇವತ್ತು ಅತೀ ಹೆಚ್ಚಿನ ಉಪಯೋಗವಾಗಿರುವುದು ಆರೋಗ್ಯ ಕ್ಷೇತ್ರಕ್ಕೆ.

ಯಾಕೆಂದರೆ 1970 ಕ್ಕೂ ಮೊದಲು ನಮ್ಮಲ್ಲಿದ್ದದ್ದು ಬ್ರಿಟಿಷರ ಪೇಟೆಂಟ್ ಕಾನೂನು. 1911 ರಲ್ಲಿ ತಯಾರಿಸಲಾದ ಆ ಕಾನೂನಿನಲ್ಲಿ ಪ್ರಾಡಕ್ಟ್ ಮತ್ತು ಪ್ರಾಸೆಸ್ ಎರಡಕ್ಕೂ ಪೇಟೆಂಟ್ ಇದ್ದಿದ್ದರಿಂದ ನಮ್ಮಲ್ಲಿ ಔಷಧ ತಯಾರಿಸುವ ಕಂಪನಿಗಳೇ ಇರಲಿಲ್ಲ. ತೀರ ಇತ್ತೀಚಿಗೆ ಅಂದರೆ, 1970 ರವರೆಗೂ ನಾವು ವಿದೇಶದಿಂದಲೇ ಔಷಧಗಳನ್ನು ತರಿಸಿಕೊಳ್ಳಬೇಕಿತ್ತು. ಮಲೇರಿಯಾದಂಥ ಸಾಂಕ್ರಾಮಿಕ ರೋಗಗಳೇನಾದರೂ ಹರಡತೊಡಗಿದರೆ, ಸಕಾಲಕ್ಕೆ ಔಷಧ ಸಿಗದೇ ಸಾವಿರಾರು ಜನ ಸಾಯುತ್ತಿದ್ದರು.

ಆದರೆ ಯಾವತ್ತು ಭಾರತೀಯ ಪೇಟೆಂಟ್ ಕಾನೂನು ಬಂತೋ, ಆವತ್ತಿನಿಂದ ಔಷಧ ಕ್ಷೇತ್ರದಲ್ಲಿ ಸ್ವದೇಶಿ ಕಂಪೆನಿಗಳು ಮಿಂಚತೊಡಗಿದವು. 1970 ರ ಸುಮಾರಿಗೆ ಕೇವಲ ಬೆರಳೆಣಿಕೆಯಷ್ಟು ಔಷಧ ತಯಾರಿಸುವ ಸ್ವದೇಶಿ ಕಂಪೆನಿಗಳಿದ್ದರೆ, ಇವತ್ತು ಸುಮಾರು ಹದಿನೆಂಟು ಸಾವಿರಕ್ಕೂ ಹೆಚ್ಚಿನ ಸ್ವದೇಶಿ ಕಂಪೆನಿಗಳಿವೆ. ಆವತ್ತು ವರ್ಷವೊಂದರಲ್ಲಿ ಬರೀ 60–70 ಕೋಟಿ ವ್ಯವಹಾರ ನಡೆದಿದ್ದರೆ ದೊಡ್ಡ ಮಾತಾಗುತ್ತಿತ್ತು. ಆದರೆ ಅದೇ ಇವತ್ತು 8000 ಕೋಟಿಗೂ ಮಿಕ್ಕಿ ವಾರ್ಷಿಕ ವ್ಯವಹಾರ ನಡೆಯುತ್ತಿದೆ.

ಬರೀ ತಯಾರಿಕಾ ವಿಧಾನಕ್ಕೆ ಮಾತ್ರ ನಿರ್ದಿಷ್ಟ ಅವಧಿಯವರೆಗೆ ಪೇಟೆಂಟ್ ಕೊಡುವುದರಿಂದ ಒಂದೇ ವಸ್ತುವನ್ನು ತಯಾರಿಸುವುದಕ್ಕಾಗಿ ಬೇರೆ ಬೇರೆ ಕಂಪೆನಿಗಳು ತಮ್ಮದೇ ಆದ ಫಾರ್ಮುಲಾವನ್ನು ತಯಾರಿಸುವಂತಾಗಿದೆ. ಆರೋಗ್ಯಕರ ಸ್ಪರ್ಧೆ ಒಡ್ಡುವಂತಾಗಿದೆ. ಇದರಿಂದ ಪ್ರತಿ ಕಂಪೆನಿ ಕೂಡ ಒಳ್ಳೆಯ ಗುಣಮಟ್ಟದ ಔಷಧಿಗಳನ್ನು ಆದಷ್ಟು ಕಡಿಮೆ ಬೆಲೆಯಲ್ಲಿ ತನ್ನ ಗ್ರಾಹಕನಿಗೆ ಒದಗಿಸುವಂತಾಗಿದೆ.

ಆದರೆ ಈಚೆಗೆ ಎರಡು ವರ್ಷಗಳ ಹಿಂದೆ ಇಂಥದೊಂದು ಕಾನೂನನ್ನೇ ರದ್ದು ಮಾಡುವ ಹುನ್ನಾರ ನಡೆದಿತ್ತು. ಅಮೆರಿಕದ ಫೈಜರ್ ('ವಯಾಗ್ರ' ದಿಂದ ವಿಶ್ವಕ್ಕೇ ಪರಿಚಿತಗೊಂಡ ಕಂಪೆನಿ!), ಬ್ರಿಟನ್ನಿನ ಗ್ಲಾಕ್ಸೋ ಮತ್ತು ಸ್ವೀಡನ್ನಿನ ಸ್ಮಿತ್‌ಕ್ಲೈನ್ ಬೀಚಮ್ ಕಂಪೆನಿಗಳು ಪ್ರಾಸೆಸ್‌ನ ಜೊತೆಗೆ ಪ್ರಾಡಕ್ಟ್‌ನ ಮೇಲೂ ಪೇಟೆಂಟ್ ನೀಡುವಂತೆ ಇಲ್ಲಿನ ಸರ್ಕಾರದ ಮೇಲೆ ತೀವ್ರ ಒತ್ತಡ ತಂದಿದ್ದವು. ಆದರೆ ಭಾರತ ಸರ್ಕಾರ ಯಾಕೋ ಮಣಿಯಲಿಲ್ಲ. ಹಾಗೊಂದು ವೇಳೆ ಈ ಕಾನೂನೇನಾದರೂ ಬದಲಾಗಿದ್ದರೆ, ಇಲ್ಲಿನ ಬಡ ಬೋರೇಗೌಡ ಈ ವಿದೇಶಿ ಕಂಪನಿಗಳ ದುಬಾರಿ ಔಷಧಿಗಳಿಗೆ ಬೆಲೆ ತೆರಲಾಗದೇ ಅಲ್ಲಲ್ಲೇ ಪ್ರಾಣ ಬಿಟ್ಟಿರುತ್ತಿದ್ದ.

ಯಾಕೆಂದರೆ ಗುಟುಕುತ್ತಿರುವ ಜೀವ ಮಾತ್ರೆ ಕೇಳುತ್ತದೆ; ಪ್ರೊಡಕ್ಷನ್ cost ನ್ನಲ್ಲ. ಅಲ್ಲವೇ?

ಮದವೇರಿದ ಕುದುರೆಗೆ ಮುತ್ತು ಕೊಡುವ ಬಯಕೆಯೇಕೆ?

ಚಿಕ್ಕದೊಂದು ಉದಾಹರಣೆಯೊಂದಿಗೆ ನಿಮ್ಮನ್ನು ಎದಿರುಗೊಳ್ಳುತ್ತಿದ್ದೇನೆ.

ನೀವೀಗ ಬೆಂಗಳೂರಿನ ಬ್ರಿಗೇಡ್ ರೋಡಿನಲ್ಲಿದ್ದೀರಿ. ಕಣ್ಣೆದುರಿಗೆ ದೊಡ್ಡದೊಂದು ಜುವೆಲ್ಲರಿ ಶಾಪು. ಅಲ್ಲಿರುವ ಷೋಕೇಸಿನಲ್ಲಿ ವಜ್ರದ ಮೂಗುತಿ ಒಂದೇ ಸಮ ಹೊಳೆಯುತ್ತಿದೆ. ಹಿಂದಿನ ವಾರವಷ್ಟೇ ನಿಮ್ಮ ಗೆಳತಿಯೊಂದಿಗೆ ಇಲ್ಲಿಗೆ ಬಂದಿದ್ದಾಗ ಆಕೆ ಇದೇ ಮೂಗುತಿಯನ್ನು ಎಷ್ಟೊಂದು ಆಸೆಯಿಂದ, ಅಕ್ಕರೆಯಿಂದ ನೋಡಿದ್ದಳು! ಆವತ್ತು ನಿಮ್ಮಲ್ಲಿ ದುಡ್ಡಿರಲಿಲ್ಲ. ಹಾಗೆ ನೋಡಿದರೆ, ಹೇಳಿಕೊಳ್ಳಲು ದೊಡ್ಡದಾದ ನೌಕರಿಯಿದೆ. ಕೈತುಂಬ ಸಂಬಳ. ಆದರೇನು, ದುಡ್ಡೇ ನಿಲ್ತಿಲ್ವೆ? ಇವತ್ತೂ ಅಷ್ಟೇ; ಆ ವಜ್ರ ಕುಳಿತಲ್ಲೇ ಹೊಳೆಯುತ್ತಿದೆ ಫಳಫಳ. ಜೇಬು ಮಾತ್ರ ಝುಳಝುಳ!

ಥತ್, ಏನಾಗಿದೆ ನನಗೆ?

ಹಾಗಂತ ಮನಸ್ಸಿನಲ್ಲೇ ಗೊಣಗಿಕೊಳ್ಳುತ್ತೀರಿ. ಆದರೆ ಎಕನಾಮಿಕ್ಸ್‌ನಲ್ಲಿ ಅದಕ್ಕೊಂದು ಹೆಸರಿದೆ. ಅದು ಆರ್ಥಿಕ ದಿವಾಳಿತನ.

The Economic recession!

ನೆನಪಿಡಿ, 1990 ರಲ್ಲಿ ಭಾರತ ಸರ್ಕಾರಕ್ಕೆ ಇಂಥದೇ ಆರ್ಥಿಕ ದಿವಾಳಿತನ ಎದುರಾಗಿತ್ತು. ಆಗ ಇಡೀ ದೇಶದ ಆರ್ಥಿಕ ವ್ಯವಸ್ಥೆಯೇ ಅಲ್ಲೋಲ ಕಲ್ಲೋಲವಾಗಿತ್ತು. ಸದಾ ಗಿಜಿಗುಡುತ್ತಿದ್ದ ಮುಂಬೈನ ಸ್ಟಾಕ್ ಎಕ್ಸ್‌ಚೇಂಜು ಹೆಚ್ಚೂ ಕಡಿಮೆ ಸ್ತಬ್ಧವಾಗಿ ಹೋಗಿತ್ತು. ಗಗನಕ್ಕೇರಿದ ಷೇರಿನ ಬೆಲೆಗಳು ಇದ್ದಕ್ಕಿದ್ದಂತೆ ಪಾತಾಳ ಕಂಡಿದ್ದವು. ಆಗೆಲ್ಲ ಪರಿಸ್ಥಿತಿ ಯಾವ ಪರಿ ಹದಗೆಟ್ಟಿತ್ತೆಂದರೆ, ವರ್ಲ್ಡ್ ಬ್ಯಾಂಕ್‌ನಿಂದ ಒಂದೇ ಒಂದು ಪೈಸೆ ಸಾಲ ಹುಟ್ಟುವ ಸ್ಥಿತಿಯಿರಲಿಲ್ಲ. ಆ ಸಮಯದಲ್ಲಿ ಪ್ರಧಾನಿ ಪಿ.ವಿ. ನರಸಿಂಹರಾವ್ ತಮ್ಮ ಸಂಪುಟದಲ್ಲಿ ವಿತ್ತ ಸಚಿವರಾಗಿದ್ದ ಮನಮೋಹನ್‌ಸಿಂಗ್‌ರನ್ನು ವರ್ಲ್ಡ್ ಬ್ಯಾಂಕ್‌ನ ಪ್ರಧಾನ ಕಛೇರಿಗೆ ಓಡಿಸಿದ್ದರು.

ಕೊನೆಗೂ ಅಂತೂ ಇಂತೂ ಸಾಲವೇನೋ ಬಂತು. ಆದರೆ ಭಾರತ ಸರ್ಕಾರ ತನ್ನಲ್ಲಿದ್ದ ಟನ್ನುಗಟ್ಟಲೇ ಚಿನ್ನವನ್ನು ವರ್ಲ್ಡ್ ಬ್ಯಾಂಕಿಗೆ ಅಡವಿಡಬೇಕಾಗಿ ಬಂತು. ವರ್ಲ್ಡ್ ಬ್ಯಾಂಕ್‌ನ ಎಲ್ಲಾ ಷರತ್ತುಗಳನ್ನು ಬೇಷರತ್ತಾಗಿ ಒಪ್ಪಿಕೊಳ್ಳಬೇಕಾಗಿ ಬಂತು. ಪರಿಣಾಮವಾಗಿ ಆರ್ಥಿಕ ವ್ಯವಸ್ಥೆಯಲ್ಲಿ ಎಂತೆಂಥದೋ ಹೊಸ ಹೊಸ ಪಾಲಿಸಿಗಳು ಬಂದವು. ಇವತ್ತು ನಾವೆಲ್ಲ ಗಂಭೀರವಾಗಿ ಮಾತನಾಡುವಂತೆ, ಚರ್ಚಿಸುವಂತೆ ಮಾಡಿದ ಉದಾರೀಕರಣ ಮತ್ತು ಜಾಗತೀಕರಣಗಳೆಂಬ ಗುಮ್ಮಗಳು ಭಾರತದೊಳಗೆ ನುಸುಳಿದ್ದು ಹೀಗೆ.

ಭಾರತದ್ದು ಈ ತೆರನಾದ ಕಥೆಯಾದರೆ, ಅಮೆರಿಕದ್ದು ಇದಕ್ಕಿಂತಲೂ ಭೀಕರ. ಇದು ತನ್ನ ಆರ್ಥಿಕ ದಿವಾಳಿತನವನ್ನು ಹೋಗಲಾಡಿಸಲು ಅತ್ಯಂತ ಅಸಹ್ಯಕರ ದಾರಿಯನ್ನು ಕಂಡುಕೊಂಡಿತು. 1890ರ ಸುಮಾರಿಗೆ ಪ್ರಾರಂಭವಾದ ದಿವಾಳಿತನವನ್ನು ಹೋಗಲಾಡಿಸಲು ಇದೇ ಅಮೆರಿಕ ಏನೆಲ್ಲಾ ಪ್ರಯತ್ನ ಮಾಡಿತು. ಆದರೆ ಖಜಾನೆ ಮಾತ್ರ ತುಂಬಲಿಲ್ಲ. ಸುಮಾರು ಇಪ್ಪತ್ತು ವರ್ಷಗಳ ಕಾಲ ತಲೆ ಕೆಡಿಸಿಕೊಂಡ ಅಲ್ಲಿನ ಆರ್ಥಿಕ ತಜ್ಞರು ಅಮೆರಿಕಾದ ತಿಜೋರಿ ತುಂಬಲು ಅತ್ಯಂತ ಕರಾರುವಕ್ಕಾದ ಯೋಜನೆ ತಯಾರಿಸಿದರು.

ಅದುವೇ ಪ್ರಥಮ ಜಾಗತಿಕ ಯುದ್ಧ!

ವಿಚಿತ್ರವೆಂದರೆ, ಮೊದಲ ವಿಶ್ವ ಯುದ್ಧ ನಡೆಯಲು ಅಂಥ ತೀವ್ರ ತೆರನಾದ ಪೊಲಿಟಿಕಲ್ ಕಾರಣಗಳೇನೂ ಇರಲಿಲ್ಲ. ಆದರೆ ಅಮೆರಿಕ ಮಾತ್ರ ಇಂಥದೊಂದು ಯುದ್ಧ ಪಾಂಗಿತವಾಗಿ ನಡೆಯುವಂತೆ ನೋಡಿಕೊಂಡಿತು. ಕಾರಣ ಸ್ಪಷ್ಟ; ತನ್ನಲ್ಲಿದ್ದ ನೂರಾರು ಕಂಪೆನಿಗಳ ಪ್ರಾಡಕ್ಟ್ ಆದಂಥ ಬಂದೂಕು, ಫಿರಂಗಿ, ಮದ್ದು-ಗುಂಡುಗಳನ್ನು ಮಾರಬೇಕಾಗಿತ್ತು. ಬಿಲಿಯನ್‌ಗಟ್ಟಲೆ ಡಾಲರುಗಳನ್ನು ಬಾಚಬೇಕಿತ್ತು. ಆ ಮೂಲಕ ಅದು ತನ್ನ ದಿವಾಳಿತನವನ್ನು ಭರಿಸಬೇಕಿತ್ತು.

ಇನ್ನು ಎರಡನೇ ಜಾಗತಿಕ ಮಹಾಯುದ್ಧವೇನೂ ಇದಕ್ಕಿಂತ ಭಿನ್ನವಾಗಿರಲಿಲ್ಲ. ಅಸಲಿ ವಿಷಯವೇನೆಂದರೆ, 1930 ರ ಸುಮಾರಿಗೆ ಅಮೆರಿಕ ಇಡೀ ವಿಶ್ವವೇ ಕಂಡರಿಯದಂಥ ದಿವಾಳಿತನ ಅನುಭವಿಸಿತು. ತುಂಬ ದಿನಗಳವರೆಗೆ ನಡೆದ ಆ ಅವಧಿಯನ್ನು “great economic recession” ಎಂದು ಇತಿಹಾಸದ ಪುಟಗಳಲ್ಲಿ ವರ್ಣಿಸಲಾಗಿದೆ.

ಅಂಥ ದಿನಗಳಲ್ಲಿ ಅಮೆರಿಕದ ನೂರಾರು ಕಂಪೆನಿಗಳು ನಷ್ಟ ಅನುಭವಿಸುತ್ತಿದ್ದವು. ಅವುಗಳಲ್ಲಿ ಐ.ಟಿ.ಟಿ. (International Telephone and Telegraph) ಕೂಡ ಒಂದು. ಹೆಸರು ಗಮನಿಸಿದರೆ, ಇದ್ಯಾವುದೋ ಟೆಲಿಫೋನು ಅಥವಾ ಟೆಲಿಗ್ರಾಫ್ ಮಶೀನುಗಳನ್ನು ತಯಾರಿಸುವ ಕಂಪೆನಿಯೆಂಬ ಗುಮಾನಿ ಹುಟ್ಟುವುದು ಸಹಜ. ಆದರೆ ಐ.ಟಿ.ಟಿ. ಯುದ್ಧಾಸ್ತ್ರಗಳನ್ನು ತಯಾರಿಸುವ ಅಮೆರಿಕದ ಅತಿ ದೊಡ್ಡ ಕಂಪೆನಿಗಳಲ್ಲಿ ಒಂದು. ಹೀಗಿರುವಾಗ ಅಂಥ ಸಮಯದಲ್ಲಿ ಒಂದು ದಿನ ಈ ಕಂಪೆನಿ ತನ್ನ ನಷ್ಟವನ್ನು ಭರಿಸಲು ತನ್ನದೇ ಏಜೆಂಟ್‌ನೊಬ್ಬನನ್ನು ಜರ್ಮನಿಯ ಹಿಟ್ಲರ್‌ನ ಹಿಂದೆ ಬಿಡುತ್ತದೆ. ಆತನ ಹೆಸರು ಫ್ರೆಡರಿಕ್ ಮ್ಯುಲ್ಲರ್, ಐ.ಟಿ.ಟಿ. ಯಲ್ಲಿ ಎಕ್ಸಿಕ್ಯೂಟಿವ್ ಹುದ್ದೆಯಲ್ಲಿರುವವ.

ಈ ಮ್ಯುಲ್ಲರ್, ಹಿಟ್ಲರ್‌ನ ಹಿಂದೆ ಅದ್ಯಾವ ಪರಿ ಬೀಳುತ್ತಾನೆಂದರೆ, ಕೊನೆಗೊಂದು ದಿನ ಸ್ವತಃ ಹಿಟ್ಲರ್‌ನೇ ಈತನನ್ನು ತನ್ನ ಅಡ್ವೈಸರ್ ಆಗಿ ನೇಮಿಸಿಕೊಳ್ಳುತ್ತಾನೆ. ಇಷ್ಟವಿಲ್ಲದಿದ್ದರೂ ಯುದ್ಧದಲ್ಲಿ ಪಾಲ್ಗೊಳ್ಳುವಂತೆ ಹಿಟ್ಲರ್‌ನ ಮನವೊಲಿಸಲಾಗುತ್ತದೆ. ಪರಿಣಾಮವಾಗಿ ಜರ್ಮನಿ ಎರಡನೇ ಜಾಗತಿಕ ಯುದ್ಧದಲ್ಲಿ ಪಾಲ್ಗೊಳ್ಳುತ್ತದೆ. ಜೊತೆಗೆ ಜಪಾನ್ ಕೂಡ. ಈ ಹಂತದಲ್ಲಿ ಅಮೆರಿಕ ಸ್ವತಃ ತಾನೂ ಯುದ್ಧದಲ್ಲಿ ಪಾಲ್ಗೊಂಡಿದ್ದಲ್ಲದೆ, ತನ್ನ ಶತ್ರು ಮತ್ತು ಮಿತ್ರ ರಾಷ್ಟ್ರಗಳೆರಡಕ್ಕೂ ಯುದ್ಧ ಸಾಮಗ್ರಿಗಳನ್ನು ಮಾರತೊಡಗುತ್ತದೆ. ಹದಗೆಟ್ಟಿದ್ದ ಅರ್ಥ ವ್ಯವಸ್ಥೆಯನ್ನು ಸರಿ ಮಾಡಿಕೊಳ್ಳುತ್ತದೆ. ತಮಾಷೆಯ ಸಂಗತಿಯೇನೆಂದರೆ, ತೀರ ಕೊನೆಗೆ ಅಂದರೆ, 1945ರ ಸುಮಾರಿಗೆ ತಮಗೆ ಶಾಂತಿಯ ಜರೂರತ್ತಿದೆ ಎಂಬ ಕಾರಣಕ್ಕಾಗಿ ಯಾವ ದೇಶವೂ ಯುದ್ಧಕ್ಕೆ ಮಂಗಳ ಹಾಡಲಿಲ್ಲ. ಬದಲಾಗಿ ತಮ್ಮಲ್ಲಿನ ಯುದ್ಧಾಸ್ತ್ರಗಳ ತಿಜೋರಿ ಖಾಲಿಯಾಯಿತೆಂಬ ಕಾರಣಕ್ಕೆ ಯುದ್ಧ ನಿಲ್ಲಿಸಿದವು.

ಇತ್ತ ಅಮೆರಿಕಕ್ಕೂ ಅಷ್ಟೇ ಬೇಕಾಗಿತ್ತು. ಅಲ್ಲಿನ ಕಾರ್ಖಾನೆಗಳ ಗೋಡೌನ್‌ಗಳಲ್ಲಿನ ಸ್ಟಾಕೂ ಮುಗಿದುಹೋಗಿತ್ತು. ರೊಕ್ಕದ ತಿಜೋರಿ ಮಾತ್ರ ತುಂಬಿ ತುಳುಕುತ್ತಿತ್ತು. ಅಮೆರಿಕದ ಈ ರೀತಿಯ ಒಳಸಂಚುಗಳಿಂದಲೇ ಅಲ್ಲೀಗ, "ಆರ್ಥಿಕ ಸ್ಥಿತಿ ಹದಗೆಟ್ಟರೆ ಯುದ್ಧ ಮಾಡಿಸು" ಎಂಬ ಘೋಷಣೆ ಹುಟ್ಟಿಕೊಂಡಿದೆ. ವಿಚಿತ್ರ ಸಂಗತಿಯೇನು ಗೊತ್ತು? ಎರಡನೇ ಮಹಾಯುದ್ಧ ಮುಗಿದ ಬಳಿಕ ಅಮೆರಿಕ ಮತ್ತು ಯೂರೋಪಿಯನ್ ರಾಷ್ಟ್ರಗಳಲ್ಲಿ ಒಂದು ಒಪ್ಪಂದವಾಗಿದೆ. 99 ವರ್ಷಗಳ ಅವಧಿಯ ಈ ಒಪ್ಪಂದದ ಪ್ರಕಾರ

ಯೂರೋಪಿಯನ್ ನೆಲದಲ್ಲಿ ಯಾವ ರಾಷ್ಟ್ರವೂ ಯುದ್ಧ ಮಾಡುವಂತಿಲ್ಲ! ಹೀಗಾಗಿ ಅಮೆರಿಕ ತೃತೀಯ ವಿಶ್ವದ ರಾಷ್ಟ್ರಗಳಾದ ಭಾರತ, ಚೀನಾ, ಪಾಕಿಸ್ತಾನಗಳ ಮೇಲೆ ಕಣ್ಣಾಡಿಸುತ್ತಿದೆ.

ಇಂಥದೊಂದು ಒಪ್ಪಂದವಾದ ಮೇಲೂ ಕೂಡ ಇಲ್ಲಿಯವರೆಗೆ, ಅಂದರೆ 1945 ರಿಂದ 2000 ದವರೆಗೆ ಸುಮಾರು 325 ಕ್ಕೂ ಹೆಚ್ಚಿನ ಸಂಖ್ಯೆಯ ಯುದ್ಧಗಳಾಗಿವೆ. ಇವೆಲ್ಲ ಯುದ್ಧಗಳಲ್ಲೂ ಅಮೆರಿಕ ಪ್ರತ್ಯಕ್ಷವಾಗಿಯೋ ಅಥವಾ ಪರೋಕ್ಷವಾಗಿಯೋ ಭಾಗಿಯಾಗಿದೆ. ಶಸ್ತ್ರಾಸ್ತ್ರಗಳನ್ನು ಮಾರಿಕೊಂಡಿದೆ.

ಇಂಥ ಮದವೇರಿದ ಕುದುರೆಯನ್ನು ನಾವು ರತ್ನ ಗಂಬಳಿ ಹಾಸಿ ಸ್ವಾಗತಿಸುತ್ತೇವೆ. ದುರಂತವೆಂದರೆ ಇದೇ ಅಲ್ಲವೇ?

ಮಿಂಚಿಹೋದ ಮಾತಿಗೆ ಚಿಂತಿಸಿ ಫಲವಿಲ್ಲ!

ನಿಮಗೊಂದು ತಮಾಷೆಯ ವಿಷಯ ಹೇಳುತ್ತೇನೆ. ಬಹುಶಃ ನೀವು ಅದನ್ನು ಗಮನಿಸಿರಲೂ ಬಹುದು.

ಅದ್ಯಾವುದೋ ಲಾರಿ ಡ್ರೈವರ್‌ನೊಬ್ಬ ತನ್ನ ಸೆಕ್ಯೂರಿಟಿಗೆ ಸಂಬಂಧಿಸಿದಂತೆ ಟ್ರಕ್ಕಿನ ಹಿಂದೆ 'ದಾರಿಗಾಗಿ ಶಬ್ಧ ಮಾಡಿ' ಎಂದು ಬರೆದಿರುತ್ತಾನೆ. ಇನ್ನೊಬ್ಬನ್ಯಾವನೋ ತನ್ನ ನಿಗೂಢ ಪ್ರಿಯತಮೆಗೆ ನೀಡುತ್ತಿರುವ ಸೂಚನೆಯೇನೋ ಎಂಬಂತೆ 'ಫಿರ್ ಮಿಲೇಂಗೆ' ಎಂದು ಕೆತ್ತಿಸಿರುತ್ತಾನೆ. ಇಂಥ ನಿರುಪದ್ರವಿ ಅಕ್ಷರಗಳ ನಡುವೆಯೇ ಒಮ್ಮೊಮ್ಮೆ ಪ್ರಾಸಬದ್ಧವಾದ ಕೆಲವೊಂದು ಯಡವಟ್ಟು ವಾಕ್ಯಗಳೂ ಕೂಡ ನುಸುಳಿ ಬರುತ್ತವೆ. ಉದಾಹರಣೆಗೆ.

ಅಕ್ಷರ ಕಲಿತ ನಾರಿ – ಮಾವನೊಂದಿಗೆ ಪರಾರಿ!

ಅದರ ಪಕ್ಕದಲ್ಲೇ ಇನ್ನೊಂದು ವಾಕ್ಯ. India: Independence of 50 years! ಅರೇ ನಮಗಾಗಲೇ ಸ್ವಾತಂತ್ರ್ಯ ಬಂದು ಅರ್ಧ ಶತಮಾನವಾಯಿತೇ? ಗುಲಾಮಗಿರಿಯೆನ್ನುವುದು ಹೊರಟು ಹೋಗಿ ಐವತ್ತು ವರ್ಷವಾಯಿತೇ? ಹಾಗಾದರೆ ಇಂಡಿಯನ್ ಇಂಡಿಪೆಂಡೆನ್ಸ್ ಆ್ಯಕ್ಟ್ ಮತ್ಯಾಕೆ ಜಾರಿಯಲ್ಲಿದೆ?

ಡಿಯರ್ ರೀಡರ್, ನಿಮ್ಮಲ್ಲಿ ತುಂಬ ಜನರಿಗೆ ಗೊತ್ತಿರಲಿಕ್ಕಿಲ್ಲ. 'ಇಂಡಿಯನ್ ಇಂಡಿಪೆಂಡೆನ್ಸ್ ಆ್ಯಕ್ಟ್ ಎಂಬ ಕಾನೂನನ್ನು ಮಾಡಿದ್ದು ಬ್ರಿಟಿಷರು. 1945 ರ ಜುಲೈ ಮೂರನೇ ತಾರೀಖಿನಂದು ಲಂಡನ್ನಿನ ಹೌಸ್ ಆಫ್ ಪಾರ್ಲಿಮೆಂಟಿನಲ್ಲಿ ಅಂಗೀಕರಿಸಲಾದ ಈ ಕಾನೂನನ್ನು ಆಗಸ್ಟ್ 14, 1947 ರ ಮಧ್ಯರಾತ್ರಿಯಿಂದಲೇ ಭಾರತದಲ್ಲಿ ಜಾರಿಗೊಳಿಸಲಾಯಿತು.

ಇಷ್ಟಕ್ಕೂ ಇವತ್ತು ಇಂಥದೊಂದು ಆ್ಯಕ್ಟ್‌ನ ಬಗ್ಗೆ ನಿಮಗ್ಯಾಕೆ ವಿವರಿಸುತ್ತಿದ್ದೇನೆಂದರೆ, ಇದೇ ಕಾನೂನು, ಪಕ್ಕದಲ್ಲಿರುವ ಪಾಕಿಸ್ತಾನ ನಮ್ಮ ಮೇಲೆ ಮೂರು ಸಲ ಆಕ್ರಮಣ ಮಾಡುವಂತೆ ಮಾಡಿತು. ಇದೇ ಕಾನೂನು ಸುಂದರ ಕಾಶ್ಮೀರವನ್ನು ಕುರೂಪಿಯನ್ನಾಗಿ ಮಾಡಿತು. ಇದೇ ಕಾನೂನು

ಭಾರತದ ಸಾವಿರಾರು ದೇಶಭಕ್ತರನ್ನು ಅವರ ಕೆಚ್ಚು, ಕನಸು, ಕನವರಿಕೆಗಳ ಸಮೇತ ಹಿಮಾಲಯದ ಮಂಜಿನಲ್ಲಿ ಮುಚ್ಚಿ ಹಾಕಿತು. ಮತ್ತು ಈ ಕಾನೂನು ಇವತ್ತಿನ ಈ ಕ್ಷಣದವರೆಗೂ ಜಾರಿಯಲ್ಲಿದೆ!

1947 ರ ಆಗಸ್ಟ್ ಹದಿನೈದರ ಮಧ್ಯರಾತ್ರಿ ಬ್ರಿಟಿಷರು ಇಲ್ಲಿಂದ ಕಾಲು ಕಿತ್ತುವ ಮುನ್ನ ಮತ್ತೊಮ್ಮೆ ಇಲ್ಲಿಗೆ ಬರುವ ಯೋಚನೆ ಮಾಡಿದ್ದರೋ ಇಲ್ಲವೋ ಗೊತ್ತಿಲ್ಲ; ಆದರೆ ಅದಕ್ಕೊಂದು ಸಿದ್ಧತೆ ಮಾತ್ರ ಖಂಡಿತ ಮಾಡಿದ್ದರು. ಅದಕ್ಕಾಗಿ ತಮ್ಮ golden rule ಆಗಿದ್ದ 'ವಿಭಜಿಸಿ–ಆಳು' ನೀತಿಯನ್ನು ನಮ್ಮ ಮೇಲೆ ಪ್ರಯೋಗಿಸಿ ಹೋಗಿದ್ದರು.

ಆ ಅಸ್ತ್ರವೇ ಇಂಡಿಯನ್ ಇಂಡಿಪೆಂಡೆನ್ಸ್ ಆ್ಯಕ್ಟ್ !

ಇದರಲ್ಲಿ ಹತ್ತಾರು ರೀತಿಯ ಗೋಜಲು ಗೋಜಲಾದ ವಿಷಯಗಳಿವೆ. ಅದರಲ್ಲಿ ಅತ್ಯಂತ ಸ್ಪಷ್ಟವಾಗಿ ನಮೂದಿಸಲಾಗಿರುವ ವಿಷಯವೆಂದರೆ: ಭಾರತ ಮತ್ತು ಪಾಕಿಸ್ತಾನ ರಾಷ್ಟ್ರಗಳೆರಡೂ ಸ್ವತಂತ್ರ ರಾಷ್ಟ್ರಗಳಾಗಿರದೇ ಎರಡು ಡೊಮಿನಿಯನ್ ರಾಜ್ಯಗಳಾಗಿರುವದು! ನೀವು ಇವತ್ತಿನ ಮಟ್ಟಿಗೆ ಜಗತ್ತಿಗೆ ಯಾವುದೇ ಆಂಗ್ಲಭಾಷೆಯ ಡಿಕ್ಷನರಿಯನ್ನು ತೆಗೆದು dominion states ಎಂಬ ಶಬ್ಧದ ಅರ್ಥ ಹುಡುಕಿ ನೋಡಿದರೆ, ರಾಜಪ್ರಭುತ್ವದ ಎರಡು ಸ್ವತಂತ್ರ ರಾಜ್ಯಗಳು ಎಂಬ ಅರ್ಥ ಹೊರಡುತ್ತದೆ. ಅದರರ್ಥ ಇಷ್ಟೇ! ಆ ನಿಯಮದ ಪ್ರಕಾರ, ನಾವು ಇವತ್ತಿಗೂ ಲಂಡನ್‌ನ ಎರಡು 'ಚಿಕ್ಕ ರಾಜ್ಯ' ಗಳಾಗಿ ಉಳಿದಿದ್ದೇವೆ!

ಅದೇನೇ ಇರಲಿ, ಸ್ವಾತಂತ್ರ್ಯ ಸಿಕ್ಕ ಸಮಯದಲ್ಲಿ ಭಾರತದಲ್ಲಿ ಸುಮಾರು ಐದುನೂರ ಐವತ್ತಕ್ಕೂ ಹೆಚ್ಚಿನ ಸ್ವತಂತ್ರ ಪ್ರಾಂತ್ಯಗಳಿದ್ದವು. ಅವುಗಳಲ್ಲಿ ಕಾಶ್ಮೀರವಿತ್ತು. ಹೈದರಾಬಾದ್ ಇತ್ತು. ತಿರುವನಂತಪುರ ಮತ್ತು ಕೊಯಂಬತ್ತೂರಿನ ರಾಜರುಗಳು ಸ್ವತಂತ್ರರಾಗಿದ್ದರು. ಗುಜರಾತ್‌ನ ಜುನಾಗಡ್ ಪ್ರಾಂತ್ಯದ ನವಾಬ ಕೂಡ ಸ್ವತಂತ್ರವಾಗಿದ್ದ. ಇಂಥಾದರಲ್ಲಿ ಬ್ರಿಟಿಷರು ಬಿಟ್ಟುಹೋದ ಈ ಕಾನೂನಿನಲ್ಲಿ ಒಂದು ವಿಚಿತ್ರ provision ಕೂಡ ಇತ್ತು. ಅದೇನು ಹೇಳುತ್ತದೆಂದರೆ, ಈ ಎಲ್ಲ ಸ್ವತಂತ್ರ ರಾಜರುಗಳು ಇಷ್ಟವಾದರೆ ಸ್ವತಂತ್ರ ಭಾರತಕ್ಕೆ ತಮ್ಮ ಪ್ರಾಂತ್ಯವನ್ನು ಸೇರಿಸಿಕೊಳ್ಳಬಹುದು. ಇಲ್ಲವಾದರೆ ಪಕ್ಕದ ಪಾಕಿಸ್ತಾನ ದೇಶದೊಂದಿಗಾದರೂ ತಮ್ಮನ್ನು ಗುರುತಿಸಿಕೊಳ್ಳಬಹುದು. ಎರಡೂ ಬೇಡವಾದರೆ ತಮ್ಮಷ್ಟಕ್ಕೆ ತಾವೇ ಸ್ವತಂತ್ರವಾಗಿಯೂ ಉಳಿಯಬಹುದು.

ಹೀಗಾಗಿ ಜಮ್ಮು ಮತ್ತು ಕಾಶ್ಮೀರದ ರಾಜಾ ಹರಿಸಿಂಗ್ ಇತ್ತ ಭಾರತಕ್ಕೂ ಸೇರಿಕೊಳ್ಳದೇ, ಅತ್ತ ಪಾಕಿಸ್ತಾನವನ್ನೂ ಅಪ್ಪಿಕೊಳ್ಳದೇ ಸ್ವತಂತ್ರವಾಗಿಯೇ ಆಡಳಿತ ನಡೆಸುತ್ತಿದ್ದ. ಆದರೆ ಬ್ರಿಟಿಷರು ಬಿಟ್ಟು ಹೋದ ಈ ಕಾನೂನನ್ನು ಎನ್‌ಕ್ಯಾಶ್ ಮಾಡಿಕೊಂಡಿದ್ದು ಮಾತ್ರ ಪಾಕಿಸ್ತಾನವೇ. ಭಾರತದಿಂದ ಬೇರ್ಪಟ್ಟ ಎರಡು ತಿಂಗಳ ಅವಧಿಯಲ್ಲಿಯೇ (ಪಾಕಿಸ್ತಾನ ಭಾರತದಿಂದ ಬೇರ್ಪಟ್ಟಿದ್ದು 14 ಆಗಸ್ಟ್ 1947) ಅಂದರೆ, ಅಕ್ಟೋಬರ್ 20, 1947 ರಂದು ಭಾರತದ ಕಾಶ್ಮೀರದ ಮೇಲೆ ಆಕ್ರಮಣ ಮಾಡಿತು. ಆದರೆ ಹರಿಸಿಂಗ್ ಎಷ್ಟಾದರೂ ಸಣ್ಣ ಪ್ರಾಂತ್ಯವೊಂದರ ರಾಜನಷ್ಟೇ. ಹಾಗಾಗಿ ಕೇವಲ ಮೂರೂವರೆ ದಿನದೊಳಗಾಗಿ ಹರಿಸಿಂಗ್‌ನ ಅಷ್ಟೂ ಸೈನ್ಯ ಪಾಕ್‌ನ ಸೈನ್ಯದೆದುರು ಅಡ್ಡಡ್ಡ ಮಲಗಿತು.

ಸರಿಯಾಗಿ ಅಷ್ಟೊತ್ತಿಗೆ ಆಗಿನ ಗೃಹಮಂತ್ರಿಯಾಗಿದ್ದ ಸರ್ದಾರ್ ಪಟೇಲರಿಗೆ ರಾಜಾ ಹರಿಸಿಂಗ್‌ನಿಂದ ಮೌಖಿಕ ಸಂದೇಶವೊಂದು ಬಂತು.

"ನಾವೀಗ ಕಷ್ಟದಲ್ಲಿದ್ದೇವೆ. ನಮ್ಮನ್ನು ರಕ್ಷಿಸಿ. ಎಷ್ಟಾದರೂ ನಾವು ನಿಮ್ಮವರು. ಕಾಶ್ಮೀರವೂ ನಿಮ್ಮದೇ!" ಪಟೇಲರು ಒಪ್ಪಲಿಲ್ಲ. "ಇದೆಲ್ಲ ಬೇಕಾಗಿಲ್ಲ. ಬೇಕಾದರೆ ನಿಮ್ಮನ್ನು ರಕ್ಷಿಸಬಲ್ಲೆ. ಆದರೆ ಮುಂದೆ ನೀವು ಭಾರತದೊಳಗೆ ಸೇರಿಕೊಳ್ಳುತ್ತೀರೆಂದು ಹ್ಯಾಗೆ ನಂಬಲಿ? ಅದಕ್ಕಾಗಿ ಲಿಖಿತವಾಗಿ ಬರೆದು ಸಹಿ ಮಾಡಿ" ಹಾಗಂತ ಹೇಳಿದ್ದರು ಪಟೇಲರು. ಹರಿಸಿಂಗ್ ತಕ್ಷಣ ಒಪ್ಪಿದ. ಲಿಖಿತವಾಗಿ ಬರೆದುಕೊಟ್ಟ. ಮುಂದೆ ಭಾರತೀಯ ಸೈನ್ಯ ಪಾಕ್‌ನ ಸೈನಿಕರನ್ನು ಹಿಮ್ಮೆಟ್ಟಿಸಿದ್ದು, ಕಾಶ್ಮೀರ ಸ್ವತಂತ್ರವಾಗಿ ಭಾರತಕ್ಕೆ ಸೇರ್ಪಡೆಯಾಗಿದ್ದು, ಹರಿಸಿಂಗ್‌ನ ಬಯಕೆಯಂತೆ ಅದಕ್ಕೆ ನಮ್ಮ ಸಂವಿಧಾನದಲ್ಲಿ ವಿಶೇಷ ದರ್ಜೆ ಕೊಟ್ಟಿದ್ದು, ಇತಿಹಾಸದ ಪುಟಗಳಲ್ಲಿ ಸೇರಿಹೋಗಿವೆ.

ಇಷ್ಟಾದರೂ ಇಂಥದೊಂದು ಕಾನೂನು ಇವತ್ತಿಗೂ ಜಾರಿಯಲ್ಲಿದೆ ಅಂದರೆ ಅದೆಂಥ ಅವಮಾನ? ಆವತ್ತೇನೋ, ಸ್ವಾತಂತ್ರ್ಯ ಸಿಕ್ಕ ಘಳಿಗೆಯಲ್ಲಿ ನೂರೆಂಟು ಸಮಸ್ಯೆಗಳಿದ್ದವು. ಯುದ್ಧ ಭೀತಿಯಿತ್ತು. ದೇಶ ಕಟ್ಟುವ ಸಡಗರವಿತ್ತು. ಹೀಗಾಗಿ ಇಂಥದ್ದೊಂದು ಕಾನೂನಿನ ಬಗ್ಗೆ ವಿಚಾರಿಸಲು, ಚರ್ಚಿಸಲು ಸಮಯವಿರಲಿಲ್ಲ. ಆದರೆ ಇವತ್ತು?

ಮಿಂಚಿ ಹೋದ ಮಾತಿಗೆ ಚಿಂತಿಸಿ ಫಲವಿಲ್ಲ ನಿಜ; ಆದರೆ ಚಿಂತಿಸದೇ ಫಲ ಬೇಕೆಂದರೆ ಹ್ಯಾಗೆ?

ಸಂಭಾಳಿಸದಿದ್ದರೆ ವೇಶ್ಯೆಯಾದಾಳೂ ಇಂಡಿಯಾ !

"ಈ ಜಗತ್ತಿನಲ್ಲಿ ನಮ್ಮ ಪ್ರಮುಖ ವೈರಿಯೆಂದರೆ ರಷ್ಯಾ: ಆದರೆ ರಷ್ಯಾದೊಳಗೆ ನುಗ್ಗುತ್ತಿರುವ ನಮ್ಮ ಕಂಪೆನಿಗಳು ಈಗಾಗಲೇ ಅಲ್ಲಿನ ಆರ್ಥಿಕ ಬುನಾದಿಯನ್ನು ಅಲ್ಲಾಡಿಸುತ್ತಿದೆ. ಹಾಗಾಗಿ ಸದ್ಯಕ್ಕೆ ರಷ್ಯಾ ನಮ್ಮನ್ನು ಎದುರಿಸುವ ಸ್ಥಿತಿಯಲ್ಲಿಲ್ಲ. ಇಂಥ ಸಂದರ್ಭದಲ್ಲಿ ನಮಗೆ ಗೋಚರಿಸುತ್ತಿರುವ ಏಕೈಕ ಶತ್ರುವೆಂದರೆ ಚೀನಾ ಮಾತ್ರ. ಅದು ಬಿಟ್ಟರೆ ಭಾರತ!"

ಹಾಗಂತ ಯಾವುದೇ ಸಂಕೋಚ, ಭಿಡೆಯಿಲ್ಲದೇ ಢಾಣಾಡಂಗೂರ ಸಾರಿದವನು ರೊನಾಲ್ಡ್ ರೇಗನ್! ಆತ ಅಮೆರಿಕದ ಮಾಜಿ ಅಧ್ಯಕ್ಷ. ತನ್ನ ಅಧ್ಯಕ್ಷಗಿರಿಯ ಕೊನೆಯ ದಿನಗಳಲ್ಲಿ ಆತ ತಾನೊಂದು ಬೃಹತ್ ದೇಶದ ಅಧ್ಯಕ್ಷನೆಂಬುದನ್ನೇ ಮರೆತು ಈ ರೀತಿಯ ಮಾತುಗಳನ್ನು ಹೇಳಿಬಿಟ್ಟಿದ್ದ. ಹಾಗಾದರೆ ಅಮೆರಿಕಕ್ಕೆ ಭಾರತದ ಬಗ್ಗೆ ಭಯವಿದೆಯೇ? ಇರಲಿಕ್ಕಿಲ್ಲ. ನಿಜ ಹೇಳಬೇಕೆಂದರೆ ಅದು ಭಯವಲ್ಲ; ಭಯದ ಮುಂಚಿನ ತಳಮಳ!

ಕಾಲದಿಂದ ಕಾಲಕ್ಕೆ ಮುಸ್ಲಿಂ ರಾಜರುಗಳ ನಿರಂತರ ಲೂಟಿಗೆ, ಡಚ್ಚರ ದರೋಡೆಗೆ, ಫ್ರೆಂಚರ ಕೂಟ ನೀತಿಗೆ, ಪೋರ್ಚುಗೀಸರ ಕುತಂತ್ರಗಳಿಗೆ ಮತ್ತು ಇವರೆಲ್ಲರ ಒಟ್ಟು ಸಂಕಲನದಂತಿದ್ದ ಇಂಗ್ಲಿಷರ ಗುಲಾಮಗಿರಿಯೂ ಸೇರಿದಂತೆ ಸುಮಾರು ನಾನೂರು ಚಿಲ್ರೆ ವರ್ಷಗಳವರೆಗೆ ಒಂದು ರೀತಿಯ ಅಸಹನೀಯ ಬದುಕು ಸಾಗಿಸಿದ ಭಾರತೀಯ ಇವತ್ತು ನಿಧಾನವಾಗಿ ಎದ್ದೇಳುತ್ತಿದ್ದಾನೆ. ಅವನಲ್ಲೀಗ ಮಜಬೂತಾದ ಮಿಲಿಟರಿಯಿದೆ. ಇನ್ನೂರರಿಂದ ಹಿಡಿದು ಎರಡೂವರೆ ಸಾವಿರ ಕಿಲೋಮೀಟರು ದೂರ ಹಾರಬಲ್ಲ ಮಿಸ್ಸೈಲುಗಳಿವೆ. ಇವನ್ನೆಲ್ಲ ನಿಯಂತ್ರಿಸಲು ಸ್ವದೇಶಿ ತಂತ್ರಜ್ಞಾನದ 'ಪರಮ್ ಟೆನ್ ಥೌಸಂಡ್' ಎಂಬ ಸೂಪರ್ ಕಂಪ್ಯೂಟರ್ರಿದೆ. ಹಾಗೆಯೇ ನಾವಿವತ್ತು ಒಟ್ಟಿಗೇ ಮೂರು ಮೂರು ಸ್ಯಾಟಲೈಟುಗಳನ್ನು ಹಾರಿಸಬಲ್ಲೆವು. ನೆನಪಿಡಿ: ಸದ್ಯಕ್ಕೆ ಇಡೀ ವಿಶ್ವದಲ್ಲಿ ಭಾರತ ಬಿಟ್ಟರೆ ಇಂತದೊಂದು ಟೆಕ್ನಾಲಜಿಯನ್ನು ಹೊಂದಿರುವುದು ಮೂರೇ ದೇಶಗಳು. Once again, ಅಮೆರಿಕಾ, ಚೀನ ಮತ್ತು ಫ್ರಾನ್ಸ್ ಮಾತ್ರ.

ಇದೆಲ್ಲ ಒಳ್ಳೆಯದೇ ನಿಜ. ನಮ್ಮ ಮಿಲಿಟರಿ, ಅದರ ಗನ್ನು, ಗನ್ನೊಳಗಿನ ಗುಂಡು ಎಲ್ಲವೂ ಸದೃಢ. ಸುಭದ್ರ. ಆದರೆ ನಮ್ಮ ಅರ್ಥ ವ್ಯವಸ್ಥೆ?

ಅದೊಂದು ಮಾತ್ರ ಅಲ್ಲಾಡುತ್ತಿದೆ.

ಇವತ್ತಿನ ಮಟ್ಟಿಗೆ ಜಗತ್ತಿನ ಯಾವುದೇ ಒಂದು ದೇಶ ಬಲಾಢ್ಯವಾಗಿರಲು ಮಿಲಿಟರಿಯೆಂಬುದು ಹ್ಯಾಗೆ ಮುಖ್ಯವೋ ಹಾಗೆಯೇ ಅಲ್ಲಿನ ಅರ್ಥ ವ್ಯವಸ್ಥೆಯೂ ಆ ದೇಶದ ಭದ್ರತೆಗೆ ಸಂಬಂಧಿಸಿದಂತೆ ತನ್ನದೇ ಆದ ಪಾತ್ರ ವಹಿಸುತ್ತದೆ. ಆದರೆ ಎಂಥ ವಿಚಿತ್ರ ನೋಡಿ. ಎರಡು ಶತಮಾನಗಳ ಕಾಲ ಪರಂಗಿಯರು ನಮ್ಮನ್ನಾಳಿದರು. ಆ ಸಮಯದಲ್ಲಿ ಇಡೀ ವಿಶ್ವದ ಮಾರುಕಟ್ಟೆಗೆ ಹೋಲಿಸಿದರೆ ನಮ್ಮಲ್ಲಿನ ರಫ್ತು ಪ್ರಮಾಣ ಶೇಕಡಾ ಎರಡರಷ್ಟಿತ್ತು. ಇವತ್ತು ನಮ್ಮಲ್ಲಿ ಸಾಕಷ್ಟು ಸಂಪನ್ಮೂಲ, ವಿಜ್ಞಾನ–ತಂತ್ರಜ್ಞಾನ ಏನೆಲ್ಲ ಇದ್ದರೂ ಇದೇ ರಫ್ತು ಪ್ರಮಾಣ 0.4 ಪರ್ಸೆಂಟ್ಗಿಂತ ಮೇಲೇರುತ್ತಿಲ್ಲ.

ಹಾಗೆಯೇ ಸ್ವಾತಂತ್ರ್ಯ ಸಿಕ್ಕ ಸಮಯದಲ್ಲಿ ನಮ್ಮ ಮೇಲೆ ಒಂದೇ ಒಂದು ನಯಾ ಪೈಸೆ ವಿದೇಶಿ ಸಾಲವಿರಲಿಲ್ಲ. ಆದರೆ ಕಳೆದ ಐವತ್ತು ವರ್ಷಗಳಲ್ಲಿ ನಾವು ಅದ್ಯಾವ ಪರಿ ಸಾಲ ಎತ್ತಿದ್ದೇವೆಂದರೆ, ಇವತ್ತು ಪ್ರತಿಯೊಬ್ಬ ಭಾರತೀಯನ ತಲೆಯ ಮೇಲೆ ಎಂಟೂವರೆ ಸಾವಿರ ರೂಪಾಯಿಗಳ ಸಾಲದ ಗಂಟಿದೆ! ಪ್ರತಿ ಸಾರಿಯೂ ನಮ್ಮ ಸರ್ಕಾರ ಹಳೆಯ ಸಾಲ ತೀರಿಸಲೆಂದು ಹೊಸ ಸಾಲಕ್ಕಾಗಿ ಕೈಚಾಚುತ್ತದೆ. ಇನ್ನೇನು ಹೊಸ ಸಾಲ ಬರುತ್ತಿದೆ ಎನ್ನುತ್ತಿದ್ದಂತೆಯೇ ನಮ್ಮ ಪತ್ರಿಕೆಗಳು ಇದನ್ನೊಂದು ಪ್ರಮುಖ ಸುದ್ದಿಯೆಂಬಂತೆ ಮುಖಪುಟದಲ್ಲಿ ಪ್ರಿಂಟು ಮಾಡುತ್ತವೆ. ಎಂಥ ದುರಂತ ನೋಡಿ. ಯಾವ ವಿಷಯ ಪತ್ರಿಕೆಗಳ ಪಾಲಿಗೆ, ಅವುಗಳ ಕಟು ಸಂಪಾದಕೀಯಕ್ಕೆ ಗ್ರಾಸವಾಗಬೇಕಾಗಿತ್ತೋ ಅದೇ ವಿಷಯ ಆವತ್ತಿನ ಸೆನ್ಸೇಶನಲ್ ನ್ಯೂಸ್ ಎಂಬಂತೆ ಪತ್ರಿಕೆಗಳ ಮುಖಪುಟದಲ್ಲಿ ರಾರಾಜಿಸತೊಡಗುತ್ತದೆ. ಹಾಗೆಯೇ ನಮ್ಮಲ್ಲಿನ ಸಂಪನ್ಮೂಲಗಳೂ ಕೂಡ ಒಮ್ಮೊಮ್ಮೆ ವ್ಯಾಪಾರಿ ದೃಷ್ಟಿಯಿಂದ ಹ್ಯಾಗೆ ಹಾದಿ ತಪ್ಪುತ್ತವೆ ಎಂಬುದಕ್ಕೆ ಈ ಉದಾಹರಣೆ ನೋಡಿ.

ನಿಮಗೆ ಗೊತ್ತು: ಇವತ್ತು, ಹತ್ತು ಹನ್ನೆರಡು ರೂಪಾಯಿಗೆ ಒಂದು ಲೀಟರ್ ಹಾಲು ಸಿಗುತ್ತದೆ. ಪ್ರತಿನಿತ್ಯ ಅಂಥ ಸಾವಿರಾರು ಲೀಟರ್ ಹಾಲು ಸುರಿದು ಕ್ಯಾಡ್‌ಬರೀಸ್ ಚಾಕೊಲೇಟನ್ನು ತಯಾರಿಸಲಾಗುತ್ತದೆ. ಹದಿನಾಲ್ಕು ಗ್ರಾಮ್‌ನ ಚಾಕೊಲೇಟಿಗೆ ಐದು ರೂಪಾಯಿ. ಅಂದರೆ ಕೆಜಿಗೆ ಸುಮಾರು

ಮುನ್ನೂರ ಐವತ್ತು ರೂಪಾಯಿ! ಅರೇ, ಹತ್ತು ರೂಪಾಯಿಯ ಶುದ್ಧ ಹಾಲೆಲ್ಲಿ? ಮುನ್ನೂರ ಐವತ್ತು ರೂಪಾಯಿಯ ಕ್ಯಾಡ್‌ಬರೀಸ್ ಚಾಕೊಲೇಟೆಲ್ಲಿ? ಹೋಗಲಿ, ಅಷ್ಟೊಂದು ಹಣ ಸುರಿದು ಚಪ್ಪರಿಸುವ ಈ ಚಾಕೊಲೇಟಾದರೂ ದೇಹಕ್ಕೆ ಒಳ್ಳೆಯದೆಂದುಕೊಂಡರೆ, ಅದೂ ಇಲ್ಲ. ಯಾಕೆಂದರೆ ಅದರೊಳಗಿರುವ ನಿಕ್ಕೆಲ್ ಮತ್ತು ಕ್ರೋಮಿಯಂ ಪದಾರ್ಥಗಳ ಬಗ್ಗೆ ಸೈನ್ಸು ಓದಿದ ಯಾವುದೇ ವಿದ್ಯಾರ್ಥಿಗೇ ಕೇಳಿ. ಆತ ಈ ವಸ್ತುಗಳು ಅದೆಂಥ ಅಪಾಯಕಾರಿ ಎಂಬುದನ್ನು ಹೇಳಬಲ್ಲ.

ಬಿಡಿ, ಎಷ್ಟಾದರೂ ನಮ್ಮದು ಪ್ರಜಾಪ್ರಭುತ್ವ. ಹೇಳಿಕೊಳ್ಳಲಿಕ್ಕೆ ವಿಶ್ವದ ಅತಿ ದೊಡ್ಡ ಜನತಂತ್ರ ವ್ಯವಸ್ಥೆ. ವಿಸ್ಮಯದ ಸಂಗತಿಯೆಂದರೆ, ಬ್ರಿಟನ್, ಫ್ರಾನ್ಸ್, ಜರ್ಮನಿ, ಸ್ವೀಡನ್, ಅಮೆರಿಕಾದಂತಹ ಯಾವುದೇ ದೇಶದಲ್ಲಿನ ಎಂ.ಪಿ.ಗಳಿಗೆ ಅಲ್ಲಿನ ಸರ್ಕಾರ ವಾಸಿಸಲೆಂದು ಮನೆ ನೀಡುವುದಿಲ್ಲ. ತಮ್ಮ ತಮ್ಮ ಮನೆಗಳನ್ನು ಆಯಾ ಎಂ.ಪಿ.ಗಳೇ ಹುಡುಕಿಕೊಂಡು ಅದರ ಖರ್ಚು, ಬಾಡಿಗೆ ಭರಿಸುತ್ತಾರೆ. ಆದರೆ ಅದೇ ನಮ್ಮಲ್ಲಿ? ಅಧಿಕಾರವೆಂಬುದು ಯಾವತ್ತೋ ಮುಗಿದುಹೋಗಿದ್ದರೂ ಕೂಡ ಇಲ್ಲಿನ ಮಂತ್ರಿ ಸರ್ಕಾರದ ಮನೆ ಮಾತ್ರ ಬಿಡಲಾರ! ಉದಾರೀಕರಣ, ಜಾಗತೀಕರಣದ ಹೆಸರಿನಲ್ಲಿ ಏನೆಲ್ಲವನ್ನು ವಿದೇಶಿ ಕಂಪೆನಿಗಳಿಗೆ ದಾನ ಮಾಡಿರುವ ಈ ಮೂಢರಿಗೆ ಸದ್ಯಕ್ಕೆ ಮಾಡಲು ಉಳಿದಿರುವುದೊಂದೇ.

INDIA ON SALE !

ಬಹುಶಃ ನಿಮ್ಮಲ್ಲಿ ತುಂಬ ಜನರಿಗೆ ಗೊತ್ತಿರಲಿಕ್ಕಿಲ್ಲ. ಪ್ರಜಾಪ್ರಭುತ್ವದ ಅಡ್ಡ ಪರಿಣಾಮಗಳನ್ನು ಮಹಾತ್ಮಾ ಗಾಂಧಿ ಮೊದಲೇ ಊಹಿಸಿದ್ದರು. ಯಾವತ್ತೂ, ಯಾರನ್ನೂ ಕಟುವಾಗಿ ನಿಂದಿಸದ ಆ ಮನುಷ್ಯ ಒಂದು ಹಂತದಲ್ಲಂತೂ ಇದೇ ಜನತಂತ್ರ ವ್ಯವಸ್ಥೆಯ ಬಗ್ಗೆ ತುಂಬ ಸೂಕ್ಷ್ಮವಾಗಿ ವಿಮರ್ಶಿಸಿದ್ದರು.

"ಪ್ರಜಾಪ್ರಭುತ್ವವೆಂದರೆ ಒಂದು ಸುಂದರ ಹೆಂಗಸಿನಂತೆ. ಸರಿಯಾಗಿ ಸಂಭಾಳಿಸದಿದ್ದರೆ ಅದು ಬಂಜೆಯಾಗಬಹುದು. ತೀರ ಯಡವಟ್ಟಾದರೆ ವೇಶ್ಯೆಯಾಗಲೂಬಹುದು.....!"

ಹಾಗಾದರೆ ಎಲ್ಲಿಗೆ ಬಂತು ನಮ್ಮ ವ್ಯವಸ್ಥೆ?

ನೀರಿನ ದಾಹಕ್ಕೆಂದು ಅಮಾಯಕರ ರಕ್ತ ಕುಡಿಯುವ ಪರಿ ಬಲ್ಲಿರಾ?

ಯುದ್ಧವೆಂದರೆ ಒಂಥರಾ ವೀರತ್ವ. ಇನ್ನೊಂಥರಾ ಶತ್ರುತ್ವ. ಯುದ್ಧವೆಂದರೆ ಒಂದು ರೀತಿಯ ನರಕ. ಇನ್ನೊಂದು ರೀತಿಯಲ್ಲಿ ಯಾತನೆ. ಯುದ್ಧವೆಂದರೆ ಮೋಸ; ಕತ್ತಲಲ್ಲೇ ನುಗ್ಗಿ ಬರುವ ಗರಗಸ. ಯುದ್ಧವೆಂದರೆ ಒಂದರ್ಥದಲ್ಲಿ ಸೋಲು. ಇನ್ನೊಂದರ್ಥದಲ್ಲಿ ಬಟಾಬಯಲು. ಯುದ್ಧದ ಮೊದಲನೇ ಹೆಸರೇ ಭ್ರಮೆ. ನಂತರದ್ದು ಬೆಂಕಿ ಚಿಲುಮೆ. ಯುದ್ಧವೆಂದರೆ ಒಂದು ಕಡೆ ಭಯ. ಇನ್ನೊಂದು ಕಡೆ ಕಾತರ. ಯುದ್ಧವೆಂದರೆ ಚಲಿಸುವ ವರ್ತಮಾನ. ಆನಂತರದು ಸ್ತಬ್ಧ ಭವಿಷ್ಯ. ಯುದ್ಧವೆಂದರೆ ಸರಸ; ಸಾವಿನ ಜೊತೆ. ಯುದ್ಧವೆಂದರೆ ವಿರಸ; ಬದುಕಿನ ಜೊತೆ. ಯುದ್ಧವೆಂದರೆ ಅಂತ್ಯ; ಯಾರೂ ನೋಡದ ಸುಖಾಂತ್ಯ. ಯುದ್ಧವೆಂದರೆ ಬರೀ ದುರಂತ. ಅದೊಂಥರಾ ಸರ್ವನಾಶದ ಸಂಕೇತ...

ಯುದ್ಧದ ಬಗ್ಗೆ ಅದರ ಭೀಕರತೆಗಳ ಬಗ್ಗೆ ಈ ತೆರನಾದ ಚಿತ್ರವಿಚಿತ್ರವಾದ ಅಭಿಪ್ರಾಯಗಳು ಹುಟ್ಟಿಕೊಂಡಿದ್ದು ಎರಡನೇ ಜಾಗತಿಕ ಯುದ್ಧದ ಸಂದರ್ಭದಲ್ಲಿ. ಆವತ್ತಿನ ಎರಡನೇ ಜಾಗತಿಕ ಮಹಾಯುದ್ಧ ಮುಗಿದಾಗ ಇಡೀ ಅಮೆರಿಕ ಮತ್ತು ಯೂರೋಪಿಯನ್ ದೇಶಗಳೆಲ್ಲ ತೇಲುಗಣ್ಣು-ಮೇಲುಗಣ್ಣು ಬಿಡುತ್ತ ಅಡ್ಡಡ್ಡ ಮಲಗಿಬಿಟ್ಟಿದ್ದವು. ಮತ್ತೊಂದು ಯುದ್ಧ ಮಾಡುವ ತಾಕತ್ತು, ಉಮ್ಮೇದಿ ಯಾವ ದೇಶಕ್ಕೂ ಉಳಿದಿರಲಿಲ್ಲ. ಈ ಎಲ್ಲ ದೇಶಗಳಿಗೂ ತಮ್ಮ ಮುಂದಿರುವ ಕರಾಳ ಭವಿಷ್ಯ ಗೋಚರಿಸತೊಡಗಿತ್ತು. ಹೀಗಾಗಿ ಅಮೆರಿಕವೂ ಸೇರಿದಂತೆ ಇಡೀ ಯೂರೋಪಿಯನ್ ರಾಷ್ಟ್ರಗಳು ತಮ್ಮೊಳಗೇ ಒಂದು ಒಪ್ಪಂದವನ್ನು ಮಾಡಿಕೊಂಡವು.

ಅದರ ಹೆಸರೇ No war pact!

ಇದೊಂದು ಅಂತಾರಾಷ್ಟ್ರೀಯ ಒಪ್ಪಂದ. ತೊಂಭತ್ತೊಂಭತ್ತು ವರ್ಷಗಳ ಅವಧಿಯವರೆಗೆ ಚಾಲ್ತಿಯಲ್ಲಿರುವಂತೆ ಮಾಡಿಕೊಂಡಿರುವ ಈ ಒಪ್ಪಂದದ

ಪ್ರಮುಖ ಅಂಶವೇನೆಂದರೆ, ಅಮೆರಿಕವೂ ಸೇರಿದಂತೆ ಯೂರೋಪಿನ ಯಾವುದೇ ದೇಶ ಈ ಅಗ್ರಿಮೆಂಟಿಗೆ ಸಹಿ ಹಾಕಿರುವ ಮತ್ತೊಂದು ದೇಶದೊಂದಿಗೆ ಯುದ್ಧ ಮಾಡುವಂತಿಲ್ಲ.

ಇಂಥದೊಂದು ಅಗ್ರಿಮೆಂಟಿನಿಂದ ಯೂರೋಪಿಯನ್ ದೇಶಗಳೆಲ್ಲ ಸಮಾಧಾನದ ಉಸಿರು ಬಿಡುತ್ತಿದ್ದರೆ, once again, ಅಮೇರಿಕ ಮಾತ್ರ ವಿಚಿತ್ರ ಅಸಹನೆಯಿಂದ ಕಿರುಗುಟ್ಟುತ್ತಿತ್ತು. ಕಾರಣ ಸ್ಪಷ್ಟ: ಸದ್ಯಕ್ಕೆ 'ನೋ ವಾರ್ ಪ್ಯಾಕ್ಟ್' ನಿಂದಾಗಿ ಯೂರೋಪಿಯನ್ ನೆಲದಲ್ಲಿ ಯುದ್ಧದ ಸಂಭವಗಳೇ ಇರಲಿಲ್ಲ. ಅದರರ್ಥ? ಇನ್ನು ಯೂರೋಪಿಯನ್ ನೆಲದಲ್ಲಿ ತನ್ನ ಯುದ್ಧಾಸ್ತ್ರಗಳಿಗೆ ಬೇಡಿಕೆ ಇಲ್ಲ. ಹಾಗಾದರೆ ಯುದ್ಧಾಸ್ತ್ರಗಳ ವ್ಯವಸಾಯದ ಮೇಲೆಯೇ ನಿಂತಿರುವ ತನ್ನ ಆರ್ಥಿಕ ಸ್ಥಿತಿ ಏನಾದೀತು?

ಹಾಗಂತ ಯೋಚಿಸಿದ ಅಮೆರಿಕ ತಿರುಗಿ ನೋಡಿದ್ದು ಗಲ್ಫ್‌ರಾಷ್ಟ್ರಗಳ ಮೇಲೆ. ಗೋಚರಿಸಿದ್ದು ಇರಾನ್ ಮತ್ತು ಇರಾಕ್! ನಿಮಗೆ ಗೊತ್ತಿರಬಹುದು. ಇವೆರಡೂ ದೇಶಗಳು ಇಡೀ ಜಗತ್ತಿಗೆ ಇಂಧನವನ್ನು ಪೂರೈಸುತ್ತವೆ. ಬಗೆದಷ್ಟೂ ನೆಗೆಯುವ ಪೆಟ್ರೋಲು ಇವೆರಡೂ ದೇಶಗಳ ಪಾಲಿಗೆ ಚಿನ್ನದ ಮೊಟ್ಟೆಯ ಕೋಳಿ! ಇಲ್ಲಿರುವ ಅರೇಬಿಯನ್ ಶೇಖ್‌ರ ವೈಯಕ್ತಿಕ ತೀಟೆ, ತೆವಲುಗಳೇನೇ ಇರಲಿ; ಹಣದ ವಿಷಯ ಬಂದಾಗ ಇಲ್ಲಿನ ಸರ್ಕಾರ ಅತ್ಯಂತ ಶ್ರೀಮಂತ.

ಇಂಥ ಸಂದರ್ಭದಲ್ಲಿ ಒಂದಿನ ಅಮೆರಿಕದ ಪತ್ರಿಕೆ 'ವಾಷಿಂಗ್ಟನ್ ಪೋಸ್ಟ್'ನಲ್ಲಿ ಸುದ್ದಿಯೊಂದು ಪ್ರಕಟವಾಗುತ್ತದೆ. ಇರಾನ್ ಮತ್ತು ಇರಾಕ್‌ಗಳ ಗಡಿಪ್ರದೇಶವಾದ ಶತ್-ಅಲ್-ಅರಬ್‌ನಲ್ಲಿ ಭಯಂಕರ ಸೈಜಿನ ತೈಲ ನಿಕ್ಷೇಪವಿದೆಯೆಂದೂ, ತುಂಬ ವರ್ಷಗಳವರೆಗೆ ಇಲ್ಲಿನ ಪೆಟ್ರೋಲನ್ನು ಬಗೆದರೂ ಈ ದಾಸ್ತಾನು ಕಡಿಮೆಯಾಗುವ ಸಂಭವಗಳೇ ಕಂಡುಬರುತ್ತಿಲ್ಲವೆಂದೂ ಸುದ್ದಿ ಪ್ರಕಟವಾಗಿ ಅದರ ಲಕ್ಷಾಂತರ ಪ್ರತಿಗಳನ್ನು ಇರಾಕ್ ಮತ್ತು ಇರಾನ್‌ಗಳಲ್ಲಿ ಹಂಚಲಾಗುತ್ತದೆ. ಪತ್ರಿಕೆ ಓದಿದ್ದೇ ತಡ, ಎರಡೂ ದೇಶಗಳ ಸರ್ಕಾರಗಳಲ್ಲಿ ದೊಡ್ಡದೊಂದು ಸಂಚಲನ.

ಹಾಗೆ ನೋಡಿದರೆ ಶತ್-ಅಲ್-ಅರಬ್ ಎನ್ನುವುದು ಅಕ್ಷರಶಃ ಬಂಜರು ಭೂಮಿ. ಮನುಷ್ಯನೆಂಬ ಜೀವ ಯಾವ ರೀತಿಯಿಂದ ನೋಡಿದರೂ ವಾಸಿಸಲು ಅಯೋಗ್ಯವಾಗಿರುವಂಥ ನೆಲ. ಮೇಲಾಗಿ ಇದೊಂದು ಗಡಿ

ಪ್ರದೇಶವಾಗಿದ್ದರಿಂದ ಇವೆರಡೂ ದೇಶಗಳು ಈ ಪ್ರದೇಶವನ್ನು ತಮ್ಮ ಪರಿಧಿಯೊಂದಿಗೆ ಗುರುತಿಸಿಕೊಳ್ಳಲು ಸಿದ್ಧವಿರಲಿಲ್ಲ. ಅದೊಂದು ರೀತಿಯ ಹೊರೆ ಎಂದುಕೊಂಡು ಇತ್ತ ತಮ್ಮೊಳಗೆ ಸೇರಿಸಿಕೊಳ್ಳದೇ, ಅತ್ತ ಬೇರೆಯವರದ್ದೆಂದು ಹೇಳಲಿಕ್ಕಾಗದೇ ತೆಪ್ಪಗಿದ್ದು ಬಿಟ್ಟಿದ್ದವು.

ಆದರೆ ಯಾವತ್ತು ವಾಷಿಂಗ್ಟನ್ ಪೋಸ್ಟ್‌ನ ಸುದ್ದಿ ನೋಡಿದವೋ? ಆವತ್ತಿನಿಂದ ಇವೆರಡೂ ದೇಶಗಳು ಶತ್-ಅಲ್-ಅರಬ್ ಅನ್ನು ತಮ್ಮದೇ ದೇಶದ ಗಡಿಭಾಗವೆಂದು ಬೊಂಬಡ ಹೊಡೆಯತೊಡಗಿದವು. ಜಗಳ ಬಗೆಹರಿಯದೇ ವಿಶ್ವಸಂಸ್ಥೆಯ ಮೆಟ್ಟಿಲನ್ನೇರಿತು. ಆದರೆ ದುರಂತ ನೋಡಿ: ಜಗಳ ಬಿಡಿಸಬೇಕಾಗಿದ್ದ ವಿಶ್ವಸಂಸ್ಥೆ ಅಮೆರಿಕದ ಮುಲಾಜಿಗೆ ಕಟ್ಟುಬಿದ್ದು ಯಾವೊಂದು ಸ್ಪಷ್ಟ ನಿರ್ಧಾರ ಕೈಗೊಳ್ಳದೇ ಇವೆರಡೂ ದೇಶಗಳು ಪರಸ್ಪರ ಯುದ್ಧ ಮಾಡುವಂತೆ ಪ್ರಚೋದಿಸಿತು.

ನಿಧಾನವಾಗಿ ಇರಾಕ್, ಇರಾನ್‌ಗಳ ಮಧ್ಯೆ ಯುದ್ಧ ಶುರುವಾಯಿತೋ ಹಾಗೇ ಇಲ್ಲವೋ? ಸಿಕ್ಕಿದ್ದೇ ಅವಕಾಶವೆಂಬಂತೆ ಅಮೆರಿಕ ಬಿಲಿಯನ್‌ಗಟ್ಟಲೇ ಮೌಲ್ಯದ ಯುದ್ಧಾಸ್ತ್ರಗಳನ್ನು ಎರಡೂ ದೇಶಗಳಿಗೆ ಮಾರಿತು. ಅಮೆರಿಕದ ಈ ಕುತಂತ್ರವನ್ನು ಗಮನಿಸದ ಇರಾನ್, ಇರಾಕ್‌ಗಳು ಹುಚ್ಚರಂತೆ ಬಡಿದಾಡಿಕೊಂಡವು. ಒಂದಲ್ಲ, ಎರಡಲ್ಲ; ಸತತ ಹತ್ತು ವರ್ಷಗಳ ಕಾಲ! ಹಾಗ ಸತತವಾಗಿ ಹತ್ತು ವರ್ಷಗಳ ಕಾಲ ಯುದ್ಧಾಸ್ತ್ರಗಳ ವ್ಯಾಪಾರ ಮಾಡಿ ಮುಗಿಸಿದ ಅಮೆರಿಕ ಕೊನೆಗೊಂದು ದಿನ ಈ ಎರಡೂ ದೇಶದ ನಾಯಕರನ್ನು ನ್ಯೂಯಾರ್ಕ್‌ಗೆ ಕರೆಸಿಕೊಂಡು, "ಸುಮ್ಮನೇ ಯಾಕೆ ಯುದ್ಧ? ತೈಲವನ್ನು ಅರ್ಧರ್ಧ ಹಂಚಿಕೊಳ್ಳಿ" ಎಂಬ ಶಾಂತಿಮಂತ್ರ ಪಠಿಸಿತು!

ಅರೇ, ಅಮೆರಿಕ ಮನಸ್ಸು ಮಾಡಿದ್ದರೆ ಹತ್ತು ವರ್ಷಗಳ ಹಿಂದೆಯೇ ಈ ಮಾತನ್ನು ಹೇಳಬಹುದಿತ್ತಲ್ಲ? ಎಂದು ಯಾವೊಬ್ಬ ಶೇಖ್‌ನ ತಲೆಗೂ ಹೊಳೆಯಲಿಲ್ಲ. ತೆಪ್ಪಗೆ ಎರಡೂ ದೇಶಗಳು ಅಮೆರಿಕಾದ ಮಾತನ್ನು ಒಪ್ಪಿಕೊಂಡವು. ಆದರೆ ಸುದೀರ್ಘ ಯುದ್ಧದಲ್ಲಿ ಈಗಾಗಲೇ ನಾವು ಬಳಲಿ ಬೆಂಡಾಗಿರುವುದರಿಂದ ತೈಲವನ್ನು ತೆಗೆಯುವವರ್‍ಯಾರು? ಎಂಬ ಪ್ರಶ್ನೆಗೆ, "ಕಾಂಟ್ರಾಕ್ಟು ಕೊಡಿ. ನಾನೇ ತೆಗೆಯುತ್ತೇನೆ" ಅಂದಿತು ಅಮೆರಿಕ. ಕಾಂಟ್ರಾಕ್ಟು ವಿಷಯದಲ್ಲೂ ಸಾಕಷ್ಟು ಹಣ ಹೊಡೆದ ಅಮೆರಿಕದ ಎಕ್ಸಾನ್ (Exon) ಕಂಪೆನಿ, ಎರಡೂವರೆ ವರ್ಷ ಶತ್-ಅಲ್-ಅರಬ್‌ನಲ್ಲಿ ತೈಲ ಅಗೆಯಿತೋ ಇಲ್ಲವೋ, ಒಂದು ದಿನ ತಣ್ಣಗೆ ಹೇಳಿತು.

ಪೆಟ್ರೋಲು ಮುಗಿದಿದೆ!

ಈಗ ಸುಸ್ತೆದ್ದು ಬೀಳುವ ಸರದಿ ಇರಾನ್, ಇರಾಕ್‌ಗಳದ್ದು. ಅರೆರೇ, ಎಂಥ ಕೆಲಸ ಮಾಡಿಬಿಟ್ಟೆವು? ಬರೀ ಎರಡೂವರೆ ವರ್ಷದ ಪೆಟ್ರೋಲಿಗಾಗಿ ಹತ್ತು ವರ್ಷ ಯುದ್ಧ ಮಾಡಬೇಕಾಯಿತೇ? ಎಂದು ಹಣೆಹಣೆ ಗಟ್ಟಿಸಿಕೊಂಡವು. ಅಮೆರಿಕ ಮಾತ್ರ ಮುಸಿಮುಸಿ ನಗುತ್ತಲೇ ಇತ್ತು. ಅದು ತನ್ನ ಗುರಿ ಸಾಧಿಸಿಕೊಂಡಿತ್ತು. ನೀರಿನ ದಾಹಕ್ಕಾಗಿ ಅಮಾಯಕರ ರಕ್ತವನ್ನೇ ಕುಡಿದು ಹಾಕಿತ್ತು.

ಆ ಗಾಂಧಿ ಉಪ್ಪು ಮಾಡೋದು ಕಲಿಸಿ ದೊಡ್ಡ ತಪ್ಪು ಮಾಡಿದ!

ಚಿಕ್ಕದೊಂದು ಉದಾಹರಣೆಯೊಂದಿಗೆ ಈ ಸಲದ 'ಆಜಾದಿ' ಶುರುವಾಗುತ್ತದೆ.

ನಿಮಗೆ ಸಾಗರದ ಅಬ್ಬರ ಗೊತ್ತಲ್ಲ? ಕಣ್ಣಾಡಿಸಿದಷ್ಟೂ ಬೆಳೆಯುತ್ತಲೇ ಹೋಗುವ, ಆಚೆಗಿನ ತೀರ ಓಡುತ್ತಲೇ ಹೋಗುವ ಈ ಸಾಗರದ ನೀರನ್ನು ಕುಡಿಯೋದೇ ದೊಡ್ಡ ತಪ್ಪು. ಯಾಕೆಂದರೆ ಅಲ್ಲಿರುವುದೆಲ್ಲ ಬರೀ ಉಪ್ಪು. ಹಾಗೆಯೇ ಊರಾಚೆಗಿನ ಹೊಲದಲ್ಲಿ ಆಳೆತ್ತರ ಬೆಳೆದು ನಿಂತಿರುವ ಜೋಳದ ತೆನೆಯನ್ನು ನೋಡುತ್ತಿದ್ದಂತೆ ಆ ರೈತನ ಮೈಯಲ್ಲಿ ದೊಡ್ಡದೊಂದು ಪುಳಕ. ಯಾಕೆಂದರೆ ವರ್ಷವಿಡೀ ಮಾಡಿರುತ್ತಾನೆ ಆತ ಬೆವರಿನ ಜಳಕ. ಆ ಬೆವರೂ ಅಷ್ಟೇ; ಬರೀ ಉಪ್ಪು. ಅದು ಬಿಡಿ, ವರ್ಷದ ರಜೆ ಮುಗಿದು ಇನ್ನೇನು ಹೊರಡುವ ಮುನ್ನ ಕೊನೆಯ ಬಾರಿಗೆ ಸೈನಿಕನೊಬ್ಬ ಹೆಂಡತಿಯ ಮುಖ ನೋಡಿ ಕಣ್ಣು ಹೊಡಿತಾನಲ್ಲ? ಆಗ ಆಕೆಯ ಕಣ್ಣಂಚಿನಲ್ಲಿ ಕದಲುವ ನೀರೂ ಉಪ್ಪೇ. ಅಷ್ಟೇ ಯಾಕೆ? ಎದುರುಮನೆಯ ಎಲ್.ಕೆ.ಜಿ. ಪೋರ ಅದ್ಭುತ ಕ್ರಿಯೆ ಎಂಬಂತೆ ಚೊರ‍್ರಂತ ಹಾರಿಸುವ ಉಚ್ಚೆ ನೋಡಿ? ಅದೂ ಸಹ ಉಪ್ಪುಪ್ಪೇ!

ಹಾಗೆ ನಮ್ಮೆಲ್ಲ ದುಃಖ, ದುಡಿಮೆ, ಹಸಿವು, ಸಂತಸ, ಹುಡುಕಾಟ, ಅಲೆದಾಟಗಳಲ್ಲಿ ಎಲ್ಲೋ ಒಂದು ಕಡೆ ತನ್ನ ಛಾಪನ್ನು ಒತ್ತಿ ಹೋಗುವ ಇದೇ ಉಪ್ಪು ಎಷ್ಟೆಲ್ಲ ಹೋರಾಟ, ಎಷ್ಟೊಂದು ಹಾರಾಟಗಳಿಗೆ ಕಾರಣವಾಯಿತಲ್ಲ?

ಅದು 1930 ರ ಸುಮಾರಿನ ಮಾತು. ಆವತ್ತು ಗಾಂಧಿ ಎಂಬ ಎಲುಬಿನ ಹಂದರದ ಮನುಷ್ಯ ಮಾಡಿದ ಉಪ್ಪಿನ ಸತ್ಯಾಗ್ರಹದ ಬಗ್ಗೆ ನಮ್ಮಲ್ಲಿ ತುಂಬ ಜನರಿಗೆ ಗೊತ್ತು. ಆದರೆ ಅಂಥದೊಂದು ಹೋರಾಟದ ಹಿನ್ನೆಲೆ ಮಾತ್ರ ಗೊತ್ತಿದ್ದಂತಿಲ್ಲ. ನಡೆದಿದ್ದು ಮಾತ್ರ ಇಷ್ಟೇ:

ಆ ಸಮಯದಲ್ಲಿ ಭಾರತ ಪ್ರಖ್ಯಾತವಾಗಿದ್ದು ಹತ್ತಿಬಟ್ಟೆ ಮತ್ತು ಸಾಂಬಾರ ಪದಾರ್ಥಗಳಿಗೆ. ಆಗೆಲ್ಲ ಇಲ್ಲಿನ ಸಂಪತ್ತನ್ನು ಎಲ್ಲ ರೀತಿಯಿಂದಲೂ ಲೂಟಿ ಮಾಡುತ್ತಿದ್ದ ಈಸ್ಟ್ ಇಂಡಿಯಾ ಕಂಪೆನಿ ಸಹಜವಾಗಿಯೇ ಇಲ್ಲಿನ ಕಚ್ಚಾ ಹತ್ತಿ

ಮತ್ತು ಸಾಂಬಾರ ಪದಾರ್ಥಗಳನ್ನು ಲಂಡನ್ನಿಗೆ ರವಾನಿಸುತ್ತಿತ್ತು. ಅದಕ್ಕೆಂದೇ ನೂರಾರು ಹಡಗುಗಳು ಇಲ್ಲಿಗೆ ಬರುತ್ತಿದ್ದವು. ಇಲ್ಲಿ ಗಮನಿಸಬೇಕಾದ ಸಂಗತಿಯೆಂದರೆ, ಭಾರತದಿಂದ ಹೊರಡುವಾಗ ಮೈತುಂಬ ಸಾಮಗ್ರಿಗಳನ್ನು ಹೊತ್ತುಕೊಂಡು ಹೋಗುತ್ತಿದ್ದ ಇದೇ ಹಡಗುಗಳು ಅಲ್ಲಿಂದ ಬರುತ್ತಿರುವಾಗ ಖಾಲಿಯಾಗಿಯೇ ಬರುತ್ತಿದ್ದವು. ಹೀಗಾಗಿ ಹೆಚ್ಚಿನ ಭಾರವಿಲ್ಲದ ಈ ಹಡಗುಗಳು ಸಾಗರದ ಬಿರುಗಾಳಿಯ ಹೊಡೆತಕ್ಕೆ ಸಿಕ್ಕು ಎಲ್ಲೆಂದರಲ್ಲಿ ಓಲಾಡುತ್ತ, ಕೊನೆಗೊಮ್ಮೆ ಮುಳುಗಿ ಹೋಗುವಂಥ ಪ್ರಕರಣಗಳೇ ಜಾಸ್ತಿಯಿದ್ದವು. ಈ ಸಮಸ್ಯೆಯಿಂದ ಹೊರಬರುವುದಾದರೂ ಹ್ಯಾಗೆ? ಎಂದು ತಲೆಕೆಡಿಸಿಕೊಂಡ ಪರಂಗಿಯರ ತಲೆಯಲ್ಲಿ ಹೊಳೆದದ್ದೇ ಈ ಉಪ್ಪು!

ಅಷ್ಟೇ; ಲಂಡನ್‌ನಲ್ಲಿ ಹೇರಳವಾಗಿ ಮತ್ತು ಅಷ್ಟೇ ಸೋವಿ ದರದಲ್ಲಿ ಸಿಗುತ್ತಿದ್ದ ಉಪ್ಪನ್ನು ಹಡಗಿನಲ್ಲಿ ತುಂಬಿ ಇಲ್ಲಿಗೆ ಕಳಿಸತೊಡಗಿದರು. ಹಾಗೆ ಉಪ್ಪಿನ ಮೂಟೆಗಳನ್ನು ಹೊತ್ತುಕೊಂಡು ಬರುತ್ತಿದ್ದ ಆಂಗ್ಲರ ಹಡಗುಗಳು ಸಾಗರದ ಬಿರುಗಾಳಿಗೆ ಎದೆಗುಂದದೇ ಗಂಭೀರವಾಗಿ ಚಲಿಸತೊಡಗಿದವು. ಅಷ್ಟಾಯಿತಲ್ಲ? ಹಾಗೇ ಪ್ರತಿಸಲ ತಂದು ಸುರುವುತ್ತಿದ್ದ ಉಪ್ಪನ್ನು ಇಲ್ಲೇನು ಮಾಡುವುದು? ಎಂಬ ಪ್ರಶ್ನೆ ಕಾಡತೊಡಗಿದಾಗ ಬಿಳಿಯರಿಗೆ ತೋಚಿದ್ದು ಉಪ್ಪಿನ ಅಧಿಕೃತ ಮಾರಾಟ.

ಆದರೆ ಅಷ್ಟೊತ್ತಿಗಾಗಲೇ ನಮ್ಮಲ್ಲಿ ಅತ್ಯಂತ ಕಡಿಮೆ ದರದಲ್ಲಿ ಉಪ್ಪು ಸಿಗುತ್ತಿತ್ತು. ಹಾಗಾಗಿ ಈಸ್ಟ್ ಇಂಡಿಯಾ ಕಂಪೆನಿ ತನ್ನ ಉಪ್ಪಿನ ಮಾರಾಟಕ್ಕಾಗಿ ಸ್ವದೇಶಿ ಉಪ್ಪಿನ ಮೇಲೆ ಶೇಕಡಾ 100 ರಿಂದ 120 ರವರೆಗೆ ತೆರಿಗೆ ವಿಧಿಸಿತು. ಇದರಿಂದ ಸಹಜವಾಗಿಯೇ ವಿದೇಶಿ ಉಪ್ಪಿನ ದರ ಕಡಿಮೆಯಾಯಿತು. ಬ್ರಿಟಿಷರ ಈ ಷಡ್ಯಂತ್ರ ಮುಂದೆ ಗಾಂಧೀಜಿಯ ಮನಸ್ಸನ್ನು ರೊಚ್ಚಿಗೆಬ್ಬಿಸಿದ್ದು, ಆತ 'ಕರ ನಿರಾಕರಣೆ' ಚಳುವಳಿ ಮಾಡಿದ್ದು, ಗುಜರಾತಿನ ಸಾಗರ ದಂಡೆಯಾದ 'ದಂಡಿ'ಯಲ್ಲಿ ಬ್ರಿಟಿಷರ ಉಗ್ರವಿರೋಧದ ನಡುವೆಯೂ ಸ್ವತಃ ತನ್ನ ಕೈಯಾರೆ ಉಪ್ಪು ತಯಾರಿಸಿದ್ದು ಎಲ್ಲರಿಗೂ ಗೊತ್ತಿರುವಂಥದ್ದೇ.

ಆದರೆ ವಿಷಯ ಇಲ್ಲಿಗೇ ಮುಗಿಯಿತಾ? ಬ್ರಿಟಷರೇನೋ ಇಲ್ಲಿಂದ ರಾತ್ರೋರಾತ್ರಿ ಓಡಿ ಹೋದರು. ಇಲ್ಲಿ ಹೊಸ ಸರ್ಕಾರ ಬಂತು. ಹೊಸ ಹೊಸ ಪ್ರಧಾನಿಗಳು ಬಂದರು. ಯುವಕ ರಾಜೀವ್ ಗಾಂಧಿ ಇಪ್ಪತ್ತೊಂದನೇ ಶತಮಾನದ ಕನಸು ಕಂಡ. ಮನಮೋಹನಸಿಂಗ್ ಎಮ್ಮೆನ್ಸಿ ಕಂಪೆನಿ ತಂದ. 'ಹೈ-ಟೆಕ್' ಹೆಸರಿನಲ್ಲಿ ಎಂತೆಂಥದೋ ಪ್ರಾಡಕ್ಟುಗಳು ಬಂದವು. ಅವುಗಳಲ್ಲಿ ಉಪ್ಪು ಕೂಡ ಒಂದು.

ಬೇಕಾದರೆ ನೀವೇ ಗಮನಿಸಿ. ಉದಾರೀಕರಣ ಬರುವ ಮುನ್ನ ನಮ್ಮಲ್ಲಿ ದೊರೆಯುತ್ತಿದ್ದುದು ಎಂಟಾಣೆಗೆ ಒಂದು ಕೆಜಿ ಉಪ್ಪು. ಇವತ್ತು ಕ್ಯಾಪ್ಟನ್ ಕುಕ್, ಅನ್ನಪೂರ್ಣದಂಥ ವಿದೇಶಿ ಬ್ರಾಂಡುಗಳು ಎಂಟೆಂಟು ರೂಪಾಯಿಗೆ ಒಂದು ಕೆಜಿ ಉಪ್ಪು ಮಾರುತ್ತಿವೆ. ಅರೇ, ಕೇವಲ ಬಣ್ಣದ ಚೀಲದಲ್ಲಿ ಪ್ಯಾಕು ಮಾಡಿ ಮೇಲೊಂದು 'iodised' ಎಂಬ ಸೀಲು ಹೊಡೆದಾಕ್ಷಣ ಅಂಥದೊಂದು ಪ್ರಾಡಕ್ಟಿಗೆ 1600 ಪರ್ಸೆಂಟ್ ಜಾಸ್ತಿ ದುಡ್ಡು ಕೊಡಬೇಕಾ? ಇದೆಂಥ ಹುಚ್ಚು ಕಲ್ಪನೆ!

ದುರಂತವೆಂದರೆ, ಸರ್ಕಾರ ಕೂಡ ಅಯೋಡಿನ್ ಎಂಬ ಗುಮ್ಮನನ್ನು ತೋರಿಸುತ್ತ, ಇಂಥ ಪ್ರಾಡಕ್ಟುಗಳನ್ನೇ ಖರೀದಿಸಬೇಕೆಂದು ಧಮಕಿ ಹಾಕುತ್ತದೆ. ಅಸಲಿ ವಿಷಯವೇನೆಂದರೆ, 'ಗಳಗಂಡ' (ಅಯೋಡಿನ್ ಕೊರತೆಯಿಂದ ಬರುವ ರೋಗ)ದಂಥ ರೋಗವನ್ನು ದೂರವಿಡಲು ನಮಗೆ ಬೇಕಾಗಿರುವುದು, ಕೇವಲ 125 ಮೈಕ್ರೋಗ್ರಾಮ್ ಅಯೋಡಿನ್ ಮಾತ್ರ. ಅದು ನಮ್ಮ ನೈಸರ್ಗಿಕ ಉಪ್ಪಿನಲ್ಲೇ ದೊರೆಯುತ್ತದೆ. ಅಷ್ಟೇ ಅಲ್ಲ; ನಮ್ಮ ನೈಸರ್ಗಿಕ ಉಪ್ಪು 175 ಮೈಕ್ರೋಗ್ರಾಮ್‌ನಷ್ಟು ಅಯೋಡಿನ್‌ನನ್ನು ಹೊಂದಿರುತ್ತದೆ. ಹಾಗಾದರೆ ಮತ್ತ್ಯಾಕೆ ಫಾರಿನ್ ಸಾಲ್ಟು?

ಅದು ಬಿಡಿ, ಇವತ್ತಿನ ಮಟ್ಟಿಗೆ ನಮ್ಮಲ್ಲಿ ಒಂದು ಕೆಜಿ ಉಪ್ಪು ತಯಾರಿಸಬೇಕೆಂದರೆ ಕೇವಲ ಐವತ್ತು ಪೈಸೆ ಖರ್ಚಾಗುತ್ತದೆ. ಅದಕ್ಕೆ ಅಯೋಡಿನ್ ಸೇರಿಸಬೇಕೆಂದರೆ ಇನ್ನೂ 15 ಪೈಸೆ ಖರ್ಚಾಗುತ್ತದೆ. ಇನ್ನು ಪ್ಯಾಕಿಂಗ್, ಸಾಗಾಣಿಕೆ ಎಲ್ಲ ಸೇರಿಸಿದರೆ ಅದು ಒಂದು ರೂಪಾಯಿ ಕೂಡ ದಾಟುವುದಿಲ್ಲ. ಇಂಥಾದ್ದರಲ್ಲಿ ನಾವು ಮಾತ್ರ "ಹ್ಯಾಗೆ ಸರ‍್ರಂತ ಜಾರುತ್ತೆ ಕಣ್ರೀ..." ಎನ್ನುತ್ತ ವಿದೇಶಿ ಉಪ್ಪನ್ನು ಹೆಗಲ ಮೇಲಿನ ಬೇತಾಳದಂತೆ ಕೊಂಡುಬರುತ್ತೇವೆ. ಆ ಮೂಲಕ ಪ್ರತಿವರ್ಷ ಎರಡು ಸಾವಿರದ ನಾನೂರು ಕೋಟಿಗೂ ಹೆಚ್ಚಿನ ಹಣ ವಿದೇಶಕ್ಕೆ ರವಾನಿಸಿ ಧನ್ಯರಾಗುತ್ತೇವೆ.

ನಿಜ, ಆವತ್ತು ಆ ಎಲುಬಿನ ಹಂದರದ ಮನುಷ್ಯ ನಮಗೆಲ್ಲ ಉಪ್ಪು ತಯಾರಿಸೋದು ಹ್ಯಾಗೇಂತ ಕಲಿಸಿಕೊಟ್ಟು ದೊಡ್ಡ ತಪ್ಪು ಮಾಡಿದ. ನಾವೀಗ ವಿದೇಶಿ ಉಪ್ಪನ್ನು ಬಳಸೋದು ಹ್ಯಾಗೇಂತ ನಮ್ಮ ಮಕ್ಕಳಿಗೆ ಕಲಿಸುತ್ತ ಆ ತಪ್ಪನ್ನು ಸರಿಪಡಿಸುತ್ತಿದ್ದೇವೆ.

ಬಲಿದಾನದ ಕೊಲೆ ಅಂದರೆ ಇದೇನಾ?

ಅಡಿಗೆ ಮನೆ ಮುಚ್ಚಿ
ಪೀರ್ಝಾ ಪಾಯಿಂಟ್‌ಗೆ ನುಗ್ಗೋದು !

ಚೆಂದನೆಯ ಸಾಹಿತ್ಯ ಹ್ಯಾಗೆ ಹುಟ್ಟುತ್ತದೆ?

ಅಂಥದೊಂದು ಸಾಹಿತ್ಯ ಸೃಷ್ಟಿಸುವ ಸಾಹಿತಿ ತಾನೇ ಖುದ್ದಾಗಿ ಹುಟ್ಟಿಸುತ್ತಾನಾ? ಅಥವಾ ಅವನ ಮೂಡು, ಆತನಿರುವ ಗೂಡು, ಕಥೆಯ ಜಾಡು ಇವೆಲ್ಲ ಕೂಡ ಒಳ್ಳೆಯ ಸಾಹಿತ್ಯ ಹುಟ್ಟಲು ಕಾರಣವಾಗುತ್ತದಾ? ಅಥವಾ ಆತನ ಬರೆಯುವ ಕೈ, ಕೈಯೊಳಗಿನ ಪೆನ್ನು, ಪೆನ್ನಿನ ನಿಬ್ಬು, ಅದರ ಮೊನಚು, ಅದರೊಳಗಿನಿಂದ ಜಾರುವ ಇಂಕು – ಇವೂ ಕೂಡ ಚೆಂದನೆಯ ಸಾಹಿತ್ಯ ಸೃಷ್ಟಿಸಲು ಸಹಾಯಕವಾಗುತ್ತಾ?

ಹಾಗಾದರೆ ಒಳ್ಳೆಯ ಸಾಹಿತ್ಯ ಹ್ಯಾಗೆ ಹುಟ್ಟುತ್ತದೆ?

ಬಹುಶಃ ಇವೆಲ್ಲ ಪ್ರಶ್ನೆಗಳಿಗೆ ಉತ್ತರವೇನೋ ಎಂಬಂತೆ ಸಾಹಿತಿಯೊಬ್ಬರು ತುಂಬ ಸುಂದರವಾಗಿ ಬರೆದಿದ್ದರು.

ವೈಯುಕ್ತಿಕ ಮೋಹ ಮತ್ತು ಮನುಕುಲದ ದಾಹ ಇವೆರಡರ ಅನಾಮಿಕ ಸಂಗಮದಲ್ಲಿ ಒಳ್ಳೆಯ ಸಾಹಿತ್ಯ ಹುಟ್ಟುತ್ತದೆ!

ವ್ಹಾ! ಎಂಥ ಅದ್ಭುತವಾದ ಕಲ್ಪನೆ. ಆದರೆ ಇದನ್ನೇ ಕೊಂಚ ಏರುಪೇರಾಗಿಸಿ ಹೀಗೂ ಹೇಳಬಹುದು: ವೈಯಕ್ತಿಕ ಮೋಹ ಮತ್ತು ವಿದೇಶಿಯರ ದಾಹ ಇವೆರಡರ ಅನೈತಿಕ ಸಂಗಮದಲ್ಲಿ 'ಪೆರಿಸ್ಟ್ರೋಯಿಕ' ಹುಟ್ಟುತ್ತದೆ!

"ಇದೆಂಥ ಹೆಸರು ಪೆರಿಸ್ಟ್ರೋಯಿಕ?" ಹಾಗಂತ ಈಚೆಗೆ ವಿದ್ಯಾರ್ಥಿಯೊಬ್ಬ ನನ್ನನ್ನು ಕೇಳಿದ್ದ.

ನಿಜ, ಭಾರತದಲ್ಲಿ ಅಂಥದೊಂದು ಹೆಸರನ್ನು ಕೇಳಿದವರು ತುಂಬ ಕಡಿಮೆ. ಆದರೆ ನಿಮಗಿದು ಗೊತ್ತಿರಲಿ. ಇದೇ ಪೆರಿಸ್ಟ್ರೋಯಿಕ ಸೋವಿಯತ್ ರಷ್ಯಾವನ್ನು ಛಿದ್ರ ಛಿದ್ರ ಗೊಳಿಸಿತು. ಥೈಲಾಂಡಿನ ಪರಮಸುಂದರಿಯರನ್ನೆಲ್ಲ

ವೇಶ್ಯೆಯನ್ನಾಗಿಸಿತು. ಒಂದು ಕಾಲದಲ್ಲಿ ಏಷಿಯನ್ ಟೈಗರ್ ಎಂದೆಲ್ಲ ಹೊಗಳಿಸಿಕೊಂಡಿದ್ದ ದಕ್ಷಿಣ ಕೊರಿಯಾ ಇದೇ ಹೆಸರನ್ನು ಬಡಬಡಿಸಿದ ತಪ್ಪಿಗೆ ಕೊನೆಗೊಂದು ದಿನ ಹೈರಾಣಾಗಿ ಇಲಿಯಂತೆ ಬಿಲ ಸೇರುವ ಸ್ಥಿತಿಗಿಳಿಯಿತು. ಇನ್ನು ಕೊಲಂಬಿಯಾ, ಕೋಸ್ಟಾರಿಕದಂಥ ದೇಶಗಳು ಇದೇ ಪೆರಿಸ್ತ್ರೋಯಿಕವೆಂಬ ಬಿಸಿಲ್ಗುದುರೆಯ ಬೆನ್ನೇರಿ ಇವತ್ತಿಗೂ ಬಾಯಿ ಬಾಯಿ ಬಡಿದುಕೊಳ್ಳುತ್ತಿವೆ. ಮಲೇಶಿಯಾ, ಇಂಡೋನೇಶಿಯಾಗಳ ಪರಿಸ್ಥಿತಿ ಇವೆಲ್ಲಕ್ಕಿಂತೇನೂ ಭಿನ್ನವಾಗಿಲ್ಲ.

ಎಲ್ಲಕ್ಕಿಂತ ಆಶ್ಚರ್ಯದ ಸಂಗತಿಯೇನೆಂದರೆ, ನಮ್ಮಲ್ಲಿ ದೇಶಭಕ್ತಿಗೆ, ದೇಶಪ್ರೇಮಕ್ಕೆ ಇನ್ನೊಂದು ಹೆಸರಾದ ಜಪಾನ್ ಕೂಡ ಇವತ್ತು ಪೆರಿಸ್ತ್ರೋಯಿಕದ ಮುಂದೆ ನಿಧಾನವಾಗಿ ಶರಣಾಗತವಾಗತೊಡಗಿದೆ. ಅಲ್ಲಿನ ಎರಡು ಆಧಾರಸ್ತಂಭಗಳಾದ 'ಬ್ಯಾಂಕ್ ಆಫ್ ಜಪಾನ್' ಮತ್ತು 'ಬ್ಯಾಂಕ್ ಆಫ್ ಟೋಕಿಯೋ' ದಿವಾಳಿಯಾಗುವ ಮುನ್ಸೂಚನೆಗಳು ಗೋಚರಿಸತೊಡಗಿವೆ.

ಹಾಗಾದರೆ ಇದ್ಯಾವ ಅಸ್ತ್ರ? ಹೆಸರು ಮಾತ್ರ ಪೆರಿಸ್ತ್ರೋಯಿಕ!

ಪೆರಿಸ್ತ್ರೋಯಿಕವೆಂಬುದು ರಷ್ಯನ್ ಹೆಸರು. ಕನ್ನಡದಲ್ಲಿ ಅದನ್ನು ಉದಾರೀಕರಣ ಅನ್ನುತ್ತಾರೆ. ಹಾಗೆಯೇ 'ಗ್ಲಾಸ್‌ನಾಸ್ತ್' (glasnost) ಎಂದರೆ ಜಾಗತೀಕರಣ ಎಂದರ್ಥ.

ಅದೇನೇ ಇರಲಿ, ನಿಮಗೀಗಾಗಲೇ ಗೊತ್ತು; ಕಳೆದ ಶತಮಾನದ ತೊಂಬತ್ತರ ದಶಕದ ಪ್ರಾರಂಭದಲ್ಲಿ ವರ್ಲ್ಡ್ ಬ್ಯಾಂಕ್ ಮತ್ತು ಐ.ಎಂ.ಎಫ್.ಗಳ ಕುತಂತ್ರದಿಂದಾಗಿ ಜಾಗತೀಕರಣ ಮತ್ತು ಉದಾರೀಕರಣಗಳೆಂಬ ಹೆಸರುಗಳು ನಮ್ಮಲ್ಲಿ ಹರಿದಾಡತೊಡಗಿದವು. ಮೊದಮೊದಲಿಗೆ ಇಂಥ ಪಾಲಿಸಿಗಳನ್ನು ವಿರೋಧಿಸಿದ ಬುದ್ಧಿಜೀವಿಗಳನ್ನು ರಾಷ್ಟ್ರದ್ರೋಹಿಗಳೇನೋ ಎಂಬಂತೆ ನೋಡಲಾಯಿತು. ಆದರೆ ವಿರೋಧದ ಪ್ರಮಾಣ ಹೆಚ್ಚುತ್ತಲೇ ಹೋದಾಗ, "ಅದ್ಯಾಕ್ರೀ ಹಿಂಗಾಡ್ತೀರ. ನಿಮಗೆಲ್ಲಾ ಫಾರಿನ್ ಟೆಕ್ನಾಲಜಿ ಬೇಡ್ವಾ? ಶಿಲಾಯುಗದಲ್ಲೇ ಸಾಯ್ತೀರಲ್ಲ...!" ಎಂಬಂತೆ ಮೂದಲಿಸಲಾಯಿತು.

ಅಲ್ರಯ್ಯ, ಗ್ಲೋಬಲೈಸೇಶನ್ ಮತ್ತು ಲಿಬರಲೈಸೇಶನ್ ಬಂದಾಕ್ಷಣ ಇಲ್ಲಿಗೆ ಫಾರಿನ್ ಟೆಕ್ನಾಲಜಿ ಬರುತ್ತೋ ಇಲ್ವೋ ಅದು ಬೇರೆ ಮಾತು. ಆದರೆ ಇಲ್ಲಿಗೆ ಬರುತ್ತಿರುವ ವಿದೇಶಿ ಕಂಪೆನಿಗಳು ಹೊತ್ತು ತರುತ್ತಿರುವ ಟೆಕ್ನಾಲಜಿಯಾದರೂ ಎಂಥದ್ದಿದೆ ಎಂಬುದನ್ನು ವಿಚಾರಿಸೋದು ಬೇಡವಾ?

ನಿಮಗೊಂದು ಆಫ್ ದಿ ರೆಕಾರ್ಡ್ ಸಂಗತಿ ಹೇಳುತ್ತೇನೆ. ಇಲ್ಲಿಗೆ ಉದಾರೀಕರಣ ನೀತಿ ಬಂದಾಗಿನಿಂದ ಅಂದರೆ 1991 ರಿಂದ 1996 ರವರೆಗೆ ಭಾರತದಲ್ಲಿ ವಹಿವಾಟು ನಡೆಸುತ್ತಿದ್ದೇವೆಂದು ಸಾವಿರಾರು ಕಂಪೆನಿಗಳು ಮುಂದೆ ಬಂದಿವೆ. ಈ ಅವಧಿಯಲ್ಲಿ ಸಾವಿರಾರು ಕಂಪೆನಿಗಳು ನಮ್ಮೆಲ್ಲ ಕರಾರುಗಳಿಗೆ ಒಪ್ಪಿಕೊಂಡು ಸಹಿ ಮಾಡಿರುವ M.O.U. (Memorandum of Understanding) ಗಳ ಒಟ್ಟು ಮೊತ್ತವೇ 94,000 ಕೋಟಿ ರೂಪಾಯಿಗಳಷ್ಟಿದೆ. ಇಷ್ಟೊಂದು ದೊಡ್ಡ ಪ್ರಮಾಣದ ದುಡ್ಡನ್ನು ತಂದು ಸುರಿದ ಈ ಕಂಪೆನಿಗಳು ಜೊತೆಗೆ ಹೈ–ಟೆಕ್ನಾಲಜಿಯನ್ನೂ ಕೂಡ ಹೊತ್ತುಕೊಂಡು ಬಂದವಾ?

ಖಂಡಿತ ಇಲ್ಲ!

ಯಾಕೆಂದರೆ ಈ ಕಂಪೆನಿಗಳ ಪೈಕಿ ಶೇಕಡಾ ಎಂಬತ್ತರಷ್ಟು ಕಂಪೆನಿಗಳು ಮಾಡಿಕೊಂಡ ಅಗ್ರಿಮೆಂಟು ಝೀರೋ ಟೆಕ್ನಾಲಜಿಗೆ ಸಂಬಂಧಿಸಿದ್ದುದಾಗಿತ್ತು. ಅಂದರೆ ಪೇಸ್ಟು, ಪೌಡರ್ರು, ಸೋಪು, ಉಪ್ಪು, ಚಾಕಲೇಟು, ಹಿಟ್ಟು, ಚಿಪ್ಸು, ಲಿಪ್‌ಸ್ಟಿಕ್ಕುಗಳನ್ನು ತಯಾರಿಸುವ ಕಂಪೆನಿಗಳ ಸಂಖ್ಯೆಯೇ ದೊಡ್ಡ ಸಂಖ್ಯೆಯಲ್ಲಿತ್ತು. ಪರಿಣಾಮವಾಗಿ ಇಲ್ಲಿನ ಸಣ್ಣ ಸಣ್ಣ ಗುಡಿ ಕೈಗಾರಿಕೆಗಳು ತಲೆಯ ಮೇಲೆ ಕೈಹೊತ್ತು ಕುಳಿತವು. ಜೊತೆಗೆ ಇಲ್ಲಿನ ಮಾರುಕಟ್ಟೆಯಲ್ಲಿ ವಿದೇಶಿ ಕಂಪೆನಿಗಳ monopoly ಶುರುವಾಗತೊಡಗಿತು.

ಪರಿಣಾಮವಾಗಿ, ಇವತ್ತಿನ ಮಟ್ಟಿಗೆ ಯಾವುದಾದರೂ ಸ್ವದೇಶಿ ಕೂಲ್‌ಡ್ರಿಂಕ್ಸ್ ಕಂಪೆನಿಯ ಹೆಸರು ಸಟ್ಟಂತ ಹೇಳಿ ನೋಡೋಣ? ಎಲ್ಲಿ ನೋಡಿದರೂ ಕೋಕಾಕೋಲಾ, ಪೆಪ್ಸಿ ಹೆಸರಿನ ಬಾಟಲಿಗಳೇ ರಾರಾಜಿಸುತ್ತಿವೆ. ಬರೀ ಕೋಕಾಕೋಲಾ ಕಂಪೆನಿಯೊಂದೇ ಸುಮಾರು ಹತ್ತಕ್ಕೂ ಹೆಚ್ಚು ಬೇರೆ ಬೇರೆ ಬ್ರಾಂಡುಗಳಲ್ಲಿ ತನ್ನ ಪ್ರಾಡಕ್ಟುಗಳನ್ನು ಮಾರುತ್ತಿದೆ. ಹಾಗಾಗಿ ಉದಾರೀಕರಣವೆಂದರೆ ಈಗೀಗ ಹೊಸದೊಂದು ಘೋಷಣೆ ಉದ್ಭವವಾಗತೊಡಗಿವೆ. ಅದೇನು ಗೊತ್ತಾ?

ಪೆರಿಸ್ತ್ರೋಯಿಕವೆಂದರೆ ಅಡಿಗೆ ಮನೆ ಮುಚ್ಚೋದು ಮತ್ತು ಪೀಝಾ ಪಾಯಿಂಟ್‌ಗೆ ನುಗ್ಗೋದು !

ಸಾಯುತ್ತಿರುವ ಸತ್ಯ; ಪಥ್ಯವಾಗುತ್ತಿರುವ ಮಿಥ್ಯ......!

ಹಾಗೆ ನೋಡಿದರೆ ಇದನ್ನೆಲ್ಲ ನಾನು ಯಾವತ್ತೋ ಹೇಳಬೇಕಾಗಿತ್ತು. ಆದರೆ ಇವತ್ತು ಹೇಳುತ್ತಿದ್ದೇನೆ. ಯಾಕೆಂದರೆ ಆವತ್ತು ನನ್ನಲ್ಲಿ ಸಣ್ಣದೊಂದು ಆಸೆ ಚಿಗಿತುಕೊಂಡಿತ್ತು. ಇಲ್ಲ, ಇಲ್ಲ, ಇದೆಲ್ಲ ಎಷ್ಟು ದಿನಾಂತ ನಡೆದೀತು? ಇವತ್ತಲ್ಲ ನಾಳೆ ಆಕೆ ಸರಿಹೋಗುತ್ತಾಳೆ. ಶಿಥಿಲಗೊಂಡ ನಮ್ಮೆಲ್ಲರ ಮನಸ್ಸುಗಳಿಗೆ ಜೀವ ತುಂಬುತ್ತಾಳೆ. ಕಮರಿ ಹೋದ ಕನಸುಗಳನ್ನು ಮತ್ತೆ ಚಿಗುರಿಸುತ್ತಾಳೆ. ಆಕೆ ನಮ್ಮಂಥವರ ಪಾಲಿಗೆ ಜೀವಸಂಜೀವಿನಿ. ಬದುಕನ್ನು ಬಂಗಾರವಾಗಿಸುವಾಕೆ!

ಹಾಗಂತ ನಾನು ಬಡಬಡಿಸುತ್ತಲೇ ಇದ್ದೆ.

ನಿಜ ಹೇಳಬೇಕೆಂದರೆ, ನನ್ನ ಈ ಕನವರಿಕೆಗಳಿಗೆ ತಕ್ಕ ಕಾರಣವೂ ಇತ್ತು. ಕೇವಲ ಮೂರು ವರ್ಷದ ಹಿಂದೆ ಆಕೆಯ ಸ್ನಿಗ್ಧ ಸೌಂದರ್ಯಕ್ಕೆ, ಮುಗ್ಧ ನಗುವಿಗೆ ಇಡೀ ಜಗತ್ತೇ ವಿನಮ್ರವಾಗಿ ತಲೆಬಾಗಿಸಿತ್ತು. ಆವತ್ತು ಹಸಿರು ಕಂಗಳ ಇದೇ ಹುಡುಗಿ ಇಡೀ ಲೋಕಕ್ಕೆ ಸಾರಿ ಸಾರಿ ಹೇಳಿದ್ದಳು: "ನಾನು ಭಾರತೀಯ ಸಂಸ್ಕೃತಿಯ ಪ್ರತೀಕ. ಅದಕ್ಕಾಗಿ ಹೆಮ್ಮೆ ಪಡುತ್ತೇನೆ. I swear, ನನ್ನಲ್ಲಿರುವ ಸೌಂದರ್ಯದ ಕಟ್ಟಕಡೆಯ ಹೊಳಪು ಕರಗುವವರೆಗೂ ಭಾರತದ ಬಡಜನತೆಗಾಗಿ ದುಡಿಯುತ್ತೇನೆ. ಇಲ್ಲಿನ ದಾರಿದ್ರ್ಯವನ್ನು ಕಳಚುವುದಕ್ಕಾಗಿ ಶ್ರಮಿಸುತ್ತೇನೆ. ಇದೇ ನನ್ನ ಬದುಕಿನ ಸಾರ್ಥಕತೆ ಮತ್ತು ಇದೇ ನನ್ನ ಜೀವನದ ಪರಮ ಗುರಿ!"

ಹಾಗಂತ ಈ ಭುವನ ಸುಂದರಿ ಜಗತ್ತಿನ ಕೋಟ್ಯಂತರ ಕಣ್ಣುಗಳನ್ನು ಸಾಕ್ಷಿಯಾಗಿಟ್ಟುಕೊಂಡು ಸಾರಿ ಹೇಳಿದ್ದಳು. ಆಕೆಯ ಹೆಸರು ಐಶ್ವರ್ಯ ರೈ! ಆದರೆ ದುರಂತ ನೋಡಿ. ಸೌಂದರ್ಯದ ಜೊತೆ ಎಕನಾಮಿಕ್ಸು ಸೇರಿಕೊಂಡಾಗ ತಲೆಯಲ್ಲಿರುವ ಮಿದುಳು ಹಳೆಯ ಆಣೆ ಪ್ರಮಾಣಗಳನ್ನೆಲ್ಲ ಮರೆತುಬಿಡುತ್ತದೆಯಂತೆ. ಐಶ್ವರ್ಯ ರೈಗೆ ಆಗಿದ್ದೇ ಅದು! ಇಲ್ಲಿನ ಬಡಜನತೆ, ಅವರ ದಾರಿದ್ರ್ಯತನ ಇದೆಲ್ಲ ಹಾಳುಬಿದ್ದು ಹೋಗಲಿ; ಕಡೇಪಕ್ಷ ನೈತಿಕತೆ ಮತ್ತು

ದೇಶ ಪ್ರೇಮಗಳಂಥ ಶಬ್ಧಗಳನ್ನೇ ಮರೆತು ಬಿಟ್ಟಿರುವ ಆಕೆ ವಿದೇಶಿ ಕಂಪೆನಿಗಳ ವಕ್ತಾರಳಂತೆ ವರ್ತಿಸುತ್ತಿದ್ದಾಳೆ. ಆಕೆಯೀಗ ಮಲ್ಟಿ ನ್ಯಾಷನಲ್ ಕಂಪೆನಿಗಳ ಕೈಗೊಂಬೆ.

ಇದು ಐಶ್ವರ್ಯ ರೈ ಒಬ್ಬಳ ಕಥೆಯಲ್ಲ. ನಾವೆಲ್ಲ ದಿನ ಬೆಳಗಾದರೆ ಹೃದಯ ತುಂಬಿ ಆರಾಧಿಸುವ, ಹಾರೈಸುವ ಮತ್ತು ಅನುಕರಿಸುವ ಅನೇಕ ಹೀರೊಗಳ ಕಥೆ. ಅದರಲ್ಲಿ ಸಲ್ಮಾನ್‌ಖಾನ್ ಇದ್ದಾನೆ. ಶಾರುಖ್‌ಖಾನ್ ಇದ್ದಾನೆ. ಅಮೀರ್‌ಖಾನ್ ಕೂಡ ಇದಕ್ಕೆ ಹೊರತಾಗಿಲ್ಲ. ಪರದೆಯ ಮೇಲೆ ಅಖಂಡ ಭಾರತದ ಜ್ಯೇಷ್ಠ ಸುಪುತ್ರರೆಂಬಂತೆ ಬೊಂಬಡ ಹೊಡೆಯುವ ಇವರೆಲ್ಲ ವಾಸ್ತವ ಬದುಕಿನಲ್ಲಿ ದೇಶ ಪ್ರೇಮವನ್ನು ಕೂಡ ಕಮರ್ಷಿಯಲ್ ವಸ್ತುವನ್ನಾಗಿಸಿ ಬಿಟ್ಟಿದ್ದಾರೆ.

ಇಂಥವರ ಮಧ್ಯೆ ಬದುಕುತ್ತಿರುವ ನಾವು "ಮಲ್ಟಿ ನ್ಯಾಷನಲ್ ಕಂಪೆನಿಗಳಿಗೆ ಧಿಕ್ಕಾರ; ದೇಶಕ್ಕೆ ಅದರಿಂದ ಸಂಚಕಾರ" ಎಂದೆಲ್ಲ ಕಿರುಚತೊಡಗಿದರೆ ಕೇಳುವವರಾದರೂ ಯಾರಿದ್ದಾರೆ? ಹೀಗಾಗಿ ಇಲ್ಲಿ ವಿದೇಶಿ ಪ್ರಾಡಕ್ಟು ಬರುತ್ತದೆ. ವಿದೇಶಿ ಅಗ್ರಿಮೆಂಟೂ ಬರುತ್ತದೆ.

ನಿಮಗೆ ಗೊತ್ತಿದೆ. ನಾವಿನ್ನೂ ಸಿಟಿಬಿಟಿಗೆ ಸಹಿ ಮಾಡಿಲ್ಲ. ಇಂಥದೊಂದು ಅಗ್ರಿಮೆಂಟಿಗೆ ನಮ್ಮ ಸರ್ಕಾರ ಸಹಿ ಮಾಡುತ್ತದೋ ಇಲ್ಲವೋ ಗೊತ್ತಿಲ್ಲ. ಆದರೆ ನಡೆಯುತ್ತಲಿರುವ ವರ್ತಮಾನಗಳನ್ನು ಗಮನಿಸಿದರೆ ಗ್ಯಾಟ್ ಅಗ್ರಿಮೆಂಟಿಗೆ ಮಾತ್ರ ಇವತ್ತಲ್ಲ ನಾಳೆ ಸೈನು ಗೀಚೇ ಗೀಚುತ್ತಾರೆಂಬ ಅನುಮಾನ ಕಾಡುತ್ತಿದೆ. ಹಾಗೇನಾದರೂ ಆದಲ್ಲಿ ಮೊಟ್ಟಮೊದಲ ಹೊಡೆತ ಬೀಳುವುದು ಇಲ್ಲಿನವರ ಆರೋಗ್ಯಕ್ಕೆ ಮತ್ತು ಅವರ ಜೇಬುಗಳಿಗೆ! ಯಾಕೆಂದರೆ ಗ್ಯಾಟ್ ಒಪ್ಪಂದದ ಒಂದು ಕಾಲಮ್ಮು ಸ್ಪಷ್ಟವಾಗಿ ಹೇಳುತ್ತದೆ: "ಈ ಅಗ್ರಿಮೆಂಟಿಗೆ ಸಹಿ ಹಾಕುವ ಎಲ್ಲಾ ರಾಷ್ಟ್ರಗಳೂ ತಮ್ಮ ನೆಲದ ಕಾನೂನುಗಳನ್ನು ಗ್ಯಾಟ್ ಒಪ್ಪಂದದ ಅನುಷ್ಠಾನಕ್ಕೆ ಸೂಕ್ತವಾಗುವಂತೆ ಬದಲಾಯಿಸಬೇಕು."

ಅಷ್ಟೇ ಅಲ್ಲ, ಇಂಥದೊಂದು ಒಪ್ಪಂದದಿಂದ ಮಾರುಕಟ್ಟೆಯಲ್ಲಿ monopoly ಎಂಬುದು ಹ್ಯಾಗೆ ಸೆಟೆದು ನಿಲ್ಲುತ್ತದೆ ಎಂಬುದಕ್ಕೆ ಈ ಉದಾಹರಣೆ ಗಮನಿಸಿ. ಈಗಾಗಲೇ ಅಮೆರಿಕ ಗ್ಯಾಟ್‌ನ್ನು ಅಳವಡಿಸಿಕೊಂಡಿದೆ. ಹೀಗಾಗಿ ಅಲ್ಲಿ ಪೇಟೆಂಟ್ ಕಾಯಿದೆ ಎಷ್ಟು ಸ್ವಾರ್ಥದಿಂದ ಕೂಡಿದೆಯೆಂದರೆ, ಇವತ್ತಿನ ಮಟ್ಟಿಗೆ ಅಲ್ಲಿ ಯಾವನಾದರೊಬ್ಬ ಹೊಸ

ಯಂತ್ರ, ಹೊಸ ತಂತ್ರ, ಹೊಸ ಪ್ರಾಡಕ್ಟು ತಯಾರಿಸಿದನೆಂದರೆ, ಅಲ್ಲಿ ಮತ್ತೊಬ್ಬನ್ಯಾವನೂ ಅದೇ ತರಹದ ಪ್ರಾಡಕ್ಟುಗಳನ್ನು ತಯಾರಿಸುವಂತಿಲ್ಲ.

ಇಲ್ಲಿ ಗಮನಿಸಬೇಕಾದ ಸಂಗತಿಯೇನೆಂದರೆ, ಅಂಥದೊಂದು ಪ್ರಾಡಕ್ಟನ್ನು ಒಂದೇ ಕಂಪೆನಿ ಉತ್ಪಾದಿಸುತ್ತಾದ್ದರಿಂದ ಅದು ಎಷ್ಟೇ ದುಬಾರಿಯಾಗಿರಲಿ, ಜನ ಅದನ್ನು ಖರೀದಿಸಲೇ ಬೇಕಾಗುತ್ತದೆ. ಸದರಿ ಪ್ರಾಡಕ್ಟೇನಾದರೂ ಜೀವರಕ್ಷಕ ಔಷಧಿಯಾಗಿದ್ದಲ್ಲಿ ಗ್ರಾಹಕರ ಗತಿ ದೇವರಿಗೇ ಪ್ರೀತಿ. ಒಮ್ಮೊಮ್ಮೆ ಇದು ಎಂಥ ಅತಿರೇಕಕ್ಕೆ ಮುಟ್ಟುತ್ತದೆಂದರೆ ನಮ್ಮಲ್ಲಿನ ಔಷಧದ ಬೆಲೆಗಳಿಗೆ ಹೋಲಿಸಿದರೆ ಅಮೆರಿಕದ ಬೆಲೆ ಐವತ್ತು ಪಟ್ಟು ಜಾಸ್ತಿಯಿದೆ. ಅಲ್ಸರ್ ಚಿಕಿತ್ಸೆಗೆಂದು ತೆಗೆದುಕೊಳ್ಳುವ 'ರಾನಿಟಿಡೈನ್' ಎಂಬ ಮಾತ್ರೆಯು ನಮ್ಮಲ್ಲಿ ಸುಮಾರು ಇಪ್ಪತ್ತೊಂಬತ್ತು ರೂಪಾಯಿಗೆ ದೊರೆತರೆ, ಅಮೆರಿಕದಲ್ಲಿ ಅದೇ ಮಾತ್ರೆಯ ಬೆಲೆ ಏಳುನೂರಾ ನಲವತ್ನಾಲ್ಕು ರೂಪಾಯಿಯಷ್ಟಿದೆ. ಸಿಪ್ರೋಫ್ಲೋಕ್ಸಾಸಿನ್ ಮಾತ್ರೆ ಇಲ್ಲಿ ಐವತ್ತೊಂದು ರೂಪಾಯಿಗೆ ಸಿಕ್ಕರೆ, ಅಲ್ಲಿನ ಬೆಲೆ ಮುನ್ನೂರಾ ಐದು! ಅಸ್ಟಾಮಿ ಜೋಲ್‌ನ ಬೆಲೆ ಇಲ್ಲಿ ಬರೀ ಆರು ರೂಪಾಯಿಯಾದರೆ ಅಲ್ಲಿನ ಬೆಲೆ ನಾಲ್ಕುನೂರಾ ಮೂವತ್ತಾರು. ಕ್ಯಾನ್ಸರಿಗೆಂದು ತೆಗೆದುಕೊಳ್ಳುವ ಮಿಟೋಕ್ಸೆಂಟ್ರಾನ್ ನಮ್ಮಲ್ಲೇ ಭಯಂಕರ ದುಬಾರಿ. ಅದರ ಇಲ್ಲಿನ ಬೆಲೆ ನಾಲ್ಕುನೂರಾ ನಲವತ್ತಾರು. ಇದೇ ಮಾತ್ರೆ ಅಮೆರಿಕದಲ್ಲೂ ಬಿಕರಿಯಾಗುತ್ತದೆ. ಬೆಲೆ ಮಾತ್ರ ಹದಿನೈದು ಸಾವಿರಕ್ಕೂ ಹೆಚ್ಚು!

ದುರಂತವೆಂದರೆ, ಇದ್ಯಾವುದೂ ನಮ್ಮ ರೈಗಳಿಗೆ, ಖಾನ್‌ಗಳಿಗೆ ಅರ್ಥವಾಗುವುದಿಲ್ಲ. ಅವರಿಗೆ ಇದೆಲ್ಲ ಅರ್ಥವಾಗುವ ಹೊತ್ತಿಗೆ ಸತ್ಯ ಸತ್ತೇ ಹೋಗಿರುತ್ತದೆ; ಮಿಥ್ಯ ಪಥ್ಯವಾಗಿರುತ್ತದೆ.

ಉರುಳಿಹೋದ ಹೆಣ; ಉಳಿದುಕೊಂಡ ಋಣ ...!!

ಅದೊಂದು ಸಿನೆಮಾ ಟಾಕೀಸು!

ಪರದೆಯ ಮೇಲೆ ಮೂಕಿ ಚಿತ್ರ ಮೂಡಿ ಬರುತ್ತಿದೆ. ನಾಯಕನೋ ಇಂಗು ತಿಂದ ಮಂಗನಂತೆ! ಒಂಥರಾ ಪೆಕರು ಪೆಕರು. ಆತನ ಹಾವಭಾವಗಳನ್ನು ಗಮನಿಸಿದರೆ ಈ ಹೀರೋ ಕಳೆದ ನಾಲ್ಕೈದು ದಿನಗಳಿಂದ ಊಟ ಮಾಡಿದಂತಿಲ್ಲ. ಮನೆಯಲ್ಲಿನ ಅಕ್ಕಿ ಡಬ್ಬ ಖಾಲಿ ಖಾಲಿ. ಹೋಗಲಿ, ಹೋಟೆಲ್‌ನಲ್ಲಿ ತಿನ್ನೋಣವೆಂದರೆ ಹಾಳಾದ್ದೂ ಜೇಬೂ ಖಾಲಿಖಾಲಿ. ಅಂಥದೊಂದು ಹಸಿವನ್ನು ಜಯಿಸಲೆಂದು ಕೆಲಸಕ್ಕಾಗಿ ಅಲೆದೂ ಅಲೆದೂ ಸುಸ್ತಾದ ಈ ಹೀರೋ ಕೊನೆಗೊಮ್ಮೆ ಸೋತು ಹೋದೆ ಎನ್ನುತ್ತ ಅತ್ಯಂತ ನಿಸ್ಸಹಾಯಕನಾಗಿ ತಲೆ ತಗ್ಗಿಸುತ್ತಾನೆ. ಥಟ್ಟನೆ ಕಾಲಲ್ಲಿದ್ದ ಸವೆದುಹೋದ ಚರ್ಮದ ಚಪ್ಪಲಿ ಗೋಚರಿಸುತ್ತವೆ. ಅಷ್ಟೇ! ಈ ಹೀರೋ ಆ ಚಪ್ಪಲಿಗಳನ್ನೇ ನೀರಲ್ಲಿ ಅದ್ದಿ ಅದ್ದಿ ತಿನ್ನತೊಡಗುತ್ತಾನೆ. ಯಾಕೆಂದರೆ ಅದು ಹಸಿವಿನ ಕೊನೆಯ ಹಂತ.

ಮತ್ತು ಅದೇ ಹಸಿವಿನ ನಿಜವಾದ ಪ್ರಖರತೆ!

ಸದರಿ ನಾಯಕನ ಹೆಸರು ಚಾರ್ಲಿ ಚಾಪ್ಲಿನ್. ಸಿನೆಮಾ ಲೋಕ ಕಂಡ ಅದ್ಭುತ ನಟ. ಈ ಲೋಕದ ಸ್ವಾರ್ಥ, ತಳಮಳ, ದಿಗ್ಭ್ರಮೆ, ಆವೇಶ, ಪ್ರೇಮ, ಕಾಮಗಳೆಲ್ಲವನ್ನೂ ಒಂದೇ ಒಂದು ಮಾತಿಲ್ಲದೇ ಬರೀ ತನ್ನ ಮೂಕಾಭಿನಯದ ಮೂಲಕ ಬಿಂಬಿಸಿದಂಥ ಮಹಾನ್ ಕಲಾವಿದ. ವಾಸ್ತವ ಬದುಕಿನಲ್ಲಿ ನಲಿವಿಗಿಂತ ನೋವನ್ನೇ ಜಾಸ್ತಿ ಅನುಭವಿಸಿದ ಚಾಪ್ಲಿನ್, ಬದುಕಿನೆಡೆಗೆ ತೀವ್ರವಾದ ಪ್ರೀತಿ ಹೊಂದಿದ್ದ. ಅಂತೆಯೇ ಆತ ಈ ಜಗತ್ತಿನ ಕ್ರೂರ ನಿಯಮಗಳ ಬಗ್ಗೆ ತಣ್ಣನೆಯ ದನಿಯಲ್ಲಿ ವಿಮರ್ಶಿಸುತ್ತಾನೆ: 'ಈ ಪ್ರಪಂಚವೇ ವಿಚಿತ್ರ ಕಣ್ರಯ್ಯ. ಇಲ್ಲಿರೋದೆಲ್ಲ ಬರೀ ಉಲ್ಟಾ. ಇಲ್ಲಿ ಕೆಲವೊಂದು ಘಟನೆಗಳನ್ನು ನೋಡಿದಾಕ್ಷಣ, ಕೇಳಿದಾಕ್ಷಣ ನಕ್ಕು ಬಿಡುತ್ತೇವೆ. ಆದರೆ ಅಂಥ ಘಟನೆಗಳ ಹಿಂದೆ ದೀರ್ಘವಾದ ನಿಟ್ಟುಸಿರಿನ ವಿಷಾದ ಅಡಗಿರುತ್ತದೆಂಬ ವಿಷಯ ಮರೆತೇ ಬಿಟ್ಟಿರುತ್ತೇವೆ.....!'

ನಿಜ, ಅಂಥ ನೂರಾರು ಘಟನೆ, ನೂರೆಂಟು ಸಬ್ಜೆಕ್ಟುಗಳನ್ನು ನಾನು ಹೇಳಬಲ್ಲೆ. ನಿಮಗೆ ಗೊತ್ತು; ಈಸ್ಟ್ ಇಂಡಿಯಾ ಕಂಪೆನಿ ಇಲ್ಲಿಗೆ ಬಂದಿದ್ದು ಬರಿಗೈಯಲ್ಲಿ. ಆದರೆ ಬೆಲೆ ಕಟ್ಟಲಾಗದಂಥ ಸಂಪತ್ತನ್ನೆಲ್ಲ ಬಾಚಿಕೊಂಡು ಹೋಯಿತು. ಇಷ್ಟಕ್ಕೂ ನಿಮಗೊಂದು ಸಂಗತಿ ಗೊತ್ತಿರಲಿಕ್ಕಿಲ್ಲ. ಸುಮಾರು ಎರಡು ನೂರು ವರ್ಷಗಳ ಕಾಲ ನಮ್ಮನ್ನಾಳಿದ್ದು ಬ್ರಿಟನ್ನಿನ ರಾಣಿ ಸರ್ಕಾರವಲ್ಲ; ಕಂಪೆನಿ ಸರ್ಕಾರ! ಮುಂದೆ 1881 ರ ಸುಮಾರಿಗೆ ಈಸ್ಟ್ ಇಂಡಿಯಾ ಕಂಪೆನಿ ಇಲ್ಲಿಂದ ಜಾಗ ಖಾಲಿ ಮಾಡಿ ಬ್ರಿಟನ್ನಿನ ರಾಣಿಗೆ ಇಡೀ ಭಾರತವನ್ನು ಒಪ್ಪಿಸಿ ಹೋಗುತ್ತದೆ.

ಅದೇನೇ ಇರಲಿ, ಈಗ ಹೇಳುತ್ತಿರುವ ಘಟನೆ ಕಂಪೆನಿ ಸರ್ಕಾರದ ಆಡಳಿತವಿದ್ದಾಗ ನಡೆದಿದ್ದು. ನಿಮಗೀಗಾಲೇ ಹೇಳಿರುವಂತೆ ಆಗೆಲ್ಲ ಭಾರತ ಪ್ರಸಿದ್ಧಿ ಹೊಂದಿದ್ದು ಸಾಂಬಾರ ಪದಾರ್ಥಗಳಿಗೆ ಮತ್ತು ಹತ್ತಿ ಬಟ್ಟೆಗಳಿಗೆ. ಢಾಕಾ (ಗಮನಿಸಿ : ಬಾಂಗ್ಲಾದೇಶ ಆಗ ಭಾರತದಲ್ಲಿತ್ತು!) ಸೇರಿದಂತೆ ಸೂರತ್ ಮತ್ತು ಬಿಹಾರದಲ್ಲಿನ ಬಟ್ಟೆ ಗಿರಣಿಗಳಲ್ಲಿ ಎಂಥ ನಯವಾದ ಬಟ್ಟೆ ನೇಯಲಾಗುತ್ತಿತ್ತೆಂದರೆ, ಮಾಮೂಲಿ ಸೈಜಿನ ಸೀರೆಯೊಂದನ್ನು ಬರೀ ಒಂದು ಮ್ಯಾಚ್‌ಬಾಕ್ಸು ಅಥವಾ ಅದಕ್ಕಿಂತ ಸ್ವಲ್ಪ ದೊಡ್ಡ ಸೈಜಿನ ಡಬ್ಬಿಯಲ್ಲಿ ಮಡಚಿಬಿಡಬಹುದಾಗಿತ್ತು!

ಸರಿಸುಮಾರು ಇದೇ ಸಮಯದಲ್ಲೇ ಇಂಗ್ಲೆಂಡಿನ ಲ್ಯಾಂಕಶೈರ್ ಮತ್ತು ಮ್ಯಾಂಚಸ್ಟರ್ ಪ್ರದೇಶಗಳಲ್ಲಿಯೂ ಬಟ್ಟೆಗಳನ್ನು ತಯಾರಿಸಲಾಗುತ್ತಿತ್ತು. ಆದರೆ ಬರಬರುತ್ತ ಇಂಡಿಯನ್ ಬಟ್ಟೆ ಅಂತರಾಷ್ಟ್ರೀಯ ಮಟ್ಟದಲ್ಲಿ ಮಿಂಚತೊಡಗಿದಂತೆ ಇಂಗ್ಲೆಂಡಿನ ಬಟ್ಟೆ ಗಿರಣಿಗಳು ದಿವಾಳಿಯೇಳುವ ಹಂತಕ್ಕೆ ತಲುಪಿಬಿಡುತ್ತವೆ. ಸೀರೆ ಹೆಣೆಯುವ ನೂಲಿನೊಂದಿಗೆ ಆಟವಾಡುತ್ತಿದ್ದ ಭಾರತೀಯ ಕಾರ್ಮಿಕನ ಬೆರಳುಗಳು ಇಂಗ್ಲೆಂಡಿನ ಆರ್ಥಿಕ ವ್ಯವಸ್ಥೆಗೇ ತೀವ್ರ ಹೊಡೆತ ನೀಡತೊಡಗುತ್ತವೆ. ಸರಿಯಾಗಿ ಅಷ್ಟೊತ್ತಿಗೆ ಭಾರತದಲ್ಲಿದ್ದ ಕಂಪೆನಿ ಸರ್ಕಾರಕ್ಕೆ ರಹಸ್ಯ ಸಂದೇಶವೊಂದು ರವಾನೆಯಾಗುತ್ತದೆ. ಬೈ ಹುಕ್ ಆರ್ ಕ್ರುಕ್, ಇಂಡಿಯನ್ ಬಟ್ಟೆಗೊಂದು ಗತಿ ಕಾಣಿಸಿ!

ಇಂಥದೊಂದು ಸಂದೇಶ ಬರುತ್ತಿದ್ದಂತೆಯೇ ಕಂಪೆನಿ ಸರ್ಕಾರ ಇಲ್ಲಿನ ಬಟ್ಟೆ ಗಿರಣಿಗಳ ಕಾರ್ಮಿಕರ ಜೊತೆ ಅತ್ಯಂತ ಅಮಾನುಷವಾಗಿ ವರ್ತಿಸತೊಡಗುತ್ತದೆ. ಬಾಂಗ್ಲಾದ ಢಾಕಾ, ಸೂರತ್ ಮತ್ತು ಬಿಹಾರದ

'ಮಧುಬನಿ' ಪ್ರದೇಶದಲ್ಲಿನ ಕಾರ್ಮಿಕರ ಮುಂಗೈ ಅಥವಾ ಹೆಬ್ಬೆರಳನ್ನೇ ಅನಾಮತ್ತಾಗಿ ಕತ್ತರಿಸಲಾಗುತ್ತದೆ. ಬಿಹಾರದ ಮಧುಬನಿ ಪ್ರದೇಶವೊಂದರಲ್ಲೇ ಸುಮಾರು ಎರಡೂವರೆ ಲಕ್ಷ ಜನ ಕಾರ್ಮಿಕರು ಜೀವನ ಪರ್ಯಂತ ಬಟ್ಟೆ ನೇಯಲಾಗದೇ ಕಣ್ಣೀರಿಟ್ಟರೆಂದರೆ, ಕಂಪೆನಿ ಸರ್ಕಾರದ ದೌರ್ಜನ್ಯ ಅದ್ಯಾವ ಮಟ್ಟದಲ್ಲಿತ್ತೆಂದು ಊಹಿಸಿಕೊಳ್ಳಿ.

ಆದರೆ ಇವರೆಲ್ಲರಿಗಿಂತ ಅತ್ಯಂತ ನೋವನ್ನುಂಡವರು 'ವೈಷ್ಣವಿ' ಪಂಥದ ಜನತೆ. ಅಂಥದೊಂದು ಜನಾಂಗ ಇವತ್ತಿಗೂ ರಾಜಸ್ಥಾನದ ಅಲ್ವರ್ ಜಿಲ್ಲೆಯಲ್ಲಿ ಹಳೆಯ ಪಳೆಯುಳಿಕೆಯೆಂಬಂತೆ ಜೀವಿಸಿಕೊಂಡಿದೆ. 1865 ರಲ್ಲಿ ಕಂಪೆನಿ ಸರ್ಕಾರ 'ಇಂಡಿಯನ್ ಫಾರೆಸ್ಟ್ ಆ್ಯಕ್ಟ್' ಜಾರಿಗೆ ತಂದು ಭಾರತೀಯರು ಬೆಳೆಸಿದ್ದ ಅರಣ್ಯವನ್ನೆಲ್ಲ ತನ್ನ ವಶಕ್ಕೆ ತೆಗೆದುಕೊಂಡು ಒಂದೊಂದೇ ಮರವನ್ನು ಉರುಳಿಸತೊಡಗಿದಾಗ, ಮೊಟ್ಟ ಮೊದಲಿಗೆ ಬಂಡಾಯದ ಕೂಗು ಹಾಕಿದವರೇ ಈ ವೈಷ್ಣವಿ ಜನ. ಬ್ರಿಟಿಷರ ಸಿಪಾಯಿ ಮರ ಕಡಿಯಲು ಬರುತ್ತಿದ್ದಂತೆಯೇ ಈ ಜನತೆ ಸಿಪಾಯಿಯ ಕೈಕಾಲು ಹಿಡಿಯುತ್ತಿತ್ತು. ಮರ ಕಡಿಯಬೇಡಿರೆಂದು ಗೋಗರೆಯುತ್ತಿತ್ತು. ಇದ್ಯಾವುದಕ್ಕೂ ಪರಂಗಿಗಳು ಕರಗದೇ ಹೋದಾಗ ಈ ಮುಗ್ಧ ಜನತೆ ನೆಟ್ಟಗೆ ಹೋಗಿ ಮರಗಳನ್ನೇ ತಬ್ಬಿಕೊಳ್ಳುತ್ತಿತ್ತು. ಪರಂಗಿಯ ಕೊಡಲಿ ಮಾತ್ರ ಇದ್ಯಾವುದಕ್ಕೂ ವಿಚಲಿತಗೊಳ್ಳದೇ ತನ್ನ ಪಾಡಿಗೆ ತಾನು ಕೆಲಸ ಮಾಡುತ್ತಲೇ ಹೋಗುತ್ತಿತ್ತು.

ಮೊದಲಿಗೆ ಮರ ತಬ್ಬಿಕೊಂಡವನ ರುಂಡ; ನಂತರ ಇಡೀ ಮರವೇ ನೆಲಕ್ಕುರುಳುತ್ತಿತ್ತು!

ಇಂಥದೊಂದು ಕ್ರಿಯೆ ವರ್ಷಗಟ್ಟಲೆ ನಡೆಯತೊಡಗಿದಾಗ ಉರುಳಿಬಿದ್ದ ಮರಗಳೆಷ್ಟೋ? ಉರುಳಿ ಹೋದ ರುಂಡಗಳೆಷ್ಟೋ? ಯಾರಿಗೆ ಗೊತ್ತು? ಇವತ್ತು ನಾವೆಲ್ಲ ಪ್ರತಿವರ್ಷ ಜುಮ್ಮಂತ ನಮ್ಮ ಬರ್ತ್‌ಡೇ ಆಚರಿಸಿಕೊಳ್ಳುತ್ತೇವೆ. ಅದೊಂದು ದಿನವನ್ನು ತೀರ ನಿರರ್ಥಕವಾಗಿ ಕಳೆದುಬಿಡುತ್ತೇವೆ. ಅದರ ಬದಲಾಗಿ ಆವತ್ತೊಂದು ದಿನ ಒಂದೇ ಒಂದು ಸಸಿ ನೆಟ್ಟರೂ ಸಾಕು; ಉರುಳಿಹೋದ ಹೆಣಗಳ ಋಣ ತೀರಿಸಿದಂತಾಗುತ್ತದೆ. ನಮ್ಮೆಲ್ಲರ ಬದುಕು ಹೊಸ ಹಾದಿ ಹಿಡಿಯುತ್ತದೆ!

ಜಗತ್ತಿನ ಯಾವ ಜಡ್ಜು ಇಂಥ ತೀರ್ಪು ನೀಡಬಲ್ಲ?

"ನೀವು ಬ್ರಿಟಿಷರ ಕಟ್ಟಾ ವಿರೋಧಿಯಂತೆ?"

"ಬ್ರಿಟನ್ ಎಂದರೆ ನಿಮಗ್ಯಾಕೆ ಆ ಪರಿ ಸಿಟ್ಟು?"

"ಥತ್! ಅದ್ಯಾಕ್ರಿ ಆಂಗ್ಲರ ಮೇಲೆ ಅಷ್ಟೊಂದು ಹರಿಹಾಯ್ತೀರಿ. ಅವರು ತಂದ ರೈಲ್ವೆ ವ್ಯವಸ್ಥೆ, ಅವರು ಕಟ್ಟಿದ ಕಟ್ಟಡ, ಅವರೇ ಮಾಡಿಟ್ಟು ಹೋದ ಕಾಯ್ದೆ, ಕಾನೂನು, ಕೋರ್ಟುಗಳೆಲ್ಲವನ್ನು ಇವತ್ತಿಗೂ ನಾವು ತೆಪ್ಪಗೆ ಬಳಸಿಕೊಳ್ಳುತ್ತಿಲ್ಲವಾ? ಮಧ್ಯೆ ನಿಮ್ದೇನು ಕಿರಿಕಿರಿ?"

ಹಾಗಂತ ಹಲವಾರು ಜನ ನನ್ನನ್ನು ಪ್ರಶ್ನಿಸಿದ್ದಾರೆ. ಆದರೆ ನನಗೆ ಗೊತ್ತು: ಭಾರತಕ್ಕೆ ಬಂದಂಥ ಪ್ರತಿಯೊಬ್ಬ ಇಂಗ್ಲಿಷ್ ಪ್ರಜೆ ಅಥವಾ ಇನ್ಯಾವನೋ ವಿದೇಶಿ ನಾಗರೀಕ ಕೇವಲ ನಮ್ಮ ಮೇಲೆ ದಬ್ಬಾಳಿಕೆ ಮಾಡಬೇಕೆಂಬ ಗುರಿಯಿಟ್ಟುಕೊಂಡೇ ಬರಲಿಲ್ಲ. ಲಂಡನ್‌ನಲ್ಲಿದ್ದ ಅಪಾರ ಆಸ್ತಿಯನ್ನೆಲ್ಲ ಅಲ್ಲಲ್ಲೇ ಬಿಟ್ಟು ಬಂದ ಅನಿಬೆಸೆಂಟರಿಗೆ ಹೋಂರೂಲ್ ಚಳುವಳಿ ಪ್ರಾರಂಭಿಸಲು ಭಾರತವೇ ಆಗಬೇಕೆಂದೇನಿರಲಿಲ್ಲ. ಧರ್ಮಪ್ರಚಾರಕ್ಕೆಂದು ಜರ್ಮನಿಯಿಂದ ಬಂದಿಳಿದ ಕ್ರಿಶ್ಚಿಯನ್ ಪಾದ್ರಿ ಫರ್ಡಿನೆಂಡ್ ಕಿಟ್ಟೆಲ್ ಬಂದ ಕೆಲಸವನ್ನೇ ಮರೆತು ಕನ್ನಡಿಗರಿಗೊಂದು ಅಪರೂಪದ ಕನ್ನಡ ಡಿಕ್ಷನರಿಯನ್ನೇ ಬರೆದಿಟ್ಟುಹೋದ. ಎಲ್ಲೋ ಹುಟ್ಟಿ ಎಲ್ಲೋ ಬೆಳೆದ ಮದರ್ ಥೆರೇಸಾ ಇಲ್ಲಿನ ಲಕ್ಷಾಂತರ ರೋಗಿಗಳ ಕೊಳೆ ತೊಳೆದು ಜಗತ್ತಿನ ಅಮ್ಮನೆನಿಸಿಕೊಂಡಳು. ಶತಮಾನದ ಪಕ್ಷವೆಂದು ಬೊಂಬಡ ಹೊಡೆಯುವ ಕಾಂಗ್ರೆಸ್ಸೆಂಬ ಅರಮನೆಗೆ ಮೊಟ್ಟಮೊದಲ ಇಟ್ಟಿಗೆ ಇಟ್ಟಿದ್ದೇ ಒಬ್ಬ ಪರಂಗಿ!

ನಿಜ, ಆದರೆ ಇದೆಲ್ಲದರ ನಡುವೆಯೇ ನಮಗೆಲ್ಲರಿಗೂ ಅನ್ವಯಿಸುವಂಥ ಸರ್ವಕಾಲಿಕ ಸತ್ಯವೊಂದಿದೆ. ಅದೇನೆಂದರೆ, ಜಗತ್ತಿನ ಸಮಸ್ತ ಬಣ್ಣಗಳೆಲ್ಲವನ್ನೂ ಬರೀ ಒಂದು ಕಪ್ಪು ಬಣ್ಣ ಸರ್ವನಾಶ ಮಾಡಿ ಬಿಡಬಹುದಂತೆ. ದುರಂತವೆಂದರೆ, ಬ್ರಿಟಿಷರು ಮಾಡಿದ್ದೇ ಅದನ್ನ! ನನಗೆ ಗೊತ್ತು; ಇಲ್ಲಿ ಹೇಳುವ ಅನೇಕ ವಿಚಾರಗಳನ್ನು ಓದುವ ಪ್ರತಿಯೊಬ್ಬ ಪ್ರಜ್ಞಾವಂತ ನಾಗರಿಕ ಇದನ್ನೆಲ್ಲ ಓದಿದ ಮೇಲೆ ಬರೀ ಸುಮ್ಮನಾಗುವುದಿಲ್ಲ.

ಬದಲಾಗಿ ಆತ ಇಲ್ಲಿ ಹೇಳಲ್ಪಡುವ ಘಟನೆಗಳು ಮತ್ತು ಅವು ನಡೆದಿರಬಹುದಾದ ಆಯಾ ಕಾಲದೊಳಕ್ಕೆ ಪ್ರವೇಶಿಸುತ್ತಾನೆ. ಆವತ್ತಿನ ನಮ್ಮ ಪೂರ್ವಜರ ಪರಿಸ್ಥಿತಿ, ಹತಾಶೆ, ಅಸಹಾಯಕ ಸ್ಥಿತಿ, ವ್ಯಕ್ತಪಡಿಸಲಾಗದ ಆಕ್ರೋಶ, ಅದುಮಿಟ್ಟುಕೊಂಡ ರೋಷ ಎಲ್ಲವನ್ನೂ ಕೂಡಿ, ಕಳೆದು, ಗುಣಿಸಿ, ಭಾಗಿಸಿ ನಂತರ ಮನದಲ್ಲೊಂದು ಮೌನ ಸಂಕಲ್ಪ ಮಾಡುತ್ತಾನೆ. ತನ್ನ ಮುಂದಿನ ಪೀಳಿಗೆ, ಅದರ ಭವಿತವ್ಯ ಹ್ಯಾಗಿರಬೇಕೆಂದು ಈಗಿನಿಂದಲೇ ಪ್ಲಾನ್ ಮಾಡುತ್ತಾನೆ.

ಯಾಕೆಂದರೆ ಬ್ರಿಟಿಷರು ಮಾಡಿದ್ದು ಅದೇ ಅಲ್ಲವೇ?

ಇಷ್ಟಕ್ಕೂ ನಿಮಗಿದು ಗೊತ್ತಿರಲಿ: ಈಸ್ಟ್ ಇಂಡಿಯಾ ಕಂಪೆನಿ ನಮ್ಮವರ ಮೇಲೆ ಅಟ್ಟಹಾಸ ಮಾಡುತ್ತಿದ್ದಾಗ ಅದನ್ನು ರಿಮೋಟ್ ಮಾಡುತ್ತಿದ್ದುದು ಬ್ರಿಟನ್ನಿನ ಅರಮನೆ. ಅದಕ್ಕಾಗಿ ಅಲ್ಲಿಂದ ಪ್ರತಿ ಇಪ್ಪತ್ತು ವರ್ಷಗಳಿಗೊಮ್ಮೆ ಹೊಸ ಹೊಸ charter (ಅಧಿಕಾರ ಪತ್ರ) ಇಲ್ಲಿನ ಕಂಪೆನಿಯ ಪ್ರಧಾನ ಕಚೇರಿಗೆ ರವಾನಿಸಲ್ಪಡುತ್ತಿತ್ತು. ಅಂತೆಯೇ ಮೊಟ್ಟಮೊದಲ ಚಾರ್ಟರ್ ಬಂದಿದ್ದು 1701ರಲ್ಲಿ. ಎರಡನೆಯದು 1721ರಲ್ಲಿ. ಈ ಪತ್ರಗಳಲ್ಲಿ ಭಾರತೀಯರನ್ನು ಯಾವ್ಯಾವ ರೀತಿಯಲ್ಲಿ trap ಮಾಡಬಹುದೆಂದು ಪ್ಲಾನ್ ಸಹಿತವಾಗಿ ಬರೆದು ಕಳಿಸಲಾಗುತ್ತಿತ್ತು. 1813ರ ಸುಮಾರಿಗೆ ಇಲ್ಲಿಗೆ ಬಂದಿದ್ದು ಅಂಥದ್ದೇ ಒಂದು ಚಾರ್ಟರ್.

ಚಾರ್ಟರ್ ಫಾರ್ ಫ್ರೀ ಟ್ರೇಡ್!

ಅಂಥದ್ದೊಂದು ಚಾರ್ಟರ್ ಬಂದಿದ್ದೇ ತಡ, ಕಂಪೆನಿ ಸರ್ಕಾರ ಇಲ್ಲಿನ ವ್ಯಾಪಾರಿ ಸಮೂಹದ ಮೇಲೆ ಸೊಂಟ ಮುರಿಯುವ ಹಾಗೆ ತೆರಿಗೆಯ ಭಾರ ಹಾಕತೊಡಗುತ್ತದೆ. ಮೊದಲಿಗೆ ಸೆಂಟ್ರಲ್ ಎಕ್ಸೈಜ್, ನಂತರ ಸೇಲ್ಸ್ ಟ್ಯಾಕ್ಸ್, ಆಮೇಲೆ ಇನ್‌ಕಮ್ ಟ್ಯಾಕ್ಸ್, ಟೋಲ್ ಟ್ಯಾಕ್ಸ್, ಆಕ್ಟ್ರಾಯ್ ಮುಂತಾದ ಟ್ಯಾಕ್ಸುಗಳ ಸರಮಾಲೆಯಿಂದ ನಮ್ಮ ವ್ಯಾಪಾರಿಗಳ ಮೇಲೆ ಬಿದ್ದಂಥ ತೆರಿಗೆ ಪ್ರಮಾಣವೆಷ್ಟಿತ್ತು ಗೊತ್ತೇ? ನೂರು ರೂಪಾಯಿಗೆ ನೂರಾ ಇಪ್ಪತ್ತೇಳು ರೂಪಾಯಿಯ ಟ್ಯಾಕ್ಸು!

ಇಷ್ಟಾದರೂ ಕೂಡ ಆವತ್ತಿನ ಜಾಗತಿಕ ರಫ್ತು ಪ್ರಮಾಣಕ್ಕೆ ಹೋಲಿಸಿದರೆ ನಮ್ಮ ಪಾಲು 33% ರಷ್ಟಿತ್ತು. ಅದೇ ಇವತ್ತು 0.01 ಪರ್ಸೆಂಟಿಗಿಳಿದಿದೆ! ಹಾಗಂತ ರಿಸರ್ವ್ ಬ್ಯಾಂಕ್ ಆಫ್ ಇಂಡಿಯಾದ ವರದಿಯೇ ಹೇಳುತ್ತದೆ. ಕಾರಣ ಸ್ಪಷ್ಟ:

ಶತಮಾನಗಳ ಕಾಲ ನಮ್ಮನ್ನಾಳಿದ ಬ್ರಿಟಿಷರು ಯಾವತ್ತೋ ಇಲ್ಲಿಂದ ಹೊರಟು ಹೋದರು. ಆದರೆ ಕೇವಲ ತಮ್ಮ ಸ್ವಾರ್ಥಕ್ಕಾಗಿ ರೂಪಿಸಿಕೊಂಡಿದ್ದ ಅವರ ಕಾಯ್ದೆ, ಕಾನೂನುಗಳು ಮಾತ್ರ ಇವತ್ತಿಗೂ ನಮ್ಮ ಮೇಲೆ ಸವಾರಿ ಮಾಡುತ್ತಿವೆ.

ನಿಮಗೆ ಆಶ್ಚರ್ಯವಾಗಬಹುದು. ಇವತ್ತು ನಮ್ಮಲ್ಲಿರುವ ಇಂಡಿಯನ್ ಪೊಲೀಸ್ ಆ್ಯಕ್ಟ್ 1860 ರಲ್ಲೇ ಜಾರಿಯಲ್ಲಿತ್ತು. ಪ್ರಥಮ ಸ್ವಾತಂತ್ರ್ಯ ಸಂಗ್ರಾಮಕ್ಕೆ ಹೊಸ ಹೊಸ ರೂಪ ಕೊಟ್ಟ ಮಂಗಲ್‌ಪಾಂಡೆ ಎಂಬ ಮಾಮೂಲಿ ಸೈನಿಕನಿಗೆ ಕಂಪೆನಿ ಸರ್ಕಾರ ಮರಣ ದಂಡನೆ ವಿಧಿಸಿದಾಗ ಇಡೀ ದೇಶದಲ್ಲಿ ಅಲ್ಲೋಲಕಲ್ಲೋಲ ಉಂಟಾಗಿತ್ತು. ಕೈಗೆ ಸಿಗುತ್ತಿದ್ದ ಬ್ರಿಟಿಷ್ ಅಧಿಕಾರಿಗಳನ್ನು ಭಾರತೀಯ ಉಗ್ರರು ಕೊಚ್ಚಿ ಹಾಕತೊಡಗಿದ್ದರು. ಆಂಗ್ಲರಿಗೆ ತಕ್ಷಣಕ್ಕೊಂದು right to defence ಬೇಕಾಗಿತ್ತು. ಅದಕ್ಕಾಗಿ ಇಂಡಿಯನ್ ಪೊಲೀಸ್ ಆ್ಯಕ್ಟ್ ಹುಟ್ಟಿಕೊಂಡಿತು.

ಅದೇ ರೀತಿ ನಮ್ಮಲ್ಲಿರುವ ಅನೇಕ ಬಡಜನತೆಯ ಜಮೀನನ್ನು ಸರ್ಕಾರ ಅಭಿವೃದ್ಧಿಯ ನೆಪದಲ್ಲಿ ಸ್ವಾಧೀನಪಡಿಸಿಕೊಳ್ಳುತ್ತದೆ. ಇನ್ನೊಂದೆಡೆ ಅದೇ ಜಮೀನನ್ನು ಮಲ್ಟಿ ನ್ಯಾಷನಲ್ ಕಂಪೆನಿಗಳಿಗೆ ದಾನ ಮಾಡುತ್ತದೆ. ನೂರಾರು ವರ್ಷಗಳ ಹಿಂದೆ ಡಾಲ್‌ಹೌಸಿ ತಂದ ಈ ಭೂಸ್ವಾಧೀನ ಕಾಯ್ದೆ ಇವತ್ತಿಗೂ ಮುಂದುವರೆಯುತ್ತಲಿದೆ. ಅದೇ ರೀತಿ ವೈಷ್ಣವ ಪಂಥದ ಸಾವಿರಾರು ಅಮಾಯಕರ ರುಂಡ ಚೆಂಡಾಡಿದ ಇಂಡಿಯನ್ ಫಾರೆಸ್ಟ್ ಆ್ಯಕ್ಟ್ ಇವತ್ತೂ ಕೂಡ ಜಾರಿಯಲ್ಲಿದೆ. ಇನ್ನು ಹೈಕೋರ್ಟ್, ಸುಪ್ರೀಂಕೋರ್ಟ್, ಜಡ್ಜು – ಎಲ್ಲವೂ ಬ್ರಿಟಿಷರು ಬಿಟ್ಟು ಹೋದ ಪಳೆಯುಳಿಕೆಗಳೇ! ಹಾಗಾದರೆ ನಮ್ಮಲ್ಲಿ ಸ್ವಂತಿಕೆಯೇ ಇಲ್ಲವಾ? ಆಂಗ್ಲರು ಬರುವುದಕ್ಕೂ ಮುಂಚೆ ಇಲ್ಲಿ ಕೋರ್ಟೇ ಇರಲಿಲ್ಲವಾ?

ಖಂಡಿತ ಇತ್ತು! ಪಾಟಲೀಪುತ್ರದ ರಾಜಾ ವಿಕ್ರಮಾದಿತ್ಯನ ಆಸ್ಥಾನದ ಈ ಘಟನೆ ಕೇಳಿ: ಅದು ವಿಕ್ರಮಾದಿತ್ಯನ ನ್ಯಾಯಸ್ಥಾನ. ಇಬ್ಬರು ಹೆಂಗಸರು ರಾಜನ ಎದುರಿಗೆ ನಿಂತಿದ್ದಾರೆ. ಇಬ್ಬರದೂ ಒಂದೇ ಹಠ. ಒಂದೇ ರೋದನೆ. "ಸ್ವಾಮೀ ಈ ಮಗು ನನ್ನದು. ನಾನೇ ಹೆತ್ತಿದ್ದು. ಆದ್ದರಿಂದ ಮಗು ನನ್ನೊಂದಿಗೆ ಬದುಕಲು ಅವಕಾಶ ಮಾಡಿಕೊಡಿ" ಹಾಗಂತ ಇಬ್ಬರೂ ರಚ್ಚೆ ಹಿಡಿದಿದ್ದಾರೆ. ನ್ಯಾಯಾಂಗಣದಲ್ಲಿದ್ದವರಿಗೆಲ್ಲ ದಿಗಿಲು.

ನಿಜವಾಗಿಯೂ ಈ ಮಗು ಯಾರದು?

ಒಂದು ಕ್ಷಣ ಸುಮ್ಮನಿದ್ದ ವಿಕ್ರಮಾದಿತ್ಯ ತಟ್ಟನೆ ಸೈನಿಕನಿಗೆ ಆಜ್ಞಾಪಿಸುತ್ತಾನೆ: ಒಂದೇ ಮಗುವಿಗೆ ಇಬ್ಬಿಬ್ಬರು ತಾಯಿ? ಇರಲಿ, ಒಳ್ಳೆಯದು. ಮಗುವನ್ನು ಎರಡು ತುಂಡು ಮಾಡಿ ಒಬ್ಬೊಬ್ಬರಿಗೆ ಒಂದೊಂದು ಭಾಗ ಕೊಡಿ! ಹಾಗಂತ ಆಜ್ಞೆಯಾಗುತ್ತಲೇ ಆ ಇಬ್ಬರಲ್ಲೊಬ್ಬಾಕೆ ಓಡಿಬಂದು ವಿಕ್ರಮಾದಿತ್ಯನ ಕಾಲು ಹಿಡಿದು ರೋದಿಸತೊಡಗುತ್ತಾಳೆ. "ಬೇಡ ಪ್ರಭೂ, ಈ ಮಗುವನ್ನು ಕತ್ತರಿಸಬೇಡಿ. ಅಲ್ಲಿ ನಿಂತಿದ್ದಾಳಲ್ಲ? ಅವಳಿಗೇ ಈ ಮಗುವನ್ನು ಕೊಟ್ಟುಬಿಡಿ. ಅದು ಚೆನ್ನಾಗಿರಲಿ....."

ತಕ್ಷಣ ಆಕೆಯತ್ತ ನೋಡಿದ ವಿಕ್ರಮಾದಿತ್ಯ ಸಣ್ಣದಾಗಿ ನಗುತ್ತ ನುಡಿಯುತ್ತಾನೆ: "ನೀನೇ ಕಣಮ್ಮಾ ಆ ಮಗುವಿನ ನಿಜವಾದ ಅಮ್ಮ! ಜಗತ್ತಿನ ಯಾವ ತಾಯಿ ತಾನೆ ತನ್ನ ಮಗು ಸಾಯೋದನ್ನ ನೋಡಲು ಇಷ್ಟಪಡ್ತಾಳೆ? ಖಂಡಿತವಾಗಿಯೂ ಈ ಮಗು ನಿನ್ನದೇ. ಏಯ್ ಯಾರಲ್ಲಿ? ಅಲ್ಲಿ ನಿಂತಿದ್ದಾಳಲ್ಲ? ಆಕೆಯನ್ನು ಸೆರೆಮನೆಗೆ ತಳ್ಳಿ!"

ಈಗ ಹೇಳಿ, ಜಗತ್ತಿನ ಯಾವ ಕೋರ್ಟು, ಯಾವ ಜಡ್ಜು ತಾನೇ ಇಂಥದ್ದೊಂದು ತೀರ್ಪು ನೀಡಬಲ್ಲ?

ಹೈಬ್ರಿಡ್ ಹುಡುಗನ ಭವಿತವ್ಯ ಹೇಗಿರಬಹುದು?

ಅದೊಂದು ಪಾನ್ ಶಾಪು!

ಫಳ ಫಳ ಹೊಳೆಯುವ ಕೈನೆಟಿಕ್ ಮೇಲೆ ಮೂರೂವರೆ ವರ್ಷದ ಮಗುವೊಂದನ್ನು ಕೂಡ್ರಿಸಿಕೊಂಡು ಬರುವ ತಂದೆ ಪಾನ್ ಅಂಗಡಿಯ ಮುಂದೆ ನಿಂತು ಸಿಗರೇಟು ಸೇದುತ್ತಿದ್ದಾನೆ. ಥತ್, ಪರಿಸರ ಮಾಲಿನ್ಯವೆಂಬ 'ಚಿಲ್ರೆ' ಶಬ್ದ ಗಟಾರಕ್ಕೆ ಬೀಳಲಿ! ಅಷ್ಟೊತ್ತಿಗೆ ಕೈನೆಟಿಕ್‌ನಲ್ಲಿ ಕುಳಿತ ಮಗು ಸಣ್ಣದಾಗಿ ರಚ್ಚೆ ಹಿಡಿಯತೊಡಗುತ್ತದೆ.

"ಪಪ್ಪಾ, ನಂಗೆ ಮಾಣಿಕ್‌ಚಂದ್ ಬೇಕೂ..."

ಅಂಗಡಿಯಲ್ಲಿನ ದಾರಕ್ಕೆ ಉದ್ದೋ ಉದ್ದಕ್ಕೆ ತೂಗು ಹಾಕಲಾದ ಗುಟ್ಕಾ ಪಾಕೀಟುಗಳನ್ನು ಕಣ್ಣಲ್ಲಿ ತುಂಬಿಕೊಳ್ಳುತ್ತಿರುವ ಆ ಮಗುವನ್ನು ನೋಡಿದ ತಂದೆಗೆ ಎಂಥದೋ ಗಾಬರಿಮಿಶ್ರಿತ ಮುಜುಗರ. ಆದರೆ ಅಲ್ಲಿದ್ದವರಿಗೆಲ್ಲ ಈ ಮಗು ವಿಚಿತ್ರ ರೀತಿಯ ಹೀರೋ! ಜೊತೆಗೆ, 'ವಾರೆವ್ವಾ! ಎಂಥ ಫಾಸ್ಟು ಮಾರಾಯಾ' ಎಂಬ ಕಾಂಪ್ಲಿಮೆಂಟು ಬೇರೆ! ಎಂಥ ವಿಚಿತ್ರ ನೋಡಿ. ಈ ಮಗು ನಮ್ಮ ಭವಿತವ್ಯದ ಪೀಳಿಗೆ;

ಆದರೆ ಅದೀಗ ಹೈಬ್ರಿಡ್ ಹೋಳಿಗೆ!

ನಿಜ. ವಿದೇಶೀಕರಣದ ಭರಾಟೆಯಲ್ಲಿ ನಮ್ಮಲ್ಲಿ ಹೈಬ್ರಿಡ್ ಎಂಬ ಶಬ್ಧಕ್ಕೆ ದಿನಕ್ಕೊಂದರಂತೆ ಹೊಸ ಹೊಸ ಅರ್ಥ ಹುಟ್ಟತೊಡಗಿವೆ. ಹೈಬ್ರಿಡ್ ಎಂದರೆ ಫಾಸ್ಟು. ಹೈಬ್ರಿಡ್ ಎಂದರೆ ಟೇಸ್ಟು. ಹೈಬ್ರಿಡ್ ಎಂದರೆ easy. ಹೈಬ್ರಿಡ್ ಎಂದರೆ ಹಣ!.

ಹಾಗೆಯೇ ಹೈಬ್ರಿಡ್ ಎಂದರೆ ಮೊದಲಿಗೆ ಹತ್ತಾರು ತಳಿಗಳ ಮಿಶ್ರಣ; ಕೊನೆಗೆ ಇಡೀ ಹೊಲವೆಲ್ಲ ಭಣಭಣ. ಹೈಬ್ರಿಡ್ ತಿಂದರೆ no ಬಾಲ್ಯ. ಹೈಬ್ರಿಡ್ ತಿಂದರೆ ಬಾಲ್ಯದಲ್ಲೇ ಹರೆಯ ಮತ್ತು ಹರೆಯದಲ್ಲೇ ಸಾವು!

ಇವತ್ಯಾಕೆ ನಿಮಗೆಲ್ಲ ಇಂಥ ಸಂಗತಿ ಹೇಳುತ್ತಿದ್ದೇನೆಂದರೆ, ನಿಮಗೆ

ಗೊತ್ತಿರಬಹುದು: ಇಲ್ಲಿನ ರೈತ ತಾನು ಬೆಳೆದ ಬೆಳೆಗೆ ಸರಿಯಾದದ್ದೊಂದು ರೇಟೂ ಕೂಡ ದಕ್ಕಿಸಿಕೊಳ್ಳದೇ ಅಸಹಾಯಕನಾಗಿ ವಿಷ ಕುಡಿದು ಸಾಯುತ್ತಿರುವ ಘಳಿಗೆಯಲ್ಲೇ ಕೃಷಿಗೆ, ಕೃಷಿ ಉತ್ಪನ್ನಗಳಿಗೆ ಸಂಬಂಧಿಸಿದಂತೆ ಹತ್ತಾರು ಫಾರಿನ್ ಪಾಲಿಸಿಗಳಿಗೆ ಸಹಿ ಹಾಕಿದವರು ನಾವು. ಆದರೇನು? ಹೈಬ್ರಿಡ್ ತಳಿಗಳನ್ನು ತಬ್ಬಿಕೊಂಡವರು, ಕೆಮಿಕಲ್ ಫರ್ಟಿಲೈಸರ್‌ಗಳನ್ನು ಬಾಚಿಕೊಂಡವರು – ಇವರ‍್ಯಾರೂ ಇಲ್ಲಿನ ಬಡರೈತನ ನೇಗಿಲಿಗೊಂದು ಆಸರೆ ನೀಡಲಿಲ್ಲ.

ಪರಿಣಾಮವಾಗಿ ಹಿಂದೊಮ್ಮೆ ಯೂರೋಪಿಯನ್ ನೆಲದಲ್ಲಿನ ಬೆಳೆಗೆ ಹೋಲಿಸಿದರೆ ಮೂರು ಪಟ್ಟು ಜಾಸ್ತಿ ಫಸಲು ತೆಗೆಯುತ್ತಿದ್ದ ನಾವು, ಇವತ್ತು ಹೇಳಿಕೊಂಡರೆ ನಾಚಿಕೆಪಡುವ ಹಂತಕ್ಕೆ ಬಂದು ತಲುಪಿಬಿಟ್ಟಿದ್ದೇವೆ. ವಿದೇಶೀಕರಣದ ಹೆಸರಿನಲ್ಲಿ, ಅವಸರದ ಬೆಳೆ ತೆಗೆಯುವ ಭರಾಟೆಯಲ್ಲಿ ರಾಸಾಯನಿಕ ಗೊಬ್ಬರ, ಹೈಬ್ರಿಡ್ ತಳಿಗಳನ್ನು ಯರ‍್ರಾಬಿರ‍್ರಿಯಾಗಿ ಉಪಯೋಗಿಸುತ್ತಿರುವ ನಮಗೆ 'ಇಂಡಿಯನ್ ಕೌನ್ಸಿಲ್ ಆಫ್ ಅಗ್ರಿಕಲ್ಚರಲ್ ರಿಸರ್ಚ್ ಲ್ಯಾಬೋರೇಟರಿ' ವರದಿ ಏನಂತ ಹೇಳುತ್ತದೆ ಗೊತ್ತ?

"ನಾವೀಗ ವಿನಾಶದ ಅಚಿಚಿನಲ್ಲಿದ್ದೇವೆ; ದೈಹಿಕವಾಗಿಯೂ ಮತ್ತು ಆರ್ಥಿಕವಾಗಿಯೂ! ಪ್ರತಿವರ್ಷವೂ ನಮ್ಮಿಂದ ಹೊರದೇಶಗಳಿಗೆ ಸಾವಿರಾರು ಕೋಟಿಯಷ್ಟು ಹಣ ಹರಿದುಹೋಗುತ್ತದೆ. ಅದರಲ್ಲಿ ಮೊದಲ ಸ್ಥಾನ ಪೆಟ್ರೋಲಿಯಂ ಉತ್ಪನ್ನಗಳಿಗೆ. ಎರಡನೆಯದು ಕೆಮಿಕಲ್ ಫರ್ಟಿಲೈಸರ್‌ಗಳಿಗೆ! ನಿಮ್ಮ ಹಣ, ನಿಮ್ಮದೇ ಆರೋಗ್ಯ ತಿಂದು ಬೆಳೆಯುವ (ಗೊಬ್ಬರದ) ಫಾರಿನ್ ಕಂಪೆನಿಗಳಿಗೆ ಎಳ್ಳುನೀರು ಬಿಡಿ. ಬದಲಾಗಿ ನಿಮ್ಮ ನಿಮ್ಮ ಮನೆಯಲ್ಲಿರುವ ದನಗಳ ಗೊಬ್ಬರವನ್ನೇ ಉಪಯೋಗಿಸಿ. ಬರೀ ಒಂದೇ ಒಂದು ಕೆ.ಜಿ. ಇಂಥದೊಂದು ಗೊಬ್ಬರ ಮೂವತ್ಮೂರು ಕಿಲೋ ಫಸಲು ಬೆಳೆಸುತ್ತದೆ. ಇದರಿಂದ ನಿಮ್ಮ ಮಗುವಿಗೂ ಉತ್ತಮ, ದೇಶಕ್ಕೂ ಉತ್ತಮ. ಎಲ್ಲಕ್ಕಿಂತ ಮುಖ್ಯವಾಗಿ ಪ್ರತಿವರ್ಷ ಈ ಗೊಬ್ಬರಕ್ಕೆಂದೇ ಖರ್ಚು ಮಾಡುವ ಇಪ್ಪತ್ತು ಸಾವಿರ ಕೋಟಿಯಷ್ಟು ಹಣ ಉಳಿತಾಯವಾಗುತ್ತದೆ. ಈಗ ಹೇಳಿ, ದೇಶದ ಹಿತದ ಜೊತೆಗೆ ಆರೋಗ್ಯವಂತ ಮಗು ಬೇಕೋ? ದಿಢೀರಂತ ಬೆಳೆದು ನಿಂತ ಹೈಬ್ರಿಡ್ ಫಸಲು ಬೇಕೋ? ಹಾಗಂತ ಪ್ರಶ್ನಿಸುತ್ತದೆ ಲ್ಯಾಬೋರೇಟರಿ ವರದಿ.

ಇಷ್ಟಕ್ಕೂ ಇಂಥದೊಂದು ವರದಿ ನಮಗೆಲ್ಲ ತೀವ್ರ ರೀತಿಯಲ್ಲಿ ಭಯ ಮೂಡಿಸಲು ಮೂಲ ಕಾರಣವೆಂದರೆ – ಹಾಲೆಂಡ್! ಒಂದು ಕಾಲದಲ್ಲಿ ದನದ ಮಾಂಸ ಮತ್ತು ಕೃಷಿಗೆ ಸಂಬಂಧಪಟ್ಟಂತೆ ಜಗತ್ತಿನ ಗಮನ ಸೆಳೆದಿದ್ದ

ಪುಟ್ಟ ದೇಶವದು. ಆದರೇನು, ನಮ್ಮ ಬುದ್ಧ ಅಲ್ಲಿ ಹುಟ್ಟಲಿಲ್ಲ. ಹೀಗಾಗಿ 'ಆಸೆಯೇ ದುಃಖಕ್ಕೆ ಮೂಲ' ಎಂಬ ಆತನ ಬೀಜ ಮಂತ್ರ ಅಲ್ಲಿ ಮೊಳಗಲಿಲ್ಲ. ಪರಿಣಾಮವಾಗಿ ಅಲ್ಲಿ ಆಸೆ ಹೆಚ್ಚುತ್ತಲೇ ಹೋಯಿತು. ದನದ ಮಾಂಸ, ಹಂದಿಯ ಮಾಂಸ, ಅದರೊಳಗಿನ ಕೊಬ್ಬು ಜಾಸ್ತಿಯಾಗಬೇಕೆಂದು ಹಾಲೆಂಡಿನ ಹೊಲಗಳಲ್ಲೆಲ್ಲ ಸೋಯಾಬಿನ್ ಬೆಳೆಸಿ ಅವುಗಳಿಗೆ ತಿನ್ನಿಸಲಾಯಿತು. ಜೊತೆಗೆ ಸೋಯಾಬಿನ್‌ನ ಫಸಲು ಬೇಗ ಬರಲೆಂದು ನಾನಾ ರೀತಿಯ ಫರ್ಟಿಲೈಸರ್‌ಗಳನ್ನು ತಂದು ಸುರುವಲಾಯಿತು.

ಆದರೆ ಆ ಸಮಯದಲ್ಲಿ ಇದೇ ಹಾಲೆಂಡ್, ಸೋಯಾ ಎಂಬುದು ಎಂಥ ವಿನಾಶಕಾರಿ ಬೆಳೆ ಎಂಬುದನ್ನೇ ಮರೆತುಬಿಟ್ಟಿತ್ತು. ಈ ಸೋಯಾಬಿನ್ ಜಗತ್ತಿನ ಅತ್ಯಂತ ಸತ್ವಪೂರ್ಣ ಧಾನ್ಯ! ಅದು ತನ್ನ ಸುತ್ತಲಿರುವ ಭೂಮಿಯಲ್ಲಿನ ಸಮಸ್ತ ಶಕ್ತಿ, ಖನಿಜಗಳನ್ನು ಇತರೇ ಬೆಳೆಗಳಿಗಿಂತ ಹತ್ತು ಪಟ್ಟು ಜಾಸ್ತಿ ತಿಂದು ಹಾಕುತ್ತದೆ. ನಿರಂತರವಾಗಿ ಒಂದೇ ಹೊಲದಲ್ಲಿ ಹತ್ತತ್ತು ವರ್ಷ ಸೋಯಾ ಬೆಳೆದರೆ ಹನ್ನೊಂದನೇ ವರ್ಷ ಆ ನೆಲದಲ್ಲಿ ಇನ್ನೇನೂ ಬೆಳೆಯಲಾಗುವುದಿಲ್ಲ. ಹಾಲೆಂಡ್ ಈ ಸತ್ಯವನ್ನು ಇತ್ತೀಚೆಗಷ್ಟೇ ಅರಿತುಕೊಂಡಿದೆ. ಹೀಗಾಗಿ ಅಲ್ಲೀಗ ಸೋಯಾ ಬೆಳೆಯಲಾಗುತ್ತಿಲ್ಲ. ಬದಲಾಗಿ ಅದು ಈ ಬೆಳೆಗಾಗಿ ಭಾರತವನ್ನೇ ನೆಚ್ಚಿಕೊಂಡಿದೆ. ನಾವು ಮಾತ್ರ ಕ್ಷಣಿಕ ರೊಕ್ಕದ ಆಸೆಗಾಗಿ ನಮ್ಮ ನೆಲವನ್ನೆಲ್ಲ ಬಸಿದು ಹಾಕುತ್ತಿದ್ದೇವೆ.

ವಿಪರ್ಯಾಸವೆಂದರೆ, ಇಂಥದ್ದೊಂದು ಸಂಗತಿಯನ್ನು ಯಾರೂ ಯೋಚಿಸುತ್ತಿಲ್ಲ. ಇದನ್ನೆಲ್ಲ ನಮ್ಮ ಜನರಿಗೆ, ಇಲ್ಲಿನ ರೈತರಿಗೆ ಹ್ಯಾಗೆ ಹೇಳುವುದು? ಯಾವ ರೀತಿ ಮನದಟ್ಟು ಮಾಡುವುದು?

ನಕ್ಷತ್ರದಿಂದ ತೇಲಿ ಬಂದ ಮೌನ ರೋದನ ಕೇಳಿಸಿತಾ?

ಮೂರೇ ಮೂರು!

ಹಾಗಂತ ಬಂಗಾರ ವರ್ಣದ ಹೆಡ್ಡಿಂಗ್ ಇದ್ದ ಆ ವಾಲ್‌ಪೋಸ್ಟರಿನಲ್ಲಿ ಕೆಳಗಿನಂತೆ ಬರೆದಿದ್ದರು.

ಕಲಿಯುವಂಥದ್ದು: ವರ್ತನೆ, ಶಿಸ್ತು, ಸಂಯಮ.

ನಿಗ್ರಹಿಸುವಂಥದ್ದು: ನಾಲಿಗೆ, ಸಿಟ್ಟು, ಸೆಕ್ಸ್.

ಗೌರವಿಸುವಂಥದ್ದು: ವೃದ್ಧಾಪ್ಯ, ಧರ್ಮ, ಕಾನೂನು.

ಪೂಜಿಸುವಂಥದ್ದು: ಭಗವಂತ, ಔದಾರ್ಯ, ಸದ್ಗುಣ.

ಹೊಗಳುವಂಥದ್ದು : ಸೌಂದರ್ಯ, ಬುದ್ಧಿಶಕ್ತಿ, ಸಚ್ಚಾರಿತ್ರ್ಯ.

ಗಮನಿಸುವಂಥದ್ದು: ಸಮಯ, ಆರೋಗ್ಯ, ಹಣ.

ತ್ಯಜಿಸುವಂಥದ್ದು: ಧೂಮಪಾನ, ಮದ್ಯಪಾನ, ಕಪಟತನ.

ಅಳವಡಿಸಿಕೊಳ್ಳುವಂಥದ್ದು: ಧೈರ್ಯ, ಉತ್ಸಾಹ, ಸಮಾಧಾನ.

ಕಾಪಾಡಿಕೊಳ್ಳುವಂಥದ್ದು : ಶಪಥ, ಗೆಳೆತನ, ಪ್ರೀತಿ.

ಇರಬಹುದು, ಇದೆಲ್ಲ ನಿಜವಿದ್ದರೂ ಇರಬಹುದು. ಆದರೆ ಇಂಥದೊಂದು ವಾಲ್‌ಪೋಸ್ಟರು ಬರೀ ನೋಡಲಿಕ್ಕೆ, ಓದಲಿಕ್ಕೆ ಮಾತ್ರ ಚೆಂದವೇನೋ. ಯಾಕೆಂದರೆ ಮನುಷ್ಯನ ಆಂತರಿಕ ಮೌಲ್ಯಗಳೆಲ್ಲ ಮಸುಕು ಮಸುಕಾಗುತ್ತಿರುವ ಈ ಸಮಯದಲ್ಲಿ ಇಂಥ ಮಾತುಗಳೆಲ್ಲವನ್ನೂ ಬರೀ ಸಿನೆಮಾ, ಕಥೆ, ಕಾದಂಬರಿಗಳಲ್ಲಿ ಮಾತ್ರ ಕಾಣುವಂತಾಗಿದೆ.

ನಿಜ ಹೇಳಿ; ಇವತ್ತಿನ ವಾಸ್ತವ ಜಗತ್ತಿನಲ್ಲಿ ನೋಡಿದ ಕೂಡಲೇ ಆರಾಧಿಸುವಂಥ, ಅನುಕರಿಸುವಂಥ, ಹೃದಯ ತುಂಬಿ ಅಭಿನಂದಿಸುವಂಥ ಯಾವನಾದರೊಬ್ಬ ನಿಜವಾದ ಹೀರೋ ಇತ್ತೀಚಿನ ದಿನಗಳಲ್ಲಿ ನಿಮಗೆ

ಸಿಕ್ಕಿದ್ದುಂಟಾ? ಗಾಂಧೀ, ಆಜಾದ್, ಭೋಸ್, ಪಟೇಲ್, ಶಾಸ್ತ್ರಿಗಳಂಥ ಸರ್ವಕಾಲಿಕ ಹೀರೋಗಳ ಕುರುಹು, ಅವರಲ್ಲಿದ್ದ ವಿಚಿತ್ರ ಚರಿಷ್ಮಾದ ರೂಹೇನಾದರೂ ನಿಮಗೆ ಗೋಚರಿಸಿದ್ದುಂಟಾ?

ಖಂಡಿತ ಇಲ್ಲ!

ಅದಕ್ಕೆ ತದ್ವಿರುದ್ಧವೇನೋ ಎಂಬಂತೆ ನಮಗೆಲ್ಲ ಹೆಜ್ಜೆಗೊಂದರಂತೆ ಒಬ್ಬ ಗೋಡ್ಸೆ ಸಿಗುತ್ತಾನೆ. ಎಡವಿಬಿದ್ದರೆ ಒಬ್ಬ ಮೀರ್‌ಜಾಫರ್ ಎದಿರಾಗುತ್ತಾನೆ. ಅಷ್ಟೇ ಯಾಕೆ? ಸುಮ್ಮನೇ ಒಮ್ಮೆ ಕಣ್ಣು ಮುಚ್ಚಿದರೆ ಸಾಕು; ನಮ್ಮಲ್ಲೇ ಒಬ್ಬ ಮಲ್ಲಪ್ಪಶೆಟ್ಟಿ ಹುಟ್ಟಿಕೊಂಡಾನು!

ಕೆಲವೇ ದಿನಗಳ ಹಿಂದಿನ ಮಾತು. ಆವತ್ತು ನಾನು ವಿಪರೀತ ಭಯಗೊಂಡಿದ್ದೆ. ಅಷ್ಟೇ ತೀವ್ರವಾಗಿ ದಿಗ್ಭ್ರಮೆಗೊಂಡಿದ್ದೆ. ಎದಿರುಗಡೆ ದೊಡ್ಡದೊಂದು ಮೂಟೆಯಿತ್ತು. ಮೂಟೆಯಲ್ಲಿ ರಕ್ತದ ಹಸಿಹಸಿ ವಾಸನೆ. ಅದೊಂದು ಪೋಸ್ಟ್‌ಮಾರ್ಟಂ ಮಾಡಲಾದ ಹೆಣದ ಮೂಟೆ. ಅದರಲ್ಲಿದ್ದವಳು ಪ್ರಜ್ವಲಾ.

ಪ್ರಜ್ವಲಾ ತೆಂಡೂಲ್ಕರ್! ವಯಸ್ಸಿನಲ್ಲಿ ನನಗಿಂತ ಹನ್ನೆರಡು ವರ್ಷ ಚಿಕ್ಕವಳು. ಬುದ್ಧಿಯಲ್ಲಿ ನನಗಿಂತ ಹದಿನೈದು ವರ್ಷ ದೊಡ್ಡವಳು. ಕಾನ್ವೆಂಟಿನಲ್ಲಿ ಓದಿದ್ದರಿಂದಲೋ ಏನೋ, ಆಕೆಯ ಇಂಗ್ಲಿಷು ಅರಳು ಹುರಿದಂತೆ. ಬಹುಶಃ ಅದೇ ಕಾರಣಕ್ಕೋ ಏನೋ, ಆಕೆ ನನ್ನನ್ನು 'ಅಂಕಲ್' ಎಂದು ಕರೆಯುತ್ತಿದ್ದಳು. ಅದೊಂದು ದಿನ ಇದ್ದಕ್ಕಿದ್ದಂತೆ ಆಕೆಯ ಮನೆಯಲ್ಲಿ ಎಂಥದೋ ರಂಪಾಟ ಶುರುವಾಗಿತ್ತು. ಅಷ್ಟೊತ್ತಿಗಾಗಲೇ ಅವಳಿದ್ದ ವಠಾರದಲ್ಲೆಲ್ಲ ನಾನಾ ರೀತಿಯ ಕಥೆಗಳು ಹುಟ್ಟಿಕೊಂಡಿದ್ದವು.

ಪ್ರಜ್ವಲಾ ಯಾರನ್ನೋ ಪ್ರೀತಿಸಿದ್ದಾಳಂತೆ!

ಎಂಥ ತಮಾಷೆ ನೋಡಿ: ಅದೇನೂ ಅಂಥ ದೊಡ್ಡ ತಪ್ಪಾಗಿರಲಿಲ್ಲ. ಆದರೆ ಆಕೆಯ ಮನೆಯವರಿಗೆ ಅದೆಲ್ಲ ಬೇಕಾಗಿರಲಿಲ್ಲ. ಅವಳಪ್ಪ ಹಿಂದೆ ಮುಂದೆ ನೋಡದೇ ಗಡಿಬಿಡಿಯಿಂದ ಇನ್ನಾವುದೋ ಹುಡುಗನಿಗೆ ಮದುವೆ ಮಾಡಿಕೊಟ್ಟ. ಅಷ್ಟೇ, ಪ್ರಜ್ವಲಾಳ ಮೊದಲ ಹಂತದ ಕನಸುಗಳೆಲ್ಲ ಅಲ್ಲಲ್ಲೇ ಮುರಿದು ಬಿದ್ದಿದ್ದವು. ಎರಡನೇ ಹಂತದ ಕನವರಿಕೆಗಳು ಶುರುವಾಗುವ ಮೊದಲೇ ಪ್ರಜ್ವಲಾ ಕುಸಿದು ಬಿದ್ದಿದ್ದಳು.

ಆಕೆಯ ಗಂಡ ಕುಡುಕನಾಗಿದ್ದ. ಸಿಡುಕನಾಗಿದ್ದ, ಇವೆಲ್ಲ ಗುಣಗಳಿಗೆ

ಕಳಸವಿಟ್ಟಂತೆ ವರದಕ್ಷಿಣೆಯ ಭೂತವನ್ನು ಅನಾಮತ್ತಾಗಿ ತಲೆ ಮೇಲೆ ಎಳೆದುಕೊಂಡಿದ್ದ. ಹದಿನೆಂಟು ವರ್ಷದ ಪ್ರಜ್ವಲಾಳ ಮೇಲೆ ಸೀಮೆಎಣ್ಣೆ ಸುರುವಿ ಬೆಂಕಿ ಹಚ್ಚಿದಾಗ, ಈ ಹುಡುಗಿ ಅದೇ ಸ್ಥಿತಿಯಲ್ಲೇ ಬಾಗಿಲನ್ನು ಮುರಿದು ರಸ್ತೆಗೆ ಓಡಿ ಬಂದಿದ್ದಳು. ಮೈಯೆಲ್ಲ ಬೆಂಕಿ ಹೊತ್ತಿಕೊಂಡು ಧಗಧಗ ಉರಿಯುತ್ತಿತ್ತು. ಪ್ರಜ್ವಲಾ ಅದರ ಝಳ ತಡೆಯಲಾಗದೇ ರಾಕ್ಷಸ ಧ್ವನಿಯಲ್ಲಿ ಕಿರುಚುತ್ತಿದ್ದಾಗ ಮಧ್ಯರಾತ್ರಿಯ ಮೂರು ಗಂಟೆ! ಸುತ್ತಲಿನ ಮನೆಯಲ್ಲಿದ್ದವರೆಲ್ಲ ಈ ದೃಶ್ಯ ನೋಡಿ ತಿಂಗಳುಗಟ್ಟಲೇ ನಿದ್ರೆ ಮಾಡಲಾಗದೇ ಹೊರಳಾಡಿದ್ದರು.

ಪ್ರಿಯ ಓದುಗ, ಇಂಥದೊಂದು ಸತ್ಯಕಥೆ ಮುಗಿಸುವ ಮುನ್ನ ನಾನಿವತ್ತು ಕೆಲವೊಂದು ವಿಚಾರಗಳನ್ನು ಹೇಳಿಕೊಳ್ಳಬೇಕಾಗಿದೆ. ನಿಮಗೆ ಗೊತ್ತು: ವರದಕ್ಷಿಣೆ ಎಂಬುದು ಇವತ್ತು ನಮ್ಮಲ್ಲಿ ಸಾಂಕ್ರಾಮಿಕ ರೋಗ. ಮೊಟ್ಟಮೊದಲಿಗೆ ಯಾರು, ಯಾವಾಗ ಇದನ್ನು ಆರಂಭಿಸಿದರೋ ಗೊತ್ತಿಲ್ಲ. ಆದರೆ ಅದರ ಅಂತ್ಯ ಮಾತ್ರ ನಮ್ಮ ಕೈಯಲ್ಲೇ ಇದೆ. ಯಾಕೆಂದರೆ ಪ್ರಜ್ವಲಾ ಯಾರದೋ ಮನೆಯ ಹುಡುಗಿಯಲ್ಲ. ಆಕೆ ಕೇವಲ ಮಹಾರಾಷ್ಟ್ರಕ್ಕೆ ಸೀಮಿತವಾಗಿಲ್ಲ. ಪ್ರಜ್ವಲಾ ಇವತ್ತಿನ ಮಟ್ಟಿಗೆ ಸಬಲನೆಂದು ಹೇಳಿಕೊಳ್ಳುವ ಪ್ರತಿಯೊಬ್ಬ ಗಂಡಸು ಮಾಡುವ ದೌರ್ಜನ್ಯದ ಪ್ರತೀಕ. ಅಬಲೆಯೆಂಬ ಆರೋಪ ಹೊತ್ತ ಪ್ರತಿಯೊಬ್ಬ ಹೆಂಗಸಿನ ಮೌನ ರೋದನೆಯ ಸಂಕೇತ.

ಇಂಥ ಸಾವಿರಾರು ಪ್ರಜ್ವಲಾರನ್ನು ನುಂಗಿ ಕುಳಿತಿರುವ ಇತಿಹಾಸದ ಪುಸ್ತಕದಲ್ಲಿ ನಾವಿವತ್ತು ಹೊಸ ಚಿತ್ರ ಬರೆಯಬೇಕಾಗಿದೆ. ನೆನಪಿಡಿ: ಒಂದು ಕಾಲದಲ್ಲಿ ಮದುವೆಯಾಗಬೇಕೆಂದರೆ, ಹುಡುಗಿಯ ಮನೆಯವರಿಗೆ ವಧುದಕ್ಷಿಣೆ ಕೊಟ್ಟು ಬರುತ್ತಿದ್ದ ಸಂಸ್ಕೃತಿ ನಮ್ಮದು. ಇವತ್ತು ನಾವ್ಯಾರೂ ಅಂಥ ದೊಡ್ಡ ಸಾಹಸವನ್ನೇನೂ ಮಾಡಬೇಕಾಗಿಲ್ಲ. ಆದರೆ "ವರದಕ್ಷಿಣೆ ಬೇಡ..." ಎಂಬ ಒಂದೇ ಒಂದು ಗಟ್ಟಿ ನಿರ್ಧಾರ, ಒಂದೇ ಒಂದು ಮೌನ ಸಂಕಲ್ಪ ಸಾಕು; ಕಪ್ಪು ಬಾನಿನ ಅಂಗಳದಲ್ಲಿ ಎಲ್ಲೋ ಒಂದು ಕಡೆ ನಕ್ಷತ್ರವಾಗಿ ಕುಳಿತಿರುವ ಪ್ರಜ್ವಲಾ ಪಿಳಿಪಿಳಿ ಮಿನುಗಬಹುದು. ಅಲ್ಲಿಂದ ಸಣ್ಣದೊಂದು ಬೆಳಕಿನ ಭಾಗ ನಿಮ್ಮಲ್ಲಿಗೆ ತೇಲಿ ಬರಬಹುದು.

ಶಪಥ ಮಾಡಿದರೆ ಆ ಬೆಳಕಿನ ಅರ್ಧಭಾಗ ನಿಮಗೆ. ಇನ್ನರ್ಧ ನಿಮ್ಮ ಸಂಗಾತಿಗೆ!

ಸಾವಿರ ಮೈಲಿ ಪ್ರಯಾಣದಲ್ಲಿ ನಿಮ್ಮದೂ ಒಂದು ಹೆಜ್ಜೆಯಿರಲಿ!

"ಪ್ರೀತಿಯ ಗೆಳೆಯ, ಈ ಜಗತ್ತು ನಾವಂದುಕೊಂಡಷ್ಟು ದೊಡ್ಡದಲ್ಲ. ನಾವಂದುಕೊಂಡಷ್ಟು ಚಿಕ್ಕದೂ ಅಲ್ಲ. ಆದರೆ ಇಂಥದೊಂದು ಜಗತ್ತಿನಲ್ಲಿ ನಮಗೆ ದೊರೆತಿರುವ ಅದ್ಭುತ ಕೊಡುಗೆಯೆಂದರೆ ನಮ್ಮ ಈ ಬದುಕು, ನಮ್ಮ ಈ ಸೃಷ್ಟಿ! ಸ್ವಲ್ಪ ಯೋಚಿಸು, ನಾವೇನೂ ದನಗಳಲ್ಲ. ಹಂದಿಗಳಲ್ಲ. ನಾವು ಮನುಷ್ಯರು. ಇಡೀ ಜಗತ್ತನ್ನೇ ಸಾವಿರ ಸಲ ಸಿಡಿಸಿ ಹಾಕಬಲ್ಲಂಥ ಅಣು ಬಾಂಬುಗಳ ಜನ್ಮದಾತರು. ನಮ್ಮ ಸೈನ್ಸು, ಟೆಕ್ನಾಲಜಿ ಎಲ್ಲವೂ ಎತ್ತರ ಎತ್ತರ. ಇಷ್ಟಾದರೂ ನಾವು ಒಮ್ಮೊಮ್ಮೆ ಸಟ್ಟಂತ ಮುಗ್ಗರಿಸುತ್ತೇವೆ. ಏಕಾಏಕಿ ಎಡವಿ ಬೀಳುತ್ತೇವೆ. ದುರಂತವೆಂದರೆ, ನಾವ್ಯಾಕೆ ಮುಗ್ಗರಿಸಿದೆವು? ಎಂಬ ಮೂಲಪ್ರಶ್ನೆಗೆ ಉತ್ತರ ಹುಡುಕುವ ಗೋಜಿಗೆ ನಾವ್ಯಾರೂ ಹೋಗುವುದೇ ಇಲ್ಲ! ಹೀಗಾಗಿ ಸಾವಿರ ಸಲ ಹರಿದು ಹೋದರೂ ಮತ್ತೊಂದು ಬಲೆ, ಮತ್ತೊಂದು ಎಳೆ ನೇಯಲು ಉತ್ಸಾಹದಿಂದಲೇ ಸಿದ್ಧವಾಗುವ ಚಿಕ್ಕದೊಂದು ಜೇಡ ನಮ್ಮ ಪಾಲಿಗೆ ಅದ್ಭುತ ಜೀವಿಯಾಗಿ ಬಿಡುತ್ತದೆ. ಆದರೆ ಒಂದು ಗೋಡೆಯಿಂದ ಮತ್ತೊಂದು ಗೋಡೆಗೆ ಸೇತುವೆ ಕಟ್ಟುವ ಅದರ ಜೀವನಕ್ರಮ ಯಾವತ್ತೂ ನಮಗೊಂದು ಪಾಠವಾಗುವುದೇ ಇಲ್ಲ! ನಾವು ಮಾತ್ರ ನಮ್ಮ ಸುತ್ತಲೂ ಸೇತುವೆ ಕಟ್ಟಲಾಗದೇ ಬರೀ ಗೋಡೆ ಎಬ್ಬಿಸಿಕೊಂಡು ಒಬ್ಬಂಟಿಯಾಗಿ ಬಿಡುತ್ತೇವೆ..."

ಮನುಷ್ಯನ ಬುದ್ಧಿಮತ್ತೆ, ಸ್ವಾರ್ಥ ಮತ್ತು ಸಂಕುಚಿತ ಮನಸ್ಸುಗಳ ಕುರಿತಂತೆ ಇಂಥದೊಂದು ಸುದೀರ್ಘ ಪ್ಯಾರಾವನ್ನು ಯಾರು, ಎಲ್ಲಿ ಬರೆದರೋ ಗೊತ್ತಿಲ್ಲ. ಆದರೆ ನಮ್ಮೊಳಗೆ ಬಚ್ಚಿಟ್ಟುಕೊಂಡಿರಬಹುದಾದ ನಗ್ನಸತ್ಯಗಳನ್ನೆಲ್ಲ ಇದೊಂದು ಪ್ಯಾರಾ ಮಾತ್ರ ಪೂರ್ತಿಯಾಗಿ ಹೊರಗೆಳೆದಿದೆ.

ನಿಮಗೆ ನೆನಪಿರಬಹುದು; ಹಿಂದೊಮ್ಮೆ ಟಿ.ವಿ ಮತ್ತು ಅದರ ಹುಟ್ಟಿನ ಬಗ್ಗೆ ಕ್ಲುಪ್ತವಾಗಿ ಬರೆದಿದ್ದೆ. ದಿನ ಬೆಳಗಾದರೆ ಸಾವಿರ ರೇಪು, ನೂರು

ಕೊಲೆಗಳನ್ನು ನೋಡುವ ಅಮೆರಿಕ, ಇವತ್ತು ತನ್ನಲ್ಲಿರುವ ನೂರಾರು ರೀತಿಯ ಟಿ.ವಿ ಚಾನೆಲ್ಲುಗಳಿಂದ ರೋಸೆದ್ದು ಹೋಗಿದೆ. ಈ ಚಾನೆಲ್ಲುಗಳಿಂದ ಅಮೆರಿಕಾದ ಹುಡುಗರು ಯಾವ ರೀತಿ ಹಾಳಾಗುತ್ತಿದ್ದಾರೆ ಎಂಬುದರ ಕುರಿತಂತೆ ಸಮೀಕ್ಷೆಯೊಂದನ್ನು ಮಾಡಲು ಸ್ವತಃ ಕ್ಲಿಂಟನ್ ಆಯೋಗವೊಂದನ್ನು ರಚಿಸಿದ್ದಾರೆ.

'ಕಮೀಶನ್ ಫಾರ್ ಸಿವಿಕ್ ರಿನೀವಲ್' ಎಂದು ಕರೆಯಲ್ಪಡುವ ಈ ಆಯೋಗ ನೀಡಿರುವ ವರದಿ ಇವತ್ತಿನ ಅಮೆರಿಕದ ಯುವಪೀಳಿಗೆ ಎಂಥ ಅಪಾಯಕಾರಿ ಸ್ಥಿತಿ ತಲುಪಿದೆ ಎಂಬುದನ್ನು ವಿವರಿಸುತ್ತದೆ. ಅಮೆರಿಕದ ಜನತೆ ದುಡಿಯುವುದರಲ್ಲಿ ಎತ್ತಿದ ಕೈ! ಸರಾಸರಿ ಲೆಕ್ಕ ಹಾಕಿದರೆ ದಿನವೊಂದಕ್ಕೆ ಹದಿನಾರು ಗಂಟೆ ಮೈಮುರಿದು ಕೆಲಸ ಮಾಡುತ್ತಾರೆ. ಹಾಗೆ ಒಂದು ಮನೆಯ ಯಜಮಾನ ಮತ್ತು ಆತನ ಹೆಂಡತಿ ಇಬ್ಬರೂ ಮೈಮುರಿದು ದುಡಿಯುತ್ತಿದ್ದರೆ, ಅವರ ಮಕ್ಕಳು ಮಾತ್ರ ಬಣ್ಣಬಣ್ಣದ ಟೀವಿ ಚಾನೆಲ್ಲುಗಳಿಗೆ ಅಂಟಿಕೊಂಡಿದ್ದಾರೆ. ಅವರೆಲ್ಲ ಈ ಚಾನೆಲ್ಲುಗಳಲ್ಲಿನ ಸೆಕ್ಸ್ ವಲ್ಗಾರಿಟಿಗೆ, ಕ್ರೌರ್ಯಕ್ಕೆ ಮಾರುಹೋದಂತಿದೆ. ಇಷ್ಟಾದರೂ ಈ ಮಕ್ಕಳ ಬಗ್ಗೆ ವಿಚಾರಿಸಲು ಅಲ್ಲಿನ ತಂದೆ ತಾಯಿಗಳಿಗೆ ಬಿಡುವಿಲ್ಲ. ಹೀಗಾಗಿ ಆ ಯುವ ಪೀಳಿಗೆಗೆ ಯಾವುದೇ ರೀತಿಯ ಕಡಿವಾಣವಿಲ್ಲ. ದಿಗ್ಬಂಧನವಿಲ್ಲ. ಬಹುಶಃ ಇದೇ ಕಾರಣಕ್ಕೋ ಏನೋ ಇವತ್ತಿನ ಮಟ್ಟಿಗೆ ಅಮೆರಿಕದಲ್ಲಿ ಒಂಬತ್ತು ಕೋಟಿ ಹುಡುಗರು ಉಂಡಾಡಿ ಗುಂಡರು! ಅವರ ಪೈಕಿ ಮೂರು ಕೋಟಿ ಹುಡುಗ-ಹುಡುಗಿಯರು ಮಾನಸಿಕ ರೋಗಿಗಳು. ಅವರೆಲ್ಲ ಸ್ಕಿಜೋಫ್ರೇನಿಯಾ ಕ್ಕೊಳಗಾಗಿದ್ದಾರೆ. ಅಷ್ಟೇ ಅಲ್ಲ; ಇದೇ ಟೀವಿ ಯಿಂದಾಗಿ ಅಮೆರಿಕದಲ್ಲಿ ಪ್ರತಿವರ್ಷ ಆರೂವರೆ ಲಕ್ಷ ವಿದ್ಯಾರ್ಥಿಗಳು ಒಂಬತ್ತನೇ ತರಗತಿ ಪಾಸಾಗಲೂ ಒದ್ದಾಡುತ್ತಾರೆ. ಇಷ್ಟೇ ಪ್ರಮಾಣದ ವಿದ್ಯಾರ್ಥಿಗಳು ಹತ್ತನೇ ತರಗತಿಯಲ್ಲೂ ಮುಗ್ಗರಿಸುತ್ತಾರೆ. ಇದೆಲ್ಲದರ ಒಟ್ಟು ಪರಿಣಾಮ ನೇರವಾಗಿ ಇಲ್ಲಿನ ಯೂನಿವರ್ಸಿಟಿಗಳ ಮೇಲಾಗುತ್ತಿದೆ. ನಿಮಗೆ ಆಶ್ಚರ್ಯವಾದೀತು: ಕಳೆದ ಹತ್ತು ವರ್ಷಗಳಿಂದ ಅಮೆರಿಕದ ಯೂನಿವರ್ಸಿಟಿಗಳಲ್ಲಿ ಹೊರಹೊಮ್ಮುವ ಟಾಪರ್‌ಗಳ ಪೈಕಿ ಒಬ್ಬನೇ ಒಬ್ಬ ವಿದ್ಯಾರ್ಥಿ ಅಮೆರಿಕದವನಲ್ಲ!

ಹಾಗಂತ ಹೇಳುತ್ತದೆ ಈ ವರದಿ.

ಕ್ಲಿಂಟನ್ ಮಹಾಶಯ ಈ ವರದಿಯನ್ನೋದಿ ಅದೇನು ತೀರ್ಮಾನ ಕೈಗೊಳ್ಳುತ್ತಾನೋ ಗೊತ್ತಿಲ್ಲ. ಆದರೆ ಸುಮಾರು ನಾಲ್ಕು ವರ್ಷದ ಹಿಂದೆಯೇ

ನಮ್ಮಲ್ಲಿನ ಕೆಲವು ಬುದ್ಧಿ ಜೀವಿಗಳು ಈ ಎಲ್ಲ ವಿದೇಶಿ ಚಾನೆಲ್ಲುಗಳ ವಿರುದ್ಧ ನ್ಯಾಯಾಲಯದ ಕಟಕಟೆ ಏರಿದ್ದರು.

"ಸ್ವಾಮೀ, ನಮ್ಮ ಮಕ್ಕಳ ಮನಸ್ಸು ಒಂಥರಾ ಬ್ಯಾಂಕ್ ಇದ್ದಂತೆ. ಅದರಲ್ಲಿ ನೀವು ಏನನ್ನು ಡೆಪಾಜಿಟ್ ಮಾಡುತ್ತೀರೋ, ಹತ್ತು ವರ್ಷದ ನಂತರ ಬಡ್ಡಿ ಸಮೇತ ವಾಪಸು ಪಡೆಯುತ್ತೀರಿ. ಈ ಚಾನೆಲ್ಲುಗಳೋ; ಜೀವ ಜಗತ್ತಿನ ಸಮಸ್ತ ಪಾಪಕೂಪಗಳನ್ನೆಲ್ಲ ತಂದು ನಮ್ಮ ಮಕ್ಕಳೆದುರಿಗೆ ಸುರುವುತ್ತಿವೆ. ಕಾರಣ, ದಯವಿಟ್ಟು ಈ ವಿದೇಶಿ ಚಾನಲ್ಲುಗಳಿಗೆ ಭಾರತ ಬಿಟ್ಟು ತೊಲಗಲು ಆದೇಶಿಸಬೇಕು" ಎನ್ನುತ್ತ ಕೆಲವು ಸೃಜನಶೀಲ ಮನಸ್ಸುಗಳು ನ್ಯಾಯಾಲಯದಲ್ಲಿ ವಾದ ಮಾಡಿದ್ದವು. ಅದರಂತೆ ಜುಲೈ 3, 1996 ರಂದು ದೆಹಲಿಯ ಕೋರ್ಟು ವಿದೇಶದ ಸಮಸ್ತ ಚಾನೆಲ್ಲುಗಳೂ ಇಲ್ಲಿಂದ ಕಾಲ್ತೆಗೆಯಬೇಕೆಂದು ಆದೇಶ ನೀಡಿತ್ತು.

ಆದರೆ ಅದೇನು ದುರಾದೃಷ್ಟವೋ, ಇನ್ನೇನು ಪೀಡೆ ತೊಲಗಿತು ಎನ್ನುವಷ್ಟರಲ್ಲಿ ಹೈಕೋರ್ಟಿನ ಅಂಗಳದಲ್ಲಿ ಮರ್ಡೋಕ್ ಬಂದು ನಿಂತಿದ್ದ! ಇವತ್ತಿನ ಮಟ್ಟಿಗೆ ಮಾಧ್ಯಮ ಜಗತ್ತಿನಲ್ಲಿ ರೂಪರ್ಟ್ ಮರ್ಡೋಕನದ್ದು ಅತಿ ದೊಡ್ಡ ಹೆಸರು. ಒಬ್ಬ ಮರ್ಡೋಕ್ ಭಾರತದಲ್ಲಿ ಹೊಸ ಪತ್ರಿಕೆ ಮಾಡುತ್ತಾನೆಂದರೆ ಇಲ್ಲಿನ ಮಾಧ್ಯಮ ರಂಗದ ಅತಿರಥ ಮಹಾರಥರೆಲ್ಲ ನಡುಗ ತೊಡಗುತ್ತಾರೆ. ಸ್ಟಾರ್ ಟಿ.ವಿ, ಸ್ಟಾರ್ ಪ್ಲಸ್‌ನಂಥ ಹತ್ತಾರು ಚಾನೆಲ್ಲುಗಳ ಒಡೆಯನಾಗಿರುವ ಮರ್ಡೋಕ್, ಜಗತ್ತಿನ ನಾನಾ ದೇಶಗಳಲ್ಲಿ ನೂರಾರು ಪತ್ರಿಕೆಗಳನ್ನು ಹೊರತರುತ್ತಿದ್ದಾನೆ. ಅಂಥದೊಂದು ದೈತ್ಯ ನೆಟ್‌ವರ್ಕ್ ಹೊಂದಿರುವ ಮರ್ಡೋಕ್‌ನಿಗೆ ಇದ್ದಕ್ಕಿದ್ದಂತೆ ನಿನ್ನ ಎಲ್ಲಾ ಚಾನಲ್ಲುಗಳನ್ನು ಇಲ್ಲಿಂದ ಎತ್ತಿಕೊಂಡು ಹೋಗೆಂದು ಆದೇಶಿಸತೊಡಗಿದರೆ ಆತನಿಗೆ ಹ್ಯಾಗಾಗಿರಬೇಡ?

ಅದಕ್ಕೆಂದೇ ಆತ ಹೈಕೋರ್ಟಿಗೆ ಅಪೀಲು ಒಗಾಯಿಸಿದ್ದ. ಜೊತೆಗೆ ತನ್ನ ಪರವಾಗಿ ವಾದ ಮಾಡಲೆಂದು ಇಲ್ಲಿನ ಪ್ರಖ್ಯಾತ ವಕೀಲರ ದಂಡನ್ನೇ ಕರೆತಂದ. ಒಂದು ಕಡೆ ನಾನು ಮತ್ತು ನನ್ನಂಥ ಕೆಲವೇ ಕೆಲ ಯುವಕರಿದ್ದರೆ, ಇನ್ನೊಂದು ಕಡೆ ನಮಗೆ ವಿರುದ್ಧವಾಗಿ ಸೋಲಿ ಸೋರಾಬ್ಜಿ, ಪಿ.ಎನ್.ಲೇಖಿ, ದೀಪಾಂಕರ ಭಟ್ಟಾಚಾರ್ಯರಂಥ ಪ್ರಖ್ಯಾತ ವಕೀಲರ ಪಡೆಯೇ ನಿಂತಿತ್ತು. ಹಾಗೆ ಆವತ್ತು ಶುರುವಾದ ಕೇಸು ಇವತ್ತಿನವರೆಗೂ ನಡೆಯುತ್ತಲೇ ಇದೆ; ಟಿಪಿಕಲ್ ಇಂಡಿಯನ್ ಕೋರ್ಟಿನಂತೆ!

ಆದರೆ ನನಗೆ ಗೊತ್ತು: ಇದೇನೂ ಸಟ್ಟಂತ ಬಗೆಹರಿಯುವ ಕೇಸಲ್ಲ. ಹಾಗಂತ ಅದು ಬಗೆಹರಿಯಲಾರದಂಥ ಸಮಸ್ಯೆಯೂ ಅಲ್ಲ. ಮುಖ್ಯವಾಗಿ ಇಂಥದೊಂದು ಸಮಸ್ಯೆ ಪ್ರತಿಯೊಂದು ಊರು, ಪ್ರತಿಯೊಂದು ಗಲ್ಲಿ ಮತ್ತು ಪ್ರತಿಯೊಂದು ಮನೆಯಲ್ಲಿ ಚರ್ಚಿತವಾಗಬೇಕಾಗಿದೆ. ಈ ವಿದೇಶಿ ಚಾನೆಲ್ಲುಗಳ ಕುರಿತಂತೆ ಸ್ಪಷ್ಟವಾದ ನಿರ್ಧಾರ ಕೈಗೊಳ್ಳಬೇಕಾಗಿದೆ. ಇದ್ಯಾವುದೂ ಅಂಥ ಕಷ್ಟದ ಕೆಲಸವೇನಲ್ಲ. ಒಂದು ಚಿಕ್ಕ ಕ್ರಾಂತಿಯಷ್ಟೇ. ನಿಮಗೆ ಗೊತ್ತಾ? ರಷ್ಯಾದಲ್ಲಿ ಕ್ರಾಂತಿಯನ್ನುಂಟು ಮಾಡಿದ ಗುಂಪಿನಲ್ಲಿದ್ದುದು ಬರೀ ಹದಿನೇಳು ಜನ. ಜರ್ಮನಿಯನ್ನು ಒಬ್ಬನೇ ಒಬ್ಬ ಹಿಟ್ಲರ್ ಅಲ್ಲಾಡಿಸಿದನಂತೆ. ನಾವಿಲ್ಲಿರೋದು ನೂರು ಕೋಟಿ. ನಮಗೆ ಯಾವುದೂ ಅಸಾಧ್ಯವಲ್ಲ. ಬೇಕಾದರೆ ನಾವು ಕೂಡ ಅಮೆರಿಕನ್ನರಂತೆ ಹದಿನಾರು ಗಂಟೆ ಕೆಲಸ ಮಾಡೋಣ. ಆದರೆ ನಮ್ಮ ಮಕ್ಕಳ ಮೇಲೆ ನಿಗಾ ಇಡೋಣ!

ಯಾಕೆಂದರೆ ಸಾವಿರ ಮೈಲಿ ಪ್ರಯಾಣವಾದರೂ ಅದು ಮೊದಲ ಹೆಜ್ಜೆಯಿಂದಲೇ ಪ್ರಾರಂಭವಾಗಬೇಕಲ್ಲವೇ?

ಹಸಿರು ಪಿಚ್‌ನಲ್ಲಿ ತೇಲಿ ಸಾಗುತಿದೆ ಧೂಮದುಂಗುರಾ.....!

ಅದೊಂಥರಾ ಚಕ್ರವ್ಯೂಹ !

ಅದೆಲ್ಲ ಶುರುವಾಗುವುದು ಹೀಗೆ: ಆತನೊಬ್ಬ ಸಾಫ್ಟ್‌ವೇರ್ ಇಂಜಿನಿಯರು. ಮಾತಿನಲ್ಲಿ, ಕೆಲಸದಲ್ಲಿ ತುಂಬ ಸೊಫೆಸ್ಟಿಕೇಟೆಡ್ ಆಗಿರುವಂಥ ಮನುಷ್ಯ. ದಿನ ಬೆಳಗಾಗುವುದರಲ್ಲಿ ಮಾರುದ್ದದ ಪ್ರೋಗ್ರಾಮ್‌ಗಳನ್ನೆಲ್ಲ ಬರೆದು ಬಿಸಾಕುವ ಆತ ಕಂಪ್ಯೂಟರ್ ಮುಟ್ಟಿದನೆಂದರೆ ಕೀ ಬೋರ್ಡ್ ಚಿಂದಿ ಚಿಂದಿ! ಹಾಗೆ ನೋಡಿದರೆ ಆತನದು ತೀರ ಮೈಬಗ್ಗಿಸಿ ದುಡಿಯುವಂಥ ನೌಕರಿಯೇನಲ್ಲವಾದರೂ ಆತನ ತಲೆಗೆ ಮಾತ್ರ ಬಿಡುವಿಲ್ಲದ ಕೆಲಸ. ಹೀಗಾಗಿ ಹಗಲಿಡೀ ಆತ ವಿಚಿತ್ರ ಒತ್ತಡದಲ್ಲಿರುತ್ತಾನೆ. ಆ ಒತ್ತಡವನ್ನು ನಿವಾರಿಸಲು ಆತನಿಗೆ ಗಳಿಗೆಗೊಮ್ಮೆ ಕಾಫಿ ಬೇಕು. ಸಿಗರೇಟೂ ಬೇಕು.

"ಕಾಫಿ ಇಲ್ದಿದ್ರೆ ತಲೆನೇ ಓಡೊಲ್ಲ ಮಾರಾಯ..." ಎನ್ನುವ ಈ ಇಂಜಿನಿಯರು ಕೆಲಸಕ್ಕೆ ಸೇರುವ ಮುನ್ನ ಸಿಗರೇಟು ಹಾಗಿರಲಿ; ಕಾಫಿಯ ರುಚಿಯನ್ನೂ ಕೂಡ ನೋಡಿದವನಲ್ಲ. ಆದರೆ ಅದ್ಯಾವ ಘಳಿಗೆಯಲ್ಲಿ ಕಾಫಿ, ಸಿಗರೇಟಿಗೆ ಗಂಟು ಬಿದ್ದನೋ, ಇವತ್ತು ಅವೆರಡಿಲ್ಲದೇ ಆತ ಒಂದೇ ಒಂದು ಹೆಜ್ಜೆ ಮುಂದಿಡಲಾರ.

ನಿಜ. ಇದು ಒಬ್ಬ ಇಂಜಿನಿಯರನ ಕಥೆಯಷ್ಟೇ ಅಲ್ಲ. ಅದು ನಮ್ಮೆಲ್ಲರ ಕಥೆ. ನಾವೆಲ್ಲ ನಮ್ಮ ದೈನಂದಿನ ಬದುಕಿನಲ್ಲಿ ಅರಿತೋ, ಅರಿಯದೆಯೋ ಯಾವುದ್ಯಾವುದೋ ಚಕ್ರವ್ಯೂಹದಲ್ಲಿ ಬಂಧಿತರಾಗಿ ಹೋಗಿದ್ದರ ಕಥೆ. ಕೆಲವರಿಗೆ ಅದು ಚಟ. ಇನ್ನು ಕೆಲವರಿಗೆ ಅದು ಸ್ಫೂರ್ತಿ!

ಕಾಫಿ ಕುಡಿಯದೇ ಮೂಡು ಬಾರದಿರುವುದು, ಸಿಗರೇಟಿಲ್ಲದೇ ತಲೆ ಓಡದಿರುವುದು, ವಿಸ್ಕಿಯಿಲ್ಲದೇ ನಿದ್ದೆ ಬಾರದಿರುವುದು, ಗುಟ್ಕಾ ಪಾಕೀಟಿಗಾಗಿ ಕಾತರಿಸುವುದು, ಕೊನೆಗೆ ಹೆಂಡತಿ ಮುತ್ತು ನೀಡದೇ ಮುನಿಸಿಕೊಂಡರೆ ಆವತ್ತಿನ ಮಟ್ಟಿಗೆ ಆಫೀಸಿಗೇ ಜೈ ಎನ್ನುವುದು! ಬಹುಶಃ ನಿಮಗೆ ಇದೆಲ್ಲ

ತಮಾಷೆಯಾಗಿ ಕಾಣುತ್ತಿರಬಹುದು. ಆದರೆ ಸೈಕಾಲಜಿ ವಿದ್ಯಾರ್ಥಿಗಳ ದೃಷ್ಟಿಯಲ್ಲಿ ಇದೊಂದು ರೀತಿಯ ರೋಗ.

Substance dependence!

ಹಾಗಂತ ಹೆಸರಿಟ್ಟಿದೆ ಸೈಕಾಲಜಿ. ಎಂಥ ವಿಚಿತ್ರ ನೋಡಿ. ನಾವೆಲ್ಲ ದಿನವೊಂದಕ್ಕೆ ತೀರ ಸಿಂಪಲ್ಲಾಗಿ ಐದಾರು ಸಲ ಚಹಾ ಕುಡಿಯುತ್ತೇವೆ. ದೇಶದ ಆರ್ಥಿಕ ವ್ಯವಸ್ಥೆಗೆ ಸಂಬಂಧಿಸಿದಂತೆ ಲೆಕ್ಕ ಹಾಕಿದರೆ, ಪ್ರತಿ ವರ್ಷ ಏಳು ಸಾವಿರ ಕೋಟಿಯಷ್ಟು ಹಣ ಬರೀ ಚಹಾ ಕುಡಿತಕ್ಕೆ ಸೋರಿ ಹೋಗುತ್ತದೆ. ದುರಂತವೆಂದರೆ, ಚಹಾದೊಳಗಿರುವ ಟ್ಯಾನಿನ್ ಮತ್ತು ಕಾಫಿಯೊಳಗಿನ ಕೆಫಿನ್ ಅಂಶಗಳು ನಮ್ಮ ಮನಸ್ಸು ಮತ್ತು ದೇಹದ ಮೇಲೆ ಅದ್ಯಾವ ರೀತಿ ಸವಾರಿ ಮಾಡುತ್ತಿವೆ ಎಂಬುದರ ಬಗ್ಗೆ ನಾವ್ಯಾರೂ ತಲೆ ಕೆಡಿಸಿಕೊಂಡಂತಿಲ್ಲ. ಸಾಧ್ಯವಾದರೆ ಜಗತ್ತಿನ ಯಾವುದೇ ಎನ್‌ಸೈಕ್ಲೋಪಿಡಿಯಾ ತೆಗೆದು ಟ್ಯಾನಿನ್ ಮತ್ತು ಕೆಫಿನ್‌ಗಳ ಅರ್ಥ ಹುಡುಕಿ. ಅಲ್ಲಿ ನಿಮಗೆ ಒಂದೇ ಒಂದು ಸಾಲು ಗೋಚರಿಸುತ್ತದೆ.

Mild form of poison!

ಅದಕ್ಕೆಂದೇ ನಿಮಗೆ ಆರ್ದ್ರ ಧ್ವನಿಯಲ್ಲಿ ವಿನಂತಿಸಿಕೊಳ್ಳುತ್ತಿದ್ದೇನೆ. ಕುಡಿಯಲೇ ಬೇಕೆಂದರೆ ಬೆಳ್‌ಬೆಳಿಗ್ಗೆ ಎರಡೆರಡು ಗ್ಲಾಸು ಬಿಸಿನೀರು ಕುಡಿಯಿರಿ. ಇದರಿಂದ ಜ್ವರವೆಂಬುದು ಹತ್ತಿರವೂ ಸುಳಿಯದು. ಅಷ್ಟೇ ಅಲ್ಲ; ಕೆಮ್ಮು, ಹೊಟ್ಟೆನೋವು, ಬೊಜ್ಜು, ಡಯಾಬಿಟೀಸ್, ಕೀಲುನೋವು ಇದ್ಯಾವುದೂ ನಿಮಗೆ ಜೀವನಪರ್ಯಂತ ಭೇಟಿಯಾಗದು. ಒಂದು ವಿಷಯ ನೆನಪಿಡಿ: ನಮ್ಮ ಆರೋಗ್ಯ ನಮ್ಮ ಕೈಯಲ್ಲಿರಬೇಕೇ ಹೊರತು, ಸಿಗರೇಟು ಕಂಪೆನಿಯ ಕೈಯಲ್ಲಿರಕೂಡದು. ಅವರದು ಮಾರವಾಡಿ ಲೆಕ್ಕ. ಮನುಷ್ಯ ಸತ್ತರೇನು, ಮರ ಸತ್ತರೇನು, ನಮ್ಮ ಲೆಕ್ಕ ನಮಗೆ ಚುಕ್ತಾ ಆದರೆ ಸಾಕು ಎನ್ನುವ ಮನೋಭಾವದವರು.

ಅದೇನೇ ಇರಲಿ, ನಿಮಗೆ ವಿಲ್ಸ್ ಸಿಗರೇಟು ಗೊತ್ತಲ್ಲ? ಅದನ್ನು ತಯಾರಿಸುವ ಕಂಪೆನಿ ತನ್ನ ಪ್ರಾಡಕ್ಟ್‌ನಿಂದ ಬರೀ ಮನುಷ್ಯರ ತಲೆಗಳನ್ನಷ್ಟೇ ಉರುಳಿಸುವುದಿಲ್ಲ. ಬದಲಾಗಿ ಸಿಗರೇಟು ಪ್ಯಾಕಿಂಗ್‌ಗೆಂದು ಬಳಸುವ ಕಾಗದಕ್ಕಾಗಿ ಪ್ರತಿ ಐನೂರು ಸಿಗರೇಟುಗಳಿಗೆ ಒಂದೊಂದು ಮರ ಉರುಳಿಸುತ್ತದೆ. ನಿಮಗೆ ಆಶ್ಚರ್ಯವಾದೀತು. ಬರೀ ಒಂದೇ ಒಂದು ಮರ ಪ್ರತಿ ವರ್ಷ ಹದಿನೈದು ಲಕ್ಷ ರೂಪಾಯಿಯ ಆಕ್ಸಿಜನ್ ಉತ್ಪಾದಿಸಬಲ್ಲದು.

ದುರಂತವೇನು ಗೊತ್ತ? ಇಂಥದೊಂದು ಮಲ್ಟಿ ನ್ಯಾಷನಲ್ ಕಂಪೆನಿ ವರ್ಷವೊಂದಕ್ಕೆ ಬರೀ ಐನೂರು ಸಿಗರೇಟುಗಳನ್ನಷ್ಟೇ ತಯಾರಿಸುವುದಿಲ್ಲ. ಅದರ ಸಂಖ್ಯೆ ಕೋಟಿ ಲೆಕ್ಕದಲ್ಲಿದೆ. ಅವೆಲ್ಲವನ್ನೂ ಕೂಡಿಸಿ, ಗುಣಿಸಿ, ಭಾಗಿಸಿದಾಗ ನಮ್ಮ ಈ ಸಿಗರೇಟು ವೀರರು ತಮ್ಮ ಸುತ್ತಲಿನ ಪ್ರಪಂಚಕ್ಕೆ ಕಾರ್ಬನ್ ಡೈ ಆಕ್ಸೈಡ್, ಕಾರ್ಬನ್ ಮೋನಾಕ್ಸೈಡ್ ಮತ್ತು ಸಲ್ಫರ್ ಡೈ ಆಕ್ಸೈಡ್‌ನಂಥ ಕಾಕ್‌ಟೈಲ್ ಅನ್ನು ತಿನ್ನಿಸುತ್ತಾರಲ್ಲ? ಆ ವಿಷದ ಪ್ರಮಾಣವೆಷ್ಟು ಗೊತ್ತ?

ಕೇವಲ 46,000 ಮೆಟ್ರಿಕ್ ಟನ್!

ಅದಕ್ಕೆಂದೇ ಭಾರತದ ಅತಿ ಬಲಿಷ್ಠ ಮಾಧ್ಯಮವಾದ ದೂರದರ್ಶನದಲ್ಲಿ ಧೂಮಪಾನ, ಮದ್ಯಪಾನ ಜಾಹೀರಾತನ್ನು ಪ್ರದರ್ಶಿಸುವಂತಿಲ್ಲ. ಸಿಗರೇಟು ಸೇದುವ ಚಿತ್ರಣವನ್ನು ಬಿಂಬಿಸುವಂತಿಲ್ಲ. ಆದರೆ ನೆನಪಿಡಿ: ಸಿಗರೇಟು ಕಂಪೆನಿಯವರೇನೂ ಕಡಿಮೆ ಖರ್ಚಿನಲ್ಲಿ ಹುಟ್ಟಿದವರಲ್ಲ. ಅವರಿಗೆ ತಮ್ಮ ಬ್ರ್ಯಾಂಡ್‌ನ್ನು ಹ್ಯಾಗೆ ಪ್ರದರ್ಶಿಸಬೇಕೆಂದು ಗೊತ್ತು. ಅದನ್ನು ಹ್ಯಾಗೆ ಮಾರಬೇಕೆಂದೂ ಗೊತ್ತು. ಹಾಗಾಗಿ ಅವರು ಕ್ರಿಕೆಟ್ಟನ್ನು ಬೆಳೆಸಿದರು. ಕ್ರಿಕೆಟ್ ಆಟಗಾರರನ್ನು ಬೆಳೆಸಿದರು.

ಪರಿಣಾಮವಾಗಿ ಇವತ್ತಿನ ಮಟ್ಟಿಗೆ ಈ ಕಂಪೆನಿ, ಕ್ರಿಕೆಟ್ಟಿನ ಲೋಕದಲ್ಲಿ ಅದ್ಯಾವ ಪರಿ ಮಿಂಚುತ್ತಿದೆಯೆಂದರೆ, ಯಾವೊಬ್ಬ ಭೂಪನೂ ಈ ಕಂಪೆನಿಯ ಮಾಲೀಕನಿಗೆ, "ಯಾಕಯ್ಯ ನೀನು ಸ್ಟಂಪ್ ಮೇಲೆ ನಿನ್ನ ಬ್ರ್ಯಾಂಡ್ ಬರೆಸಿದೆ? ಕ್ರಿಕೆಟ್ಟಿನಲ್ಲಿ ವಿಕೆಟ್ಟು ಯಾವಾಗಲೂ plane ಆಗಿ ಇರಲೇಬೇಕೆಂಬ ರೂಲ್ಸು ಗೊತ್ತಿಲ್ಲವಾ?" ಎಂದು ಕೇಳುವ ಧೈರ್ಯ ಮಾಡುತ್ತಿಲ್ಲ. ಇದಕ್ಕೆ ತಕ್ಕನಾಗಿ ಆಟಗಾರರೆಲ್ಲ 'ವಿಲ್ಸ್' ಎಂಬ ಹೆಸರನ್ನು ಭುಜ ಕೀರ್ತಿಯೆಂಬಂತೆ ಹೊತ್ತುಕೊಂಡು ತಿರುಗಾಡುತ್ತಿದ್ದಾರೆ. ಎಲ್ಲಕ್ಕಿಂತ ಮುಖ್ಯ ಸಂಗತಿಯೇನೆಂದರೆ, ಮುಂದುವರೆದ ದೇಶಗಳೆಂದು ಕರೆಯಲ್ಪಡುವ ಅಮೆರಿಕ, ರಷ್ಯಾ, ಜರ್ಮನಿ, ಜಪಾನ್, ಫ್ರಾನ್ಸ್, ಚೀನಾ, ಕೊರಿಯಾ, ಮಲೇಶಿಯಾ, ಇಂಡೋನೇಶಿಯಾ ಗಳಂಥ ರಾಷ್ಟ್ರಗಳೆಲ್ಲ ಸಾರಾಸಗಟಾಗಿ ತಿರಸ್ಕರಿಸಿರುವ ಈ ಕ್ರಿಕೆಟ್ಟನ್ನು ನಾವು ಮಾತ್ರ ಗೆದ್ದಾಗ ಸಂಭ್ರಮಿಸುತ್ತ, ಸೋತಾಗ ಬಯ್ದುಕೊಳ್ಳುತ್ತಾ ಆಸ್ವಾದಿಸುತ್ತಿದ್ದೇವೆ. ಆ ಮೂಲಕ ಪ್ರತಿಯೊಂದು ಒನ್ ಡೇ ಮ್ಯಾಚು ನಡೆದಾಗಲೂ ಆವತ್ತಿನ ಮಟ್ಟಿಗೆ ಎರಡು ನೂರು ಕೋಟಿಯಷ್ಟು ನ್ಯಾಷನಲ್ ವೇಸ್ಟು ಮಾಡುತ್ತಿದ್ದೇವೆ. ಹೇಳಿ, ಹ್ಯಾಗೆ ಸರಿಪಡಿಸುವುದು?

ಇದೆಲ್ಲದರ ಮಧ್ಯೆ ಯಾವನಾದರೊಬ್ಬ ಬಾಲಕ, ಸಚಿನ್ ತೆಂಡೂಲ್ಕರ್‌ಗೆ ಎದುರಾಗಿ, ಹೇ ಸಚಿನ್! ಅಲ್ಲಿಗೆ ನಿನ್ನನ್ನು ಆಡೋಕೆ ಕಳಿಸಿರೋದು. ಅದು ಬಿಟ್ಟು ನೀನು ಬೀಡಿ, ಸಿಗರೇಟು ಯಾವತ್ತಿನಿಂದ ಮಾರೋಕೆ ಶುರು ಮಾಡಿದೆ? ಎಂದು ಕೇಳಿದರೆ ಈ ಸಚಿನ್ ಹ್ಯಾಗೆ ಮುಖ ಮುಚ್ಚಿಕೊಂಡು ಓಡಬಹುದು ಎಂದು ಯೋಚಿಸುತ್ತ ನನ್ನಷ್ಟಕ್ಕೆ ನಾನೇ ನಗುತ್ತಿದ್ದೇನೆ.

“ಆಝಾದಿ” : ಒಂದು ಸ್ಪಷ್ಟೀಕರಣ

ಪ್ರಿಯ ಓದುಗ,

ಕಳೆದ ಸರಿಸುಮಾರು ಮೂವತ್ತು ವಾರಗಳಿಂದ ಓದುಗರಲ್ಲಿ ವಿಭಿನ್ನ ರೀತಿಯ ಕಾತರ, ತಳಮಳ, ನಾಚಿಕೆ, ಭಯ, ದಿಗ್ಭ್ರಮೆ, ಹೆಮ್ಮೆ ಮತ್ತು ಸೋಜಿಗಗಳನ್ನು ಹುಟ್ಟು ಹಾಕುತ್ತಿರುವ 'ಆಜಾದಿ' ಅಂಕಣದ ಬಗ್ಗೆ ಒಂದೆರಡು ಮಾತುಗಳನ್ನು ಹೇಳಲೇಬೇಕಾಗಿದೆ.

ಈ ರಾಜೀವ್ ದೀಕ್ಷಿತ್ ಆರ್.ಎಸ್.ಎಸ್ ಮನಸ್ಸಿನವನು ಹೌದೋ ಅಲ್ಲವೋ, ಆದರೆ ಸ್ವದೇಶಿ ಚಳವಳಿಗೆ ಸಂಬಂಧಿಸಿದಂತೆ ಆತ ಅದ್ಭುತವೆನಿಸುವ ವಿಚಾರಗಳನ್ನು ಹರಡುತ್ತಾರೆ. ಅದರ ಜೊತೆಗೇ “ಪೇಜರ್ ಉಪಯೋಗಿಸುವುದು ಬೇಡ. ಅದು ಇಪ್ಪತ್ತು ವರ್ಷಗಳಷ್ಟು ಹಿಂದೆಯೇ ಯೂರೋಪಿನಲ್ಲಿ ಬ್ಯಾನ್ ಆಗಿದೆ. ಅದೊಂಥರಾ ನ್ಯಾಶನಲ್ ವೇಸ್ಟು!” ಎಂಬಂತಹ ಜಾಳುಜಾಳಾದ ಮಾತುಗಳನ್ನೂ ಆಡಿಬಿಡುತ್ತಾರೆ.

ನಿಮಗೆ ಗೊತ್ತಿರಲಿಕ್ಕಿಲ್ಲ; ಸ್ವಾತಂತ್ರ್ಯ ಸಿಕ್ಕ ಹೊಸತರಲ್ಲಿ ಇಲ್ಲಿ ಒಂದೇ ಒಂದು ಬ್ಲೇಡು ತಯಾರಿಸುವ ಸ್ವದೇಶಿ ಕಂಪೆನಿಗಳಿರಲಿಲ್ಲ. ಇಲ್ಲಿದ್ದ ಅಷ್ಟೂ ಕಂಪೆನಿಗಳು ವಿದೇಶಿ ಮೂಲದವು. ಹಾಗಾಗಿ ಆವತ್ತು, ಸ್ವದೇಶಿ ಚಳವಳಿಯ ಕನಸು ಕಾಣುತ್ತಿದ್ದ ಬಾಲಗಂಗಾಧರ ತಿಲಕ್‌ರ ಕರೆಗೆ ಓಗೊಟ್ಟು ತುಂಬ ಜನ ತಾವು ಉಪಯೋಗಿಸುತ್ತಿದ್ದ ಫಾರಿನ್ ಬ್ಲೇಡುಗಳನ್ನೆಲ್ಲ ಬಿಸಾಕಿ, ಬರೀ ಚಾಕು-ಚೂರಿಗಳಿಂದ ಗಡ್ಡ ಬೋಳಿಸಿಕೊಂಡಿದ್ದರು ಎಂದು ಹೇಳಿದರೆ ನಿಮಗೆ ಸೋಜಿಗವಾಗಬಹುದೇನೋ. ಆದರೆ ಇವತ್ತು ಇಂಥದ್ದೆಲ್ಲ ಬಹುಶಃ ಸಾಧ್ಯವಾಗಲಿಕ್ಕಿಲ್ಲ.

ಇಲ್ಲಿ ಪೇಜರ್ರು ಮತ್ತು ಬ್ಲೇಡುಗಳು ಸ್ವದೇಶಿ ಚಳವಳಿಯ ಎರಡು ಉದಾಹರಣೆಗಳಷ್ಟೆ. ಇಂದಿನ ಅವಸರದ ಜಿಂದಗಿಯಲ್ಲಿ ಪೇಜರ್ ಎನ್ನುವುದು ಹ್ಯಾಗೆ ನಮಗೆ ಅವಶ್ಯಕವೆನಿಸಿಬಿಡುತ್ತದೆಯೋ, ಹಾಗೆಯೇ ನಾವಿಂದು ಚಾಕು, ಚೂರಿ ಹಿಡಿದು ಶೇವಿಂಗ್ ಮಾಡಿಕೊಳ್ಳುವುದೂ ಕೂಡ ಶುದ್ಧ ಮೂರ್ಖತನವಾಗಿಬಿಡುತ್ತದೆ. ಇಂಥ ಸಂದರ್ಭದಲ್ಲಿ ಯಾವ ವಾದವನ್ನು

ಒಪ್ಪಿಕೊಳ್ಳುವುದು? ಹಾಗಾಗಿ ರಾಜೀವ್ ದೀಕ್ಷಿತ್ ಹೇಳುವ ಅನೇಕ ವಿಚಾರಗಳ ಪೈಕಿ ಯಾವುದನ್ನು ನಾವು ನಮ್ಮ ಬದುಕಿನಲ್ಲಿ ರೂಢಿ ಮಾಡಿಕೊಳ್ಳಬಹುದೋ ಅಂಥದ್ದನ್ನು ಮಾತ್ರ ಆರಿಸಿಕೊಂಡಿದ್ದೇನೆ.

ಹಾಗೆಯೇ ಈ ಅಂಕಣದಲ್ಲಿ ಬರುವ ಯಾವೊಂದು ಘಟನೆ, ಚಿತ್ರಣ, ಅಂಕಿ–ಅಂಶಗಳ್ಯಾವವೂ ಚಂದಮಾಮಾ ಕಥೆಯಲ್ಲ. ದೀಕ್ಷಿತರ ವಾದಗಳೇನೇ ಇರಲಿ, ಆದರೆ ತಾನು ಹೇಳುವ ಪ್ರತಿಯೊಂದು ಘಟನೆಗಳಿಗೆ ಸಂಬಂಧಪಟ್ಟಂತೆ ಹೆಜ್ಜೆಹೆಜ್ಜೆಗೂ ನಿಖರವಾದ ದಾಖಲೆಗಳನ್ನು ಒದಗಿಸುತ್ತ ಹೋಗುವ ಆತನ ಶ್ರಮಿಕತನ ಎಂಥವನಲ್ಲೂ ಮೆಚ್ಚುಗೆ ಮೂಡಿಸಬಲ್ಲದು. ಇವತ್ತಿನ ಮಟ್ಟಿಗೆ 'ಆಝಾದಿ' ಈ ಪರಿ ಚರ್ಚೆಯಾಗುತ್ತಿದ್ದರೆ, ಅದಕ್ಕೆ ಮೂಲಕಾರಣ: ಆತ ವಿಶ್ವದ ನಾನಾ ದೇಶಗಳನ್ನು ಸುತ್ತಿ ಸುಮಾರು ಐವತ್ತು ಸಾವಿರ ವಿಷಯಗಳ ಮೇಲೆ ಸಂಗ್ರಹಿಸಿಟ್ಟುಕೊಂಡಿರುವ ದಾಖಲೆಗಳು.

ಅವುಗಳಲ್ಲಿ ಇಷ್ಟವಾಗಿದ್ದನ್ನು ಎತ್ತಿಕೊಳ್ಳೋಣ. ಕಷ್ಟವಾಗಿದ್ದನ್ನು ಬಿಟ್ಟಾಕೋಣ!

(ರಾಜೀವ್ ದೀಕ್ಷಿತ್ ಆರೆಸ್ಸೆಸ್ ಸಿದ್ಧಾಂತಗಳಿಗೆ ಹತ್ತಿರವಾಗುತ್ತಿದ್ದಾರೆ ಎಂಬ ಆರೋಪ ಕೇಳಿ ಬಂದಾಗ ನೀಡಿದ ವಿವರಣೆ – ಲೇಖಕ).

“ನಾನು ವಾಜಪೇಯಿ ವೆರೈಟಿಯ ಬ್ರಹ್ಮಚಾರಿಯಲ್ಲ, ಈ ನೆಲದಲ್ಲೊಂದು ಚಳವಳಿ ಕಟ್ಟುತ್ತೇನೆ”

– ದೀಕ್ಷಿತ್

“ನಾನು ರಾಜಕಾರಣಿಯಲ್ಲ. ಆದರೆ ನಾನು ಪ್ರಸ್ತಾಪಿಸುತ್ತಿರುವ ಸಂಗತಿಗಳನ್ನು ಇವತ್ತಿನ ರಾಜಕಾರಣಿಗಳು ಗಂಭೀರವಾಗಿ ಕುಳಿತು ಚರ್ಚೆ ಮಾಡಲೇಬೇಕಾದಂತಹ ಪರಿಸ್ಥಿತಿ ತಂದಿರಿಸಿದ್ದೇನೆ. ನಾನು ಮಹಾತ್ಮಾ ಗಾಂಧಿಯಂತಹ ತೇಜಸ್ವಿ ಮನುಷ್ಯನಲ್ಲ. ಆದರೆ ಗಾಂಧೀಜಿಯ ಸಿದ್ಧಾಂತಕ್ಕೆ ಸಾಕಷ್ಟು ಹತ್ತಿರವಿದ್ದೇನೆ. ಅವರ ವಾರ್ಧಾ ಆಶ್ರಮವೇ ಇವತ್ತು ನನ್ನ ಮನೆ. ಇವತ್ತು ನಮ್ಮ ಸ್ವದೇಶಿ ಆಂದೋಲನ ದೇಶದ ಮೂಲೆ ಮೂಲೆಗೂ ಬೆಳೆಯುತ್ತಿದೆ. ಇನ್ನು ಬರೋಬ್ಬರಿ ಏಳು ವರ್ಷ! ಆನಂತರ ಇಡೀ ದೇಶ ಸ್ವದೇಶಿ ಆಂದೋಲನದ ಬಿರುಗಾಳಿಗೆ ಸಿಕ್ಕು ಕಂಪಿಸುತ್ತಿರುತ್ತದೆ. ಈ ನೆಲದಿಂದ ಮಲ್ಟಿ ನ್ಯಾಷನಲ್ ಕಂಪೆನಿಗಳನ್ನು ಶಾಶ್ವತವಾಗಿ ಓಡಿಸುವ ತನಕ ವಿಶ್ರಮಿಸಲಾರೆ.”

ಹಾಗಂತ ಅಸ್ಖಲಿತ ಹಿಂದಿಯಲ್ಲಿ ಸ್ಫುಟವಾಗಿ ಮಾತನಾಡುವ ಮೂವತ್ಮೂರು ವರ್ಷ ವಯಸ್ಸಿನ ರಾಜೀವ್ ದೀಕ್ಷಿತ್ ಎಂಬ ಅಲೀಘಡದ ಬ್ರಹ್ಮಚಾರಿ, ಈಗ್ಗೆ ಎರಡು ದಿನಗಳ ಹಿಂದೆ ಬೆಂಗಳೂರಿನ ಅಕ್ಕಿಪೇಟೆಯಲ್ಲಿರುವ ಔಷಧ ಮಾರಾಟ ಮಳಿಗೆಯೊಂದರಲ್ಲಿ ಪತ್ರಿಕೆಯೊಂದಿಗೆ ಮುಖಾ ಮುಖಿಯಾಗಿದ್ದರು.

“ನಾವು ಅದನ್ನು ತರ್ಜುಮೆ ಮಾಡಿ ಹಾಕುತ್ತಿದ್ದೇವಾದರೂ, ನಮ್ಮ ಪತ್ರಿಕೆಗೆ ನೀವು ಅಂಕಣಕಾರರು. ಹೀಗೊಂದು ಅಂಕಣ ಪ್ರಾರಂಭಿಸಿದ್ದೇವೆ ಅಂತ ನಿಮಗೆ ತಿಳಿಸಿ, ನಿಮ್ಮಿಂದ ಅನುಮತಿ ಕೂಡ ನಾವು ಪಡೆದಿಲ್ಲ, ಕ್ಷಮಿಸಬೇಕು” ಅಂದಿತು ಪತ್ರಿಕೆ.

“ಅದರ ಪ್ರಶ್ನೆಯೇ ಇಲ್ಲ. ವಿಚಾರಗಳ copy right ಇರಬಾರದು. ನಾನು ಸಾವಿರಾರು ವಿಚಾರಗಳನ್ನು ಯಾರಿಂದಲೋ ಪಡೆದಿದ್ದೇನೆ. ಅವುಗಳನ್ನು

ನೀವು ಪ್ರಕಟಿಸಿದ್ದೀರಿ. ನಿಮ್ಮ ಓದುಗರು ಮತ್ಯಾರಿಗೋ ತಿಳಿಯಪಡಿಸುತ್ತಾರೆ. ಸ್ವದೇಶಿ ಉಳಿಸಿ ಆಂದೋಲನ ಬೆಳೆಯಬೇಕಾದುದೇ ಹೀಗೆ!" ಅಂದರು ದೀಕ್ಷಿತ್.

ಈ ವ್ಯಕ್ತಿ ಅಪ್ಪಟ ಸ್ವದೇಶಿ ಖದ್ದರುಧಾರಿ. ವಿದೇಶಿ ಷೇವಿಂಗ್ ಕ್ರೀಮ್‌ಗೆ ಬದಲಾಗಿ ಹಾಲಿನಲ್ಲಿ ಕೆನ್ನೆ ತೋಯಿಸಿಕೊಂಡು ಶುದ್ಧ ಭಾರತೀಯ ಬ್ಲೇಡಿನಿಂದ ದಾಡಿ ಮಾಡಿಕೊಳ್ಳುವ ಹಠ ಸಾಧಕ. ಪೇಸ್ಟು, ಬ್ರಷ್ಷು ಬಿಸಾಡಿ ತುಂಬ ವರ್ಷಗಳಾಗಿವೆ. ಹಲ್ಲುಪುಡಿಯಲ್ಲಿ ಹಲ್ಲು ಸ್ವಚ್ಛವಾಗುತ್ತವೆ. ಅದು ಸಿಗದಿದ್ದರೆ ಬೇವಿನ ಕಡ್ಡಿ. ಇಂಪೋರ್ಟೆಡ್ ವಸ್ತುಗಳ ಮೇಲೆ ನಮಗೆ ಭ್ರಮೆಯಿದೆ ಅಷ್ಟೆ. ಅವುಗಳ ಜಾಹಿರಾತು ನಮ್ಮನ್ನು ಮೋಸ ಮಾಡುತ್ತದೆ. ಅಮೆರಿಕದ ಕಂಪೆನಿಗಳ ಉತ್ಪನ್ನಗಳನ್ನೆಲ್ಲ ಚರಂಡಿಗೆ ಬಿಸಾಡಿ. ನಮ್ಮ ನೆಲದ, ನಮ್ಮವರದೇ ಒಡೆತನದ ಫ್ಯಾಕ್ಟರಿಗಳಲ್ಲಿ ತಯಾರಾದ ವಸ್ತುಗಳನ್ನು ಬಳಸಿ. ನಮ್ಮ ದೇಶವನ್ನು ನಾವು ಹೀಗೂ ಪ್ರೀತಿಸದಿದ್ದರೆ, ನಮ್ಮದಿನ್ಯಾವ ಸೀಮೆಯ ದೇಶಭಕ್ತಿ? ಖುದ್ದಾಗಿ ನನ್ನ ಬದುಕಿನಲ್ಲಿ ಶೇಕಡಾ 99ರಷ್ಟು ಸ್ವದೇಶಿ ನಿಯಮಗಳ ಪಾಲನೆ ಮಾಡಿಕೊಂಡು ಬಂದಿದ್ದೇನೆ. ಯಾವಾಗಾದರೊಮ್ಮೆ ವಿಮಾನ ಹತ್ತಲೇ ಬೇಕಾಗಿ ಬಂದಾಗ ಖಿನ್ನನಾಗುತ್ತೇನೆ. ಅದರ ಬಿಡಿಭಾಗಗಳು ವಿದೇಶದಿಂದ ಬಂದಂಥವು ಅನ್ನುತ್ತಾರೆ ರಾಜೀವ್ ದೀಕ್ಷಿತ್. ಯಾವತ್ತೋ ಒಂದು ದಿನ ಇಡಿಯಾಗಿ ನಮ್ಮ ದೇಶವನ್ನೇ ಸ್ವದೇಶಿ ಚಳವಳಿಯ ಕಂಪನಕ್ಕೆ ಈಡು ಮಾಡುತ್ತಾರೋ ಇಲ್ಲವೋ ಗೊತ್ತಿಲ್ಲ. ಆದರೆ ನಮ್ಮ ಹೊಸ ಪೀಳಿಗೆಯ ಹುಡುಗರನ್ನು ಖಂಡಿತವಾಗಿಯೂ ಪುಳಕಗೊಳಿಸುವಂತೆ ಮಾತನಾಡುತ್ತಾರೆ. ಈ ಪ್ರಕಾಂಡ ಬುದ್ಧಿವಂತ ಮುಂದೆ ಯಾವತ್ತಾದರೂ ಒಂದು ದಿನ ವಿನೋಬಾ, ಜಯಪ್ರಕಾಶ್ ನಾರಾಯಣ್, ಬಾಬಾ ಆಮ್ಟೆ ನಂತರದ ತಲೆಮಾರಿನ ಸ್ಮರಣೀಯ ನಾಯಕನಾಗಿ ಇತಿಹಾಸದಲ್ಲಿ ದಾಖಲಾದರೆ ಆಶ್ಚರ್ಯ ಪಡಬೇಕಾದುದಿಲ್ಲ.

ರಾಜೀವ್ ದೀಕ್ಷಿತ್ ಇವತ್ತು ಹೇಳಿದುದನ್ನೆಲ್ಲ ಪರಿಪಾಲಿಸಲು ಸಾಧ್ಯವಾಗಲಿಕ್ಕಿಲ್ಲ. ಆದರೆ, ಆತನ ಮಾತೇ ಕೇಳಿಸಿಕೊಳ್ಳುವುದಿಲ್ಲ ಎಂಬ ನಿರ್ಲಕ್ಷ್ಯಕ್ಕೆ ಈಡಾದರೆ ನಮ್ಮನ್ನು ನಾವು ಮೋಸ ಮಾಡಿಕೊಂಡಂತಾದೀತು.

"ಸರಿ ಸುಮಾರು ಒಂಬತ್ತು ವರ್ಷದಿಂದ ಈ ಅಜಾದಿ ಬಚಾವೋ ಆಂದೋಲನ ಮಾಡುತ್ತಿದ್ದೀರಿ. ಫಲ ಕಾಣಿಸಿದೆಯೆ?" ಕೇಳಿತು ಪತ್ರಿಕೆ.

"ತುಂಬ ಗಣನೀಯವಾದ ಮತ್ತು ವಿಸಿಬಲ್ ಆದ ಪರಿಣಾಮಗಳಾಗಿವೆ. ನಮ್ಮ ಚಳವಳಿ ವ್ಯಾಪಕವಾಗಿ ತಲೆಯೆತ್ತಿರುವ ಮಹಾರಾಷ್ಟ್ರ, ಗುಜರಾತ್, ಉತ್ತರ ಪ್ರದೇಶ, ಮಧ್ಯ ಪ್ರದೇಶ, ರಾಜಸ್ತಾನ್ ಮುಂತಾದ ರಾಜ್ಯಗಳಲ್ಲಿ ಈ ಭಾಷಣಗಳು, ಕೆಸೆಟ್ಟುಗಳು ಎಂಥ ಪರಿಣಾಮ ಬೀರಿವೆಯೆಂದರೆ – ಕೆಲವೆಡೆ 20 ರಿಂದ 60% ತನಕ ಬಹುರಾಷ್ಟ್ರೀಯ ಕಂಪೆನಿಗಳ ಸಾಮಗ್ರಿಗಳ ಮಾರಾಟ ಕುಸಿದು ಬಿದ್ದಿದೆ. ಅನೇಕ ಕಡೆ ಮಲ್ಟಿ ನ್ಯಾಷನಲ್ ಕಂಪೆನಿಗಳು ಫ್ಯಾಕ್ಟರಿಗಳನ್ನು ಸ್ಥಾಪಿಸಲು ಬಿಡದಂತೆ ತಡೆದು ಅವುಗಳನ್ನು ಜನರೇ ಆಚೆಗಟ್ಟಿದ್ದಾರೆ. 1994 ರಲ್ಲಿ ಗುಜರಾತಕ್ಕೆ ಬಂದ ಕಾರ್ಗಿಲ್ ಎಂಬ ವಿದೇಶಿ ಉಪ್ಪು ಕಾರ್ಖಾನೆಯನ್ನು ಕಾಲ್ತೆಗೆಯುವಂತೆ ಮಾಡಿದ್ದೇವೆ. ರಾಜಸ್ತಾನದಲ್ಲಿ ವಿಲ್ಸನ್ ಲಿಕ್ಕರ್ಸ್ ಎಂಬ ವಿದೇಶಿ ಸಂಸ್ಥೆಯನ್ನು ಒಕ್ಕಲೆಬ್ಬಿಸಿದ್ದೇವೆ. ಗೋವೆಯಲ್ಲಿ ಡ್ಯುಪೋಂಟ್ ಎಂಬ ನಿಷಿದ್ಧ ಔಷಧಿಗಳ ತಯಾರಿಕಾ ಘಟಕ ತಲೆಯೆತ್ತಿದಾಗ ಗೋವನ್ನರು ತಿರುಗಿಬಿದ್ದರು. ಆ ಚಳವಳಿಯಲ್ಲಿ ನಾವೂ ಭಾಗವಹಿಸಿದ್ದೇವೆ. ಅಷ್ಟೇ ಅಲ್ಲ;: ಉತ್ತರ ಪ್ರದೇಶದ ಅಲಹಾಬಾದ್‌ನಲ್ಲಿ 'ಫ್ಯಾಂಟಸಿ' ಎಂಬ ಅಶ್ಲೀಲ ಪತ್ರಿಕೆ ಹೊರಡುತ್ತಿತ್ತು. ಅದನ್ನು ಮುಂಬೈಗದುಮಿದ್ದೇವೆ. ಅದೇ ಉತ್ತರ ಪ್ರದೇಶದಲ್ಲಿ ಲಾಟರಿ ವಿರುದ್ಧ ಯಶಸ್ವಿ ಚಳವಳಿ ಮಾಡಿದ್ದೇವೆ. ಟೈಮ್ಸ್ – ಆಫ್ ಇಂಡಿಯಾದಲ್ಲಿ ಭಾರತದ ಬಾವುಟಕ್ಕೆ ಅವಮಾನವಾಗುವಂತಹ 'ವಿಲ್ಸ್' ಸಿಗರೇಟಿನ ಜಾಹಿರಾತು ಪ್ರಕಟವಾದಾಗ ಆ ಪತ್ರಿಕೆಯನ್ನು ಕೋರ್ಟಿಗೆಳೆದು ಪಾಠ ಕಲಿಸಿದ್ದೇವೆ..." ಪಟ್ಟಿ ಮಾಡುತ್ತ ಹೋದರು ರಾಜೀವ್ ದೀಕ್ಷಿತ್.

"ನಿಮ್ಮ ಹೋರಾಟಕ್ಕೆ ರಾಜಕಾರಣಿಗಳು ಹೇಗೆ ಪ್ರತಿಕ್ರಿಯಿಸಿದ್ದಾರೆ?" ಪತ್ರಿಕೆ ಕೇಳಿತು.

"ಸುಮಾರು 250 ಜನ ಪಾರ್ಲಿಮೆಂಟ್ ಸದಸ್ಯರು ಗ್ಯಾಟ್ ಒಪ್ಪಂದದ ವಿರುದ್ಧ ಸಹಿ ಹಾಕಿದ್ದಾರೆ. ಮಾಜಿ ರಾಷ್ಟ್ರಪತಿ ವೆಂಕಟರಾಮನ್ ಬಹಿರಂಗವಾಗಿ ಸ್ವದೇಶಿ ಆಂದೋಲನದ ಪರವಾಗಿ ಮಾತಾಡಿದ್ದಾರೆ. ಮತ್ತೇನಲ್ಲದಿದ್ದರೂ ನಮ್ಮ ಮಾತು, ನಮ್ಮ ವಿಚಾರಗಳು ಇವತ್ತು ರಾಜಕೀಯ ಚರ್ಚೆಗೆ ಕಾರಣವಾಗಿವೆ. ಪೊಲಿಟಿಕಲ್ ಇಷ್ಯೂಗಳಾಗಿವೆ. ಇದೇನೂ ಕಡಿಮೆ ಸಾಧನೆಯಲ್ಲ..." ಅನ್ನುವ ರಾಜೀವ್ ದೀಕ್ಷಿತ್‌ಗೆ ಕೆಲವು ಸಂಗತಿಗಳು ಚೆನ್ನಾಗಿ ಗೊತ್ತು.

ಒಬ್ಬ ವರ್ಚಸ್ವಿ ನಾಯಕ, ನಿಜವಾದ ನೈತಿಕ ತೇಜಸ್ಸುಳ್ಳ ಗಾಂಧೀಜಿಯಂತಹ ಮನುಷ್ಯ ಮಾತ್ರ ಇವತ್ತಿನ ಭಾರತದಲ್ಲಿ

ವ್ಯಾಪಕವಾದುದೊಂದು ಸ್ವದೇಶಿ ಚಳವಳಿ ಕಟ್ಟಬಲ್ಲ. ಖುದ್ದಾಗಿ ಒಂದಷ್ಟು ತ್ಯಾಗ ಮಾಡದಿದ್ದರೆ, ನಾವು ಮಾತನಾಡಿದುದನ್ನು ನಾವಾದರೂ ಪಾಲಿಸದಿದ್ದರೆ ನಮ್ಮನ್ನು ಯಾರೂ ನಂಬುವುದಿಲ್ಲ. ಮಹಾತ್ಮಾ ಗಾಂಧೀಜಿ ಕೂಡ ತಮ್ಮ ಕಡೆಯ ದಿನದ ತನಕ ಮಹಾತ್ಮರಾಗುವ ಪ್ರಯತ್ನ ಮಾಡುತ್ತಲೇ ಇದ್ದರು. ಇಂಥದೊಂದು ಕನಸಿಟ್ಟುಕೊಂಡು ದೇಶಮಟ್ಟದ ಚಳವಳಿ ಕಟ್ಟಲು ಹೊರಟಿರುವ ರಾಜೀವ್, ಖುದ್ದಾಗಿ ಕೆಲವು ತ್ಯಾಗಗಳನ್ನು ಮಾಡಲು ನಿರ್ಧರಿಸಿದ್ದರಾ?

"ನಿಮ್ಮ ಮದುವೆಯಾಗಿದೆಯೇ?" ಪ್ರಶ್ನೆ ಎದುರಿಗಿಡಲಾಯಿತು.

"ಇಲ್ಲ, ಆಗುವ ವಯಸ್ಸೂ ಮುಗಿಯುತ್ತಿದೆ..." ಆತ ನಕ್ಕರು.

"ಮದುವೆಯಾಗದಿರುವುದಕ್ಕೆ ಅಟಲ್‌ಬಿಹಾರಿ ವಾಜಪೇಯಿ ಸ್ಫೂರ್ತಿಯೇ?"

"ಖಂಡಿತ ಇಲ್ಲ. ನಾನು ವಾಜಪೇಯಿ ವೆರೈಟಿಯ ಬ್ರಹ್ಮಚಾರಿಯಲ್ಲ. ಈ ಬಗ್ಗೆ ಅವರನ್ನು ನಾನೇ ನೇರವಾಗಿ ಪ್ರಶ್ನಿಸಿ ಉತ್ತರ ಪಡೆದುಕೊಂಡಿದ್ದೇನೆ. ತಾವೇನಿದ್ದರೂ ಅವಿವಾಹಿತರೆಂದೂ, ತಮ್ಮದು ಬ್ರಹ್ಮಚರ್ಯವಲ್ಲವೆಂದೂ ಖುದ್ದು ವಾಜಪೇಯಿಯವರೇ ಹೇಳಿದ್ದಾರೆ. ಅಂಥದೊಂದು ಖೋಟಾ ಬ್ರಹ್ಮಚರ್ಯದ ಅವಶ್ಯಕತೆ ನನಗಿಲ್ಲ. ನಾನು ಅವರಂತಲ್ಲ!" ದೀಕ್ಷಿತ್ ದನಿಯಲ್ಲಿ ಖಚಿತತೆಯಿತ್ತು.

"ಗಾಂಧೀಜಿ ನಂತರ ಚಳವಳಿ ಕಟ್ಟಿ ಬೆಳೆಸಲು ವಿನೋಬಾ ಯತ್ನಿಸಿದರು. ಜಯಪ್ರಕಾಶ್ ನಾರಾಯಣ್ ಹವಣಿಸಿದರು. ಲೋಹಿಯಾ ನಾಯಕತ್ವ ವಹಿಸಿದರು. ಅವರ್‍ಯಾರೂ ಯಶಸ್ವಿಯಾಗಲಿಲ್ಲ. ಯಾಕೆ? ಅವರಿಗೆ ದೊರೆಯದ ಯಶಸ್ಸು ನಿಮಗೆ ದೊರೆಯುತ್ತದೆ ಅಂತ ಯಾಕಂದುಕೊಳ್ಳುತ್ತೀರಿ?"

"ವಿನೋಬಾ, ಜಯಪ್ರಕಾಶ್ ನಾರಾಯಣ್, ಆಚಾರ್ಯ ಲೋಹಿಯಾ– ಎಲ್ಲರೂ ಪ್ರಾಮಾಣಿಕ ಪ್ರಯತ್ನ ಮಾಡಿದವರೇ. ಆದರೆ ಅವರು ನಾಯಕತ್ವಕ್ಕೆ ಬರುವ ಹೊತ್ತಿಗೆ ತುಂಬ ವೃದ್ಧರಾಗಿದ್ದರು. ಅವರ ಸಾವು, ಅವರ ಚಳವಳಿಗಳನ್ನೇ ಕೊಂದು ಹಾಕಿತು. ನಾನು ಯಶಸ್ವಿಯಾಗುತ್ತೇನೆ; ನನ್ನಿಂದಲೇ ಆಗುತ್ತದೆ ಎಂಬ ಭ್ರಮೆಯೇನಿಲ್ಲ. ಇನ್ನು ಏಳು ವರ್ಷಗಳ ನಂತರ, 2005 ರ ಹೊತ್ತಿಗೆ ಗ್ಯಾಟ್ ಒಪ್ಪಂದದ ಪ್ರಕಾರ ಭಾರತದ ಮಾರುಕಟ್ಟೆಯಲ್ಲಿ ಕನಿಷ್ಟ ಪಕ್ಷ ಹತ್ತುಸಾವಿರ ವಿದೇಶಿ ವಸ್ತುಗಳಿರುತ್ತವೆ. ಬೆಂಕಿ ಪೆಟ್ಟಿಗೆಯಿಂದ ಹಿಡಿದು!

ಅಂದರೆ, ಭಾರತದ ಹತ್ತು ಸಾವಿರ ವಸ್ತುಗಳ ಕಾರ್ಖಾನೆಗಳು ಮುಚ್ಚಲ್ಪಡುತ್ತವೆ. ಲಕ್ಷಾಂತರ ಕಾರ್ಮಿಕರು ಬೀದಿಗೆ ಬೀಳುತ್ತಾರೆ. ಆವತ್ತು ಸ್ವದೇಶಿ ಆಂದೋಲನದ ಜರೂರತ್ತೇನು ಎಂಬುದು ದೇಶಕ್ಕೆ ಗೊತ್ತಾಗುತ್ತದೆ. ನನ್ನ ಚಳವಳಿಯ ಗೆಲುವಿನ ಮೂಲ ಅಲ್ಲಿದೆ!"

"ಅಂತರಾಳದಲ್ಲಿ ನೀವೊಬ್ಬ ಆರೆಸ್ಸೆಸ್ಸಿಗ ಅನಿಸುತ್ತಾ?" ಕೇಳಿತು ಪತ್ರಿಕೆ.

"Not much! ಆದರೆ ಸ್ವದೇಶಿ ಚಳವಳಿಯನ್ನು ಯಾವ ಸಂಘಟನೆಯವರು ಕೈಗೆತ್ತಿಕೊಂಡರೂ ನಾನು ಅವರೊಂದಿಗಿರುತ್ತೇನೆ. ಅದರಲ್ಲಿ ತಪ್ಪು ಕಾಣುವುದಿಲ್ಲ" ಮಾತು ಮುಗಿಸಿದರು ರಾಜೀವ್ ದೀಕ್ಷಿತ್.

(ಹಾಯ್ ಬೆಂಗಳೂರ್! ಪತ್ರಿಕೆಯಲ್ಲಿ ಪ್ರಕಟವಾದ ರಾಜೀವ್ ದೀಕ್ಷಿತರ ಸಂದರ್ಶನ)

ಈ ತಲೆಮಾರಿಗೊಬ್ಬ ನಾಯಕ?

ವಿಪುಲವಾದ ಹಾಸ್ಯ ಪ್ರಜ್ಞೆಯಿದೆಯಾದರೂ ಅಸಲಿ ವಿಷಯಕ್ಕೆ ಬಂದಾಗ ರಾಜೀವ್ ದೀಕ್ಷಿತ್ ತುಂಬ ಗಂಭೀರವಾಗಿ ಬಿಡುತ್ತಾರೆ. ಹಾಗಂತ ಉದ್ವಿಗ್ನಗೊಳ್ಳುವ ಜಾಯಮಾನವಲ್ಲ. ಮಾತಿನಲ್ಲೊಂದು ಸಾತ್ವಿಕ ಆಕ್ರೋಶವಿದೆ. silly ಅಲ್ಲ. ಎಲ್ಲೂ ಕೊಳಕು ಮಾತಾಡುವುದಿಲ್ಲ. ಭೋಪಾಲದ ಯೂನಿಯನ್ ಕಾರ್ಬೈಡ್ ಅನಿಲ ದುರಂತ ನಡೆದಾಗ ರಾಜೀವ್ ಆಗಷ್ಟೆ ಮೊದಲ ಬಿ.ಎಸ್ಸಿ. ಓದುತ್ತಿದ್ದ ಯುವಕ. ಹದಿನಾರು ಸಾವಿರ ಜನ ಸತ್ತರು. ಐದು ಲಕ್ಷ ಜನ ಅನಿಲ ದುರಂತದ ಪರಿಣಾಮಕ್ಕೀಡಾದರು. ಇಂಥ ದುರಂತಕ್ಕೆ ಕಾರಣರಾದ ಯೂನಿಯನ್ ಕಾರ್ಬೈಡ್‌ನ ಅಧಿಕಾರಿಗಳಿಗೆ ಫಾಸಿ ಶಿಕ್ಷೆಯಾಗಬೇಕು. ಹಾಗಂತ ನ್ಯಾಯಾಲಯ ನಿರ್ಣಯ ನೀಡಲಿದೆಯೆಂದು ಈ ಯುವಕ ಕಾದು ಕುಳಿತಿದ್ದಾಗಲೇ ಭಾರತದ ಸರ್ಕಾರ ಮತ್ತು ಯೂನಿಯನ್ ಕಾರ್ಬೈಡ್ ಎಂಬ ಬಹುರಾಷ್ಟ್ರೀಯ ಕಂಪೆನಿ ತೆರೆಯ ಮರೆಯಲ್ಲೇ ಪರಸ್ಪರರನ್ನು ತಬ್ಬಿಕೊಂಡವು. ಸತ್ತವರಿಗೆ, ನೊಂದವರಿಗೆ – ಎಲ್ಲ ಸೇರಿ 470 ಕೋಟಿ ರೂಪಾಯಿಗಳ ಪರಿಹಾರ ಘೋಷಿಸಿ ಕೈ ತೊಳೆದುಕೊಂಡವು. ಜೈಲಿಗೆ ಹೋಗಬೇಕಿದ್ದ ಅಧಿಕಾರಿಗಳು ಸರ್ಕಾರದ ಜೊತೆ ಕುಳಿತು ಮೇಜವಾನಿ ನಡೆಸಿದ್ದರು.

ಪುಟ್ಟದೊಂದು ಮಧ್ಯಮ ವರ್ಗದ ಕುಟುಂಬದಲ್ಲಿ ಹುಟ್ಟಿ ಬೆಳೆದ ಯುವಕ ರಾಜೀವ್ ದೀಕ್ಷಿತ್ ಕುದ್ದು ಹೋದದ್ದೇ ಆವಾಗ. ಸಣ್ಣದೊಂದು ಗುಂಪು ಕಟ್ಟಿಕೊಂಡ. 1986 ರ ಸುಮಾರಿಗೆ ಕೆಲವು ವಿದ್ಯಾರ್ಥಿಗಳು ಮತ್ತು ಪ್ರೊಫೆಸರರ ಈ ಸಂಘಟನೆ ಭೋಪಾಲ ಮತ್ತು ಅಲಹಾಬಾದ್‌ಗಳಲ್ಲಿ ಮನೆಮನೆಗೂ ಭೇಟಿ ನೀಡಿತು. ಸಾವಿರಾರು ಮಂದಿಯ ಪ್ರಾಣ ತೆಗೆದ ಯೂನಿಯನ್ ಕಾರ್ಬೈಡ್ ಸಂಸ್ಥೆ ತಯಾರಿಸಿದ 'ಎವರೆಡಿ' ಬ್ಯಾಟರಿಗಳನ್ನು ಕೇಳಬೇಡಿ. ಆ ಕಂಪೆನಿಗೆ ಬಹಿಷ್ಕಾರ ಹಾಕಿ. ಅದರ ಬದಲು ಭಾರತೀಯರೇ ತಯಾರಿಸಿದ 'ನಿಪ್ಪೋ' ಬ್ಯಾಟರಿ ಖರೀದಿಸಿ, 'ಜೀಪ್' ಕೊಂಡುಕೊಳ್ಳಿ ಎಂದು ಚಳವಳಿ ಪ್ರಾರಂಭಿಸಿತು. ರಾಜೀವ್ ದೀಕ್ಷಿತ್‌ಗೆ ಅಚ್ಚರಿಯಾದದ್ದು, ಕೆಲವೇ

ತಿಂಗಳುಗಳಲ್ಲಿ 'ಎವರೆಡಿ' ಬ್ಯಾಟರಿಗಳ ಐದು ಜನ ಡಿಸ್ಟ್ರಿಬ್ಯೂಟರುಗಳು ವ್ಯಾಪಾರವಿಲ್ಲದೆ ತಂತಮ್ಮ ಅಂಗಡಿಗಳನ್ನು ಮುಚ್ಚಿಕೊಂಡಾಗ !

ಮುಂದೆ ರಾಜೀವ್ ದೀಕ್ಷಿತ್‌ಗೆ ಪ್ರಯಾಗ್ ವಿಶ್ವವಿದ್ಯಾಲಯದ ಪ್ರೊಫೆಸರ್ ರಘುವಂಶ್ ಹಾಗೂ ಇತಿಹಾಸಕಾರ ಧರ್ಮಪಾಲ್‌ರ ಮಾರ್ಗದರ್ಶನ ದೊರೆಯಿತು. ಎವರೆಡಿ ಬ್ಯಾಟರಿಗಿಂತ, ಯೂನಿಯನ್ ಕಾರ್ಬೈಡ್‌ಗಿಂತ ಪೆಪ್ಸಿ, ಕೋಕ್, ಕೋಲ್ಗೇಟ್ ಮುಂತಾದವು ಜಾಸ್ತಿ ಅಪಾಯಕಾರಿ. ಒಂದಕ್ಕೆ ಬಹಿಷ್ಕಾರ ಹಾಕಿದರೆ ಸಾಲದು. ಎಲ್ಲ ಮಲ್ಟಿ ನ್ಯಾಷನಲ್ ಕಂಪೆನಿಗಳಿಗೂ ಬಹಿಷ್ಕಾರ ಹಾಕಿ ಎಂಬ ಘೋಷಣೆಯೊಂದಿಗೆ ಆಂದೋಲನ ಹೊಸ ದಿಕ್ಕು ಪಡೆಯಿತು.

ಮೂಲತಃ ಬಿ.ಎಸ್ಸಿ., ಬಿ.ಟೆಕ್ ಮಾಡಿ ಸ್ಯಾಟಲೈಟ್ ಕಮ್ಯುನಿಕೇಶನ್‌ನಲ್ಲಿ ಉನ್ನತ ವ್ಯಾಸಂಗ ಮಾಡಿರುವ ರಾಜೀವ್, ನೌಕರಿ ಅಂತ ಮಾಡಿದ್ದು ಇಪ್ಪತ್ತೇ ತಿಂಗಳು, ತನ್ನ ಹೊಟ್ಟೆಪಾಡಿಗಿಂತ ಸ್ವದೇಶಿ ಆಂದೋಲನ ದೊಡ್ಡದೆನಿಸಿದ್ದರಿಂದ 1992 ರಿಂದೀಚೆಗೆ ಚಳವಳಿಯನ್ನೇ ಬದುಕು ಮಾಡಿಕೊಂಡಿದ್ದಾರೆ. ಅಪಾರವಾದ ವ್ಯಾಸಂಗವಿದೆಯೆಂಬುದರಲ್ಲಿ ಅನುಮಾನವಿಲ್ಲ. ಇತಿಹಾಸ, ಎಕನಾಮಿ, ಗಾಂಧಿ–ಮಾರ್ಕ್ಸ್–ಆಡಂಸ್ಮಿತ್ ಮುಂತಾದ ಮಹಾಮಹಿಮರ ಸಿದ್ಧಾಂತಗಳನ್ನೆಲ್ಲ ಓದಿಕೊಂಡಿರುವ ರಾಜೀವ್ ಮಲ್ಟಿ ನ್ಯಾಷನಲ್ ಕಂಪೆನಿಗಳ ಗರ್ಭಾಂತರದ ರಹಸ್ಯಗಳನ್ನು ಕೂಡ ಅರ್ಥ ಮಾಡಿಕೊಂಡಿದ್ದಾರೆ. ಸಾವಿರಾರು ದಾಖಲೆ ಸಂಗ್ರಹಿಸಿದ್ದಾರೆ. ಅಂಕಿಸಂಖ್ಯೆಗಳು ಬಾಯ್ತುದಿಯಲ್ಲೇ ಇವೆ. ಒಂದೇ ಮಾತಿನಲ್ಲಿ ಹೇಳುವುದಾದರೆ, ಈ ತಲೆಮಾರು ಕಾಣುತ್ತಿರುವ ಪ್ರತಿಭಾವಂತ.

ನಾವಂದುಕೊಂಡಷ್ಟು ನಿಷ್ಠಾವಂತನೇ?

ಅದನ್ನು ಭವಿಷ್ಯ ನಿರ್ಧರಿಸಬೇಕು.

ರಾಷ್ಟ್ರಗೀತೆ ಕುರಿತು

"ಇಷ್ಟಕ್ಕೂ ಈ ರಾಷ್ಟ್ರಗೀತೆಯನ್ನು ರವೀಂದ್ರನಾಥ ಟ್ಯಾಗೋರ್ ಬರೆದಿದ್ದು, ಒಬ್ಬ ಬ್ರಿಟಿಷ್ ರಾಜನನ್ನು ಓಲೈಸುವುದಕ್ಕಾಗಿ. ಆತನನ್ನು ಸ್ವಾಗತಿಸುವುದಕ್ಕಾಗಿ. ಮುಂದೆ ಸ್ವಾತಂತ್ರ್ಯ ಬಂದ ಮೇಲೆ ಇಂಥದೊಂದು ಸ್ವಾಗತ ಗೀತೆಯನ್ನು ರಾಷ್ಟ್ರಗೀತೆಯನ್ನಾಗಿ ಒಪ್ಪಿಕೊಳ್ಳಬೇಕೆ? ಅಥವಾ ಬೇಡವೇ? ಎಂಬುದಕ್ಕಾಗಿ ಕಾಂಗ್ರೆಸ್ ಪಕ್ಷ ಎರಡೆರಡು ಸಲ ಸಭೆ ಕರೆದಿತ್ತು.

ಅಂಥದೊಂದು ಸಭೆ ನಡೆದಿದ್ದು 16 ಡಿಸೆಂಬರ್ 1946 ರಂದು. ಆವತ್ತಿನ ಸಭೆಯಲ್ಲಿ ಹಾಜರಿದ್ದ ಶೇಕಡಾ ತೊಂಬತ್ತರಷ್ಟು ಜನ ಈ ಗೀತೆಯನ್ನು ರಾಷ್ಟ್ರಗೀತೆಯನ್ನಾಗಿ ಮಾಡುವುದಕ್ಕೆ ವಿರೋಧ ವ್ಯಕ್ತಪಡಿಸಿದರು. ಆಗ ಅದೇ ಸಭೆಯಲ್ಲಿ ಉಪಸ್ಥಿತರಿದ್ದ ಜವಾಹರಲಾಲ್ ನೆಹರೂ ಹೇಳಿದ್ದೇನು ಗೊತ್ತೇ?

"ನೋಡ್ರಿ, ಇದು ಸ್ವಾಗತ ಗೀತೆಯೇ ಇರಬಹುದು. ಆದರೆ ಈ ಹಾಡನ್ನು ವಿದೇಶಿ ಆರ್ಕೆಸ್ಟ್ರಾಗೆ ತುಂಬ ಚೆನ್ನಾಗಿ ಬಾರಿಸಬಹುದು. ವಿದೇಶಿಯರೂ ಕೂಡ ತಲೆದೂಗುವಂತೆ ಚೆಂದಾಗಿ ಆಡಬಹುದು. ಅದಕ್ಕಾಗಿ 'ಜನಗಣಮನವೇ' ನಮ್ಮ ರಾಷ್ಟ್ರಗೀತೆಯಾಗಬೇಕು" ಎಂದು ಬಿಟ್ಟರು!

ಇಂಥ ರಾಷ್ಟ್ರಗೀತೆಯನ್ನು ನಾನು ಯಾವುದೇ ಕಾರಣಕ್ಕೂ ಒಪ್ಪಿಕೊಳ್ಳುವುದಿಲ್ಲ.

ಸ್ವದೇಶಿ – ವಿದೇಶಿ

- ನಿಜ. ವರ್ಷಾಂತರದ ಅಭ್ಯಾಸಗಳನ್ನು ಒಂದೇ ದಿನದಲ್ಲಿ ಬಿಡುವುದು ಕಷ್ಟ. ಆದರೆ ಮನಸ್ಸು ಮಾಡಿದರೆ, ದೇಹದ ತಕರಾರು ತುಂಬ ದಿನ ನಡೆಯೋದಿಲ್ಲ.

  ಉದಾಹರಣೆಗೆ : ನೀವು ಲಕ್ಸ್, ರೆಕ್ಸೋನಾ, ಲಿರಿಲ್, ಲೈಫ್‌ಬಾಯ್, ಪಿಯರ್ಸ್, ಮಾರ್ಗೋ, ಡೆಟಾಲ್, ಜೈ, ಪಾಂಡ್ಸ್, ಕ್ಲಿಯರ್‌ಸಿಲ್, ಬ್ರೀಝ್, ಹಮಾಮ್, ಓ.ಕೆ, ಮೋತಿ, ಡೋವ್ ಮುಂತಾದ ಸೋಪುಗಳನ್ನು ಬಳಸುತ್ತಿದ್ದರೆ – ತಕ್ಷಣ ಅವುಗಳ ಖರೀದಿಯನ್ನು ನಿಲ್ಲಿಸಿ. ಅವು ವಿದೇಶಿ ಸ್ವಾಮ್ಯದ ಕಂಪೆನಿಗಳ ತಯಾರಿಕೆಗಳು.

  ಅವುಗಳ ಬದಲಿಗೆ ಅಪ್ಪಟ ಸ್ವದೇಶಿ ಸೋಪುಗಳಾದ ಮೈಸೂರು ಸ್ಯಾಂಡಲ್, ಚಂದ್ರಿಕಾ, ಮೆಡಿಮಿಕ್ಸ್, ಗೋದ್ರೇಜ್, ಸಿಂಥಾಲ್, ನಿರ್ಮಾ, ಜಾಸ್ಮಿನ್, ಸ್ವಸ್ತಿಕ್, ಮಾರ್ವೆಲ್, ಕಸ್ತೂರಿ ಮುಂತಾದವನ್ನು ಬಳಸಿ.

  ಸ್ವದೇಶಿ ಚಳವಳಿಗೆ ನಿಮ್ಮದೂ ಒಂದು ಕೊಡುಗೆಯಿರಲಿ.

- "ಕೌಸಲ್ಯಾ ಸುಪ್ರಜಾ ರಾಮಾ......" ಎಂಬ ಸುಪ್ರಭಾತದೊಂದಿಗೆ ಏಳುವ ನೀವು ಈ ದಿನದ ಮೊದಲ ಕ್ಷಣದಿಂದಲೇ ಸ್ವದೇಶಿ ಚಳವಳಿಗೊಂದು ಕೊಡುಗೆ ನೀಡಬಹುದು. ಅದೇನೆಂದರೆ ಬೆಳಿಗ್ಗೆ ನೀವು ಕೋಲ್ಗೆಟ್, ಸಿಬಾಕಾ, ಕ್ಲೋಸಪ್, ಫೋರ್‌ಹನ್ಸ್, ನೀಮ್, ಪೆಪ್ಸೊಡೆಂಟ್, ಸಿಗ್ನಲ್ ಮುಂತಾದ ಬ್ರಾಂಡಿನ ಪೇಸ್ಟು ಅಥವಾ ಬ್ರಶ್ಶುಗಳನ್ನು ಉಪಯೋಗಿಸುತ್ತಿದ್ದರೆ, ಅದನ್ನು ತಕ್ಷಣ ನಿಲ್ಲಿಸಿ, ಯಾಕೆಂದರೆ ಅವೆಲ್ಲ ವಿದೇಶಿ ಕಂಪೆನಿಗಳ ಪ್ರಾಡಕ್ಟುಗಳು.

  ಅದರ ಬದಲಾಗಿ ಅಪ್ಪಟ ಸ್ವದೇಶಿ ಉತ್ಪಾದನೆಗಳಾದ ಪ್ರೊಡೆಂಟ್, ಬಬೂಲ್, ವಿಕೋ ವಜ್ರದಂತಿ, ಡಾಬರ್, ಪ್ರಾಮಿಸ್, ಎಫರ್‌ಮಿಂಟ್, ಅಜಯ್, ಡಾ. ಸ್ಟ್ರಾಂಗ್, ನಂಜನಗೂಡು

ಮುಂತಾದ ಬ್ರಾಂಡಿನ ವಸ್ತುಗಳನ್ನು ಉಪಯೋಗಿಸಿ. ನಾಳೆಯಿಂದ ನಿಮ್ಮ ಸುಂದರ ದಿನದ ಶುಭಾರಂಭವಾಗಲಿ!

- ಇನ್ನೇನು ಬೇಸಿಗೆ ಬಂದೇ ಬಿಟ್ಟಿತು.

  ಮೈಯೆಲ್ಲ ಕುದಿಕುದಿ, ಧಾರಾಕಾರ ಬೆವರು, ಹಾಗಂತ ಎಂತೆಂಥದೋ ಫ್ಯಾನು ತಂದು ಬಿಟ್ಟೀರಿ. ಜಿ.ಇ.ಸಿ. ರ್‍ಯಾಲಿ, ಕ್ರಾಂಪ್ಟನ್ ಗ್ರೀವ್ಸ್, ಫಿಲಿಪ್ಸ್, ಥಾಮ್ಸನ್, ಸೀಮನ್ಸ್ ಮುಂತಾದ ವಿದೇಶಿ ಬ್ರ್ಯಾಂಡಿನ ಫ್ಯಾನುಗಳನ್ನು ಕೊಂಚ ದೂರವೇ ಇಡಿ. ಸ್ವದೇಶಿ ವಸ್ತುಗಳಾದ ಓರಿಯಂಟ್, ಬಜಾಜ್, ಉಷಾ, ಸಿನ್ನಿ, ಖೇತಾನ್, ಪೋಲಾರ್‌ಗಳನ್ನೂ ಒಂದು ಸಲ ನೋಡಿ. ಎಲ್ಲಾ ಫ್ಯಾನುಗಳು ಒದಿಯೋದು ಒಂದೇ ರೀತಿಯ ಗಾಳಿಯನ್ನು.

  ಹಾಗಾದರೆ ಮತ್ಯಾಕೆ ಫಾರಿನ್ನು? ಇಲ್ಲಿಲ್ಲವೆ ಇಂಡಿಯನ್ನು?

- ಈ ಜಗತ್ತಿನಲ್ಲಿ ಎಲ್ಲೂ ಲಿಖತೇ ಲವ್ವಾಗುವುದಿಲ್ಲ! ಬರೆಯುತ್ತ ಬರೆಯುತ್ತಲೇ 'ಎಲ್ಲ' ಮುಗಿಯುವಂತಿದ್ದರೆ ನಾವ್ಯಾರೂ ಕೆಲಸ ಮಾಡಬೇಕಾಗಿರಲಿಲ್ಲ. ಹೆಣಗಬೇಕಾಗಿರಲಿಲ್ಲ.

  ಟೀವಿಯಲ್ಲಿ ರವೀನಾ ಟಂಡನ್ ಬಂದು ಉಲಿಯುತ್ತಾಳೆಂಬ ಕಾರಣಕ್ಕೆ ರೋಟೋಮ್ಯಾಕ್‌ನಂಥ ಪೆನ್ನುಗಳನ್ನು ಖರೀದಿಸದಿರಿ. ಜೊತೆಗೆ ಪಾರ್ಕರ್, ರೆನಾಲ್ಡ್, ಸ್ವಿಸ್ ಏಯರ್, ನಿಕರ್‌ಸನ್ ಮುಂತಾದ ಬ್ರಾಂಡಿನ ವಿದೇಶಿ ಪೆನ್ನುಗಳನ್ನು ಖರೀದಿಸಲೇ ಬೇಡಿ. ಬದಲಾಗಿ ಸ್ವದೇಶಿ ಪೆನ್ನುಗಳಾದ ಕ್ಯಾಮ್ಲಿನ್, ಲಗ್ಗಾರ್, ಶಾರ್ಪ್, ಕ್ಯಾಮೆಲ್, ಅರಮಿ, ಡೆಲ್ಟಾ, ವಿಲ್ಸನ್‌ಗಳು ನಿಮ್ಮ ಜೇಬು ಸೇರಲಿ.

  ನೆನಪಿಡಿ, ಲಿಖತೆ ಲಿಖತೇ ಲವ್ವಾಗದು!

- ಮೊಡವೆಗಳು ಒಂಥರಾ ಒಡವೆಗಳು; ಇನ್ನೊಂಥರಾ ಮನೆಗೆ ಬಂದ ಅತಿಥಿಗಳು.

  ತಮ್ಮ ಪಾಡಿಗೆ ತಾವು ಬರ್ತವೆ, ಹೋಗ್ತವೆ, ಹಾಗಂತ ಐದೇ ದಿನಗಳಲ್ಲಿ ಮೊಡವೆ ಓಡಿಸುತ್ತೇನೆಂದು ಅಲ್ಟ್ರಾ ಕ್ಲಿಯರ್‌ಸಿಲ್ ತಂದೀರ. ಅದು ಭ್ರಮೆ ಅಷ್ಟೇ. ಕ್ಲಿಯರ್‌ಸಿಲ್, ಕ್ಲಿಯರ್ ಟೋನ್, ಫೇರ್ ಅಂಡ್ ಲವ್ಲೀ, ಓಲ್ಡ್ ಸ್ಪೈಸ್, ಡೆಟಾಲ್, ಸುಪ್ರೀಮ್, ಪಾಂಡ್ಸ್, ಆಯಿಲ್

ಆಫ್ ಓಲೇ, ಚಾರ್ಮ್ಸ್ ಮುಂತಾದ ಬ್ರಾಂಡಿನ ವಿದೇಶಿ ಕ್ರೀಮುಗಳನ್ನು ದೂರ ಸರಿಸಿ.

ವಿಕೋ, ಬೊರೋಲಿನ್, ಇಮಾಮಿ, ಬೋರೋ ಪ್ಲಸ್, ಜಯಶ್ರೀ, ಆಫ್ಘನ್ ಕ್ಯಾಡಿಲ್ ಖರೀದಿಸಿ.

ಇದ್ಯಾವುದೂ ಬೇಡಾ ಅಂದ್ರೆ ಇದ್ದೇ ಇದೆಯಲ್ಲ : ಕಡ್ಲೆಹಿಟ್ಟು!

- ಬೆಳಿಗ್ಗೆ ಏಳು ಗಂಟೆಗೆ ಶೇವಿಂಗ್ ಮಾಡಿಕೊಳ್ಳುವುದು ನಿಮ್ಮ ದೃಷ್ಟಿಯಲ್ಲಿ ಸರಿಯಾಗಿಯೇ ಇರಬಹುದು. ಹಾಗಂತ ಸೆವೆನ್ ಓ ಕ್ಲಾಕ್ ಬ್ಲೇಡೇ ಬಳಸಬೇಕೆಂಬ ರೂಲ್ಸಾದರೂ ಎಲ್ಲಿದೆ?

  ವಿನ್ಟೇಜ್, ವಿಲ್‌ಮನ್, ಜಿಲ್ಲೆಟ್, ಎರೆಸ್ಮಿಕ್, ಸೆವೆನ್ ಓ ಕ್ಲಾಕ್ ಮುಂತಾದ ವಿದೇಶಿ ಬ್ರಾಂಡಿನ ಬ್ಲೇಡುಗಳನ್ನು ಬಳಸದಿರಿ. ಟೋಪಾಜ್, ಅಶೋಕ, ಭಾರತ್‌ಸಿಲ್ವರ್, ಸೂಪರ್ ಮ್ಯಾಕ್ಸ್, ಲೇಜರ್, ಎಸ್ಕಾರ್ಟ್ ಮೊದಲಾದ ಸ್ವದೇಶಿ ಬ್ರಾಂಡುಗಳು ನಿಮ್ಮ ಶೇವಿಂಗ್‌ಸೆಟ್ಟಿನಲ್ಲಿರಲಿ. ಒಟ್ಟಿನಲ್ಲಿ ಶೇವಿಂಗ್ ಸಮಯ ಏಳಿರಲಿ, ಎಂಟಿರಲಿ; ಬ್ಲೇಡು ಮಾತ್ರ ಇಲ್ಲಿಯದಾಗಿರಲಿ!

- ಬೆಳಗಿನ ಬೆಡ್ ಕಾಫಿ/ಟೀ ಕುಡೀದಿದ್ರೆ ಕೆಲವರಿಗೆ ಮೂಡೇ ಬರಲ್ಲ. ನಿಜ, ಹಾಗಂತ ಕಾಫಿ/ಟೀಗೆ ಕೂಡ ವಿದೇಶಿ ಪ್ರಾಡಕ್ಟುಗಳಿಗೆ ನಾವು ತಲೆಬಾಗಿಸಬೇಕೆ?

  ಯಾವುದೇ ಕಾರಣಕ್ಕೂ ಬ್ರೂಕ್‌ಬಾಂಡ್, ಲಿಪ್ಟನ್, ಟೈಗರ್, ಗ್ರೀನ್ ಲೇಬಲ್, ತಾಜ್, ಬೋರ್ನ್‌ವಿಟಾ, ಹಾರ್ಲಿಕ್ಸಾ, ಕೋಂಪ್ಲಾನ್, ಡೈಮಂಡ್, ಬೂಸ್ಟ್, ನೆಸ್ಲೆ, ನೆಸ್‌ಕೆಫೆ ಮುಂತಾದ ಬ್ರಾಂಡಿನ ವಿದೇಶಿ ಪ್ರಾಡಕ್ಟುಗಳನ್ನು ಬಳಸಬೇಡಿ.

  ಬದಲಾಗಿ ಟಾಟಾ, ಅಸ್ಸಾಮ್ ಚಹಾ, ನವರಂಗ್, ರಾಯಲ್, ಹಸ್‌ಮುಖ್, ಇಂಡಿಯನ್ ಕಾಫಿ, ಮಾಲ್ಟೋವಾ ಬ್ರಾಂಡಿನ ಸ್ವದೇಶಿ ಉತ್ಪನ್ನಗಳನ್ನು ಬಳಸಿರಿ.

  ಇದೆಲ್ಲಕ್ಕಿಂತಲೂ ಮಿಗಿಲಾದ ಪಾನೀಯ ಹಸುವಿನ ಹಾಲು!

- ಐಶ್ವರ್ಯರ್ರೈ ಜಗತ್ತಿನ ಅನುಪಮ ಸುಂದರಿ ನಿಜ. ಹಾಗಂತ ಕೊಕಾ ಕೋಲಾವೇ ಆಕೆಯ ಬದುಕಲ್ಲ. ಹಾಗೆಯೇ ಭಾರತೀಯ ಮಾಡೆಲಿಂಗ್ ಜಗತ್ತಿನ ಟಾಪ್ ಮಾಡೆಲ್ ಲೀಸಾ ರೇ ಸ್ಪ್ರೈಟ್

ಪಾನೀಯದಿಂದ ಸ್ನಾನ ಮಾಡುತ್ತಾಳೆಂಬುದು ಶುದ್ಧ ಸುಳ್ಳು.

ಜಾಹೀರಾತಿಗೆ ಮರುಳಾಗಿ ಕೋಕಾ ಕೋಲಾ, ಫಾಂಟಾ, ಕೋಕ್, ಥಮ್ಸ್ ಅಪ್, ಸ್ಪ್ರೈಟ್, ಲಿಮ್ಕಾ, ಮಿರಿಂಡಾ, ಗೋಲ್ಡ್ ಸ್ಪಾಟ್, ಸೆವೆನ್ ಅಪ್, ಪೆಪ್ಸಿ, ಲೆಹರ್ ಪೆಪ್ಸಿ ಮುಂತಾದ ತಂಪು ಪಾನೀಯಗಳನ್ನು ಕುಡಿಯದಿರಿ.

ಅದರ ಬದಲಿಗೆ ಫ್ರೂಟಿ, ರಸ್ನಾ, ಮ್ಯಾಂಗೋ, ಜಂಪ್ ಇನ್, ಗೋದ್ರೇಜ್, ಕ್ಯಾಂಪಕೋಲಾ, ಆಸ್ವಾದ್, ಸೋಸಿಯೊ, ಹಳದಿರಾಮ್, ಮಜ್ಜಿಗೆ, ಎಳನೀರು ಕುಡಿಯಿರಿ.

- ಈ ದೇಶ ಇಂಡಿಯಾ, ಅದರೊಳಗಿನ ಭೂಮಿ ಇಂಡಿಯನ್ನು. ಭೂಮಿಯ ಮೇಲೆ ನಡೆದಾಡುತ್ತಿರುವವನೂ ಇಂಡಿಯನ್ನು ಮತ್ತು ಆ ಭೂಮಿಯ ಮೇಲೆ ನಡೆದಾಡುವವನ ಕಾಲುಗಳೂ ಇಂಡಿಯನ್ನೇ. ಹಾಗಾದರೆ ಆ ಕಾಲಿಗೆ ಹಾಕಿಕೊಳ್ಳುವ ಚಪ್ಪಲಿಗಳ್ಯಾಕೆ ಫಾರಿನ್ನು?

  ಬಾಟಾ, ಕರೋನಾ, ಫ್ಯೂಮಾ, ಅಡಿಡಾಸ್, ನೈಕೀ ಶೂಗಳು ಬೇಡವೇ ಬೇಡ.

  ಇರಲಿ ಒಂದಿಷ್ಟು ಲಿಬರ್ಟಿ, ಲಖಾನಿ, ಲಿಡ್ಕರ್, ಫ್ಲಾಕ್ಸ್, ಪ್ಯಾರಗಾನ್, ಲೂನಾರ್ಸ್, ಜೊತೆಗೆ ಇಲ್ಲಿನ ಚರ್ಮ ಉದ್ಯೋಗದ ಸಣ್ಣ ಕಂಪೆನಿಗಳೂ ಒಂಚೂರು ಉಸಿರಾಡಲಿ.

- ಅಪ್ಪಟ ಸ್ವದೇಶಿ ವಿದ್ಯೆಯಾದ ವಾಸ್ತುಶಿಲ್ಪದ ಪ್ರಕಾರ ನೀವು ಮನೆ ಕಟ್ಟಿಸುತ್ತೀರೋ, ಇಲ್ಲವೋ ಅದು ನಿಮ್ಮಿಷ್ಟ. ಆದರೆ ನಿಮ್ಮ ಮನೆಗೊಂದು ಅಪ್ಪಟ ಸ್ವದೇಶಿ ಫೋನು ಬೇಡವಾ?

  ಬೀಟೆಲ್, ಟಾಟಾ, ಅರ್ಪೆಟ್, ಬಿಪಿಎಲ್ ಮುಂತಾದ ಸ್ವದೇಶಿ ಬ್ರಾಂಡಿನ ಫೋನುಗಳು ನಿಮ್ಮಲ್ಲಿರಲಿ. ಸ್ಯಾನ್ಯೋ, ಪ್ಯಾನಸಾನಿಕ್, ಪ್ಯಾನ್‌ಫೋನ್ ಮುಂತಾದ ಫೋನ್ ಸೆಟ್ಟುಗಳು ದೂರ ಓಡಲಿ.

- ಧಗಧಗ ಉರಿಯುವ ಆ ಸೂರ್ಯನೇ ಕೊನೆಗೊಂದು ದಿನ ಶಾಶ್ವತವಾಗಿ ಸತ್ತುಹೋಗುತ್ತಾನಂತೆ. ಇನ್ನು ನಿಮ್ಮ ಮನೆ, ಮನೆಯ ಗೋಡೆ, ಗೋಡೆಯ ಬಣ್ಣ – ಇವೆಲ್ಲ ಯಾವ ಮರದ ಟೊಂಗೆ!

ನೆನಪಿಡಿ; ಯಾವ ಕಂಪೆನಿಯ ಬಣ್ಣವೂ ಶಾಶ್ವತವಲ್ಲ. ಎಲ್ಲವೂ ಟೆಂಪರರಿ. ಎಲ್ಲವೂ ಪ್ರೋಬೇಷನರಿ!

ಡ್ಯೂಲಕ್ಸ್, ಬರ್ಗರ್, ನೆರೋಲ್ಯಾಕ್, ಸುಪೀರಿಯರ್, ಜಾನ್ಸನ್ ಅಂಡ್ ನಿಕಲ್ಸನ್ ಮುಂತಾದ ಬ್ರಾಂಡಿನ ಬಣ್ಣ ಬೇಡವೇ ಬೇಡ. ಬದಲಾಗಿ ಏಷ್ಯನ್ ಪೇಂಟ್ಸ್, ಶಾಲಿಮಾರ್, ಸ್ಪಾರ್ಕ್, ಕ್ವಾಲಿಟಿ, ಟಚ್‌ವುಡ್, ಸುಪರ್‌ಲ್ಯಾಕ್ ರೀತಿಯ ಸ್ವದೇಶಿ ಬಣ್ಣಗಳು ನಿಮ್ಮ ಮನೆಯ ಗೋಡೆಯ ಮೇಲೆ ಹೋಳಿಯಾಡಲಿ!

- ಬಟ್ಟೆಯೆನ್ನುವುದು ನಮ್ಮ ಅಗತ್ಯದ ಜರೂರತ್ತು. ನಾವು ಆಡಂ ಮತ್ತು ಈವ್ ಅಲ್ಲ ಎಂದು ತೋರಿಸಲಿಕ್ಕೆಂದು ಇರುವ ಒಂದು ರೀತಿಯ ಢಾಲು! ಅದು ಬಿಟ್ಟರೆ ಜಗತ್ತಿನ ಯಾವುದೇ ಬಟ್ಟೆ ನಿಮ್ಮನ್ನು 'ಕಂಪ್ಲೀಟ್ ಮ್ಯಾನ್'ನನ್ನಾಗಿ ಮಾಡುವುದಿಲ್ಲ. ಕಂಪ್ಲೀಟ್ ಮ್ಯಾನಾಗಲು ಅವರವರದೇ ಆದ ಕಾರಣಗಳಿವೆ. ಸಾಧನೆಗಳಿವೆ. ಅದೇನೇ ಇರಲಿ,

  ರೆಗ್ಯುಲರ್, ನೈಕ್, ಡ್ಯೂಕ್, ಅಡಿಡಾಸ್, ನ್ಯೂಪೋರ್ಟ್, ಪ್ಯೂಮಾ, ಎರೋಲಿ, ಪೀಟರ್ ಇಂಗ್ಲೆಂಡ್, ರೀಡ್ ಅಂಡ್ ಟೇಲರ್, ಆರೋ, ಲೀ ಜೀನ್ಸ್, ಎಕ್ಸ್‌ಕ್ಯಾಲಿಬರ್, ಹೆನ್ರಿಹಿಲ್ ಮುಂತಾದ ವಿದೇಶಿ ಬ್ರ್ಯಾಂಡಿನ ಬಟ್ಟೆಗಳನ್ನು ಖರೀದಿಸದಿರಿ.

  ಅದಕ್ಕೆ ಬದಲಾಗಿ ಪಾರ್ಕ್ ಅವೆನ್ಯೂ, ಮಫತ್‌ಲಾಲ್, ಬಾಂಬೇ ಡೈಯಿಂಗ್, ರಿಲೈಯನ್ಸ್, ರಫ್ ಅಂಡ್ ಟಫ್, ಟ್ರಿಗರ್ ಜೀನ್ಸ್, ಗ್ರಾಸಿಮ್, ದಿನೇಶ್, ವಿಮಲ್, ಕುವರ್ ಅಜಯ್, ಪ್ರಿಯದರ್ಶಿನಿ, ಕೋ–ಆಪ್ಟೆಕ್ಸ್ ಮತ್ತು ಖಾದಿಯ ಬಟ್ಟೆಗಳನ್ನೇ ಉಪಯೋಗಿಸಿ.

- ಸಮಯ ಯಾರಪ್ಪನ ಆಸ್ತಿಯಲ್ಲ. ಅದು ಯಾರ ಬೆದರಿಕೆಗೂ ಮಣಿಯುವುದಿಲ್ಲ. ಯಾರ ಪ್ರೀತಿಗೂ ಕರಗುವುದಿಲ್ಲ. ಸಾವಿರಾರು ವರ್ಷಗಳ ಹಿಂದೆ ಅಂಥ ಸಮಯವನ್ನು ತೋರಿಸುವ ಗಡಿಯಾರವನ್ನು ಮಾತ್ರ ನಾವೇ ತಯಾರಿಸಿದ್ದೆವು. ಅಂಥದೊಂದು ಅಭಿಮಾನಕ್ಕಾದರೂ ನಮ್ಮಲ್ಲೊಂದು ಸ್ವದೇಶಿ ವಾಚು ಇರಬೇಡವೇ? ಎಚ್.ಎಂ.ಟಿ. ಟೈಟಾನ್, ಆಲ್ಪಾಟ್, ಅಜಂತಾ ವಾಚುಗಳನ್ನೇ ಕಟ್ಟಿಕೊಳ್ಳಿ.

  ಸಿಟಿಝುನ್, ಕ್ಯಾಸಿಯೋ, ಒಮೆಗಾ, ಸೀಕೋ, ರ್‍ಯಾಡೋ ಕಳಚಿಡಿ!

- 'ಮೇಡ್ ಇನ್ ಇಂಡಿಯಾ' ಎಂಬ ಸೀಲಿರುವ ಬಟ್ಟೆಗಳನ್ನು ಧರಿಸುತ್ತೇನೆಂದು ನಿರ್ಧರಿಸಿರುವಾಗ ಸೂಟ್‌ಕೇಸಾದರೂ ಫಾರಿನ್‌ದ್ಯಾಕಿರಬೇಕು?

  ಇಷ್ಟಕ್ಕೂ ನಮ್ಮಲ್ಲೇ ಕೈಗೊಂದು, ಕಾಲಿಗೊಂದು ಸ್ವದೇಶಿ ಸೂಟ್‌ಕೇಸು ಹುಟ್ಟಿಕೊಳ್ಳುತ್ತಿರುವಾಗ ರೀಬಾಕ್, ಸ್ಯಾಮ್ ಸೂನೈಟ್‌ನಂಥವುಗಳು ಯಾಕೆ ಬೇಕು? ವಿ.ಐ.ಪಿ, ಅರಿಸ್ಟೋಕ್ರಾಟ್, ಸಫಾರಿಯಂಥ ಸೂಟ್‌ಕೇಸುಗಳನ್ನು ಕೈಯಲ್ಲಿ ಹಿಡಿದು ಅಂಗಡಿಯವನ ಮುಂದೆಯೇ ಹೇಳಿ ಬನ್ನಿ:

  ಸ್ವದೇಶಿ ಜಿಂದಾಬಾದ್: ವಿದೇಶಿ ಮುರ್ದಾಬಾದ್!

- ಮನುಷ್ಯನಿಗೊಂದಿರಬೇಕು ತಲೆ. ಆ ತಲೆಗೊಂದಿರಬೇಕು ಕಲೆ. ಆ ಕಲೆಯೇ ಇಲ್ಲದಿದ್ದರೆ ಜೀವನವೆಲ್ಲಾ ಕಗ್ಗೊಲೆ.

  ಅದೇನೇ ಇರಲಿ, ಇಂಥದೊಂದು ತಲೆಗೆ, ಅದರ ಕೂದಲಿಗೆ, ಕೂದಲಿನ ಹೊಟ್ಟಿಗೆ ಸಂಬಂಧಪಟ್ಟಂತೆ ನಾವೆಲ್ಲ ಎಂತೆಂಥದೋ ಶಾಂಪೂ ಉಪಯೋಗಿಸುತ್ತೇವೆ: ಸ್ವದೇಶಿ ತಲೆಗೂ ವಿದೇಶಿ ಶಾಂಪೂ ಬೇಕಾ?

  ಪಾಂಡ್ಸ್, ಹೆಲೋ, ಹೆನ್ನಾ, ಪಾಮೊಲಿವ್, ಕ್ಲಿನಿಕ್ ಸ್ಪೆಶಲ್, ಸನ್‌ಸಿಲ್ಕ್, ಓಲ್ಡ್ ಸ್ಪೈಸ್, ಕ್ಲಿಯರ್‌ಸಿಲ್, ಮೆಡಿಕೇರ್, ಲ್ಯಾಕ್ಮೆಯಂತಹ ಬಹು ರಾಷ್ಟ್ರೀಯ ಕಂಪೆನಿಗಳ ಶಾಂಪೂ ಬಿಟ್ಟಾಕಿ. ಬದಲಿಗೆ ನಿರ್ಮಾ, ಟಾಟಾ, ಆಫ್ಘಾನ್, ನೈಲ್, ಹರ್ಬಲ್ ಹರ್ನಿಕಾ, ಹೇರ್ ಅಂಡ್ ಕೇರ್, ವೆಲ್ವೆಟ್ ಶಾಂಪೂಗಳನ್ನೇ ಬಳಸಿ.

  (1998ರ ಸಾಲಿನ ವರದಿಯನ್ನು ಗಮನಿಸಿ ಈ ಪಟ್ಟಿಯನ್ನು ತಯಾರಿಸಲಾಗಿದೆ. ಇತ್ತೀಚೆಗೆ ಇವುಗಳಲ್ಲಿ ಕೆಲವೊಂದು ಸ್ವದೇಶಿ ಕಂಪೆನಿಗಳು ಬಹುರಾಷ್ಟ್ರೀಯ ಕಂಪೆನಿಗಳ ಸಾಲಿಗೆ ಸೇರಿದ್ದರೆ, ಹುಷಾರಾಗಿ ವರ್ತಿಸುವುದು ಒಳಿತು – ಲೇಖಕ)

ಓದುಗರ ಪ್ರತಿಕ್ರಿಯೆಗಳು

ರಾಜೀವ್ ದೀಕ್ಷಿತ್ ಅವರ ಹಿಂದಿಮೂಲದ ವಿಚಾರಧಾರೆ, ರಾಘವೇಂದ್ರ ಜೋಶಿ ಅವರ ಅನುವಾದದಲ್ಲಿ ಸೊಗಸಾಗಿ ಮೂಡಿಬರುತ್ತಿದೆ. ದಯವಿಟ್ಟು ಈ ಅಂಕಣ ನಿಲ್ಲಿಸಬೇಡಿ, ನಮ್ಮಲ್ಲಿ ದೇಶಾಭಿಮಾನ ಉಳಿಸಬಲ್ಲಂಥ ಲೇಖನಗಳಿವು.

ನಂದಲಾಲ, ಹುಣಸಗಿ

ಜಾಗತಿಕ ವಿಚಾರಗಳು, ಸ್ವಾರಸ್ಯಗಳು, ಭಾರತದ ಸ್ಥಿತಿ–ಗತಿಗಳ ಬಗ್ಗೆ ಅಚ್ಚರಿಯೆನಿಸುವ ವಿಚಾರಗಳನ್ನು ಆತ್ಮೀಯ ಧಾಟಿಯಲ್ಲಿ ರಾಘವೇಂದ್ರ ಜೋಶಿಯವರು ಕನ್ನಡಕ್ಕೆ ಅನುವಾದಿಸುತ್ತಿದ್ದಾರೆ

ಮಧುಸೂದನ, ಮದ್ದೂರು

ಹಾಲುಣಿಸಿದ ಎದೆಗೊಂದು ಕುಪ್ಪಸ ಹೊಲಿಸೋದ ಬೇಡವಾ? ಓದಿ ಮುಗಿಸಿದಾಗ ನಾಚಿಕೆಯಾಯಿತು. ನಮ್ಮ ಸರ್ಕಾರಗಳು ಇನ್ನು ಮುಂದಾದರೂ ಪ್ರತಿಭಾ ಪಲಾಯನ ತಡೆಗಟ್ಟುವತ್ತ ಗಮನ ಹರಿಸಿಯಾವೆ ?

ಶಿವಶರಣಪ್ಪ ಹದರಿ, ಯಾದಗಿರಿ

ಸೃಷ್ಟಿ 223ರಲ್ಲಿ ಜೋಶಿಯವರ ಭಾವಾನುವಾದ ನಮ್ಮ ಜೀವನಕ್ರಮದ ಪ್ರತಿಬಿಂಬವಾಗಿದೆ. ಲೋಕಮಾನ್ಯ ಬಾಲಗಂಗಾಧರ ತಿಲಕರ ಸ್ವದೇಶಿ ಚಳವಳಿ ನಿಜಕ್ಕೂ ಸ್ತುತ್ಯಾರ್ಹ, ನಮ್ಮನ್ನು ನಾವೇ ತಿದ್ದಿಕೊಂಡಲ್ಲಿ, ಅದೇ ಹೊಸವರ್ಷಕ್ಕೆ ತಿಲಕರಿಗೆ ನಾವು ನೀಡುವ ಗೌರವ

ಜೆ.ಸಿ. ರವಿಕುಮಾರ್, ಜಯಸುವರ್ಣಪುರ

ಹೈಸ್ಕೂಲು ದಾಟಿದ ಮೇಲೆ ಎಲ್ಲಾದರೂ ರಾಷ್ಟ್ರಗೀತೆ ಕೇಳಿಸಿದರೆ ಒಂದು ನಿಮಿಷ ನಿಂತು ಗೌರವ ಕೊಡುತ್ತಿದ್ದೆ. ಆದರೆ ಗುಲಾಮಗೀತೆಗೊಂದು ಮೌನ ಸಲಾಮು ಓದಿದ ನಂತರ ದಾರಿಯಲ್ಲಿ ಹೋಗಬೇಕಾದರೆ ಸ್ಕೂಲೊಂದರಲ್ಲಿ ಮತ್ತದೇ ರಾಷ್ಟ್ರಗೀತೆ ಕೇಳಿಬಂತು. ನಿಲ್ಲೋಣವೋ, ಬೇಡವೋ ಎಂದು ನಿರ್ಧರಿಸುವಷ್ಟರಲ್ಲಿ ಗೀತೆಯೇ ಮುಗಿದುಹೋಗಿತ್ತು

ಕಿರಣ, ಹಿರಿಯೂರು

ರಾಜೀವ್ ದೀಕ್ಷಿತರ ಕಾಲಮ್ಮಿನಲ್ಲಿ ಕೊಲಂಬಸ್ ಮತ್ತು ವಾಸ್ಕೋ–ಡ–ಗಾಮಾರ ಬಗ್ಗೆ ಓದಿ ನಿಜಕ್ಕೂ ಆಶ್ಚರ್ಯವಾಯಿತು. ಶಾಲೆ–ಕಾಲೇಜುಗಳಲ್ಲಿ ಇವರ ಬಗ್ಗೆ ನಾವು ಓದಿದ್ದೇ ಬೇರೆ; ಇವರಿದ್ದಿದ್ದೇ ಬೇರೆ! ಇತಿಹಾಸ ಇಂಥವರ ಮೇಲೆ ಧೂಳು ಚಿಮಕಿಸಿ ಎಂಥ ತಪ್ಪು ಮಾಡಿತು !

ಪ್ರಮೋದ ಖಂಡಾರೆ, ಧಾರವಾಡ

ರಾಜೀವ್ ದೀಕ್ಷಿತರದು ನಿಜವಾದ ಮತ್ತು ವಿಸ್ಮಯಕಾರಿಯಾದ ಕ್ರಾಂತಿಕಾರಿ ಮನೋಭಾವ ಅವರ ಸಂದರ್ಶನ ತುಂಬ ಪರಿಣಾಮಕಾರಿಯಾಗಿತ್ತು. ನೀವಂದದ್ದು ನಿಜ: ಪೆಪ್ಸಿಯನ್ನು ತಿರಸ್ಕರಿಸಲು ಬಲಿದಾನದ ಅವಶ್ಯಕತೆಯಿಲ್ಲ. ನಾನು ಪೆಪ್ಸಿ ಬಿಟ್ಟಿದ್ದೇನೆ.

ಎಂ. ಜಯಕೃಷ್ಣ. ಬೆಂ–21

ರಾಜೀವ್ ಸಂದರ್ಶನ ಮತ್ತು ನಿನ್ನ ಸಂಪಾದಕೀಯ ಓದಿದ ಮೇಲೆ ನನ್ನ ಕನಿಷ್ಟ ಹತ್ತು ಜನ ಗೆಳಯರಿಗಾದರೂ ವಿದೇಶಿ ವಸ್ತು ವ್ಯಾಮೋಹ ಹೋಗಲಾಡಿಸಿ, ಆದಷ್ಟೂ ಸ್ವದೇಶಿ ವಸ್ತುಗಳನ್ನು ಬಳಸುವಂತೆ ಹೇಳಿದ್ದೇ. ನಾನಾದರೂ ಶೇ. 90ರಷ್ಟು ಸ್ವದೇಶಿಯಾಗಿರಲು ನಿರ್ಧರಿಸಿದ್ದೇನೆ, ಇಲ್ಲದಿದ್ದರೆ ನಾನು ಭಾರತೀಯನೆಂದು ಹೇಳಿಕೊಳ್ಳುವುದೇ ನಾಚಿಕೆಗೇಡಿನ ಸಂಗತಿಯಾದೀತು.

ಜಯರಾಮ ಸುಳ್ಯ, ಕುಶಾಲನಗರ.

ರಾಜೀವ್ ದೀಕ್ಷಿತರ ಪ್ರಯೋಗಕ್ಕೆ, ಅವರ ನಿಸ್ವಾರ್ಥ ಪ್ರಯತ್ನಕ್ಕೆ ನಿಮ್ಮ(ನಮ್ಮ) ಪತ್ರಿಕೆಯ ಬೆಂಬಲ ದೊರಕಿರುವುದು ಅರ್ಥಪೂರ್ಣ. ಕರ್ನಾಟಕದಲ್ಲಿ ಇದೊಂದು ಅರ್ಥಪೂರ್ಣ ಚಳುವಳಿಯಾಗಲಿದೆ.

ಆರ್. ಸುರೇಶ್, ಬೆಂಗಳೂರು.

(ರಾಜೀವ್ ದೀಕ್ಷಿತರ ಸಂದರ್ಶನದ ಬಗ್ಗೆ ಸುಮಾರು 600 ಪತ್ರಗಳು ಬಂದಿವೆ)